KINH BI HOA

ĐẠI BI LIÊN HOA KINH

KINH BI HOA

NGUYỄN MINH TIẾN
Việt dịch và chú giải

NGUYỄN MINH TIẾN
Việt dịch và chú giải

KINH BI HOA

悲華經

(ĐẠI BI LIÊN HOA KINH)

NHÀ XUẤT BẢN LIÊN PHẬT HỘI

QUYỂN I
PHẨM THỨ NHẤT
CHUYỂN PHÁP LUÂN[1]

Tôi nghe như thế này:[2]

Có một lúc đức Phật[3] tại thành *Vương Xá*,[4] núi Kỳ-xà-quật,[5] cùng với sáu mươi hai ngàn vị đại tỳ-kheo.[6] Các vị đều là những bậc *A-la-hán*[7] đã dứt sạch lậu hoặc,[8] không còn sinh khởi các phiền não,[9] mọi việc đều được tự tại, tâm được giải

---

[1] Chuyển pháp luân: chỉ việc thuyết giảng chánh pháp, ví như người ta quay cái bánh xe để làm cho mọi thứ chuyển động. Đức Phật thuyết pháp cũng làm cho thế gian được xoay chuyển, đạt đến sự giải thoát, nên gọi là chuyển pháp luân, tức là chuyển bánh xe pháp.

[2] "Tôi nghe như thế này" là lời tự xưng của ngài A-nan, người đã ghi nhớ và thuật lại kinh này. Câu này trong kinh văn chữ Hán là "Như thị ngã văn", được đặt ở đầu tất cả các kinh điển như một dấu hiệu làm tin, để xác nhận rằng kinh điển ấy được ngài A-nan nghe từ chính kim khẩu của đức Phật Thích-ca nói ra.

[3] Tức là Phật Thích-ca Mâu-ni. Trong kinh này có sự xuất hiện của nhiều vị Phật khác nhau, vì thế, chúng tôi sẽ tùy theo từng chỗ để chuyển dịch sao cho tránh được sự nhầm lẫn.

[4] Thành Vương Xá, tên Phạn ngữ là **Rājagṛha**, ở nước Ma-già-đà thuộc miền trung Ấn Độ, là đô thành của vua Tần-bà-sa-la, cha của vua A-xà-thế.

[5] Núi Kỳ-xà-quật, tên Phạn ngữ là **Gṛdhrakūṭa**, cũng thường gọi là núi Linh Thứu.

[6] Đại tỳ-kheo: Tỳ-kheo là người thuộc nam giới xuất gia theo Phật (nữ giới xuất gia gọi là tỳ-kheo ni), thọ cụ túc giới, chỉ đi khất thực, sống bằng sự cúng dường của bá tánh, Phạn ngữ là Bhiksu, bao hàm bốn nghĩa: 1. Giữ hạnh khất thực thanh tịnh. 2. Phá trừ phiền não. 3. Trì giới thanh tịnh. 4. Có thể làm hàng phục chúng ma. Những vị tỳ-kheo (Bhiksu) tuổi cao đức trọng được tôn xưng là đại tỳ-kheo.

[7] A-la-hán: Bậc tu hành đã chứng đắc quả vị cao nhất của Thanh văn thừa, tức quả A-la-hán (Arhat). Thanh văn thừa có bốn thánh quả từ thấp lên cao là Tu-đà-hoàn, Tư-đà-hàm, A-na-hàm và A-la-hán.

[8] Lậu hoặc: sự sinh khởi những tâm thức xấu ác làm cho trí huệ phải bị che mờ, giống như vật chứa bị rỉ chảy làm cho những gì chứa trong đó phải hao mất dần. Trong một chừng mực nhất định, lậu hoặc cũng có thể xem là một tên gọi khác của phiền não.

[9] Phiền não: những trạng thái tâm thức xấu ác sinh khởi do tham, sân và si, nguyên nhân gây ra sự khổ đau của mọi chúng sinh.

thoát, trí huệ được giải thoát, như các bậc đại long tượng[1] khéo điều phục. Các ngài đã làm xong mọi việc cần làm, buông bỏ được gánh nặng, tự thân đã được sự lợi ích, dứt hết mọi chấp hữu,[2] đạt trí huệ chân chánh nên tâm được tự tại. Hết thảy các ngài đều đã được giải thoát, chỉ trừ ngài *A-nan.*[3]

Trong pháp hội có bốn trăm bốn mươi vạn Bồ Tát, đứng đầu là Bồ Tát Di-lặc. Các vị đều đã đạt được các pháp nhẫn nhục, thiền định, đà-la-ni.[4] Các ngài hiểu sâu ý nghĩa các pháp đều là không và hoàn toàn không có tướng nhất định. Các vị đại sĩ[5] như thế đều là những bậc không còn thối chuyển[6] trên đường tu tập.

Bấy giờ lại có vị *Đại* Phạm thiên vương[7] và vô số trăm ngàn *thiên tử*[8] ở cõi trời ấy, cùng với vị Thiên vương cõi trời *Tha hóa tự tại*[9] và số quyến thuộc là bốn trăm vạn cùng đến dự pháp hội.

---

[1] Nguyên văn dùng Ma-ha-na-già, phiên âm từ Phạn ngữ là Mahānāgā, nghĩa là đại long tượng (voi chúa, rồng chúa), chỉ những bậc siêu quần xuất chúng, so sánh như long vương, tượng vương giữa các loài thú khác. Từ này cũng có nghĩa là "đại vô tội", có nghĩa là người đã dứt sạch mọi tội lỗi.

[2] Chấp hữu: sự vọng chấp của chúng sinh do vô minh che lấp, luôn cho rằng thế giới vật chất là thật có, từ đó sinh ra mê đắm, trong khi thật tánh của tất cả các pháp vốn là không.

[3] Chỉ trừ ngài A-nan: Ngài A-nan tuy có nhân duyên được theo hầu bên Phật, được nghe tất cả các kinh điển do Phật thuyết, nhưng cho đến khi đức Phật nhập Niết-bàn rồi ngài A-nan vẫn chưa chứng đắc quả vị A-la-hán, nên ở đây nói là ngài chưa được giải thoát.

[4] Đà-la-ni: phiên âm từ Phạn ngữ dhāraṇi, Hán dịch là tổng trì, có nghĩa là thâu nhiếp, nắm giữ được tất cả.

[5] Đại sĩ: một danh xưng khác để gọi các vị Bồ Tát.

[6] Không còn thối chuyển: địa vị tu chứng không còn bất cứ nguyên nhân, điều kiện nào có thể làm cho người tu thối lui trên đường tu tập.

[7] Đại Phạm thiên vương: vị vua ở cõi trời Đại Phạm (Mahābrahman).

[8] Thiên tử: các chúng sinh được sinh lên cõi trời đều gọi chung là thiên tử. Vì vậy, thiên tử ở đây có nghĩa là cư dân ở các cõi trời, khác với danh từ thiên tử ta thường dùng để gọi các vị vua ở thế gian.

[9] Cõi trời Tha hóa tự tại, cũng gọi tắt là Tha hóa, tên Phạn ngữ là Paranirmitavaśavartina, là cõi trời thứ sáu trong 6 cõi trời thuộc Dục giới, nên cũng gọi là Đệ lục thiên. Tha hóa tự tại Thiên vương cũng chính là Ma vương Ba-tuần, một trong Bốn thứ ma não hại người tu.

Lại có vị *Hoá Lạc*[1] Thiên vương với số quyến thuộc là ba trăm năm mươi vạn cùng đến dự pháp hội.

Lại có vị *Đâu-suất*[2] Thiên vương với số quyến thuộc là ba trăm vạn cùng đến dự pháp hội.

Lại có vị *Dạ-ma*[3] Thiên vương với số quyến thuộc là ba trăm năm mươi vạn cùng đến dự pháp hội.

Lại có vị *Đao-lợi*[4] Thiên vương *Thích-đề-hoàn-nhân*[5] với số quyến thuộc là bốn trăm vạn cùng đến dự pháp hội.

Lại có vị *Tỳ-sa-môn* Thiên vương[6] với quyến thuộc mười vạn quỷ thần cùng đến dự pháp hội.

Lại có vị *Tỳ-lâu-lặc* Thiên vương[7] với quyến thuộc một ngàn quỷ *câu-biện-đồ*[8] cùng đến dự pháp hội.

---

[1] Hóa Lạc thiên (cõi trời Hóa Lạc), tên Phạn ngữ là **Nirmanarataya**, là cõi trời thứ năm trong 6 tầng trời thuộc cõi Dục giới, ở trên cõi trời Đâu-suất và dưới cõi trời Tha hóa tự tại.

[2] Đâu-suất thiên (cõi trời Đâu-suất), tên Phạn ngữ là **Tuṣita**, là cõi trời thứ tư trong 6 cõi trời thuộc Dục giới, cũng gọi là Diệu túc thiên, Tri túc thiên, Hỷ túc thiên hay Hỷ lạc thiên.

[3] Dạ-ma thiên (cõi trời Dạ-ma), tên Phạn ngữ là **Yāma**, viết đầy đủ là **Suyāma** (Tu-dạ-ma), là cõi trời thứ ba trong 6 cõi trời thuộc Dục giới, cũng gọi là Diễm thiên hay Thiện phân thiên.

[4] Đao-lợi thiên (cõi trời Đao-lợi), tên Phạn ngữ là **Trāyastrṃśa**, là cõi trời thứ hai trong sáu cõi trời thuộc Dục giới, cũng gọi là cõi trời Ba mươi ba (Tam thập tam thiên), nằm ở đỉnh núi Tu-di bên trên cõi Diêm-phù-đề.

[5] Thích-đề-hoàn-nhân, Phạn ngữ là **Sakra Kevānām Indra**, là tên gọi của vị thiên chủ cõi trời Đao-lợi.

[6] Tỳ-sa-môn Thiên vương, tên Phạn ngữ là **Vaiśravaṇa**, vị Thiên vương đứng đầu trong Bốn Thiên vương, là các vị Thiên vương hộ pháp trong Phật giáo, cũng thường gọi là bốn vị Hộ Thế Thiên vương. Tỳ-sa-môn Thiên vương trấn thủ ở phương bắc, vì thường đến nghe thuyết pháp tại các đạo trường nên cũng gọi là Đa Văn Thiên vương.

[7] Tỳ-lâu-lặc Thiên vương, cũng đọc là Tỳ-lâu-lặc-xoa, tên Phạn ngữ là **Virūḍhaka**, cũng gọi là Tăng Trưởng Thiên vương, là một trong Tứ Thiên vương hộ pháp, vị này trấn giữ ở phía nam núi Tu-di.

[8] Quỷ câu-biện-đồ, tên Phạn ngữ là **Kumbhāṇḍa**, cũng đọc là câu-bàn-đồ, còn gọi là quỷ Đông qua, là loài quỷ ẩn hình hút lấy tinh khí của người mà sống, thuộc quyền quản lãnh của Tỳ-lâu-lặc Thiên vương ở phương nam.

Lại có vị *Tỳ-lâu-la-xoa* Thiên vương[1] với quyến thuộc một ngàn con rồng cùng đến dự pháp hội.

Lại có vị *Đề-đầu-lại-trá* Thiên vương[2] với quyến thuộc một ngàn *càn-thát-bà*[3] cùng đến dự pháp hội.

Lại có các vị *Nan-đà* Long vương, *Bà-nan-đà* Long vương,[4] mỗi vị đều dẫn theo một ngàn quyến thuộc cùng đến dự pháp hội.

Hết thảy chúng hội như trên đều là những vị đã phát tâm hướng về Đại thừa, đều đã thực hành sáu pháp ba-la-mật.[5]

Bấy giờ, đức Thế Tôn ở giữa đại chúng, vì đại chúng mà thuyết giảng giáo pháp nhiệm mầu, trừ sạch bốn điên đảo,[6] khiến cho

---

[1] Tỳ-lâu-la-xoa Thiên vương, tên Phạn ngữ là **Virūpākṣa**, cũng gọi là Tăng trưởng Thiên vương, là một trong Tứ Thiên vương hộ pháp, vị này trấn giữ ở phía tây núi Tu-di, cũng gọi là Quảng Mục Thiên vương.

[2] Đề-đầu-lại-trá Thiên vương, tên Phạn ngữ là **Dhṛitarāṣṭra**, cũng đọc là Đa-la-trá Thiên vương, dịch nghĩa là Trì Quốc Thiên vương, là một trong Tứ Thiên vương hộ pháp, vị này trấn giữ ở phía nam núi Tu-di.

[3] Càn-thát-bà, tên Phạn ngữ là **Gandharva**, dịch theo nghĩa là Hương thần, là loài quỷ thần không cần ăn uống, chỉ cần ngửi mùi hương. Vì thế mà thân thể loài này tự xuất ra mùi hương. Đây cũng là một trong Tám bộ chúng thường đến nghe Phật thuyết pháp.

[4] Nan-đà Long vương (**Nanda**) là vị đứng đầu trong Bát đại Long vương, cùng với Bà-nan-đà Long vương là hai anh em. Cả hai vị thường làm mưa thuận gió hòa, khiến nhân dân an lạc, nên đều được xưng tụng là Hoan Hỷ Long vương.

[5] Sáu pháp Ba-la-mật (Sanskrit: **pāramitā**), viết đủ là Ba-la-mật-đa, cũng gọi là Lục độ (六度), dịch nghĩa là Cứu cánh đáo bỉ ngạn. Đó là các pháp tu tập của hàng Bồ Tát, gồm có: 1. Bố thí Ba-la-mật (布施, Sanskrit: **dāna-pāramitā**). 2. Trì giới Ba-la-mật (持戒, Sanskrit: **śīla-pāramitā**). 3. Nhẫn nhục Ba-la-mật (忍辱, Sanskrit: **kṣānti-pāramitā**). 4. Tinh tấn Ba-la-mật (精進, Sanskrit: **vīrya-pāramitā**). 5. Thiền định Ba-la-mật (禪定, Sanskrit: **dhyāna-pāramitā**). 6. Trí huệ Ba-la-mật (智慧, Sanskrit: **prajđā-pāramitā**).

[6] Bốn điên đảo (Tứ điên đảo): có hai loại, một là bốn điên đảo của phàm phu, hai là bốn điên đảo của hàng Nhị thừa. Phàm phu sống trong thế gian vô thường mà cho đó là thường, chịu mọi khổ não mà cho đó là vui, thế gian bất tịnh, nhơ nhuốc mà cho đó là thanh tịnh, trong sạch, thế gian không có thật ngã mà kể cho đó là bản ngã. Đối với hàng Nhị thừa, tuy đã thoát những nỗi khổ của phàm phu nhưng vẫn chưa được giải thoát rốt ráo, còn bị vô minh che lấp, nên đối với Niết-bàn của chư Phật là thường tồn mà cho là vô thường, thường vui mà cho là không có gì vui, có chân ngã mà cho là vô ngã, thường thanh tịnh mà cho là bất tịnh. Đó gọi là Bốn điên đảo của hàng Nhị thừa.

được rõ biết các pháp lành, được ánh sáng trí huệ, thấu hiểu Bốn thánh đế,[1] lại vì muốn giúp cho các vị Bồ Tát trong đời vị lai được nhập vào Tam-muội.[2] Nhập Tam-muội rồi sẽ vượt hơn cảnh giới của hàng Thanh văn và Bích-chi Phật, đối với quả A-nậu-đa-la Tam-miệu Tam-bồ-đề[3] không còn thối chuyển.

Lúc bấy giờ, có các vị Bồ Tát như Bồ Tát Di-lặc, Bồ Tát Vô Si Kiến, Bồ Tát Thủy Thiên, Bồ Tát Sư Tử Ý, Bồ Tát Nhật Quang... những vị Bồ Tát đứng đầu như vậy có đến mười ngàn vị, cùng đứng dậy từ chỗ ngồi, trần vai áo bên phải,[4] quỳ gối phải sát đất, chắp tay hướng về phương đông nam, hết lòng hoan hỷ, cung kính chiêm ngưỡng rồi niệm rằng: "Nam-mô[5] Liên Hoa Tôn[6] *Đa-đà-a-già-độ*,[7] *A-la-ha*,[8] *Tam-miệu Tam-phật-đà*![9] Nam-mô Liên

---

[1] Bốn thánh đế, tức là Tứ diệu đế, bốn sự thật hiển nhiên, bốn chân lý tuyệt đối trong thế gian. Bốn thánh đế gồm có: Khổ đế, Tập đế, Diệt đế và Đạo đế. Bốn thánh đế là giáo pháp căn bản của hàng Tiểu thừa, có thể giúp người tu tập chứng đắc đến quả vị A-la-hán.

[2] Tam-muội, Phạn ngữ là samādhi, cũng đọc là Tam-ma-đề, chỉ trạng thái chú tâm vào một đối tượng duy nhất, không còn bị loạn động do ngoại cảnh, nên cũng gọi là định. Chỉ quán luận, quyển 2 viết: "Đem tâm hợp với pháp, lìa hết mọi tà loạn, gọi là tam-muội."

[3] A-nậu-đa-la Tam-miệu Tam-bồ-đề, Phạn ngữ là anuttara-samyak-saṃbodhi, dịch nghĩa là Vô thượng Chánh đẳng Chánh giác, được dùng để chỉ quả vị Phật hay cảnh giới giải thoát rốt ráo.

[4] Trần vai áo bên phải: nghi thức để tỏ lòng tôn kính trước khi thưa hỏi chuyện gì.

[5] Nam-mô: phiên âm từ Phạn ngữ là Namah, trong kinh chú nhiều khi cũng đọc là nẵng-mồ, được dùng với ý cung kính, quy thuận nên cũng được dịch là "quy mạng", "kính lễ" hay "quy lễ".

[6] Liên Hoa Tôn: danh hiệu của một vị Phật trong quá khứ mà các vị Bồ Tát này đang xưng tán.

[7] Đa-đà-a-già-độ, phiên âm từ Phạn ngữ là Tathāgata, là một trong mười hiệu của Phật, dịch nghĩa là Như Lai. Kinh Kim Cang có câu: "Không từ đâu đến, cũng không đi về đâu nên gọi là Như Lai." (無所從來亦無所去故名如來。- Vô sở tùng lai diệc vô sở khứ cố danh Như Lai.)

[8] A-la-ha, phiên âm từ Phạn ngữ là Arhat, dịch nghĩa là "ứng cúng", nghĩa là xứng đáng nhận lãnh sự cúng dường của chúng sinh. Đây là một trong mười danh hiệu của Phật.

[9] Tam-miệu Tam-phật-đà, phiên âm từ Phạn ngữ Samyak-saṃbuddha, dịch nghĩa là Chánh đẳng giác, là danh hiệu thứ ba trong mười danh hiệu của Phật.

Hoa Tôn, *Đa-đà-a-già-độ, A-la-ha, Tam-miệu Tam-phật-đà*![1] Đức Thế Tôn thật ít có thay! Ngài thành tựu quả A-nậu-đa-la Tam-miệu Tam-bồ-đề chưa bao lâu mà đã có thể thị hiện vô số các phép thần thông biến hóa, khiến cho vô số chúng sinh được gieo trồng căn lành, đối với quả A-nậu-đa-la Tam-miệu Tam-bồ-đề không còn thối chuyển."

Bấy giờ, trong chúng hội có vị Đại Bồ Tát tên là Bảo Nhật Quang Minh, từ chỗ ngồi đứng dậy trần vai áo bên phải, quỳ gối phải sát đất, chắp tay hướng về đức Phật thưa hỏi rằng: "Bạch Thế Tôn! Do nhân duyên gì mà các vị Bồ Tát như Bồ Tát Di-lặc, Bồ Tát Vô Si Kiến, Bồ Tát Thủy Thiên, Bồ Tát Sư Tử Ý, Bồ Tát Nhật Quang... những vị Bồ Tát đứng đầu như vậy có đến mười ngàn vị, cùng đứng dậy từ chỗ ngồi, trần vai áo bên phải, quỳ gối phải sát đất, chắp tay hướng về phương đông nam, hết lòng hoan hỷ, cung kính chiêm ngưỡng rồi niệm rằng: 'Nam-mô Liên Hoa Tôn *Đa-đà-a-già-độ, A-la-ha, Tam-miệu Tam-phật-đà*! Nam-mô Liên Hoa Tôn, *Đa-đà-a-già-độ, A-la-ha, Tam-miệu Tam-phật-đà*! Đức Thế Tôn thật ít có thay! Ngài thành tựu quả A-nậu-đa-la Tam-miệu Tam-bồ-đề chưa bao lâu mà đã có thể thị hiện vô số các phép thần thông biến hóa, khiến cho vô số chúng sinh được gieo trồng căn lành.'

"Bạch Thế Tôn! Đức Phật Liên Hoa Tôn ở cách nơi này gần hay xa? Ngài thành đạo đến nay đã bao lâu? Cõi nước của ngài tên gọi là gì? Lấy gì để trang nghiêm? Đức Phật Liên Hoa Tôn vì sao lại thị hiện đủ các phép biến hóa? Phải chăng khi chư Phật thị hiện vô số các phép thần thông biến hóa trong mười phương thế giới, có các Bồ Tát nhìn thấy được, còn riêng con thì không?"

Bấy giờ, Phật bảo Bồ Tát Bảo Nhật Quang Minh rằng: "Lành thay, lành thay! Thiện nam tử! Câu hỏi của ông thật là quý giá như trân bảo, thật là hiền thiện, thật là khéo biện luận, thật là

[1] Cả hai câu này bày tỏ sự tôn kính, ngưỡng mộ đối với Phật, nên dùng các danh hiệu của Phật để tôn xưng.

khéo thưa hỏi! Nay ông có thể thưa hỏi Như Lai về nghĩa nhiệm mầu như vậy, vì muốn giáo hóa cho vô số chúng sinh được gieo trồng căn lành, muốn được hiển bày cảnh giới của đức Phật Liên Hoa Tôn với đủ mọi sự trang nghiêm. Thiện nam tử! Nay ta sẽ thuyết giảng. Ông hãy lắng nghe, lắng nghe. Hãy khéo suy ngẫm! Hãy khéo nhận lãnh!"

Bồ Tát Bảo Nhật Quang Minh khi ấy hết lòng hoan hỷ lắng nghe lời dạy.

Đức Thế Tôn liền bảo Bồ Tát Bảo Nhật Quang Minh rằng: "Thiện nam tử! Về hướng đông nam, cách đây một ức trăm ngàn cõi Phật, có cõi Phật tên là Liên Hoa với đủ mọi sự trang nghiêm tốt đẹp, có các loại hương thơm bay khắp nơi, các loài cây quý mọc lên tô điểm cho đủ loại núi quý, mặt đất có màu xanh biếc như lưu ly. Cõi Phật ấy có vô số các vị Bồ Tát trong khắp cõi nước, có tiếng hay lạ thuyết giảng pháp lành vang vọng khắp nơi. Mặt đất mềm mại êm ái như loại vải của chư thiên cõi trời, khi đi bàn chân lún sâu vào đất đến bốn tấc, lúc nhấc chân lên thì mặt đất tự nhiên khép lại và sinh ra đủ các loại hoa sen.

"Cây cối bằng bảy món báu,[1] cao đến bảy do-tuần,[2] trên các cành cây tự nhiên có áo cà-sa cõi trời treo lơ lửng. Nơi cõi Phật ấy thường được nghe tiếng âm nhạc của chư thiên. Trong tiếng chim hót thường vang ra những âm thanh diễn thuyết nhiệm

[1] Bảy món báu: gồm có vàng, bạc, lưu ly, pha lê, xa cừ, xích châu và mã não.

[2] Do-tuần: đơn vị đo chiều dài, phiên âm từ Phạn ngữ là yojana, cũng đọc là du-thiện-na hay du-xá-na, có nơi còn gọi là do-diên, cũng đều là phiên âm chữ này. Các sách chú về đơn vị này rất khác biệt nhau, có sách nói là 40 dặm, có sách nói 30 dặm, lại có sách cho là chỉ có 16 dặm. Nhưng nếu theo tương quan với các đơn vị cổ của Ấn Độ mà xét thì một do-tuần có 8 câu-lư-xá, một câu-lư-xá là khoảng cách tối đa còn có thể nghe được tiếng rống của một con trâu lớn.

mầu về các pháp *căn*,[1] *lực*[2] và *giác ý*.[3] Những cành lá trên cây chạm vào nhau tạo thành âm thanh hay lạ, hơn cả các loại âm nhạc ở hai cõi trời, người. Hương thơm từ mỗi rễ cây tỏa ra đều thơm hơn cả hương của chư thiên, tỏa khắp quanh đó đến hơn một ngàn do-tuần. Trên cây có những chuỗi ngọc anh lạc của chư thiên treo lơ lửng. Lại có lầu bằng bảy báu cất lên cao đến hơn năm trăm do-tuần, bề rộng ở giữa đến cả trăm do-tuần. Những lan can bao quanh lầu đều được làm bằng bảy món báu. Bốn

---

[1] Căn: tức là năm căn (ngũ căn - 五根 Sanskrit: pañca-indriya): Năm pháp căn bản làm nảy sinh các thiện pháp khác, nên còn gọi là Năm căn lành, gồm có:

1. Tín căn (信根): sự tin tưởng vào Tam bảo (Phật, Pháp, Tăng) và Bốn chân lý (Tứ diệu đế: Khổ, Tập, Diệt, Đạo).
2. Tinh tấn căn (精進根), hay Cần căn, là sự dũng mãnh tinh tấn trong việc tu tập các thiện pháp.
3. Niệm căn (念根), lòng nghĩ nhớ, niệm tưởng đến Chánh pháp.
4. Định căn (定根), nhiếp giữ tâm định mà không mất.
5. Huệ căn (慧根), trí huệ suy xét, hiểu rõ được chân lý.

[2] Lực: tức là ngũ lực (五力 – năm sức), bao gồm:

1. Tín lực (信力, Sanskrit: śraddhābala): có đức tin mạnh mẽ vào Chánh pháp, từ bỏ những sự tin tưởng sai lầm.
2. Tinh tấn lực (精進力, Sanskrit: vīryabala): năng lực tu trì Bốn tinh tấn, hay Bốn chánh cần (Sanskrit: sayak-prahanani) để diệt trừ bất thiện pháp.
3. Niệm lực (念力, Sanskrit: smṛtibala): sức mạnh do sự hành trì Bốn niệm xứ mang lại, có thể phá được các tà niệm.
4. Định lực (定力, Sanskrit: samādhibala): sức mạnh do thiền định (Sanskrit: dhyāna) mang lại, loại bỏ được mọi tham ái.
5. Huệ lực (慧力, Sanskrit: prajđābala): sức mạnh nhờ phát khởi tri kiến về Tứ diệu đế, phá tan được các lậu hoặc trong ba cõi Dục giới, Sắc giới và Vô sắc giới.

[3] Tức là bảy giác ý (thất giác ý 七覺意- Sanskrit: saptabodhyaṅga), cũng gọi là bảy thánh giác (thất thánh giác), hay bảy phần Bồ-đề (thất Bồ-đề phần), bảy phần giác, gồm có:

1. Trạch pháp (擇法, Sanskrit: dharmapravicaya)
2. Tinh tấn (精進, Sanskrit: vīrya)
3. Hỷ (喜, Sanskrit: prīti)
4. Khinh an (輕安, Sanskrit: praśabdhi)
5. Niệm (念, Sanskrit: smṛti)
6. Định (定, Sanskrit: samādhi)
7. Xả (捨, Sanskrit: upekṣā)

phía lầu đều có hồ nước lớn, dài tám mươi do-tuần, rộng năm mươi do-tuần. Quanh những hồ nước ấy đều có các bậc thềm làm đường đi lên, chỉ thuần bằng bảy báu. Trong hồ nước lại có bốn loại hoa sen là hoa *ưu-bát-la*, hoa *câu-vật-đầu*, hoa *ba-đầu-ma* và hoa *phân-đà-lợi*.[1] Mỗi bông hoa có đường kính rộng đến một do-tuần.

"Vào lúc đầu hôm có các vị Bồ Tát sinh ra từ giữa đài hoa, ngồi kết già[2] nơi ấy mà tận hưởng niềm vui giải thoát. Vừa quá nửa đêm, có gió từ bốn phương thổi đến, êm dịu và thơm tho, chạm nhẹ vào thân các vị Bồ Tát. Gió ấy thổi khắp mọi nơi, có thể làm cho những đóa hoa còn đang khép kín phải nở rộ ra. Lúc bấy giờ, các vị Bồ Tát ra khỏi Tam-muội, lại tiếp tục hưởng niềm vui giải thoát. Các ngài rời khỏi đài sen để lên lầu cao, ngồi nơi tòa bằng bảy báu mà lắng nghe chánh pháp nhiệm mầu.

"Bốn phía vây quanh nơi ấy đều có những quả núi bằng loại vàng ròng sắc đỏ tía quý nhất,[3] cao đến hai mươi do-tuần, ngang dọc bằng nhau đến ba do-tuần,[4] trên núi có vô số các loại trân

---

[1] Đây là bốn loại hoa sen quý có bốn màu khác nhau, hoa ưu-bát la màu xanh, hoa câu-vật-đầu màu vàng, hoa ba-đầu-ma màu đỏ và hoa phân-đà-lợi màu trắng.

[2] Ngồi kết già: tư thế ngồi xếp bằng tréo chân, chân trái ở trên đùi phải và chân phải ở trên đùi trái. Nếu để chân trên chân dưới thì gọi là bán già.

[3] Nguyên văn là "Diêm-phù-đàn tử ma kim". Luận Niết-bàn viết: "Vàng Diêm-phù-đàn có 4 loại, một là màu xanh, hai là màu vàng, ba là màu đỏ, bốn là màu đỏ tía. Loại màu đỏ tía là màu bao gồm hết các màu kia." Loại vàng này là loại quý nhất, gọi là vàng tử ma, tử là chỉ màu đỏ tía, ma là chỉ độ tinh sạch, thuần khiết không lẫn tạp chất.

[4] Chúng tôi nhận thấy ở đây có phần không ổn về văn nghĩa. Tuy đã đối chiếu nhiều bản Hán văn khác nhau nhưng đều thấy mô tả ngọn núi này là "高二十由旬 。縱廣正等滿三由旬" (cao 20 do-tuần, ngang dọc bằng nhau đều 3 do-tuần). Chúng tôi đoán chắc là đã có sai sót trong các bản khắc Hán văn, nhưng không dám tùy tiện sửa chữa, chỉ nêu ra đây để độc giả cân nhắc. Thứ nhất, bề ngang dọc là quá nhỏ so với chiều cao của núi. Thứ hai, đoạn bên dưới nói rằng trên núi ấy có đài cao đến 60 do-tuần, hai bề ngang dọc bằng nhau đến 20 do-tuần, như vậy đài này lớn rộng hơn cả ngọn núi. Hoàn toàn không hợp lý. Theo thiển ý của chúng tôi, rất có thể chữ 千 (thiên - một ngàn) đã bị khắc nhầm thành chữ 十 (thập - mười). Nếu đúng vậy, chiều cao của núi phải là hai ngàn do tuần thì hợp lý hơn. Và như vậy, ở chiều rộng có thể đã sót mất một chữ

bảo, ngọc lưu ly màu xanh biếc, màu đỏ, ánh sáng lấp ánh xen lẫn nhau.

"Bấy giờ, đức Phật Liên Hoa Tôn dùng ánh hào quang sáng rực hòa cùng ánh sáng của các loại trân bảo chiếu rõ cõi Phật ấy. Ánh sáng nơi cõi Phật ấy là mầu nhiệm, tinh tế bậc nhất nên không còn thấy mặt trời, mặt trăng, cũng không phân biệt được đêm ngày, chỉ xem những cánh hoa khép lại và loài chim đậu lên cành nghỉ để biết ngày giờ.[1] Trên núi báu ấy lại có đài cao xinh đẹp bằng ngọc lưu ly màu xanh biếc, cao đến sáu mươi do-tuần, hai bề ngang dọc bằng nhau là hai mươi do-tuần. Bốn phía quanh đài đều có lan can làm bằng bảy báu. Ngay giữa đài có những giường quý cũng làm bằng bảy báu. Mỗi giường đều có một vị Bồ Tát Nhất sinh,[2] ngồi trên giường lắng nghe và thọ nhận chánh pháp.

"Thiện nam tử! Cõi Phật ấy có cây Bồ-đề tên gọi là *Nhân-đà-la*,[3] cao đến ba ngàn do-tuần, đường kính thân cây đến năm trăm do-tuần, cành lá rộng ra đến một ngàn do-tuần. Bên dưới cây ấy có hoa sen, cuống hoa bằng ngọc lưu ly cao năm trăm do-tuần. Mỗi một đóa hoa đều có một triệu cái lá bằng vàng cao đến năm do-tuần, đài hoa bằng mã não, tua hoa bằng bảy món báu, cao đến mười do-tuần, hai bề ngang dọc đều rộng đến bảy do-tuần.

"Bấy giờ, đức Phật Liên Hoa Tôn ngồi trên đóa hoa ấy, chỉ qua một đêm mà thành tựu quả A-nậu-đa-la Tam-miệu Tam-bồ-đề. Bao quanh đóa hoa dưới cội Bồ-đề ấy lại có đủ các loại hoa sen khác, mỗi đóa hoa sen đều có các vị Bồ Tát ngồi trên đó mà nhìn thấy đức Phật Liên Hoa Tôn hiện đủ các phép thần thông biến hóa."

---

nào đó chứ không thể chỉ có mỗi chữ 三 (tam - ba). Chẳng hạn, có thể là 三百 (tam bách) hoặc 三千 (tam thiên).

[1] Vì ánh sáng không phân biệt giữa đêm ngày nên phải xem lúc hoa khép lại và chim đậu nghỉ trên cành mà biết là đã hết ngày.

[2] Bồ Tát Nhất sinh: tức Bồ Tát Nhất sinh bổ xứ, là vị Bồ Tát đã tu tập viên mãn, đạt địa vị cao nhất trong hàng Bồ Tát, chỉ còn một lần đản sinh là sẽ thành tựu quả Phật.

[3] Nhân-đà-la: Phạn ngữ là Indra, dịch nghĩa là "thiên chủ".

Khi đức Phật Thích-ca Mâu-ni thuyết dạy việc này xong, Bồ Tát Bảo Nhật Quang Minh liền bạch Phật rằng: "Bạch Thế Tôn! Đức Phật Liên Hoa Tôn dùng tướng mạo gì để thực hiện các phép biến hóa? Xin đức Thế Tôn thuyết dạy."

Đức Phật bảo Bồ Tát Bảo Nhật Quang Minh: "Thiện nam tử! Đức Phật Liên Hoa Tôn chỉ qua một đêm đã thành tựu quả A-nậu-đa-la Tam-miệu Tam-bồ-đề. Đức Phật ấy vừa quá nửa đêm thì thị hiện các phép thần túc biến hóa, hiện thân cao đến tận cõi trời Phạm thiên, từ tướng nhục kế[1] trên đỉnh đầu phóng ra sáu mươi ức na-do-tha[2] trăm ngàn đạo hào quang, chiếu về phương trên đến vô số cõi Phật nhiều như số hạt bụi nhỏ.

"Bấy giờ, các vị Bồ Tát ở phương trên không còn nhìn thấy mọi hình sắc ở phương dưới, từ các núi Thiết-vi[3] cho đến các núi nhỏ, chỉ còn nhìn thấy các thế giới được chiếu sáng trong ánh hào quang của Phật. Trong các thế giới ấy có các vị Bồ Tát đều được *thọ ký*,[4] hoặc được các phép Đà-la-ni, Tam-muội Nhẫn nhục, hoặc được tiến lên địa vị *Nhất sinh bổ xứ*. Các vị Bồ Tát này đều tự thân có hào quang, nhưng do hào quang của Phật nên không thể hiển lộ. Toàn thể chúng hội như vậy đều chắp tay hướng về đức Phật Liên Hoa Tôn mà chiêm ngưỡng tôn nhan. Khi ấy, các

---

[1] Nhục kế: một trong ba mươi hai tướng quý của Phật, là cục thịt mềm trên đỉnh đầu, Phạn ngữ là **Uṣṇīṣa**, dịch âm là Ô-sắt-nị-sa, cũng gọi là Vô kiến đỉnh tướng.

[2] Na-do-tha (**Nayuta**): từ chỉ số lượng của Ấn Độ thời cổ, thường dịch là "ức", nhưng cách hiểu không giống nhau. Kinh Bổn hạnh, quyển 12, nói na-do-tha là một ngàn vạn, tức là mười triệu. Huyền ứng âm nghĩa, quyển 3, nói rằng na-do-tha cũng gọi là na-dữu-đa, tương đương với mười vạn, tức là một trăm ngàn. Chúng tôi cho rằng những số lượng này chỉ mang ý nghĩa biểu trưng mà thôi, thường là để diễn ý "rất nhiều".

[3] Núi lớn bằng sắt thép vây quanh mỗi một tiểu thế giới, nên gọi là Thiết vi. Trong kinh có nói đến hai núi Thiết-vi là Đại Thiết-vi và Tiểu Thiết-vi.

[4] Thọ ký: sự ấn chứng của Phật đối với một vị Bồ Tát, xác quyết rằng vị ấy sẽ thành Phật vào một thời điểm nào đó trong tương lai.

vị chỉ còn nhìn thấy ba mươi hai tướng tốt[1] của Phật, chuỗi ngọc

[1] Ba mươi hai tướng tốt: (Sanskrit: dvātriṃśan mahā-puruṣa-lakṣaṇāni) (tam thập nhị tướng): chư Phật thị hiện hóa thân đều có đủ ba mươi hai tướng tốt mà chúng sanh không ai có được, trừ vị Chuyển luân Thánh vương. Phạn ngữ gọi chung 32 tướng tốt này là dvtriṃśan mah-puruṣa-lakṣaṇni. Sự giảng giải 32 tướng trong kinh này so với được ghi trong Phật Quang đại từ điển có hai khác biệt nhỏ. Có 2 tướng không thấy nói đến trong Phật Quang là "giọng nói êm dịu thanh tao" và "lông trên mình hướng về bên phải". Về tướng thứ nhất, có lẽ trùng lặp với tướng "Phạm âm thanh", vì trong các tính chất của Phạm âm đã có tính chất này. Về tướng thứ hai "lông trên mình hướng về bên phải" không hợp với tướng "lông trên người mọc thẳng đứng". Thay vào hai tướng này, trong Phật Quang có ghi thêm hai tướng mà ở đây không thấy nói: một là tướng lông thân đầy đủ, mỗi lỗ chân lông đều có một sợi lông. Tướng này gọi là Nhất nhất khổng nhất mao sinh tướng, 一一孔一毛生相Phạn ngữ: ekaika-roma-pradakṣiṇvarta; và hai là con mắt to tròn giống mắt trâu chúa, gọi là Ngưu nhãn tiệp tướng, 牛眼睫相, Phạn ngữ: go-pakṣm. Phần liệt kê này của Phật Quang được căn cứ vào Tam thập thị tướng kinh trong Trung A-hàm (quyển 11), Đại Bát-nhã Ba-la-mật-đa kinh (quyển 381), Bồ Tát thiện giới kinh (quyển 9), Quá khứ hiện tại nhân quả kinh (quyển 1) và Du-già-sư-địa luận (quyển 49). Để tiện tham khảo, chúng tôi xin liệt kê ở đây phần trình bày chi tiết về 32 tướng tốt này: 1. Lòng bàn chân phẳng (Túc hạ an bình lập tướng, 足下安平立相Sanskrit: supratiṣṭhita-pda). 2. Bánh xe pháp dưới lòng bàn chân (Túc hạ nhị luân tướng, 足下二輪相Sanskrit: cakrṅkita-hasta-pda-tala). 3. Ngón tay thon dài (Trường chỉ tướng, 長指相 Sanskrit: dyṛghṅguli). 4. Bàn chân thon (Túc cân phu trường tướng, 足跟趺長相Sanskrit: yata-pda-prṣṇi). 5. Ngón tay ngón chân cong lại, giữa các ngón tay và có ngón chân đều có màng mỏng nối lại như chim nhạn chúa (Thủ túc chỉ man võng tướng, 手足指縵網相 Sanskrit: jlvanaddha-hasta-pda), cũng gọi là Chỉ gian nhạn vương tướng. 指間雁王相 6. Tay chân mềm mại (Thủ túc nhu nhuyễn tướng 手足柔軟相, Sanskrit: mṛdu-taruṇa-hasta-pda-tala). 7. Sống (mu) bàn chân cong lên (Túc phu cao mãn tướng, 足趺高滿相 Sanskrit: ucchaṅkha-pda). 8. Cặp chân dài thon như chân sơn dương (Y-ni-diên-đoán tướng, 伊泥延踹相 Sanskrit: aiṇeya-jaṅgha). 9. Đứng thẳng tay dài quá đầu gối (Chánh lập thủ ma tất tướng, 正立手摩膝相 Sanskrit: sthitnavanata-pralamba-bhut). 10. Nam căn ẩn kín (Âm tàng tướng, 陰藏相 Sanskrit: kośopagata-vasti-guhya). 11. Giang tay ra rộng dài bằng thân mình (Thân quảng trường đẳng tướng, 身廣長等相 Sanskrit: nyagrodha-parimaṇḍala). 12. Lông mọc đứng thẳng (Mao thượng hướng tướng, 毛上向相, Sanskrit: rdhvaṃga-roma) 13. Mỗi lỗ chân lông có một cọng lông (Nhất nhất khổng nhất mao sinh tướng, 一一孔一毛生相, Sanskrit: ekaika-roma-pradakṣiṇvarta). 14. Thân có màu vàng rực (Kim sắc tướng, 金色相 Sanskrit: suvarṇa-varṇa). 15. Thân phát sáng (Đại quang tướng, 大光相 cũng gọi là Thường quang nhất tầm tướng, 常光一尋相 Viên quang nhất tầm tướng 圓光一尋相). 16. Da mềm mại (Tế bạc bì tướng 細薄皮相, Sanskrit: skṣma-suvarṇa-cchavi). 17. Tay, vai và đầu tròn tương xứng

anh lạc trên thân và tám mươi vẻ đẹp trang nghiêm thân Phật.

"Các vị Bồ Tát nhìn thấy đức Phật Liên Hoa Tôn cùng với cõi thế giới đủ mọi vẻ trang nghiêm liền sinh lòng vui mừng. Bấy giờ, trong vô số cõi thế giới của chư Phật nhiều như số hạt bụi nhỏ, các vị Đại Bồ Tát được nhìn thấy hào quang biến hóa của đức Phật Liên Hoa Tôn cùng với cõi thế giới ấy rồi, mỗi vị đều tự lìa bỏ cõi nước của mình, tự dùng phép thần túc[1] mà cùng nhau đến hội nơi chỗ đức Phật ấy, đi quanh lễ bái và cúng dường tôn trọng, cung kính ngợi khen.

"Thiện nam tử! Khi ấy đức Phật Liên Hoa Tôn nhìn thấy các vị Bồ Tát liền hiện tướng lưỡi rộng dài[2] phủ khắp các cõi *Tứ thiên*

(Thất xứ long mãn tướng, 七處隆滿相 Sanskrit: sapta-utsada). 18. Hai nách đầy đặn (Lưỡng dịch hạ long mãn tướng, 兩腋下隆滿相 Sanskrit: citntarṃsa). 19. Thân hình như sư tử (Thượng thân như sư tử tướng, 上身如獅子相 Sanskrit: siṃha-prvrdha-kya). 20. Thân hình thẳng đứng (Đại trực thân tướng, 大直身相 Sanskrit: ṛjugtrat). 21. Hai vai đầy đặn mạnh mẽ (Kiên viên hảo tướng, 肩圓好相 Sanskrit: susaṃvṛta-skandha). 22. Bốn mươi cái răng (Tứ thập xỉ tướng 四十齒相, Sanskrit: catv-riṃśad-danta). 23. Răng đều đặn (Xỉ tề tướng, 齒齊相 Sanskrit: sama-danta). 24. Răng trắng (Nha bạch tướng, 牙白相 Sanskrit: suśukla-danta). 25. Hàm như sư tử (Sư tử giáp tướng 獅子頰相, Sanskrit: siṃha-hanu). 26. Nước miếng có chất thơm, bất cứ món ăn nào khi vào miệng cũng thành món ngon nhất (Vị trung đắc thượng vị tướng, 味中得上味相 Sanskrit: rasa-rasgrat). 27. Lưỡi rộng dài (Đại thiệt tướng 大舌相hay Quảng trường thiệt tướng (廣長舌相), Sanskrit: prabhta-tanu-jihva). 28. Tiếng nói tao nhã như âm thanh của Phạm thiên (Phạm thanh tướng, 梵聲相Sanskrit: brahma-svara). 29. Mắt xanh trong (Chân thanh nhãn tướng, 眞青眼相 Sanskrit: abhinyḷa-netra). 30. Mắt tròn đẹp giống mắt bò (Ngưu nhãn tiệp tướng, 牛眼睫相, Sanskrit: go-pakṣm). 31. Lông trắng giữa cặp chân mày (Bạch mao tướng, 白毛相, Sanskrit: rṇ-keśa). 32. Một khối thịt trên đỉnh đầu (Đảnh kế tướng, 頂髻相 Sanskrit: uṣṇyṣa-śiraskat).

[1] Phép thần túc: tức Thần túc thông, là một trong Ngũ thông, cũng gọi là Thần cảnh trí chứng thông hay Thần cảnh thông. Bồ Tát chứng đắc phép thần túc có thể từ nơi này đi đến nơi khác tùy theo ý muốn.

[2] Tướng lưỡi rộng dài: một trong các tướng tốt của chư Phật. Tướng lưỡi rộng dài biểu hiện rằng chư Phật luôn nói ra những lời chân thật, không bao giờ nói lời hư dối, không đúng sự thật. Mỗi khi đức Phật hiện tướng này, thường là để xác tín cho một điều gì sắp thuyết dạy mà theo cách hiểu của hàng phàm phu và Nhị thừa là rất khó tin nhận. Như trong kinh A-di-đà, đức Phật cũng hiện tướng này trước khi thuyết dạy về cõi Cực Lạc ở thế giới phương Tây.

hạ[1] với hết thảy chúng sinh đang đi, đứng, ngồi... hoặc có các vị Bồ Tát đang nhập thiền định, vừa ra khỏi định liền đứng dậy giữa đại chúng, đi quanh lễ bái, cúng dường tôn trọng, cung kính ngợi khen đức Phật Liên Hoa Tôn.

"Thiện nam tử! Đức Phật ấy sau khi hiện tướng lưỡi rộng dài như vậy rồi, liền thâu lại như bình thường.

"Thiện nam tử! Sau đó đức Phật Liên Hoa Tôn lại phóng ra hào quang từ các lỗ chân lông trên thân mình. Mỗi một lỗ chân lông đều phát ra sáu mươi ức na-do-tha trăm ngàn đạo hào quang rực sáng. Ánh sáng mầu nhiệm ấy chiếu khắp mười phương, mỗi một phương đều soi thấu vô số cõi Phật thế giới nhiều như số hạt bụi nhỏ. Trong mỗi thế giới ấy đều có các vị Bồ Tát được thọ ký, hoặc được phép Đà-la-ni, Tam-muội Nhẫn nhục, hoặc được tiến lên địa vị *Nhất sinh bổ xứ*. Các vị Bồ Tát ấy nhìn thấy hào quang của Phật rồi, mỗi vị đều từ bỏ cõi thế giới của mình, nương theo sức thần thông của Phật mà cùng đến hội nơi cõi Phật Liên Hoa Tôn, cùng nhau đi quanh lễ bái và cúng dường tôn trọng, cung kính ngợi khen.

"Thiện nam tử! Lúc bấy giờ, đức Phật ấy sau khi đã hiện phép biến hóa như vậy rồi, liền thâu nhiếp thần lực, rồi vì các vị Bồ Tát và đại chúng mà giảng thuyết chánh pháp, chuyển bánh xe chánh pháp không còn thối chuyển, vì muốn cho vô số chúng sinh được lợi ích lớn, được niềm vui lớn. Ngài thương xót tất cả thế gian nên muốn vì hàng trời, người mà ban cho đầy đủ giáo pháp Đại thừa cao trổi nhất!"

[1] Cõi Tứ thiên hạ, chỉ phạm vi của mỗi một cõi thế giới, chia làm bốn phần theo bốn phương. Như cõi thế giới Ta-bà của chúng ta được chia ra làm Đông Thắng Thần châu, Tây Ngưu Hóa châu, Nam Thiệm Bộ châu và Bắc Câu Lô châu. Bốn phần này được gọi chung là Tứ thiên hạ.

PHẨM THỨ HAI

ĐÀ-LA-NI

Lúc bấy giờ, Bồ Tát Bảo Nhật Quang Minh thưa hỏi Phật: "Bạch Thế Tôn! Ở thế giới của đức Phật ấy làm sao phân biệt ngày đêm? Những âm thanh được nghe ở đó như thế nào? Các vị Bồ Tát ở đó làm thế nào được thành tựu tâm chuyên nhất? Các ngài có hành trì những hạnh nào khác?"

Phật bảo Bồ Tát Bảo Nhật Quang Minh: "Thiện nam tử! Cõi Phật ấy thường dùng hào quang của Phật để chiếu sáng. Khi nào thấy các bông hoa khép lại, chim chóc đậu nghỉ trên cành, các vị Bồ Tát và đức Như Lai nhập vào phép thiền định *Sư tử du hý*, trong tâm hoan hỷ tràn đầy niềm vui giải thoát, thì biết được lúc ấy là ban đêm!

"Nếu có gió thổi hoa rơi trên mặt đất, chim chóc hòa nhau hót tiếng hay lạ, từ trên trời mưa xuống đủ mọi loại hoa, bốn phương gió động, hương thơm ngào ngạt mềm mại xúc chạm, đức Phật và các vị Bồ Tát ra khỏi thiền định; bấy giờ đức Phật ấy vì đại chúng mà thuyết giảng giáo pháp Bồ Tát, khiến cho vượt khỏi giới hạn của hàng Thanh văn, Duyên giác, thì biết được lúc ấy là ban ngày!

"Thiện nam tử! Ở thế giới của đức Phật ấy, các vị Bồ Tát thường được nghe những âm thanh của Phật, Pháp và Tăng; những âm thanh tịch diệt, vô sở hữu, sáu ba-la-mật, sức, vô uý,[1] sáu thần thông,[2] vô sở tác, vô sinh diệt; âm thanh tịch tĩnh vi

[1] Vô úy: tức Tứ vô úy hay Tứ vô sở úy (Bốn pháp không sợ sệt) bao gồm bốn khả năng thuyết pháp không sợ sệt (thuyết pháp vô úy):

1. Tổng trì bất vong (Nắm giữ tất cả không quên mất)
2. Tận tri pháp dược cập tri chúng sinh căn dục tánh tâm (Hiểu thấu các phương thuốc pháp và rõ biết căn tánh chúng sinh)
3. Thiện năng vấn đáp (Khéo léo, giỏi việc hỏi và đáp)
4. Năng đoạn vật nghi (Có khả năng trừ hết mọi sự nghi ngờ)

[2] Sáu thần thông: tức Lục thông hay Lục thần thông, bao gồm:

diệu, nhân tịch tĩnh, duyên tịch tĩnh; những âm thanh đại từ, đại bi, vô sinh pháp nhẫn,[1] thọ ký; chỉ toàn những âm thanh trong sạch nhiệm mầu của các vị Bồ Tát. Ở cõi ấy thường luôn được nghe những âm thanh như thế!

"Thiện nam tử! Những âm thanh được nghe ở cõi ấy là như vậy.

"Thiện nam tử! Các vị Bồ Tát ở cõi thế giới ấy, hoặc đã sinh ra, hoặc đang sinh ra, thảy đều thành tựu ba mươi hai tướng tốt, thân thường chiếu hào quang tỏa sáng đến một do-tuần, mãi cho đến khi thành tựu quả A-nậu-đa-la Tam-miệu Tam-bồ-đề chẳng bao giờ còn rơi vào ba đường ác.[2]

"Các vị Bồ Tát ấy thảy đều đã thành tựu các tâm đại bi, tâm nhu nhuyễn, tâm không ái trược, tâm đã điều phục, tâm tịch tĩnh, tâm nhẫn nhục, tâm thiền định, tâm thanh tịnh, tâm không chướng ngại, tâm không cấu uế, tâm không xấu ác, tâm chân thật, tâm vui với chánh pháp, tâm muốn cho chúng sinh

---

1. Thần cảnh thông (神境通), cũng còn gọi là Thân thông (身通), Thân như ý thông (身如意通), Thần túc thông (神足通).
2. Thiên nhãn thông (天眼通): có thể nhìn thấy toàn bộ tiến trình lưu chuyển của chúng sinh qua 6 cõi luân hồi.
3. Thiên nhĩ thông (天耳通): có thể nghe được toàn thể những tiếng khổ vui mà chúng sinh trải qua trong 6 cõi luân hồi.
4. Tha tâm thông (他心通): năng lực nhận biết tâm niệm của tất cả chúng sinh trong 6 cõi luân hồi.
5. Túc mạng thông (宿命通): còn gọi là Túc trú thông (宿住通): năng lực nhận biết mọi sự việc xảy ra trong vô lượng kiếp trước mà chúng sinh đã trải qua, cũng như biết được toàn bộ thọ mạng của chúng sinh trong trong 6 cõi luân hồi.
6. Lậu tận thông (漏盡通): năng lực chuyển hoá toàn bộ phiền não trong ba cõi, nên không còn là đối tượng của sinh diệt trong ba cõi nữa.

[1] Vô sinh pháp nhẫn, cũng gọi là Vô sinh nhẫn: Đức nhẫn nhục của người giác ngộ nhờ nhận ra được rằng: thật không có chúng sinh, thật không có các pháp, các chúng sinh (hữu tình) và các pháp (vô tình) vốn không sinh, không diệt. Nhận thức như vậy, người tu không còn khởi lên sự buồn giận đối với chúng sinh phá hại mình, đối với các pháp ngăn trở mình.

[2] Ba đường ác: tức các cảnh giới địa ngục, ngạ quỷ và súc sinh. Chúng sinh do tạo các nghiệp ác mà phải sinh vào các cảnh giới này, nên gọi là ba đường ác.

trừ sạch phiền não, tâm kiên định nhẫn nhục như mặt đất, tâm lìa khỏi hết thảy ngôn ngữ thế tục, tâm ưa muốn giáo pháp của bậc thánh,[1] tâm cầu được các pháp lành, tâm lìa bỏ chấp ngã, tâm tịch diệt lìa khỏi sinh lão bệnh tử, tâm thiêu hoại hết thảy các phiền não, tâm tịch diệt giải trừ hết thảy mọi trói buộc, tâm đối với tất cả pháp không còn động chuyển.

"Thiện nam tử! Các vị Bồ Tát ấy đều được sức chuyên tâm, được sức phát khởi, được các sức duyên, nguyện, không tranh chấp, được sức quán hết thảy các pháp, được sức các căn lành, được sức các tam-muội, được sức nghe nhiều, được sức trì giới, được sức buông xả lớn, được sức nhẫn nhục, được sức tinh tấn, được sức thiền định, được sức trí huệ, được sức tịch tĩnh, được sức tư duy, được sức các thần thông, được sức niệm, được sức Bồ-đề, được sức phá hoại hết thảy các ma, được sức khuất phục hết thảy ngoại đạo, được sức trừ sạch hết thảy phiền não.

"Các vị Bồ Tát như vậy ở cõi Phật ấy, hoặc đã sinh ra, hoặc đang sinh ra, thảy đều là chân thật Bồ Tát, đã từng cúng dường vô số chư Phật Thế Tôn, ở nơi các đức Phật mà trồng những căn lành.

"Các vị Bồ Tát ấy đều lấy vị thiền làm món ăn, dùng món ăn là pháp, là hương thơm, cũng như đức Phạm thiên. Ở thế giới ấy không có việc ăn bằng cách nhai nuốt, cũng không có tên gọi để chỉ việc này. Không có những điều bất thiện, cũng không có nữ giới; không có những cảm thọ khổ não, luyến ái, ghét giận cùng những phiền não khác, cũng không có phân biệt *ngã, ngã sở*, những khổ não của thân và tâm, cho đến không có ba đường ác, cũng không có cả tên gọi để chỉ ba đường ác! Ở thế giới ấy cũng không có những chỗ tối tăm hôi hám, nhơ nhớp, gai góc, núi đồi gò nổng, đất cát sỏi đá, cho đến không có ánh sáng mặt trời, mặt trăng, tinh tú, đèn lửa. Cõi ấy cũng không có núi Tu-di, không có biển lớn, không có khoảng tối tăm mù mịt giữa hai núi Thiết-vi lớn và Thiết-vi nhỏ. Không có mưa độc, gió dữ, cho đến không

[1] Ở đây chỉ giáo pháp Đại thừa.

có những nơi có tám nạn.[1] Hết thảy đều không có những tên gọi như thế!

"Thiện nam tử! Cõi Phật ấy thường dùng ánh hào quang của Phật và các vị Bồ Tát để chiếu sáng. Ánh sáng ấy nhiệm mầu thanh tịnh bậc nhất, chiếu khắp cõi nước. Trong đó lại có loài chim tên là thiện *quả*, tiếng hót thường vang lên những âm thanh vi diệu nói về các pháp căn, sức, giác."[2]

Bấy giờ, Bồ Tát Bảo Nhật Quang Minh lại thưa hỏi Phật Thích-ca: "Bạch Thế Tôn! Cõi Phật ấy rộng lớn đến mức nào? Thọ mạng của đức Phật ấy ở đời thuyết pháp được bao lâu? Đức Phật ấy chỉ qua một đêm mà thành tựu quả A-nậu-đa-la Tam-miệu Tam-bồ-đề, sau khi diệt độ thì chánh pháp trụ thế được bao lâu? Các vị Bồ Tát trụ thế được bao lâu? Các vị Bồ Tát sinh về cõi Phật ấy có ai đã từ lâu được thấy Phật, nghe pháp, cúng dường chúng tăng hay chăng? Cõi thế giới Liên Hoa ấy khi Phật chưa ra đời tên gọi là gì? Đức Phật ra đời trước đó diệt độ đến nay đã được bao lâu? Sau khi Phật ấy diệt độ, phải trải qua khoảng thời

---

[1] Những nơi có tám nạn hay Bát nan xứ, bao gồm:

1. Địa ngục (地獄, Sanskrit: naraka).
2. Súc sinh (畜生, Sanskrit: tiryañc).
3. Ngạ quỉ (餓鬼, Sanskrit: preta).
4. Trường thọ thiên (長壽天, Sanskrit: dīrghāyurdeva), là cõi trời thuộc Sắc giới với thọ mạng kéo dài. Thọ mạng cao cũng là một chướng ngại vì nó làm mê hoặc, khiến dễ quên những nỗi khổ của sinh lão bệnh tử trong luân hồi.
5. Biên địa (邊地, Sanskrit: pratyantajanapāda), là những vùng không nằm nơi trung tâm, không thuận tiện cho việc tu học chánh pháp.
6. Căn khuyết (根缺, Sanskrit: indriyavaikalya), không có đủ giác quan hoặc các giác quan bị tật nguyền như mù, điếc...
7. Tà kiến (邪見, Sanskrit: mithyādarśana), những kiến giải sai lệch, bất thiện.
8. Như Lai bất xuất sinh (如來不出生, Sanskrit: tathāgatānām anutpāda), nghĩa là sinh ra trong thời gian không có Phật hoặc giáo pháp của ngài xuất hiện.

[2] Căn, tức là năm căn, hay ngũ căn; sức tức là năm sức hay ngũ lực; giác tức là giác ý hay bảy giác ý (thất giác ý).

gian chuyển tiếp[1] là bao lâu? Đức Phật Liên Hoa Tôn khi thành đạo, do nhân duyên gì mà chư Phật ở khắp các cõi mười phương thế giới đều nhập Tam-muội *Sư tử du hý*, thị hiện đủ mọi phép thần túc biến hóa? Các vị Bồ Tát có ai được thấy chăng? Có ai không được thấy chăng?"

Khi ấy, Phật bảo Bồ Tát Bảo Nhật Quang Minh: "Thiện nam tử! Như núi chúa Tu-di cao đến một trăm sáu mươi tám ngàn do-tuần, rộng đến tám mươi bốn ngàn do-tuần, ví như có người chuyên cần, tinh tấn tu tập, hoặc do sức huyễn hóa, hoặc do sức thần, phá nát núi chúa Tu-di ra thành những hạt nhỏ như hạt cải, số nhiều đến mức không thể tính đếm, trừ đức Phật Thế Tôn là bậc Nhất thiết trí[2] ra thì không ai có thể biết được con số ấy. Ví như lấy mỗi một hạt nhỏ như hạt cải ấy tính là một cõi *Tứ thiên hạ*, thì phải dùng hết số hạt nhỏ ấy mới tính trọn được số cõi *Tứ thiên hạ* thuộc thế giới Liên Hoa! Trong các cõi ấy đều có rất nhiều các vị Bồ Tát, cũng giống như các vị Bồ Tát ở thế giới An Lạc phương Tây.[3]

"Thiện nam tử! Đức Phật Liên Hoa Tôn trụ thế thuyết pháp trong ba mươi trung kiếp.[4] Sau khi ngài diệt độ, chánh pháp trụ thế đủ mười trung kiếp.

"Thiện nam tử! Các vị Bồ Tát ở thế giới ấy hoặc đã sinh về, hoặc đang sinh về, đều có tuổi thọ là bốn mươi trung kiếp.

"Thiện nam tử! Thế giới của đức Phật ấy trước kia vốn có tên là *Chiên Đàn*, khi ấy không có sự thanh tịnh, tốt đẹp và mầu

---

[1] Thời gian chuyển tiếp: hay trung chuyển, là khoảng thời gian giữa hai vị Phật ra đời, khi vị Phật trước đã nhập diệt nhưng vị Phật sau chưa xuất thế.

[2] Nhất thiết trí, Phạn ngữ là sarvajđa, dịch âm là Tát-bà-nhã, chỉ trí huệ giác ngộ của đức Phật có thể thấu hiểu được hết thảy mọi sự việc.

[3] Thế giới An Lạc phương tây: tức là thế giới Cực Lạc, nơi đức Phật A-di-đà đang giáo hóa và tiếp độ những chúng sinh phát nguyện vãng sinh về đó.

[4] Trung kiếp: Theo các bản chú giải xưa thì một tiểu kiếp có 16.800.000 năm. một trung kiếp có 336.000.000 năm, một đại kiếp có 1.344.000.000 năm. Tuy nhiên, chúng tôi nghĩ rằng những con số này chỉ có tính cách tượng trưng để biểu thị khoảng thời gian rất dài.

nhiệm như hiện nay, cũng không có các vị Bồ Tát thanh tịnh như vậy.

"Thiện nam tử! Tại thế giới Chiên Đàn, đức Phật ra đời trong quá khứ có hiệu là Nhật Nguyệt Tôn Như Lai, Ứng cúng, Chánh biến tri, Minh hạnh túc, Thiện thệ, Thế gian giải, Vô thượng sĩ, Điều ngự trượng phu, Thiên nhân sư, Phật Thế Tôn.[5] Đức Phật ấy trụ thế thuyết pháp trong ba mươi trung kiếp. Vào lúc đức Phật ấy diệt độ, có các vị Bồ Tát do nguyện lực nên hiện đến thế giới ấy. Lại có các vị Bồ Tát khác vẫn ở nơi chỗ của mình mà khởi lên ý nghĩ rằng: 'Trong đêm nay đức Phật Nhật Nguyệt Tôn sẽ nhập Niết-bàn. Phật nhập diệt rồi, chúng ta sẽ hộ trì chánh pháp trong mười trung kiếp. Những ai có thể làm được như vậy thì sẽ lần lượt được thành tựu quả A-nậu-đa-la Tam-miệu Tam-bồ-đề.'

"Bấy giờ có vị Bồ Tát tên là Hư Không Ấn, do có bản nguyện nên được đức Như Lai Nhật Nguyệt Tôn thọ ký cho rằng: 'Thiện nam tử! Sau khi ta diệt độ, chánh pháp sẽ trụ thế đủ mười trung kiếp. Khi đã hết mười trung kiếp, vào lúc chánh pháp vừa diệt mất, ông sẽ thành tựu quả A-nậu-đa-la Tam-miệu Tam-bồ-đề, hiệu là Liên Hoa Tôn Như Lai, *Ứng cúng, Chánh biến tri, Minh hạnh túc, Thiện thệ, Thế gian giải, Vô thượng sĩ, Điều ngự trượng phu, Thiên nhân sư, Phật Thế Tôn.*'

"Lúc ấy, các vị Đại Bồ Tát cùng đến chỗ Phật Nhật Nguyệt Tôn. Đến nơi rồi đều dùng phép thiền định *Sư tử du hý* có đủ sức tự tại để cúng dường đức Như Lai Nhật Nguyệt Tôn. Cúng dường xong, các vị đi quanh Phật ba vòng về bên phải,[6] cùng nhau bạch Phật rằng: 'Bạch Thế Tôn! Chúng con nguyện trong khoảng mười trung kiếp này sẽ nhập *Diệt tận định.*'[7]

---

[5] Đây là mười danh hiệu tôn xưng tất cả các đức Phật, gọi là Thập hiệu. Những kinh văn được dịch theo lối Tân dịch từ ngài Huyền Trang trở về sau thường dịch là: Như Lai, Ứng, Chánh đẳng giác, Minh hạnh viên mãn, Thiện thệ, Thế gian giải, Vô thượng sĩ, Điều ngự trượng phu, Thiên nhân sư, Phật Bạc-già-phạm.

[6] Đi quanh về bên phải (hữu nhiễu): là nghi thức để bày tỏ lòng tôn kính.

[7] Diệt tận định, phép định rất thâm sâu, hành giả khi nhập định không còn cả hơi thở ra vào.

"Thiện nam tử! Bấy giờ đức Như Lai Nhật Nguyệt Tôn bảo Đại Bồ Tát Hư Không Ấn rằng: 'Thiện nam tử! Hãy thọ trì pháp môn Đà-la-ni Giải liễu nhất thiết. Các vị *Đa-đà-a-già-độ A-la-ha Tam-miệu Tam-phật-đà*[1] trong quá khứ đã vì các vị Bồ Tát được thọ ký quả Phật mà thuyết dạy. Chư Phật hiện tại trong mười phương cũng vì các vị Bồ Tát được thọ ký quả Phật mà thuyết dạy. Chư Phật Thế Tôn trong tương lai cũng sẽ vì các vị Bồ Tát được thọ ký quả Phật mà thuyết dạy.' Pháp môn Đà-la-ni Giải liễu nhất thiết là như thế này."

Khi ấy, đức Thế Tôn Thích-ca Mâu-ni liền thuyết dạy thần chú sau đây:

'Xà lỵ xà liên ni ma ha xà liên ni, hưu sí, hưu sí, tam bát đề, ma ha tam bát đề, đề đà a trá, hê đa già trá ca trá đà la trác ca, a tư ma, ma ca tư hê lệ nễ lệ đế lệ, lưu lưu sí, ma ha lưu lưu sí, xà nễ đầu xà nễ xà nễ, mạt để thiên để, xá đa nễ già đà nễ, a mậu lệ, mậu la ba lệ xà ni, ma ha tư nễ tỳ ra, bà nễ mục đế mục, đế ba lệ du đề, a tỳ để, ba dạ chất nễ, ba la ô ha la nễ, đàn đà tỳ xà tỷ xà bà lưu uất đam nễ.'

"Thần chú này có thể phá hoại hết thảy các môn nghị luận của ngoại đạo, bảo vệ chánh pháp, lại có thể ủng hộ cho người thuyết giảng chánh pháp, mở bày phân biệt chỉ dạy pháp môn giải thoát *Bốn niệm xứ*.[2]

---

[1] Đa-đà-a-già-độ A-la-ha Tam-miệu Tam-phật-đà: cũng là danh xưng của chư Phật, nằm trong Thập hiệu. Đa-đà-a-già-độ (Tathāgata) dịch nghĩa là Như Lai. A-la-ha (Arhat) dịch nghĩa là Ứng cúng, Tam-miệu Tam-phật-đà (Samyak-saṃbuddha) dịch nghĩa là Chánh biến tri, Đẳng chánh giác hay Chánh đẳng giác.

[2] Bốn niệm xứ (Tứ niệm xứ), Phạn ngữ là catuḥsmṛtyupasthāna, chỉ bốn đối tượng được nghĩ nhớ đến, hay bốn phép quán tưởng, gồm có:

1. Quán thân bất tịnh (Thân niệm xứ): Quán thân bao gồm sự tỉnh giác trong hơi thở, thở ra, thở vào, cũng như tỉnh giác trong bốn sự vận động cơ bản của thân là đi, đứng, nằm, ngồi. Tỉnh giác trong mọi hoạt động của thân thể, quán sát các phần thân thể, các yếu tố tạo thành thân cũng như quán tử thi.
2. Quán thọ thị khổ (Thọ niệm xứ): Quán thọ là nhận biết rõ những cảm giác, cảm xúc phát khởi trong tâm, biết chúng là dễ chịu, khó chịu hay

"Bấy giờ, đức Thế Tôn lại thuyết dạy thần chú sau đây:

'Phật đà ba già xá di, a ma ma nễ ma ma ha già chỉ, phả đề phả đề niết đế la nễ, lộ ca đề mục đế na đề đà ba lệ bà mạt ni.'

Thần chú này mở bày phân biệt chỉ dạy pháp môn giải thoát *Bốn thánh chủng.*[1]

Bấy giờ, đức Thế Tôn lại thuyết dạy thần chú sau đây:

'Ba sa đề, bà sa nễ, đà lệ, đà lệ la ba để, cúc để, thủ tỳ thủ bà ba để, nễ để, tu ma bạt để sàn đề, sí để ca lưu na uất đề xoa di, tỷ để ưu tỷ xoa, tam bát nễ, a la sí bà la địa, khư kỳ, khư kỳ kiệt di, a mậu, lệ mục, la du đàn ni.'

Thần chú này mở bày phân biệt chỉ dạy pháp môn giải thoát *Bốn vô sở úy.*

Bấy giờ, đức Thế Tôn lại thuyết dạy thần chú sau đây:

'Thư phả la, a già phả la, a niết phả la, niết la phả la, tam mục đa, a mục đa, niết mục đa, a bà tỳ na, tỷ mục đế bà ni, tỷ lạp phả la, a diên đà, y tỳ trì, để tỳ trì, ô đầu, đô la đâu lam, a hưng

---

trung tính, nhận biết chúng là thế gian hay xuất thế gian, biết tính vô thường của chúng.

3. Quán tâm vô thường (Tâm niệm xứ): Quán tâm là chú ý đến các tâm pháp (ý nghĩ) đang hiện hành, biết nó là tham hay không có tham, sân hay không có sân, hoặc si hay không có si.
4. Quán pháp vô ngã (Pháp niệm xứ): Quán pháp là biết rõ mọi pháp đều phụ thuộc lẫn nhau, đều vô ngã, biết rõ Năm chướng ngại có hiện hành hay không, biết rõ con người chỉ là Năm uẩn đang tụ họp, biết rõ gốc hiện hành của các pháp và hiểu rõ Bốn chân lý (Tứ diệu đế).

[1] Bốn thánh chủng (Tứ thánh chủng), Phạn ngữ là **catvāra ārya-vaṃśāḥ**, chỉ bốn việc giúp sinh ra các thánh quả, nên gọi là Thánh chủng. Gồm có:

1. Y phục tùy sở đắc nhi hỷ túc: Đối với y phục, tùy chỗ có được mà vui vẻ, biết đủ.
2. Ẩm thực tùy sở đắc nhi hỷ túc: Đối với việc ăn uống, tùy chỗ có được mà vui vẻ, biết đủ.
3. Ngọa cụ tùy sở đắc nhi hỷ túc: Đối với phương tiện để ngủ nghỉ, tùy chỗ có được mà vui vẻ, biết đủ.
4. Nhạo đoạn ác nhạo tu thiện: Ưa muốn dứt bỏ điều ác, ưa muốn tu tập điều lành. Có được bốn điều này thì có thể đạt đến thánh quả, nên gọi là Tứ thánh chủng.

tam lỗi, y đề đa bà, a đoá đa đoá, tát bà lộ già, a trà già, lệ tần đà, a phù tát lệ, đà đà mạn để tỳ xá già bạt đề, a phả la ca phả lam.'

Thần chú này mở bày phân biệt chỉ dạy, bảo vệ các pháp môn của Ba thừa.[1]

Bấy giờ, đức Thế Tôn lại thuyết dạy thần chú sau đây:

'Xà đà đa, an nễ ê la, bà bà đa phiếu, y đàm phả lệ, ni viêm phả lệ, tam mậu đàn na diên, tỳ phù xá, ba đà, tô ma đâu, a nậu ma đô a cưu ma đô đà bạt đế, mạt la tha, đạt xá bà la tỳ ba đà tha, tất xá thế đa, a ni ẩm ma, để nã ma để, a lộ câu a đề đấu nã, tát để mạt để.'

Thần chú này hiện nay chính là chỗ tu tập của chư Phật, mở bày phân biệt chỉ dạy pháp môn *Bốn chánh cần.*[2]

Bấy giờ, đức Thế Tôn lại thuyết dạy thần chú sau đây:

'An nễ, ma nễ, ma nễ, ma ma nễ, già lệ chí lợi đế, xa lý xa lý đa tỳ,, thiên đế mục đế, úc đa lý tam lý, ni tam lý, tam ma tam lý, xoa duệ, a xoa duệ, a xà địa thiên đế, xa mật trí, đà-la-ni, a lộ già, bà bà tư, lại na bà đề, lại ma, bà đề xà na bà đề, di lưu bà đề, xoa duệ ni đà xá ni, lộ già bà đề, ba nễ đà xá ni.'

Thần chú này mở bày phân biệt chỉ dạy pháp môn giải thoát *Bốn biện tài vô ngại.*[3]

---

[1] Ba thừa: tức Thanh văn thừa, Duyên giác thừa và Bồ Tát thừa.

[2] Bốn chánh cần (Tứ chánh cần - 四正勤, Sanskrit: samyak-prahāṇāni, Pāli: sammā-padhāṇa): bốn phương pháp tinh tấn chuyên cần để loại trừ các pháp bất thiện. Bốn pháp tinh cần ấy là:

1. Tinh tấn trong việc ngăn ngừa, tránh làm các điều ác từ lúc còn chưa sinh khởi (Sanskrit: anutpannapāpakākuśaladharma).
2. Tinh tấn trong việc từ bỏ, vượt qua những điều ác đã sinh khởi (Sanskrit: utpanna-pāpakākuśala-dharma).
3. Tinh tấn phát triển các điều thiện đã có (Sanskrit: utpannakuśala-dharma).
4. Tinh tấn làm cho các điều thiện phát sinh (Sanskrit: anutpannakuśala-dharma).

Bốn pháp tinh cần cũng chính là Chánh tinh tấn trong Bát chánh đạo.

[3] Tức Tứ vô ngại biện: cũng thường được gọi là Tứ vô ngại trí hay Tứ vô ngại giải, chỉ bốn năng lực biện thuyết không ngăn ngại của chư Phật và Bồ Tát, gồm có:

Bấy giờ, đức Thế Tôn lại thuyết dạy thần chú sau đây:

'*Nghiên sóc a bà sa nễ đà xá ni, thiền na lộ già đà đâu ba sa tán ni, tát bà nhân đề phù ma để thiên để, tát bà tát bà, bà ma tát bà sa tra bà, xoa dạ ca lệ, cụ ca lệ bà xà ni, lộ già nậu đạt xá na tỳ bà.*'

Thần chú này mở bày phân biệt chỉ dạy pháp môn giải thoát *Bốn như ý túc.*[1]

Bấy giờ, đức Thế Tôn lại thuyết dạy thần chú sau đây:

'*A già lệ, Phật đề, đà đà ba già lệ, na ni, càn nã tư đề, cam tần đề, ni tiết đề tam bút tri, ba lệ già tát lệ, tô di chiến đề, chiến đề a già lệ, a già già lệ, a ba lệ, tần chi bà ly, nễ bà ly, ba già già ly, ba ba ly, a na dạ, a na dạ, a tỷ tư câu câu nễ sa bà tỳ nễ, ca nễ, nễ xà tư già già di, na do đế.*'

Thần chú này mở bày phân biệt chỉ dạy hết thảy các pháp môn giải thoát về căn và sức.[2]

Bấy giờ, đức Thế Tôn lại thuyết dạy thần chú sau đây:

---

1. Pháp vô ngại biện: đối với hết thảy danh tự, pháp tướng, do hiểu biết tường tận nên có tài biện thuyết không ngăn ngại;
2. Nghĩa vô ngại biện: đối với hết thảy mọi ý nghĩa chân thật đều rõ biết nên được biện tài trí giải không ngăn ngại;
3. Từ vô ngại biện: đối với hết thảy các từ ngữ trong những ngôn ngữ khác nhau đều thông hiểu nên được tài biện thuyết không ngăn ngại;
4. Biện vô ngại biện, hay Nhạo thuyết vô ngại biện: đối với các căn cơ khác nhau của tất cả chúng sinh có thể tùy thuận thuyết giảng cho phù hợp nên được biện tài thuyết pháp không ngăn ngại.

[1] Tức Tứ như ý túc (Bốn như ý túc) cũng gọi là Tứ thần túc: do định lực thâm sâu nên hành giả có thể tùy nguyện được như ý, vì thế gọi là Tứ như ý túc. Các sách kể về Tứ như ý túc không hoàn toàn giống nhau. Theo Trí độ luận và Pháp giới thứ đệ thì Tứ như ý túc bao gồm: Dục như ý túc, Tinh tấn như ý túc, Nhất tâm như ý túc và Tư duy như ý túc. Theo Câu-xá luận thì gồm có: Dục như ý túc, Cần như ý túc, Tâm như ý túc và Quán như ý túc. Theo sách Tứ giáo nghi thì là: Dục như ý túc, Niệm như ý túc, Tâm như ý túc và Huệ như ý túc. Từ điển Phật học của Chân Nguyên ghi rằng Tứ như ý túc gồm có: Dục như ý túc, Tinh tấn như ý túc, Tâm như ý túc và Trạch pháp như ý túc. Tuy tên gọi có khác nhưng xét về ý nghĩa cũng tương tự như nhau.

[2] Căn và sức: tức Ngũ căn và Ngũ lực.

‘Phú bi, trửu phú bi, độ ma ba, lệ ha lệ, a bà di, uất chi lệ, chi ca lặc sai, a dạ mạt đâu đế đế lệ, ma ma lệ bán già thi thi lệ, lộ già tả ni xà na dạ, xoa kỳ hề đế na già, dạ đế sa, chiên đề na.’

Thần chú này mở bày phân biệt chỉ dạy hết thảy các pháp môn giải thoát về *Bảy phần giác.*[1]

Bấy giờ, đức Thế Tôn lại thuyết dạy thần chú sau đây:

‘Già ca bà xà lệ, bà đế già da lệ, già gia đà lệ, đà la già ca lệ, đà lệ, mậu lệ hê hê, lệ lệ đà ly a lâu bà bạt đề, hưu hưu lệ, dạ tha thậm bà ngạ tần bà lệ, dạ tha kỳ ni, dạ tha ba lan già, ly đề xa dạ tha bà da, ly ly thi tát già ni lệ ha la, xà lưu già tỳ ly, tỳ lê ni ly ha la, mạt ly mạt già ni lệ ha la, ni la ni lệ ha la, tam ma đề ni lệ ha la, bát nhã ni lệ ha la, tỳ mục đế ni lệ, ha la tỳ mục đế xà na đà lệ xá na ni lệ ha la na xoa đế, ni lệ ha la, chiên đà ni lệ ha la, tu lợi ni, lệ ha la, ba đà xá dạ lục đam đa đà a già độ a phù đà ni la phù đàm, tam Phật đà, a Phật đà y ha phù đà, thư đa phù đà ni ha ngã ma mậu lệ a la phả, đà la phả, bán trà lệ, mạn đà lệ thư đa, lệ đa lưu ma già già lân ni mậu tổ nã, tam bán mậu tổ nã hằng già, băng già ma nậu ni, lưu bà, na xá ni na xá bàn đàn ni, sất sất đế, sất sất đổ ma do bà ê trừng già ma ba lệ ma lệ ha thư ni, bà lệ ma lệ, tần đề tỳ ly tỳ ly ưu sa ly, xá la ni đà-la-ni, *ba bà để, ba lam na la dị, tỳ đầu đầu ma bà la củ ma phạm ma già lệ na nhân đề bà ni đề đề da la ni ma hê thủ la la la ni tam ma túc di, a lam niệm di, y ca lặc xoa lợi sư già ni già la a chi chiên đà la tu lợi, tát bà tu la a bà lam phú na, già trí đam bán trì đa a dạ na, kiền suy diêm bà tư ca già đà lệ, a la đà ha ni ma già la tỳ lộ ha ni tất đàm mạn đề, tỳ lộ ca mạn đề.’*

Pháp môn Đà-la-ni này là chỗ thọ trì của chư Phật Thế Tôn, mở bày phân biệt chỉ dạy pháp môn giải thoát về *Mười sức* của Như Lai.”[2]

---

[1] Bảy phần giác: tức Thất giác ý.

[2] Mười sức (Thập lực) của Như Lai: khác với Ngũ lực đã nói, Thập lực hay Thập trí lực của chư Phật gồm có:

1. Tri thị xứ phi xứ trí lực (知是處非處智力, Sanskrit: sthānāsthānajđāna, Pāli: ṭhānāṭhāna-đāṇa): Biết rõ tính khả thi và tính bất khả thi trong mọi trường hợp.

Bấy giờ, khi đức Thế Tôn Thích-ca Mâu-ni thuyết giảng pháp môn Đà-la-ni Giải liễu nhất thiết này, trong cõi Tam thiên Đại thiên thế giới[1] liền chấn động theo sáu cách,[2] núi lớn vọt lên

---

2. Tri tam thế nghiệp báo trí lực (知三世業報智力, Sanskrit: karmavipākajđāna, Pāli: kammavipāka-đāṇa): Biết rõ luật nhân quả (hay nghiệp quả), tức là nhân nào tạo thành quả nào trong ba đời.
3. Tri nhất thiết sở đạo trí lực (知一切所道智力, Sanskrit: sarva-tragāminīpratipaj-jđāna, Pāli: sabbattha-gāminī-paṭipadāđāṇa): Biết rõ nguyên nhân dẫn đến sự tái sinh.
4. Tri chủng chủng giới trí lực (知種種界智力, Sanskrit: anekadhātu-nānādhātujđāna, Pāli: anekadhātu-nānādhātu-đāṇa): Biết rõ các thế giới với những yếu tố hình thành.
5. Tri chủng chủng giải trí lực (知種種解智力, Sanskrit: nānā-dhimukti-jđāna, Pāli: nānādhimuttikatāđāṇa): Biết rõ cá tính của mỗi chúng sinh.
6. Tri nhất thiết chúng sinh tâm tính trí lực (知一切眾生心性智力, Sanskrit: indriyapārapara-jđāna, Pāli: indriyaparopariyatta-đāṇa): Biết rõ căn cơ học đạo cao thấp của mỗi chúng sinh.
7. Tri chư thiền giải thoát tam-muội trí lực (知諸禪解脫三昧智力, Sanskrit: sarvadhyāna-vimokṣa-đāna, Pāli: jhāna-vimokkha-đāṇa): Biết rõ tất cả các phương thức thiền định.
8. Tri túc mệnh vô lậu trí lực (知宿命無漏智力, Sanskrit: pūrvani-vāsānusmṛti-jđāna, Pāli: pubbennivāsānussati-đāṇa): Biết rõ các tiền kiếp của chính mình.
9. Tri thiên nhãn vô ngại trí lực (知天眼無礙智力, Sanskrit: cyutyu-papādajđāna, Pāli: cutūpapāta-đāṇa): Biết rõ sự hoại diệt và tái sinh của chúng sinh.
10. Tri vĩnh đoạn tập khí trí lực (知永斷習氣智力, Sanskrit: āśrava-kṣayajđāna, Pāli: āsavakkhaya-đāṇa): Biết các pháp ô nhiễm (Sanskrit: āśrava) sẽ chấm dứt như thế nào.

Các trí lực thứ 8, thứ 9 và thứ 10 cũng chính là Tam minh của chư Phật.

[1] Một ngàn cõi thế giới gọi là một Tiểu thiên thế giới, một ngàn Tiểu thiên thế giới gọi là một Trung thiên thế giới, một ngàn Trung thiên thế giới gọi là một Đại thiên thế giới. Vì có ba lần so sánh gấp ngàn lần, nên cũng gọi là Tam thiên Đại thiên thế giới. Do đó, cách hiểu "ba ngàn đại thiên thế giới" thật ra là không đúng, vì Tam thiên Đại thiên thế giới cũng chính là một Đại thiên thế giới.

[2] Chấn động theo sáu cách (Lục chủng chấn động): Theo kinh Đại phẩm Bát-nhã, quyển 1, thì 6 cách chấn động này là:

1. Phương đông vọt lên, phương tây chìm xuống.
2. Phương tây vọt lên, phương đông chìm xuống.
3. Phương nam vọt lên, phương bắc chìm xuống.
4. Phương bắc vọt lên, phương nam chìm xuống.

cao rồi chìm xuống thấp. Lúc ấy bỗng có ánh sáng rực rỡ vi diệu chiếu khắp các cõi thế giới trong mười phương nhiều như số cát sông Hằng. Trong các thế giới ấy, các núi Tu-di, núi Thiết-vi lớn và nhỏ đều không còn nhìn thấy được nữa, chỉ nhìn thấy toàn cõi thế giới đều bằng phẳng như lòng bàn tay. Các cõi thế giới trong mười phương ấy có các vị Bồ Tát đạt được phép thiền định, nhẫn nhục, tổng trì[1] nhiều đến vô số. Các vị Bồ Tát ấy đều nhờ nơi oai thần của Phật nên trong khoảnh khắc bỗng nhiên hiện đến cõi thế giới Ta-bà, nơi núi Kỳ-xà-quật. Các vị đến chỗ đức Như Lai, cúi đầu đảnh lễ dưới chân ngài, dùng các phép thần túc tự tại đã đạt được để cúng dường Phật. Cúng dường xong, các vị đều tuần tự ngồi sang một bên, muốn được nghe pháp môn Đà-la-ni Giải liễu nhất thiết.

Chư thiên ở khắp cõi Dục giới và Sắc giới[2] cũng hiện đến chỗ Phật nhiều đến mức không thể tính đếm. Mỗi vị đều cúi đầu đảnh lễ dưới chân Phật, rồi cũng tuần tự ngồi sang một bên, muốn được nghe pháp môn Đà-la-ni Giải liễu nhất thiết.

Hết thảy đại chúng như thế đều được nhìn thấy cõi Phật Liên Hoa, cũng nhìn thấy cả đức Phật ấy cùng với các vị Bồ Tát đang tụ hội quanh ngài.

Khi đức Phật Thích-ca Mâu-ni thuyết giảng pháp môn Đà-la-ni Giải liễu nhất thiết này, có các vị Bồ Tát nhiều như số cát của bảy mươi hai con sông Hằng đạt được pháp môn đà-la-ni này, tức thời được nhìn thấy chư Phật Thế Tôn trong mười phương thế giới, nhiều đến mức không thể tính đếm, cùng nhìn thấy được tất cả thế giới thanh tịnh vi diệu của các ngài. Các vị Bồ Tát đều lấy làm kinh ngạc, cho là việc chưa từng có. Các vị liền dùng sức tự tại của phép thiền định *Sư tử du hý* làm ra hết thảy mọi thứ phẩm vật để cúng dường Phật.

---

5. Bốn phương vọt lên, ở giữa chìm xuống.
6. Ở giữa vọt lên, bốn phương chìm xuống.

[1] Tổng trì: tức là Đà-la-ni.

[2] Thế giới Ta-bà chia làm Ba cõi (Tam giới) là Dục giới, Sắc giới và Vô sắc giới.

Bấy giờ đức Phật Thích-ca bảo các vị Bồ Tát: "Thiện nam tử! Nếu Bồ Tát nào tu pháp môn Đà-la-ni Giải liễu nhất thiết này, vị ấy liền thành tựu được tám mươi bốn ngàn pháp môn đà-la-ni, bảy mươi hai ngàn pháp môn tam-muội, sáu mươi ngàn các pháp môn khác. Vị ấy liền thành tựu đại từ đại bi, hiểu rõ được *ba mươi bảy pháp trợ đạo*,[1] đạt được nhất thiết trí, không có chướng ngại.

"Pháp môn đà-la-ni này thâu nhiếp hết thảy pháp Phật. Chư Phật thấu rõ được pháp môn đà-la-ni này rồi mới vì chúng sinh mà thuyết giảng pháp vô thượng, trụ thế dài lâu chẳng nhập Niết-bàn.

"Thiện nam tử! Nên biết rằng những gì các ông nhìn thấy hiện nay đều là do sức oai thần của pháp môn Đà-la-ni Giải liễu nhất thiết, khiến cho mặt đất này chấn động sáu cách, lại có ánh hào quang thanh tịnh vi diệu chiếu khắp các cõi Phật mười phương nhiều hơn số cát sông Hằng. Các vị Bồ Tát trong vô số cõi thế giới được hào quang chiếu đến đều hiện đến nơi pháp hội này để nghe nhận pháp môn Đà-la-ni Giải liễu nhất thiết. Vô số chư thiên ở các cõi Dục giới và Sắc giới đều cùng nhau tụ tập đến đây, lại có các loài rồng, dạ-xoa, a-tu-la, người và phi nhân[2] cũng đều đến đây để nghe nhận pháp môn Đà-la-ni Giải liễu nhất thiết.

"Nếu có Bồ Tát nào nghe được pháp môn Đà-la-ni Giải liễu nhất thiết rồi, liền đối với quả vị A-nậu-đa-la Tam-miệu Tam-

---

[1] Thường gọi là Ba mươi bảy phẩm trợ đạo: (Tam thập thất trợ đạo phẩm, 三十七助道品, Sanskrit: saptatriṃṣaḍbodhipākṣika-dharma) Gồm cả thảy 37 pháp, chia làm 7 nhóm:

1. Bốn niệm xứ hay Tứ niệm xứ (四念處, Sanskrit: catuḥsmṛtyu-pasthāna).
2. Bốn tinh tiến hay Tứ chính cần (四正勤, Sanskrit: samyak-prahā-nāni).
3. Bốn Như ý túc hay Tứ như ý túc (四如意足, Sanskrit: ṛddhipāda),
4. Năm căn hay Ngũ căn (五根, Sanskrit: pañcendriya).
5. Năm lực hay Ngũ lực (五力, Sanskrit, Pāli: pañcabala).
6. Bảy giác chi hay Thất giác chi (七覺支, Sanskrit: sapta-bodhyaṅga).
7. Tám chánh đạo hay Bát chánh đạo (八正道, Sanskrit: aṣṭāṅgika-mārga).

[2] Phi nhân: loài chúng sinh không phải loài người, thường chỉ các loài loài quỷ thần thuộc cảnh giới vô hình, loài người không nhìn thấy được.

bồ-đề không còn thối chuyển. Nếu có người nào sao chép thần chú này, người ấy từ nay cho đến khi được Niết-bàn Vô thượng sẽ thường luôn được gặp Phật, nghe pháp, cúng dường chúng tăng. Nếu ai thường đọc tụng thần chú này, hết thảy các nghiệp ác nặng nề đều sẽ mãi mãi dứt sạch, vừa bỏ thân này thọ sinh nơi khác liền vượt quá bậc *Sơ địa*,[1] được ngay *Địa vị thứ hai.*

---

[1] Sơ địa: địa vị đầu tiên trong mười địa vị của hàng Bồ Tát, gọi là Thập địa (Daśabhūmi), cũng gọi là Thập trụ, gồm có:

1. Hoan hỷ địa, tiếng Phạn là Pramuditā-bhūmi: Đạt đến địa vị này, Bồ Tát được hoan hỷ trên đường tu học, phát tâm cứu độ cho tất cả chúng sinh thoát khỏi luân hồi, không còn nghĩ đến bản thân mình nữa. Bồ Tát vì thế thực hiện hạnh bố thí không cầu được phúc đức, chứng được tính vô ngã của tất cả các pháp.
2. Ly cấu địa, tiếng Phạn là Vimalā-bhūmi: Đạt đến địa vị này, Bồ Tát nghiêm trì giới luật và thực hành thiền định.
3. Phát quang địa, tiếng Phạn là Prabhākārī-bhūmi: Đạt đến địa vị này, Bồ Tát chứng được luật vô thường, tu trì tâm mình, thực hành nhẫn nhục khi gặp chướng ngại trên đường hóa độ chúng sinh. Ở địa vị này, Bồ Tát trừ được ba độc là tham, sân, si và được bốn cấp định an chỉ của bốn xứ, chứng đạt năm phần trong lục thông.
4. Diệm huệ địa, tiếng Phạn là Arciṣmatī-bhūmi: Đạt đến địa vị này, Bồ Tát trừ tuyệt hết những quan niệm sai lầm, tu tập trí huệ và 37 pháp Bồ-đề phần.
5. Cực nan thắng địa, tiếng Phạn là Sudurjayā-bhūmi: Đạt đến địa vị này, Bồ Tát nhập định, đạt được trí huệ, từ đó liễu ngộ được pháp Tứ diệu đế và chân như, diệt hết các mối nghi ngờ và biết phân biệt, lại tiếp tục hành trì 37 giác chi.
6. Hiện tiền địa, tiếng Phạn là Abhimukhī-bhūmi: Đạt đến địa vị này, Bồ Tát liễu ngộ tất cả pháp là vô ngã, chứng được lý mười hai nhân duyên và chuyển hóa trí phân biệt thành trí bát-nhã, nhận thức được tánh không. Bồ Tát ở địa vị này đã đạt trí huệ Bồ-đề. Bồ Tát nhờ đó có thể nhập Niết-bàn thường trụ, nhưng vì lòng từ bi thương xót chúng sinh mà trụ lại thế gian, nhưng không bị sinh tử ràng buộc. Cảnh giới này gọi là Niết-bàn vô trụ.
7. Viễn hành địa, tiếng Phạn là Dūraṅgamā-bhūmi: Đạt đến địa vị này Bồ Tát có đầy đủ mọi khả năng, phương tiện để giáo hóa chúng sinh. Ở địa vị này, Bồ Tát có thể tùy nguyện lực hóa thân ở bất kỳ hình tướng nào.
8. Bất động địa, tiếng Phạn là Acalā-bhūmi: Đạt đến địa vị này, Bồ Tát không còn bị dao động bởi bất kỳ một cảnh ngộ nào, và đã biết chắc khi nào mình sẽ đạt quả vị Phật.
9. Thiện huệ địa, tiếng Phạn là Sādhumatī-bhūmi: Đạt đến địa vị này, Bồ Tát đạt trí huệ viên mãn, có đủ thập lực, lục thông, bốn tự tín và tám giải thoát, thông đạt cơ sở của mọi giáo pháp và giảng dạy cho chúng sinh.

"Nếu vị Bồ Tát nào có thể tu hành pháp môn Đà-la-ni Giải liễu nhất thiết, như có phạm vào các tội ngũ nghịch cực ác[1] liền được dứt trừ. Trong lần thọ sinh tiếp theo liền vượt quá bậc *Sơ địa*, được ngay *Địa vị thứ hai*.[2] Nếu không phạm vào các tội ngũ nghịch thì ngay trong đời này sẽ được vĩnh viễn dứt sạch tất cả nghiệp nặng, trong lần thọ sinh tiếp theo liền vượt quá bậc *Sơ địa*, được ngay *Địa vị thứ hai*.

"Nếu như không thể đọc tụng, tu hành, có thể trong lúc nghe thuyết giảng pháp môn này liền dùng các thứ vải lụa mà dâng lên cúng dường người giảng pháp. Lúc ấy, chư Phật hiện tại ở khắp các thế giới nhiều như số cát sông Hằng đều ở tại thế giới của các ngài mà ngợi khen xưng tán: 'Lành thay! Lành thay!' Liền đó, các ngài liền thọ ký cho người ấy sẽ được thành tựu quả A-nậu-đa-la Tam-miệu Tam-bồ-đề. Vị Bồ Tát ấy do nhân duyên cúng dường đó mà không bao lâu sẽ đắc quả Phật, chỉ trong một đời được thành tựu quả A-nậu-đa-la Tam-miệu Tam-bồ-đề.

"Nếu ai dùng hương thơm cúng dường pháp sư, không bao lâu người ấy sẽ được thành tựu hương định lực cao trổi nhất.

"Nếu ai dùng hoa đẹp cúng dường pháp sư, không bao lâu người ấy sẽ được thành tựu hoa trí huệ cao trổi nhất.

"Nếu ai dùng châu ngọc quý báu cúng dường pháp sư, không bao lâu người ấy sẽ được của báu là Ba mươi bảy pháp trợ đạo.

"Thiện nam tử! Nếu vị Bồ Tát nào có thể hiểu rõ được pháp môn đà-la-ni này, vị ấy sẽ được lợi ích lớn lao. Vì sao vậy? Pháp môn đà-la-ni này có thể mở bày chỉ bảo phân biệt hết thảy các

---

10. Pháp vân địa, tiếng Phạn là Dharmameghā-bhūmi: Đạt đến địa vị này, Bồ Tát chứng đạt nhất thiết trí, đại hạnh. Ở địa vị này, Bồ Tát có Pháp thân viên mãn, ngự trên tòa sen với vô số Bồ Tát chung quanh trên cung trời Đâu-suất. Quả vị Phật lúc này đã được chư Phật ấn chứng.

[1] Ngũ nghịch cực ác, cũng gọi là Ngũ nghịch tội: chỉ năm tội được xem là nặng nhất, bao gồm: giết cha, giết mẹ, giết A-la-hán, phá hòa hợp tăng và làm thân Phật chảy máu. Người phạm vào một trong các tội này phải đọa vào địa ngục Vô gián, chịu khổ não không có lúc nào được dừng nghỉ.

[2] Địa vị thứ hai tức là Ly cấu địa.

pháp môn quý báu của hàng Bồ Tát. Cho nên hành trì pháp môn này có thể giúp các vị Bồ Tát được biện tài không ngăn ngại và bốn pháp thích ý.

“Thiện nam tử! Khi đức Như Lai Nhật Nguyệt Tôn vì Bồ Tát Hư Không Ấn mà thuyết giảng pháp môn đà-la-ni này, mặt đất cũng chấn động sáu cách, cũng có vô số đạo hào quang vi diệu chiếu khắp vô số cõi thế giới của chư Phật trong mười phương, liền thấy mặt đất nơi các cõi Phật ấy đều bằng phẳng như lòng bàn tay.

“Bấy giờ, trong chúng hội cũng có vô số các vị Đại Bồ Tát, thảy đều nhìn thấy chư Phật Thế Tôn trong khắp mười phương nhiều đến mức không thể tính đếm. Khi ấy, vô số các vị Bồ Tát trong mười phương đều bỗng nhiên biến mất khỏi thế giới của mình, cùng hiện đến nơi thế giới Chiên Đàn, gặp đức Phật Nhật Nguyệt Tôn, đi quanh lễ bái và cúng dường tôn trọng, cung kính ngợi khen, thảy đều muốn được nghe nhận pháp môn đà-la-ni này.

“Thiện nam tử! Bấy giờ đức Phật ấy bảo các vị Bồ Tát: ‘Thiện nam tử! Nay ta cho phép các ông, vị nào đã đạt địa vị *Nhất sinh bổ xứ* thì có thể nhập *Diệt tận định* trong mười trung kiếp. Còn những vị khác nên theo Đại Bồ Tát Hư Không Ấn mà thọ pháp môn đà-la-ni này, là pháp tạng của hàng Bồ Tát. Nhờ thọ trì pháp này có thể được nhìn thấy chư Phật trong vô số cõi thế giới mười phương. Nhờ được thấy Phật nên tâm sinh hoan hỷ, được đủ mọi căn lành.’

“Bấy giờ trong chúng hội có các vị Bồ Tát đã được đủ các phép tự tại Sư tử du hý, liền dùng hết thảy đủ mọi phẩm vật để cúng dường đức Phật ấy. Cúng dường xong liền bạch Phật: ‘Bạch Thế Tôn! Đại Bồ Tát Hư Không Ấn đây qua mười trung kiếp nữa sẽ thành tựu quả A-nậu-đa-la Tam-miệu Tam-bồ-đề, sẽ thuyết giảng chánh pháp vô thượng.’

“Khi ấy, đức Phật Nhật Nguyệt Tôn dạy rằng: ‘Các vị thiện nam tử! Đúng như lời các ông vừa nói, Đại Bồ Tát Hư Không

Ấn đây qua mười trung kiếp nữa sẽ thành tựu quả A-nậu-đa-la Tam-miệu Tam-bồ-đề, vừa qua một đêm liền chuyển bánh xe chánh pháp.

“Thuở ấy, Đại Bồ Tát Hư Không Ấn trải qua mười trung kiếp liền được thành tựu quả A-nậu-đa-la Tam-miệu Tam-bồ-đề, vừa qua một đêm liền chuyển bánh xe chánh pháp, thuyết giảng pháp không thối chuyển, thuyết giảng pháp cao trổi nhất.

“Khi ấy, trong chúng hội có vô số trăm ngàn ức na-do-tha Bồ Tát trước đó đã theo Bồ Tát Hư Không Ấn trong mười trung kiếp thọ nhận pháp môn đà-la-ni này, thảy đều được địa vị không còn thối chuyển, sau lại có các vị đạt địa vị *Nhất sinh bổ xứ*, chắc chắn sẽ thành tựu quả A-nậu-đa-la Tam-miệu Tam-bồ-đề.

“Thiện nam tử! Nếu có Bồ Tát nào không thường tu học pháp môn đà-la-ni này, trong đời tương lai khi vị ấy vượt qua *Sơ địa* lên đến *Địa vị thứ hai*, đối với quả vị A-nậu-đa-la Tam-miệu Tam-bồ-đề không còn thối chuyển thì chắc chắn sẽ được pháp môn đà-la-ni này.’

“Đức Như Lai Nhật Nguyệt Tôn thuyết ra những lời như vậy rồi liền vì các vị Bồ Tát mà thị hiện đủ mọi phép thần túc biến hóa. Thị hiện như vậy xong, lại vì Đại Bồ Tát Hư Không Ấn mà thị hiện phép Tam-muội *Na-la-diên*,[1] nếu ai được phép tam-muội ấy liền được thân bền chắc như kim cang. Lại vì Bồ Tát mà thị hiện hết thảy hào quang trang nghiêm của các phép tam-muội, bảo Bồ Tát Hư Không Ấn rằng: ‘Thiện nam tử! Ông tuy chưa chuyển bánh xe chánh pháp, chỉ trong giấc mộng vì các vị Bồ Tát mà thuyết pháp môn đà-la-ni này, nhưng ngay lúc ấy liền đã được thân Như Lai với ba mươi hai tướng tốt, tám mươi vẻ đẹp, cũng sẽ chiếu tỏa hết thảy hào quang trang nghiêm tam-muội như thế này, soi chiếu khắp cả vô số thế giới. Trong hào quang ấy lại được thấy vô số chư Phật. Lại vì các Bồ Tát mà thị hiện phép Tam-muội *Kim cang tràng*. Nhờ sức tam-muội nên tuy chưa ngồi nơi đạo tràng dưới cội Bồ-đề, chưa chuyển bánh xe

[1] Phép Tam-muội Na-la-diên: tức Kim cang đại định.

chánh pháp mà vẫn có thể vì các vị Bồ Tát thuyết giảng chánh pháp vi diệu, lại vì các Bồ Tát mà thị hiện vòng Tam-muội *Pháp luân*. Nhờ sức tam-muội nên chẳng bao lâu liền chuyển bánh xe chánh pháp. Khi ông chuyển bánh xe chánh pháp, có vô lượng vô biên trăm ngàn ức na-do-tha Bồ Tát đạt được *Tất định*.'[1]

"Bấy giờ, Bồ Tát Hư Không Ấn nghe Phật thuyết dạy như vậy rồi, tức thời tự biết mình sẽ chuyển bánh xe chánh pháp, vui mừng phấn khích cùng với vô số các vị Bồ Tát đều đến cúng dường đức Phật. Cúng dường xong, các vị đều tự mình vào an trú giữa đài cao bảy báu.

"Khi ấy, đức Phật Nhật Nguyệt Tôn trong đêm liền nhập *Vô dư* Niết-bàn.[2] Qua đêm ấy, các vị Bồ Tát đều cúng dường xá-lợi Phật. Cúng dường xong, mỗi người đều trở vào đài cao bảy báu.

"Các vị Bồ Tát từ phương khác đến, mỗi người đều tự trở về cõi Phật của mình.

"Các vị Bồ Tát Nhất sinh bổ xứ đều nhập Diệt tận định trọn mười trung kiếp.

"Còn lại tất cả các vị Bồ Tát khác đều nhờ được nghe Bồ Tát Hư Không Ấn thuyết pháp nên trong mười trung kiếp được trồng các căn lành.

"Đại Bồ Tát Hư Không Ấn cho đến khi qua một đêm thành tựu quả A-nậu-đa-la Tam-miệu Tam-bồ-đề liền ngay trong ngày ấy chuyển bánh xe chánh pháp, thị hiện đủ mọi phép thần túc biến hóa, khiến cho trăm ngàn ức na-do-tha vô lượng chúng sinh đối với quả A-nậu-đa-la Tam-miệu Tam-bồ-đề đều không còn thối chuyển."

Đức Phật Thích-ca Mâu-ni lại nói: "Hôm nay, khi ta thuyết giảng pháp môn đà-la-ni này, cũng có tám mươi na-do-tha trăm

---

[1] Tất định: Phạn ngữ là Avaivartikā , dịch âm là A-tỳ-bạt-trí, dịch nghĩa là Tất định, cũng dịch là Bất thối chuyển, là mức định cuối cùng của người tu tập, chắc chắn sẽ nhập Niết-bàn, không còn thối chuyển.

[2] Vô dư Niết-bàn: Phạn ngữ là nirupadhiśeṣa-nirvāṇa, cũng dịch là Vô dư y Niết-bàn, chỉ cảnh giới Niết-bàn rốt ráo, tối thượng, đoạn sạch mọi phiền não.

ngàn Bồ Tát được pháp *Vô sinh nhẫn*,[1] bảy mươi hai ức chúng sinh đối với quả A-nậu-đa-la Tam-miệu Tam-bồ-đề không còn thối chuyển, bảy mươi hai na-do-tha trăm ngàn Bồ Tát được pháp môn Đà-la-ni Giải liễu nhất thiết này, và vô lượng vô số chư thiên cùng người ta phát tâm A-nậu-đa-la Tam-miệu Tam-bồ-đề."

Bấy giờ, trong chúng hội có vị Bồ Tát tên là Giải Thoát Oán Tăng bạch Phật rằng: "Bạch Thế Tôn! Đại Bồ Tát thành tựu được bao nhiêu pháp mới có thể tu tập pháp môn Đà-la-ni Giải liễu nhất thiết này?"

Phật dạy Bồ Tát Giải Thoát Oán Tăng: "Thiện nam tử! Bồ Tát thành tựu bốn pháp thì có thể tu tập pháp môn Đà-la-ni này. Những gì là bốn? Bồ Tát trụ nơi *Bốn thánh chủng*,[2] đối với những thứ y phục, giường nằm, ghế ngồi cho đến thuốc men dù thô xấu cũng thường hoan hỷ biết đủ. Bồ Tát thành tựu bốn pháp như vậy ắt có thể tu tập được pháp môn Đà-la-ni này.

"Lại nữa, thiện nam tử! Bồ Tát thành tựu năm pháp thì có thể tu tập pháp môn Đà-la-ni này. Những gì là năm? Một là tự mình giữ gìn giới cấm, như là: quý trọng bảo vệ các giới giải thoát, thành tựu phẩm hạnh oai nghi, ngăn ngừa gìn giữ giới pháp, trong lòng luôn lo lắng cẩn trọng như vị Hộ pháp nhỏ,[3] thọ trì tu học hết thảy các giới, thấy người phá giới liền khuyên bảo khiến cho họ trì giới. Hai là thấy người tà kiến liền khuyên bảo khiến cho họ trở nên chánh kiến. Ba là thấy người phá bỏ oai nghi liền khuyên bảo họ trụ nơi oai nghi. Bốn là thấy người để tâm tán loạn liền khuyên bảo khiến họ nhất tâm. Năm là thấy người ưa thích mến chuộng Nhị thừa liền khuyên bảo khiến cho

[1] Vô sinh nhẫn: tức Vô sinh pháp nhẫn.

[2] Bốn thánh chủng: tức Tứ thánh chủng.

[3] Nguyên văn dùng "tiểu kim cang" để chỉ vị Hộ pháp. Ngũ đăng hội nguyên, quyển 19, dẫn lời Thiền sư Dương Kỳ Phương Hội: "那吒頂上吃蒺藜, 金剛脚下流出血。" (Na Tra đỉnh thượng ngật tật lê, Kim cang cước hạ lưu xuất huyết). Nghĩa là: "Trên đỉnh Na Tra nuốt chùy sắt, dưới chân Hộ pháp chảy máu ra."

họ trụ yên nơi pháp A-nậu-đa-la Tam-miệu Tam-bồ-đề.[1] Bồ Tát thành tựu năm pháp như vậy ắt có thể tu tập được pháp môn Đà-la-ni này.

"Lại nữa, thiện nam tử! Bồ Tát thành tựu sáu pháp thì có thể tu tập pháp môn Đà-la-ni này. Những gì là sáu? Một là tự mình tu pháp *đa văn*,[2] thông đạt không ngăn ngại, thấy người ít nghe, ít học thì khuyên bảo khiến cho họ nghe nhiều học rộng. Hai là tự mình không tham tiếc keo kiệt, thấy người tham tiếc keo kiệt thì khuyên bảo khiến cho họ trụ yên nơi pháp không tham tiếc. Ba là tự mình không ganh ghét, đố kỵ, thấy người ganh ghét đố kỵ thì khuyên bảo khiến cho họ trụ yên nơi pháp không ganh ghét. Bốn là tự mình chẳng sợ sệt người khác, lại ban cho sự an ổn không sợ, thấy người sợ sệt thì vì họ mà an ủi, che chở, khéo dùng lời dạy dỗ, giải thích, khiến cho được an ổn. Năm là trong lòng không xu nịnh, gian trá. Sáu là tu hành phép Tam-muội *Không*.[3] Bồ Tát thành tựu sáu pháp như vậy ắt có thể tu tập được pháp môn Đà-la-ni này.

"Đại Bồ Tát thành tựu các pháp tướng mạo như thế rồi, trong vòng bảy năm liền tóm lược hết thảy chương cú *đà-tỳ-lê*,[4] suốt ngày đêm sáu thời lễ bái cung kính, một lòng tư duy, suy xét các mối liên hệ với *thân niệm xứ*,[5] tu hành phép Tam-muội *Không*, đọc tụng các thần chú như vậy. Khi ra khỏi tam-muội liền niệm tưởng vô số chư Phật trong khắp mười phương thế giới.

"Vị Đại Bồ Tát ấy qua bảy năm như vậy liền được pháp môn Đà-la-ni Giải liễu nhất thiết này. Bồ Tát được pháp môn Đà-

[1] Tức là chuyển hướng theo Đại thừa.

[2] Đa văn: nghe nhiều, nghĩa là thường lắng nghe những điều tốt đẹp để học hỏi, mở rộng sự hiểu biết.

[3] Tam-muội Không: phép tam-muội khi hành giả trụ yên trong đó thì quán xét thấy năm uẩn đều là không, không có ngã và ngã sở (ta và vật của ta) nên gọi là không; quán xét thấy thật tướng của tất cả các pháp tất cánh đều là không nên gọi là Tam-muội Không.

[4] Đà-tỳ-lê: Chỉ tất cả những câu thần chú, mật chú mà Phật đã thuyết dạy.

[5] Thân niệm xứ: một trong Tứ niệm xứ.

la-ni này rồi liền được mắt thánh thanh tịnh. Được mắt thánh thanh tịnh rồi liền có thể nhìn thấy khắp các thế giới mười phương nhiều như số cát sông Hằng, tại mỗi thế giới ấy chư Phật Thế Tôn đều không hề nhập Niết-bàn,[1] lại cũng nhìn thấy các ngài thị hiện vô số đủ mọi phép thần túc biến hóa. Vị Đại Bồ Tát này vào lúc ấy nhìn thấy được hết thảy vô lượng chư Phật, không thiếu sót bất cứ một vị nào. Khi thấy Phật rồi liền được tám mươi bốn ngàn môn đà-la-ni, bảy mươi hai ngàn môn tam-muội và sáu mươi ngàn pháp môn khác.

"Vị Đại Bồ Tát đạt được pháp môn Đà-la-ni Giải liễu nhất thiết này rồi cũng đạt được tâm đại từ bi đối với chúng sinh.

"Lại nữa, Bồ Tát đạt được pháp môn này rồi, như trước đây có phạm vào các tội ngũ nghịch cực ác, khi chuyển sinh sang thân khác liền được mãi mãi dứt sạch không còn nghiệp ác. Đến khi chuyển sinh sang một thân khác nữa thì dứt hết thảy tất cả các nghiệp, đạt đến địa vị cao nhất trong Thập địa.[2]

"Nếu Bồ Tát ấy trước đây không phạm vào các tội ngũ nghịch, hết thảy các nghiệp khác liền được mãi mãi dứt sạch ngay khi còn mang thân này. Khi vừa chuyển sinh sang thân khác liền đạt đến địa vị cao nhất trong Thập địa. Sau đó không lâu sẽ đạt được Ba mươi bảy phẩm trợ đạo, cho đến được Nhất thiết trí.

"Thiện nam tử! Pháp môn Đà-la-ni Giải liễu nhất thiết này có thể làm lợi ích lớn lao cho các vị Đại Bồ Tát. Nếu Bồ Tát thường niệm tưởng đến pháp thân chư Phật, liền có thể được thấy đủ mọi phép thần túc biến hóa. Thấy được các phép biến hóa như vậy rồi, liền được sự hoan hỷ, dứt mọi phiền não. Do tâm hoan hỷ ấy nên liền thành tựu được các phép thần túc biến hóa như vậy. Nhờ được sức thần túc nên có thể cúng dường chư

---

[1] Theo cách nhìn của phàm phu và hàng Nhị thừa thì tất cả các vị Phật Thế Tôn sau khi giáo hóa đều nhập Niết-bàn, nhưng đối với các vị Bồ Tát đã chứng ngộ Đại thừa thì chư Phật Thế Tôn không hề nhập Niết-bàn rốt ráo. Các ngài chỉ thị hiện các giai đoạn giáo hóa khác nhau mà thôi.

[2] Thập địa: Mười địa vị tu chứng của hàng Bồ Tát.

Phật trong vô số thế giới nhiều như số cát sông Hằng. Nhờ cúng dường nên được ở nơi chư Phật ấy mà nghe và nhận lãnh chánh pháp nhiệm mầu. Nhờ nghe và nhận lãnh chánh pháp nên đạt được pháp môn Đà-la-ni *Nhẫn nhục* Tam-muội, liền đó quay trở về cõi Phật này.

"Thiện nam tử! Pháp môn Đà-la-ni này có thể tạo ra sự lợi ích lớn lao như thế, làm giảm nhẹ các nghiệp ác, tăng thêm các căn lành."

Bấy giờ có các vị Bồ Tát bạch Phật rằng: "Bạch Thế Tôn! Chúng con trong quá khứ đã từng ở nơi các đức Phật nhiều như số cát của một con sông Hằng mà nghe được pháp môn Đà-la-ni này. Nghe qua rồi liền đạt được."

Lại có các vị Bồ Tát nói rằng: "Bạch Thế Tôn! Chúng con đã từng ở nơi các đức Phật nhiều như số cát của hai con sông Hằng mà nghe được pháp môn Đà-la-ni này. Nghe qua rồi liền đạt được."

Lại có các vị Bồ Tát nói rằng: "Bạch Thế Tôn! Chúng con đã từng ở nơi các đức Phật nhiều như số cát của ba con sông Hằng mà nghe được pháp môn Đà-la-ni này. Nghe qua rồi liền đạt được."

Lại có các vị Bồ Tát nói rằng: "Bạch Thế Tôn! Chúng con đã từng ở nơi các đức Phật nhiều như số cát của bốn con sông Hằng mà nghe được pháp môn Đà-la-ni này. Nghe qua rồi liền đạt được."

Lại có các vị Bồ Tát nói rằng: "Bạch Thế Tôn! Chúng con đã từng ở nơi các đức Phật nhiều như số cát của năm con sông Hằng mà nghe được pháp môn Đà-la-ni này. Nghe qua rồi liền đạt được."

Lại có các vị Bồ Tát nói rằng: "Bạch Thế Tôn! Chúng con đã từng ở nơi các đức Phật nhiều như số cát của sáu con sông Hằng mà nghe được pháp môn Đà-la-ni này. Nghe qua rồi liền đạt được."

Lại có các vị Bồ Tát nói rằng: "Bạch Thế Tôn! Chúng con đã từng ở nơi các đức Phật nhiều như số cát của bảy con sông Hằng mà nghe được pháp môn Đà-la-ni này. Nghe qua rồi liền đạt được."

Lại có các vị Bồ Tát nói rằng: "Bạch Thế Tôn! Chúng con đã từng ở nơi các đức Phật nhiều như số cát của tám con sông Hằng mà nghe được pháp môn Đà-la-ni này. Nghe qua rồi liền đạt được."

Lại có các vị Bồ Tát nói rằng: "Bạch Thế Tôn! Chúng con đã từng ở nơi các đức Phật nhiều như số cát của chín con sông Hằng mà nghe được pháp môn Đà-la-ni này. Nghe qua rồi liền đạt được."

Bấy giờ, Đại Bồ Tát Di-lặc bạch Phật rằng: "Bạch Thế Tôn! Con nhớ trong quá khứ trải qua số kiếp nhiều như số cát của mười con sông Hằng, có một đại kiếp tên là *Thiện Phổ Biến*. Trong kiếp ấy có thế giới Ta-bà vi diệu thanh tịnh, hết thảy đều trang nghiêm. Bấy giờ có Phật ra đời hiệu là *Sa-la Vương* Như Lai*, Ứng cúng, Chánh biến tri, Minh hạnh túc, Thiện thệ, Thế gian giải, Vô thượng sĩ, Điều ngự trượng phu, Thiên nhân sư, Phật Thế Tôn*, có vô lượng trăm ngàn ức na-do-tha tỳ-kheo tăng, lại có các vị Đại Bồ Tát nhiều không thể tính đếm, cung kính vây quanh.

"Bấy giờ, đức Phật Sa-la Vương vì đại chúng mà thuyết dạy pháp môn Đà-la-ni Giải liễu nhất thiết này. Lúc đó con từ nơi đức Phật ấy mà được nghe pháp này. Nghe rồi liền tu học. Tu học rồi liền được tăng trưởng đầy đủ mọi pháp. Trải qua vô số kiếp như vậy, đã có vô số chư Phật nhiều không thể tính đếm, khi ấy con luôn tùy theo thọ mạng của chư Phật mà dùng đủ mọi phép tam-muội *Sư tử du hý tự tại* của hàng Bồ Tát để cúng dường hết thảy vô lượng chư Phật.

"Khi ấy, ở nơi mỗi vị Phật như vậy con đều được gieo trồng vô số căn lành, nhiều đến không thể tính đếm được. Nhờ gieo trồng căn lành nên có được vô lượng công đức lớn lao tích tụ. Nhờ căn lành ấy nên chư Phật đều thọ ký cho con, nhưng do bản nguyện nên con vẫn còn ở lâu trong vòng sinh tử. Vì còn ở lại nên chưa thành tựu quả A-nậu-đa-la Tam-miệu Tam-bồ-đề.

"Bạch Thế Tôn! Nay nguyện đức Như Lai thọ ký quả Phật cho con, khiến con được thành tựu quả A-nậu-đa-la Tam-miệu Tam-bồ-đề."

Bấy giờ, đức Phật bảo Đại Bồ Tát Di-lặc: "Đúng vậy, đúng vậy! Đúng như lời ông nói. Vào thời đức Phật Sa-la Vương tại thế, ông đã được pháp môn Đà-la-ni Giải liễu nhất thiết này. Này Di-lặc! Trong mười đại kiếp quá khứ, nếu ông muốn nguyện thành tựu quả A-nậu-đa-la Tam-miệu Tam-bồ-đề thì khi ấy hẳn ông đã được nhanh chóng thành tựu quả A-nậu-đa-la Tam-miệu Tam-bồ-đề, nhập Niết-bàn Vô dư . Di-lặc! Ông còn ở lâu trong sinh tử là do có bản nguyện. Sở dĩ không thành quả Phật chỉ là do muốn lưu lại mà thôi.

"Di-lặc! Nay ta vì ông mà thọ ký cho sẽ thành tựu quả Phật."

Bấy giờ, đức Thế Tôn quán chiếu khắp đại chúng cùng với các vị Bồ Tát, tỳ-kheo, tỳ-kheo ni, ưu-bà-tắc, ưu-bà-di, trời, rồng, dạ-xoa, a-tu-la, la-sát, càn-thát-bà, người và phi nhân. Sau khi quán chiếu rồi liền thuyết ra thần chú này:

"Đối đa phù di, đàn đà phù di, đàm ma đà phù di, già đế phù di, mật đế phù di, Bát-nhã phù di, tỳ xá la xà phù di, bát đế tam tỳ đa phù di, a nậu sai bà phù di, a bà sai phù di, tam ma đa bác sai ma bác sai phù di, xà đế xoa duệ phù di, tam xoa xà tỳ thâu xà, ba la thâu xà, tỳ xá già đạt xá bà đế, tỳ xá đà đế la na, la già già, la già tam xoa xá bà đa tỳ ma đế du ba hề la la già ma, a trá xoa la, bà xá tăng già ma, y đế châu la bạt đế di văn đà la đà ha la bạt đế Bát-nhã phù đa, a đà già di đa sa đồ Ta-bàn đa, y la da ni la da, a hô tát trá, a mục đà mục a tha bà đế già lâu bà đế, đế hề na đề, bà a ca na ma đế, bà ca na ma đế tam di đế tỳ Ta-bà địa, y đà bà la y đà bà la, ha la đa la, câu lưu sa đâu lâu sa lại ma la lưu tha đa lưu tha, tát bà tha, tát bà tha già ni lưu tha đề ha đa đa hề phả la, bà hầu phả la, tát bà phả la thế trá bà đề."

Khi đức Phật thuyết thần chú giải thoát mười hai nhân duyên[1] này, có sáu mươi na-do-tha chư thiên được thấy *Bốn thánh đế*.[2] Bấy giờ, đức Thế Tôn lại thuyết thần chú này:

"Đối phả lam, a già phả lam, la la phả lam, a la phả lam, ni la hô la, bà bà đa phiếu, y đàm phả lam, ni giám phả lam, nam

---

[1] Mười hai nhân duyên (Thập nhị nhân duyên): nguyên nghĩa là Duyên khởi (緣起) hay Nhân duyên sinh (因緣生), nhưng vì luật nhân duyên này bao gồm mười hai yếu tố kết nối nhau, nên thường gọi là Mười hai nhân duyên. Đó là:

1. Vô minh (無明, Sanskrit: avidyā, Pāli: vijjā), sự không thấu hiểu Tứ diệu đế, không hiểu được khổ là tính chất căn bản của đời sống,
2. Vô minh sinh ra Hành (行, Sanskrit: saṃskāra, Pāli: saṅkhāra), hành động tạo nghiệp. Hành động này có thể tốt, xấu hay trung tính. Hành có thể ở trong ba dạng là thân, khẩu và ý.
3. Hành sinh ra Thức (識, Sanskrit: vijñāna, Pāli: viññāṇa), làm nền tảng cho một đời sống tới. Thức này đi vào bào thai mẹ. Thức lựa chọn cha mẹ do Hành tốt hay xấu qui định.
4. Thức sinh ra Danh sắc (名色, Sanskrit, Pāli: nāmarūpa), là toàn bộ phần tâm lý và hình thể của bào thai mới, do Ngũ uẩn (Sanskrit: pañcaskandha, Pāli: pañca-khandha) tạo thành.
5. Danh sắc sinh ra Lục căn (六根, Sanskrit: ṣaḍāyatana, Pāli: saḷāyatana), là các giác quan, sáu căn (năm giác quan và khả năng suy nghĩ là sáu).
6. Lục căn bắt đầu tiếp xúc với bên ngoài gọi là Xúc (觸, Sanskrit: sparśa, Pāli: phassa).
7. Xúc sinh ra Thọ (受, Sanskrit, Pāli: Vedanā), là cảm nhận của con người mới với thế giới bên ngoài,
8. Thọ sinh ra Ái (愛, Sanskrit: tṛṣṇā, Pāli: taṇhā), luyến ái xuất phát từ ham muốn.
9. Ái sinh ra Thủ (取, Sanskrit, Pāli: upādāna) là điều người ta muốn chiếm hữu cho mình.
10. Thủ sinh ra ra Hữu (有, Sanskrit, Pāli: bhāva), là toàn bộ cái được gọi là tồn tại, sự sống, thế giới.
11. Hữu sinh ra Sinh (生, Sanskrit, Pāli: jāti), một thế giới và con người xuất hiện trong đó.
12. Sinh sinh ra Lão tử (老死, Sanskrit, Pāli: jarāmaraṇa), vì có Sinh nên có hoại diệt.

Cần chú ý rằng đây chỉ là trình tự liệt kê. Sự vận hành của mười hai nhân duyên thật ra là một vòng tròn khép kín, không có điểm khởi đầu hoặc điểm kết thúc. Đừng lầm tưởng rằng Vô minh là yếu tố đầu tiên rồi đến hành, thức... Các nhân duyên này theo nhau mà cùng có trong sinh tử, lại cũng theo nhau mà cùng diệt trong quá trình chứng ngộ. Khi sinh, tất cả đều sinh. Khi diệt, tất cả đều diệt.

[2] Bốn thánh đế (Tứ thánh đế): tức Tứ diệu đế hay Tứ đế.

mô đà diêm, tỳ phù nga, bát nhã già già, a nậu tỳ địa già ca, xà ni già ca.”

Khi đức Phật thuyết thần chú giải thoát này, có mười ức chư thiên phát tâm A-nậu-đa-la Tam-miệu Tam-bồ-đề, thảy đều được địa vị không còn thối chuyển.

Bấy giờ, đức Thế Tôn lại thuyết thần chú này:

“Ba thi, tô ma đô, a nậu ma đô, a câu ma đô, si đà bà câu ma đa tha, đà xá la, tỳ bá bả tha, y ha thế thiết đa, tô nễ ma, tô đế xí nã đế[1] *a lộ câu*[2] *a đề đấu nã.”*[3]

Khi đức Phật thuyết thần chú giải thoát này, có sáu mươi bốn ngàn vị trong loài rồng phát tâm A-nậu-đa-la Tam-miệu Tam-bồ-đề, thảy đều được địa vị không còn thối chuyển.

Bấy giờ, đức Thế Tôn lại thuyết thần chú này:

“A xoa tu bạt xoa, tu bà sa mạn đà na, a la trụ bà bà già la trù, ca la trà xoa, tất đàm ma đế, tam ma đa đa, a xoa bà lệ, hề trá ca lộ, ma ha bà lệ, ô xà đà lộ, đà la ni, hề già la xoa, câu đà xoa câu bà xoa, tỳ lộ bố, tỳ lưu ba mục khư, thế đế hại đa thế đế bà lệ, a tu lộ tỳ na, tu lộ ba ma đề.”

Khi đức Phật thuyết thần chú giải thoát này, có mười hai ức dạ-xoa phát tâm A-nậu-đa-la Tam-miệu Tam-bồ-đề, thảy đều được địa vị không còn thối chuyển.

Bấy giờ, đức Thế Tôn lại thuyết thần chú này:

“A thê, ty lê ly, ni đế thê, san đế thê, già đế nê, na ca di, a lam di, sa lam di, a đà di ma đà di, ma đế di, san ni ha, thủ lệ đà, la ni a phất xá đa tát đà, tát đề bà tát na già, tát dạ xoa tát a tu la, đề bà na già, ni lục đế lệ bà la ni lục đế la tỳ, mật đế bát nhã bát lê bạt đa, mạt đế ba lợi la tỳ, già đế đề đế ba lợi ba la, già đế đề đế la tỳ, phất bà sí tỳ xà nễ tỳ tát già lợi bạn đa, a tỳ tha na bạn

[1] Nguyên bản chú là “lợi ý”.

[2] Nguyên bản chú là “quang minh”.

[3] Nguyên bản chú là “đại mặc nhiên”.

đa, thủ la bạn đà, chất la tỳ lê da, bạn đà, tỳ đa bạn để, tỳ sa bà nễ, mạt già văn đà tỳ xá bát lợi kiếm ma, nễ xoa ba la hô, ô ha la lộ đề la ba đô, a tu la văn đà na già văn đà, dạ xoa văn đà, la lợi văn đà, tỳ đề, tỳ đề di, đa ty đa đa ty, ô nã tức miết, bà già đề, đà la ni a tỳ xá đa đề xá thủ đà ni, bà sí du đề, kỳ bà du đà ni, ba sí ba lợi yết ma đế ma đế già đế phu đế già na na ba đế, ba la na phật đề xà da già gia du nhược đà già ca ty dạ."

Khi đức Phật thuyết thần chú giải thoát này, có năm mươi sáu ngàn a-tu-la phát tâm A-nậu-đa-la Tam-miệu Tam-bồ-đề, thảy đều được địa vị không còn thối chuyển.

Bấy giờ, đức Thế Tôn bảo Đại Bồ Tát Vô Sở Uý Bình Đẳng Địa rằng: "Thiện nam tử! Chư Phật Thế Tôn ra đời là rất khó. Diễn thuyết pháp môn này lại càng khó hơn. Pháp môn này chính là do năm phần: giới, định, huệ, giải thoát, giải thoát tri kiến huân tập mà thành.

"Thiện nam tử! Thần chú này có thể khiến cho Bồ Tát được thành tựu oai đức.

"Thiện nam tử! Như Lai xưa kia trong lúc còn tu hành đạo Bồ Tát, đã dùng các pháp bố thí, trì giới, nhẫn nhục, tinh tấn, thiền định, trí huệ mà thâu nhiếp nên thần chú này, cúng dường cung kính vô lượng vô biên trăm ngàn muôn ức chư Phật Thế Tôn, ở nơi các đức Phật mà tu hành pháp bố thí, hoặc tu tập Phạm hạnh[1] thanh tịnh, trì giới, hoặc chuyên cần tinh tấn, hoặc tu tập nhẫn nhục, hoặc nhập tam-muội, hoặc tu tập trí huệ, hết thảy mọi pháp tu tập đều chỉ thuần là những nghiệp thanh tịnh. Vì thế nên ngày nay ta mới được trí huệ cao trổi nhất.

"Thiện nam tử! Trong quá khứ vô lượng *a-tăng-kỳ*[2] ức na-do-tha kiếp, khi ta tu hành đạo Bồ Tát thường luôn xa lìa những

[1] Phạm hạnh: hạnh tu thanh tịnh, thường dùng với ý nghĩa là không phạm vào sắc dục, dâm giới.

[2] A-tăng-kỳ, Phạn ngữ là Asaṃkhya, chỉ những số lượng rất lớn, thường dịch là vô số. Các kinh văn xưa cũng đọc chữ này là a-tăng-xí-da.

việc nói dối, nói hai lưỡi, nói lời độc ác, nói lời không chân chánh.[1] Vì thế nên ngày nay ta mới được tướng lưỡi rộng dài này.

"Thiện nam tử! Do nhân duyên ấy nên lời dạy của chư Phật Thế Tôn là chân thật, chẳng hề luống dối."

Bấy giờ, đức Thế Tôn thị hiện đủ mọi phép thần túc biến hóa. Hiện các phép biến hóa rồi liền nhập Tam-muội *Biến nhất thiết công đức*. Nhập Tam-muội ấy rồi liền hiện tướng lưỡi rộng dài che khuất cả khuôn mặt. Từ nơi lưỡi ngài phóng ra sáu mươi ức đạo hào quang vi diệu chiếu khắp cõi Tam thiên Đại thiên thế giới, bao trùm hết các cảnh giới địa ngục, ngạ quỷ, súc sinh cho đến hai cõi trời, người.

Những chúng sinh ở địa ngục thân thể cháy đỏ, được ánh hào quang ấy chiếu đến thì trong khoảnh khắc liền có được niềm vui trong trẻo mát mẻ. Ngay trước mặt mỗi chúng sinh ấy liền tức thời hiện ra một vị *hóa Phật*[2] với ba mươi hai tướng tốt và tám mươi vẻ đẹp trang nghiêm nơi thân. Lúc bấy giờ, chúng sinh được nhìn thấy Phật nên thảy đều cảm thấy vui sướng khoan khoái, mỗi người đều nghĩ rằng chính nhờ ơn vị Phật này đã khiến cho mình được sự vui sướng. Liền đối với vị hóa Phật ấy sinh tâm hoan hỷ, chắp tay cung kính.

Bấy giờ, Phật dạy những chúng sinh ấy rằng: "Các ngươi hãy xưng niệm Nam-mô Phật, Nam-mô Pháp, Nam-mô Tăng. Nhờ nhân duyên ấy sẽ thường được sự sung sướng khoái lạc."

---

[1] Nguyên tác dùng "ỷ ngữ", chỉ hết thảy những lời có hàm ý dâm đãng, bất chánh. Các nhà dịch kinh xưa dùng "ỷ ngữ", từ ngài Huyền Trang về sau thường dịch là "tạp uế ngữ". Đại thừa nghĩa chương, quyển 7 viết: 邪言不正，其猶綺色，從喻立稱故名綺語。(Tà ngôn bất chánh, kỳ du ỷ sắc, tòng dụ lập xưng cố danh ỷ ngữ.) Câu-xá luận, quyển 16 viết: 一切染心所發諸語名雜穢語。(Nhất thiết nhiễm tâm sở phát chư ngữ danh tạp uế ngữ.) Thành thật luận viết: 語雖實語，以非時故即名綺語。(Ngữ tuy thật ngữ, dĩ phi thời cố tức danh ỷ ngữ.) Vì người xưa hiểu theo nghĩa quá rộng như thế nên quả thật không thể chuyển dịch hết ý. Chúng tôi đành chỉ biết tạm dịch là "lời không chân chánh", đồng thời dẫn chú ở đây để quý độc giả tiện suy xét.

[2] Hóa Phật: hình tướng của một vị Phật được nhìn thấy do thần lực của Phật biến hóa ra. Một vị Phật có thể tùy ý thị hiện vô số hóa Phật ở khắp mọi nơi để làm các Phật sự.

Các chúng sinh ấy liền cùng nhau quỳ xuống, chắp tay vâng nhận lời Phật dạy, cùng nhau xưng niệm: "Nam-mô Phật, Nam-mô Pháp, Nam-mô Tăng." Nhờ nhân duyên căn lành đó, những chúng sinh ấy đến khi mạng chung liền được sinh lên cõi trời hoặc cõi người.

Có những chúng sinh đang ở trong địa ngục *Hàn Đống*,[1] ngay khi ấy liền có những cơn gió dịu dàng ấm áp thổi đến chạm vào thân họ, mãi cho đến khi được thọ sinh lên các cảnh giới trời, người cũng vẫn còn được cảm giác dễ chịu như vậy.

Những chúng sinh ở cảnh giới *ngạ quỷ*[2] luôn bị bức bách bởi sự khổ vì đói khát, nhờ có hào quang của Phật chiếu đến nên liền trừ dứt nỗi khổ đói khát, được sự vui sướng khoan khoái. Mỗi chúng sinh ấy cũng đều nhìn thấy một vị hóa Phật ở trước mặt, với đủ ba mươi hai tướng tốt và tám mươi vẻ đẹp trang nghiêm nơi thân. Nhờ được thấy Phật nên tất cả đều được vui sướng khoan khoái, đều nghĩ rằng chính nhờ ơn vị Phật này đã khiến cho mình được sự vui sướng. Liền đối với vị hóa Phật ấy sinh tâm hoan hỷ, chắp tay cung kính.

Bấy giờ, đức Thế Tôn liền khiến cho những chúng sinh ấy đều được nhìn thấy mọi nhân duyên tội nghiệp của họ trước đây. Nhìn thấy rồi, họ liền sinh lòng hối tiếc, tự trách những lỗi lầm của mình. Nhờ căn lành đó nên khi mạng chung liền được sinh lên các cõi trời hoặc cõi người.

Đối với các chúng sinh ở cảnh giới súc sinh cũng xảy ra những việc như vậy.

Bấy giờ, đức Thế Tôn vì chư thiên và loài người mà thị hiện cho thấy những nhân duyên trong đời trước, do đó nên có vô

[1] Địa ngục Hàn Đống: cảnh giới địa ngục mà chúng sinh do những ác nghiệp đã tạo nên luôn phải chịu sự rét buốt khổ não cực kỳ.

[2] Ngạ quỷ: hay quỷ đói, là loài chúng sinh do ác nghiệp nên phải luôn chịu sự đói khát. Họ không thể nhìn thấy thức ăn, nước uống, hoặc khi nhìn thấy cũng không thể ăn uống được vì cổ họng rất nhỏ, hoặc do ác nghiệp của họ biến các món ăn, thức uống thành lửa đỏ, nước đồng sôi, khiến họ không thể ăn uống được..

lượng vô biên chúng sinh tìm đến chỗ Phật, cúi đầu đảnh lễ rồi ngồi sang một bên để lắng nghe và nhận lãnh chánh pháp nhiệm mầu.

Khi ấy có vô số chư thiên và người ta, số nhiều không thể tính đếm, cùng phát tâm A-nậu-đa-la Tam-miệu Tam-bồ-đề, vô số Đại Bồ Tát cùng đạt được các pháp môn Đà-la-ni, Tam-muội, *Nhẫn nhục*.

HẾT QUYỂN I

QUYỂN II

PHẨM THỨ BA - PHẦN I

ĐẠI THÍ

Bấy giờ, trong chúng hội có vị Bồ Tát tên là Tịch Ý, sau khi nhìn thấy đủ mọi phép thần túc biến hóa của đức Như Lai rồi liền bạch rằng: "Bạch Thế Tôn! Do nhân duyên gì mà các thế giới khác của chư Phật đều thanh tịnh vi diệu, đủ mọi sự trang nghiêm, lìa khỏi năm sự uế trược,[1] không có mọi sự xấu ác, chỉ có toàn các vị Đại Bồ Tát, thành tựu vô số đủ mọi công đức, thọ hưởng đủ mọi sự vui sướng khoan khoái? Những cõi Phật ấy thậm chí còn không nghe đến các danh xưng như Thanh văn hay Bích-chi Phật, huống chi là thật có Nhị thừa!

---

[1] Năm sự uế trược (Ngũ trược, cũng đọc là Ngũ trọc). Theo kinh văn thì mỗi thế giới có bốn giai đoạn là thành (hình thành), trụ (tồn tại), dị (biến đổi), diệt (diệt mất). Trong khoảng thời gian Kiếp trụ của mỗi thế giới, khi tuổi thọ của con người giảm còn từ hai vạn kiếp trở về sau sẽ có năm pháp hỗn trược, bất tịnh sinh ra, gồm có:

1. Kiếp trược: Từ khoảng tuổi thọ con người giảm còn hai vạn năm trở về sau sẽ có bốn sự uế trược đồng thời khởi lên, đó gọi là kiếp trược.
2. Kiến trược: Trong khoảng thời gian kiếp trược, chúng sinh thường khởi lên rất mạnh mẽ các tà kiến như thân kiến, biên kiến... Đó gọi là Kiến trược.
3. Phiền não trược: Trong khoảng thời gian kiếp trược, chúng sinh thường khởi lên rất mạnh mẽ các phiền não như tham lam, sân hận, si mê... Đó gọi là Phiền não trược.
4. Chúng sinh trược: Là chúng sinh sinh ra trong khoảng thời gian kiếp trược, do kết quả của Kiến trược và Phiền não trược. Quả báo của chúng sinh ngày càng suy kém, tâm thức mê muội, thân thể yếu ớt, khổ não nhiều, phước đức ít. Đó gọi là Chúng sinh trược.
5. Mạng trược: Đây cũng là kết quả của Kiến trược và Phiền não trược, khiến thọ mạng của chúng sinh giảm dần, cho đến khi tuổi thọ chỉ còn được 10 tuổi.

Tuy kể là năm, nhưng trong năm sự uế trược này thì Kiếp trược là bao gồm tất cả, còn bốn sự uế trược còn lại là từng khía cạnh phân biệt. Vì thế, trong Kiếp trược có đủ bốn sự uế trược kia, và do có bốn sự uế trược kia mà thành Kiếp trược.

"Bạch Thế Tôn! Do nhân duyên gì mà nay Thế Tôn ở nơi cõi thế giới bất tịnh này, có đủ mọi thứ xấu ác, đủ năm sự uế trược là mạng trược, kiếp trược, chúng sinh trược, kiến trược, phiền não trược? Đức Thế Tôn ở nơi cõi đời xấu ác có năm sự uế trược này mà thành tựu quả A-nậu-đa-la Tam-miệu Tam-bồ-đề, ở giữa Bốn chúng[1] thuyết dạy giáo pháp Ba thừa. Vì nhân duyên gì mà đức Thế Tôn không nhận lấy cõi thế giới thanh tịnh, không xa lìa cõi thế giới xấu ác với năm sự uế trược?"

Phật bảo Bồ Tát Tịch Ý: "Thiện nam tử! Đại Bồ Tát do nơi bản nguyện mà nhận lấy cõi thế giới thanh tịnh nhiệm mầu, cũng do nơi bản nguyện mà nhận lấy cõi thế giới bất tịnh. Vì sao vậy? Vì Đại Bồ Tát thành tựu đại bi nên mới nhận lấy cõi thế giới xấu ác này. Do đó, ta vì có bản nguyện nên mới ở nơi thế giới xấu ác bất tịnh này mà thành tựu quả A-nậu-đa-la Tam-miệu Tam-bồ-đề. Thiện nam tử! Nay ông hãy lắng nghe và khéo suy xét kỹ, khéo nhận lãnh giữ gìn, ta sẽ nói đây."

Bấy giờ, các vị Bồ Tát vâng lời dạy cùng lắng nghe.

Phật bảo Bồ Tát Tịch Ý rằng: "Thiện nam tử! Ta nhớ thuở xưa cách nay vô số kiếp nhiều như số cát sông Hằng, cõi Phật này có tên là *San-đề-lam*,[2] đại kiếp ấy có tên là Thiện Trì. Trong kiếp ấy có vị Chuyển luân Thánh vương tên là Vô Tránh Niệm, làm chủ Bốn cõi thiên hạ.

"Khi ấy có một vị đại thần tên là Bảo Hải, thuộc dòng dõi Phạm-chí,[3] giỏi việc xem tướng, sinh được một người con trai có đủ ba mươi hai tướng tốt,[4] có chuỗi anh lạc quanh thân, với tám mươi vẻ đẹp tuần tự trang nghiêm thân hình. Do trăm phước đức

---

[1] Bốn chúng, hay Bốn bộ chúng (Tứ bộ chúng): chỉ chung tất cả hàng đệ tử xuất gia và tại gia của Phật, bao gồm 2 chúng xuất gia là tỳ-kheo và tỳ-kheo ni; 2 chúng tại gia là ưu-bà-tắc (cư sĩ nam) và ưu-bà-di (cư sĩ nữ).

[2] San-đề-lam: phiên âm từ Phạn ngữ là Śaṇḍilya.

[3] Phạm-chí (Brahmacārin): tên gọi khác của dòng Bà-la-môn. Danh từ này cũng được dùng để chỉ chung cho tất cả những tu sĩ ngoại đạo, nhưng ở đây nói về chủng tộc, dòng dõi nên phải hiểu là dòng Bà-la-môn.

[4] Ba mươi hai tướng tốt: Xem chú giải ở trang 88.

mới tạo thành một tướng, thường có hào quang chiếu quanh đến một *tầm*.[1] Thân thể tròn đẹp như cây *ni-câu-lô*,[2] khiến người ta ngắm nhìn mỗi một tướng tốt đều không chán mắt.

"Khi người con này sinh ra, có trăm ngàn vị chư thiên cùng đến cúng dường, nhân đó mới đặt tên là Bảo Tạng.

"Về sau, Bảo Tạng lớn lên, cạo bỏ râu tóc, xuất gia tu tập, thành tựu quả vị A-nậu-đa-la Tam-miệu Tam-bồ-đề, lại cũng lấy hiệu là Bảo Tạng Như Lai, Ứng cúng, Chánh biến tri, Minh hạnh túc, Thiện thệ, Thế gian giải, Vô thượng sĩ điều ngự trượng phu, Thiên nhân sư, Phật, Thế Tôn. Đức Phật Bảo Tạng chuyển bánh xe chánh pháp, giúp cho trăm ngàn ức na-do-tha chúng sinh được sinh lên các cõi trời, người, hoặc được giải thoát.

"Đức Phật Bảo Tạng đã làm lợi ích cho trời người như thế rồi, lại cùng với trăm ngàn ức na-do-tha đại chúng Thanh văn cung kính vây quanh mà lần lượt đi khắp các thành ấp, thôn xóm. Ngày kia, đến một thành lớn tên là An-chu-la, là nơi vị Chuyển luân Thánh vương đang cai trị. Cách thành không xa có một khu rừng tên là Diêm-phù.[3] Đức Như Lai Bảo Tạng cùng đại chúng Thanh văn dừng nghỉ ở khu rừng này.

"Khi ấy, vị Chuyển luân Thánh vương Vô Tránh Niệm nghe tin đức Phật Bảo Tạng cùng đại chúng Thanh văn du hành đến rừng Diêm-phù, liền suy nghĩ rằng: 'Nay ta nên đến chỗ Phật để lễ bái và cung kính cúng dường, tôn trọng tán thán.'

"Nghĩ như vậy rồi liền dùng thần lực của Thánh vương mà cùng với vô số đại chúng vây quanh, rời khỏi thành An-chu-la, hướng đến rừng Diêm-phù. Khi vừa đến ven rừng, vua giữ đúng theo phép tắc nên xuống xe đi bộ đến chỗ Phật. Đến nơi rồi, cúi

---

[1] Tầm: đơn vị đo chiều dài xưa kia, được tính bằng 8 thước.

[2] Tên một loại cây đặc biệt ở Ấn Độ, tên Phạn ngữ là Nyagrodha, cũng đọc là ni-câu-lô-đà hay ni-câu-đà. Loại cây này có dạng giống như cây đa, cây si, thường được dịch là "tung quảng thọ", cũng dịch là "vân vô tiết" (云無節), vì thân cây suông thẳng và cân đối rất đẹp, không chia thành đốt.

[3] Diêm-phù (Jambu): tên một loại cây, cũng gọi là Diêm-phù-đàn. Khu rừng này có tên là Diêm-phù, có lẽ do mọc nhiều loại cây này.

đầu làm lễ dưới chân đức Phật, đi quanh Phật ba vòng về bên phải,[1] rồi ngồi sang một bên.

"Thiện nam tử! Bấy giờ, đức Phật Bảo Tạng liền vì Thánh vương mà thuyết giảng Chánh pháp, dùng đủ mọi phương tiện để chỉ bày dạy bảo những điều an vui lợi ích. Thuyết pháp xong, đức Phật liền dừng lại lặng yên.

"Khi ấy, Chuyển luân Thánh vương liền từ chỗ ngồi đứng dậy, đến quỳ trước Phật, chắp tay bạch rằng: 'Nguyện đức Như Lai cùng với Thánh chúng nhận cho sự cúng dường của con trong vòng ba tháng, đủ các món ăn thức uống, thuốc men và mọi phương tiện ngủ nghỉ.'

"Thiện nam tử! Khi ấy đức Như Lai lặng yên chấp nhận. Vua biết được là Phật đã hứa nhận liền cúi đầu lễ bái, đi quanh Phật ba vòng về bên phải rồi vui mừng trở về.

"Bấy giờ, vị vua Chuyển luân ấy bảo các tiểu vương cùng với đại thần, nhân dân và quyến thuộc rằng: 'Các ngươi nên biết, hôm nay ta đã thỉnh cầu đức Phật Bảo Tạng Như Lai và Thánh chúng nhận cho mọi sự cúng dường trong suốt ba tháng. Nay ta sẽ tự mình đem hết những món đồ mà ta yêu quý nhất để cúng dường Phật và Thánh chúng. Các ngươi cũng nên dùng tất cả những thứ quý trọng nhất để cúng dường Phật và Thánh chúng.'

"Mọi người nghe như vậy rồi cùng vâng lời dạy, vui vẻ làm theo. Bấy giờ, vị Chủ bảo thần[2] liền dùng vàng ròng trải làm đất đai trong khu rừng Diêm-phù. Trên đất ấy dựng lên lầu cao bằng bảy món báu, bốn cửa lầu cũng toàn do bảy báu làm thành. Có bảy hàng cây báu, cây nào cũng treo những áo quý và chuỗi ngọc anh lạc. Có đủ các loại châu ngọc quý giá đẹp đẽ nhiệm mầu cùng những lọng báu, cờ phướn và các loại vật quý dùng để trang

---

[1] Đi quanh ba vòng về bên phải (hữu nhiễu tam táp): là nghi thức để tỏ lòng tôn kính.

[2] Chủ bảo thần hay Chủ tạng thần, là một trong bảy món báu của vị Chuyển luân Thánh vương. Vị Chủ tạng thần có khả năng giữ cho kho tàng của vua lúc nào cũng đầy đủ. Vị này có thể nhìn thấy được mọi kho báu chôn giấu trong lòng đất hoặc biển cả, nên giúp cho vua luôn có đủ các món báu vật tùy ý thích.

nghiêm. Lại có các loại hương thơm và hoa quả quý giá để làm đẹp thêm cho cây cối, tung rải đủ các loại hoa. Lại dùng thêm các loại tơ lụa quý treo đầy trên cờ phướn.

"Khi ấy vua Chuyển luân khiến cho bánh xe báu bằng vàng[1] của vua hiện ra phía trước lầu, lơ lửng trên cao cách đất bảy thước. Vua lại sai khiến voi trắng báu[2] đứng hầu sau Phật, mang cành cây bằng bảy báu, trên cây có nhiều ngọc quý và vải lụa quý, đủ các loại chuỗi ngọc anh lạc để trang nghiêm. Bên trên lại có những lọng báu và cờ phướn. Lại sai khiến ngọc nữ bảo[3] đến trước Phật, dùng các thứ chiên-đàn Ngưu Đầu[4] và *hắc trầm thủy*[5] tán thành bột thơm để tung rải lên mà cúng dường Phật. Lại dùng hạt châu ma-ni[6] rất quý đặt phía trước đức Phật. Ánh sáng của hạt châu quý và ánh sáng của bánh xe báu bằng vàng tỏa chiếu rực rỡ khắp cảnh rừng Diêm-phù, khiến cho ngày đêm không còn phân biệt.

---

[1] Bánh xe báu bằng vàng (Kim luân bảo): cũng là một trong các báu vật do phước đức của vị Chuyển luân Thánh vương mà tự nhiên hiện ra. Bánh xe ấy có đến một ngàn cây nan hoa, có thể bay đi giữa không trung theo sự sai khiến của Thánh vương, giúp Thánh vương hàng phục tất cả các đạo quân khác trong thiên hạ.

[2] Voi trắng báu (Bạch tượng bảo): cũng là một trong các báu vật của vị Chuyển luân Thánh vương. Voi trắng này có thể đi lại đây đó theo sự sai khiến của Thánh vương.

[3] Ngọc nữ bảo: cũng là một trong các báu vật do phước đức của vị Chuyển luân Thánh vương mà hiện ra.

[4] Chiên đàn Ngưu Đầu, Phạn ngữ là **Gośīrṣaka-candana**, là một loại chiên-đàn cực quý, chỉ có ở núi Ngưu Đầu, nên gọi là chiên-đàn Ngưu Đầu. Ngọn núi này cao vút, đỉnh có hình tương tợ như đầu trâu nên gọi là núi Ngưu Đầu. (Theo sách Danh nghĩa tập - 名義集, quyển 3)

[5] Trầm thủy, cũng gọi là trầm hương, Phạn ngữ là **agaru**, là một loại gỗ quý thơm, thả vào nước thì chìm nên gọi là "trầm thủy". Trầm hương là một phần đặc biệt trong lõi cây, loại có màu đen rất thơm, rất quý, gọi là "hắc trầm thủy". (Theo Bổn thảo chú - 本草註)

[6] Châu ma-ni, Phạn ngữ là **Maṇi**. Từ này đúng ra có nghĩa chỉ chung các loại hạt châu, đôi khi cũng đọc là mạt-ni, thường dịch là "bảo châu". Tuy nhiên, châu ma-ni ở đây chỉ loại như ý bảo châu, có công năng tỏa sáng và khi đặt vào nước đục thì có thể làm cho nước lắng trong rất nhanh.

"Từ nơi thân của đức Như Lai Bảo Tạng phóng ra ánh hào quang thanh tịnh nhiệm mầu, chiếu khắp cõi Tam thiên Đại thiên thế giới, dùng gỗ thơm chiên-đàn Ngưu Đầu tạo thành giường nằm cho mỗi vị Thanh văn, cạnh bên mỗi giường đều có các tòa ngồi cũng bằng gỗ thơm chiên-đàn Ngưu Đầu. Phía sau mỗi chỗ ngồi đều có voi trắng báu mang cành cây bằng bảy báu, đầy đủ các món trang nghiêm không khác gì những món đã cúng dường Như Lai. Trước mỗi tòa ngồi đều có một vị ngọc nữ bảo, dùng các loại gỗ thơm chiên-đàn Ngưu Đầu và *hắc trầm thủy* tán thành bột thơm tung rải lên để cúng dường. Phía trước mỗi tòa ngồi của mỗi vị Thanh văn cũng đều có đặt bảo châu ma-ni.[1]

"Trong khu rừng Diêm-phù khi ấy trỗi lên đủ mọi thứ âm nhạc. Ven rừng có bốn đạo quân báu[2] của vua Chuyển luân diễu hành vòng quanh.

"Thiện nam tử! Vua Chuyển luân Vô Tránh Niệm vừa sáng sớm liền ra khỏi thành, đi về hướng Phật. Khi đến bên ngoài rừng, vua theo đúng phép tắc xuống xe đi bộ đến chỗ Phật. Đến nơi rồi, vua cúi đầu lễ bái dưới chân Phật, đi quanh Phật ba vòng về bên phải. Sau đó, vua tự mình đi lấy nước rửa, tự tay dâng cúng đủ các món ăn ngon lạ. Khi đức Phật và đại chúng dùng bữa xong, rửa bát súc miệng rồi, vua Chuyển luân lại tự tay cầm quạt báu mà hầu quạt cho đức Phật và mỗi vị Thanh văn.

"Bấy giờ, một ngàn người con của vua Chuyển luân cùng với tám mươi bốn ngàn vị tiểu vương đều cùng nhau cúng dường hết thảy các vị Thanh văn, cũng giống như vua Chuyển luân đã cúng dường đức Phật.

"Ngay sau bữa ăn, liền có trăm ngàn vô lượng ức na-do-tha

---

[1] Nguyên là vua Chuyển luân chỉ có thể cúng dường riêng đức Như Lai những món trang nghiêm quý báu như thế này, nhưng đức Phật đã dùng thần lực phóng hào quang biến hóa, khiến cho mỗi vị Thanh văn đệ tử cũng đều nhận được sự cúng dường tương tự như vậy.

[2] Bốn đạo quân báu (Tứ binh bảo), bao gồm tượng binh (quân điều khiển voi), mã binh (quân dùng ngựa), xa binh (quân dùng chiến xa) và bộ binh (quân đánh bộ).

chúng sinh đi vào rừng Diêm-phù, đến chỗ đức Như Lai để lắng nghe và nhận lãnh Chánh pháp.

"Bấy giờ, trên không trung có trăm ngàn vô lượng ức na-do-tha chư thiên hiện ra rải các loại hoa cõi trời, trỗi lên âm nhạc cõi trời để cúng dường Phật. Khi ấy, trên hư không bỗng hiện ra các loại y phục cõi trời và chuỗi ngọc cùng với đủ các loại lọng báu có thể tự xoay chuyển.[1] Lại có bốn mươi ngàn dạ-xoa[2] áo xanh đến rừng chiên-đàn lấy chiên-đàn Ngưu Đầu về nhóm lửa nấu thức ăn cúng dường Phật và đại chúng.

"Đêm hôm ấy, vua Chuyển luân thắp lên vô lượng ức na-do-tha ngọn đèn để cúng dường Phật và đại chúng. Vua ấy tự mình trên đầu đội một ngọn đèn, hai vai đặt hai ngọn đèn, hai tay cầm bốn ngọn đèn, trên hai đầu gối đặt hai ngọn đèn, trên hai bàn chân cũng đặt hai ngọn đèn. Đặt yên như vậy suốt đêm để cúng dường đức Như Lai. Nhờ oai lực của Phật nên tuy vua giữ yên như thế suốt đêm mà không hề thấy mỏi mệt, thân tâm lại sảng khoái, vui vẻ như vị tỳ-kheo nhập cảnh giới thiền định thứ ba.[3]

"Vua Chuyển luân cúng dường như vậy suốt trong ba tháng.

"Bấy giờ, một ngàn người con của vua Chuyển luân và tám mươi bốn ngàn vị tiểu vương cùng với vô lượng trăm ngàn ức na-do-tha dân chúng cũng đều dùng thức ăn ngon lạ cúng dường hết thảy các vị Thanh văn, giống như các món ăn mà Chuyển luân Thánh vương đã dùng để cúng dường Phật, và cũng kéo dài trong suốt ba tháng.

---

[1] Lọng báu tự xoay chuyển: là những lọng báu cõi trời khi hiện ra che mát cho vị nào thì có thể tự bay theo vị ấy và tự xoay chuyển về hướng có ánh nắng để giữ cho người được che luôn mát mẻ.

[2] Dạ-xoa (**Yakṣa**): tên một loài quỷ, là một trong Tám bộ chúng, cũng đọc là dược-xoa, dịch theo nghĩa là "năng đạm quỷ", vì loài quỷ này có thể ăn thịt người. Tuy nhiên, có ba loại dạ-xoa. Một loại ở dưới đất, một loại ở giữa hư không và một loại ở cõi trời. Dạ-xoa có nhiều thần lực. Trong kinh văn thường nhắc đến nhiều dạ-xoa nghe Phật thuyết pháp và phát tâm dùng thần lực để bảo vệ chánh pháp.

[3] Cảnh giới thiền định thứ ba (Đệ tam thiền): Có bốn mức thiền định của người tu tập, gọi là Tứ thiền. Người tu tập đạt đến mức thiền thứ ba này thì thân tâm tự sinh hỷ lạc, được sự vui vẻ sảng khoái bậc nhất trong Ba cõi.

"Khi ấy, nàng ngọc nữ bảo của vua Chuyển luân cũng dùng đủ mọi loại hương hoa để cúng dường, không khác gì sự cúng dường của vua Chuyển luân đối với Phật.

"Ngoài ra tất cả những chúng sinh khác cũng dùng hương hoa cúng dường, không khác gì sự cúng dường của nàng ngọc nữ bảo đối với các vị Thanh văn.

"Thiện nam tử! Khi ấy vua Chuyển luân cúng dường trải qua 3 tháng rồi, lại sai vị *Chủ tạng bảo thần* dâng lên đức Như Lai ngọc đầu rồng khảm trên vàng Diêm-phù-*đàn*,[1] tám mươi bốn ngàn bánh xe báu tốt nhất bằng vàng, cùng với voi trắng, ngựa tía, châu ma-ni quý, loại hỏa châu đẹp và tốt nhất, kể cả các báu vật là vị Chủ tạng thần và vị Chủ binh thần cai quản bốn đạo quân báu, các thành ấp nhỏ của các tiểu vương trong thành An-chu-la, cây bằng bảy báu có treo vải quý, có hoa đẹp bằng bảy báu và đủ các loại lọng báu.

"Chuyển luân Thánh vương cũng mang theo những loại y phục tốt, đủ mọi thứ vòng hoa đẹp, những chuỗi ngọc tốt, xe bằng bảy báu, các loại giường quý làm bằng bảy báu, có màn báu giăng quanh viền bằng vàng Diêm-phù-*đàn* với dây buộc bằng chân châu, những giày dép quý loại tốt nhất, các loại chiếu trải bằng tơ lụa tốt, những tòa ngồi tốt đẹp, chuông trống và các loại nhạc khí bằng bảy báu, khánh ngọc, cờ phướn rợp trời, đèn đuốc quý báu, các loại chim thú bằng bảy báu, những quạt báu và đủ mọi thứ thuốc thang. Hết thảy những thứ như trên, mỗi thứ đều đủ số tám mươi bốn ngàn, dùng để dâng cúng lên đức Phật và Thánh chúng.

"Đức vua cúng dường như vậy rồi bạch Phật rằng: 'Bạch Thế Tôn! Trong nước con còn nhiều việc vẫn chưa được tốt, nay con biết lỗi, rất lấy làm hối tiếc. Nguyện đức Như Lai ở lâu tại nước này để con được nhiều lần tới lui lễ bái, cung kính cúng dường, tôn trọng tán thán.'

---

[1] Vàng Diêm-phù-đàn, Phạn ngữ là **Jambunadasuvarṇa**, chỉ một loại vàng rất quý hiếm, có màu vàng pha sắc đỏ. Diêm-phù-đàn là tên một con sông. Dưới đáy sông ấy người ta tìm được loại vàng này, nên gọi là vàng Diêm-phù-đàn.

"Những người con của đức vua cũng đều đến trước tòa ngồi của Phật, mỗi người đều nguyện thỉnh Phật và chư tỳ-kheo tăng thọ nhận sự cúng dường đủ mọi thứ vật thực cần dùng trong suốt ba tháng và rất mong được đức Thế Tôn hứa nhận.

"Bấy giờ, đức Như Lai lặng thinh hứa nhận. Vua Chuyển luân biết rằng Như Lai đã hứa nhận lời thỉnh cầu của các con mình, liền cúi đầu lễ bái đức Phật và chư tỳ-kheo tăng, đi quanh ba vòng cung kính rồi vui vẻ ra về.

"Thiện nam tử! Trong một ngàn người con của vua Chuyển luân khi ấy, vị thái tử thứ nhất tên là Bất Huyễn, trong vòng ba tháng lo việc cúng dường đức Như Lai và chư tỳ-kheo tăng đủ mọi thứ cần dùng, mỗi thứ đều giống như sự cúng dường của Chuyển luân Thánh vương.

"Khi ấy, vua Chuyển luân mỗi ngày đều đến chỗ Phật để chiêm ngưỡng tôn nhan Phật và chư tỳ-kheo tăng, đồng thời lắng nghe và thọ nhận Chánh pháp nhiệm mầu.

"Thiện nam tử! Bấy giờ, vị đại thần là Phạm-chí Bảo Hải[1] liền đi khắp trong cõi Diêm-phù-đề để khuyến khích hết thảy mọi người từ già đến trẻ cùng nhau đóng góp những thứ cần thiết trong việc cúng dường đức Phật và chư tăng. Tuy nhiên, trước khi nhận phẩm vật cúng dường của bất cứ ai, Phạm-chí Bảo Hải luôn yêu cầu vị thí chủ ấy rằng: 'Nếu hôm nay quý vị chịu quy y Tam bảo,[2] phát tâm A-nậu-đa-la Tam-miệu Tam-bồ-đề thì tôi mới nhận những phẩm vật cúng dường này.'

"Khi ấy, trong khắp cõi Diêm-phù-đề, tất cả mọi người đều nghe theo lời Phạm-chí Bảo Hải, cùng nhau quy y Tam bảo và phát tâm A-nậu-đa-la Tam-miệu Tam-bồ-đề.

"Phạm-chí Bảo Hải sau khi đã khiến cho người ta nghe theo lời răn dạy, liền nhận lấy những phẩm vật cúng dường của họ.

[1] Vị Phạm-chí Bảo Hải này chính là thân phụ của đức Phật Bảo Tạng.

[2] Tam bảo: Ba ngôi báu, chỉ đức Phật, Chánh pháp của Phật và Tăng đoàn tu tập theo Chánh pháp, thường gọi tắt là Phật, Pháp, Tăng.

Bấy giờ, Phạm-chí Bảo Hải giúp cho trăm ngàn ức vô lượng chúng sinh biết sống và tu tập theo Ba điều phúc,[1] cho đến phát tâm A-nậu-đa-la Tam-miệu Tam-bồ-đề.

"Thái tử Bất Huyễn cúng dường đức Như Lai và chư tỳ-kheo tăng suốt trong suốt ba tháng với đủ mọi thứ cần dùng, đủ tám mươi bốn ngàn viên ngọc đầu rồng khảm trên vàng tốt, duy chỉ thiếu bảy món báu vật của Thánh vương là: bánh xe báu bằng vàng, voi trắng, ngựa tía, ngọc nữ bảo, chủ tạng thần, chủ binh thần và châu ma-ni quý. Ngoài ra, những thứ có được như bánh xe vàng, voi, ngựa, loại hỏa châu đẹp và tốt nhất, cây bằng bảy báu có treo vải quý, có hoa đẹp bằng bảy báu và đủ mọi loại lọng báu, những loại y phục tốt, đủ mọi thứ vòng hoa đẹp, những chuỗi ngọc tốt, xe bằng bảy báu, các loại giường quý làm bằng bảy báu, có màn báu giăng quanh viền bằng vàng Diêm-phù-*đàn* với dây buộc bằng chân châu, những giày dép quý loại tốt nhất, các loại chiếu trải bằng tơ lụa tốt, những tòa ngồi tốt đẹp, chuông trống và các loại nhạc khí bằng bảy báu, khánh ngọc, cờ phướn, đèn đuốc quý báu, các loại chim thú bằng bảy báu, quạt báu và đủ mọi thứ thuốc thang.

"Hết thảy những thứ như trên, mỗi thứ đều đủ số tám mươi bốn ngàn, đều dâng cúng lên đức Phật và chư tỳ-kheo tăng. Cúng dường xong liền bạch Phật rằng: 'Bạch Thế Tôn! Có những việc con chưa làm tốt, hôm nay xin sám hối.'

"Bấy giờ, vị vương tử thứ hai tên là *Ni-ma* cũng trải qua ba tháng cúng dường đức Như Lai và chư tỳ-kheo tăng, giống như sự cúng dường của Thái tử Bất Huyễn vừa kể ở trên.

"Vương tử thứ ba tên là Vương Chúng.

---

[1] Ba điều phúc: Một là Thế phúc: hiếu dưỡng cha mẹ, phụng sự các bậc sư trưởng, tu Mười điều lành (Thập thiện). Hai là Giới phúc: thọ trì Tam quy, Ngũ giới, cho đến thọ Cụ túc giới của bậc tỳ-kheo, giữ gìn oai nghi không hề hủy phạm. Ba là Hành phúc: Phát tâm Bồ-đề, tin sâu nhân quả, đọc tụng kinh điển Đại thừa, tự mình tu tập và khuyên người tu hành Phật đạo. Kinh Quán Vô Lượng Thọ dạy rằng, người muốn vãng sinh về cõi Tịnh độ của Phật A-di-đà phải tu Ba điều phúc này.

“Vương tử thứ tư tên là *Năng-già-la*.

“Vương tử thứ năm tên là Vô Sở Úy.

“Vương tử thứ sáu tên là Hư Không.

“Vương tử thứ bảy tên là Thiện Tý.

“Vương tử thứ tám tên là Mẫn-đồ.

“Vương tử thứ chín tên là Mật-tô.

“Vương tử thứ mười tên là Nhu Tâm.

“Vương tử thứ mười một tên là Mông-già-nô.

“Vương tử thứ mười hai tên là Ma-sư-mãn.

“Vương tử thứ mười ba tên là Ma-nô-mô.

“Vương tử thứ mười bốn tên là Ma-tha-lộc-mãn.

“Vương tử thứ mười lăm tên là Ma-xà-nô.

“Vương tử thứ mười sáu tên là Vô Cấu.

“Vương tử thứ mười bảy tên là A-xà-mãn.

“Vương tử thứ mười tám tên là Vô Khuyết.

“Vương tử thứ mười chín tên là Nghĩa Vân.

“Vương tử thứ hai mươi tên là Nhân-đà-la.

“Vương tử thứ hai mươi mốt tên là Ni-bà-lô.

“Vương tử thứ hai mươi hai tên là Ni-già-châu.

“Vương tử thứ hai mươi ba tên là Nguyệt Niệm.

“Vương tử thứ hai mươi bốn tên là Nhật Niệm.

“Vương tử thứ hai mươi lăm tên là Vương Niệm.

“Vương tử thứ hai mươi sáu tên là Kim Cang Niệm.

“Vương tử thứ hai mươi bảy tên là Nhẫn Nhục Niệm.

“Vương tử thứ hai mươi tám tên là Trụ Niệm.

“Vương tử thứ hai mươi chín tên là Viễn Niệm.

“Vương tử thứ ba mươi tên là Bảo Niệm.

"Vương tử thứ ba mươi mốt tên là La-hầu.

"Vương tử thứ ba mươi hai tên là La-hầu-lực.

"Vương tử thứ ba mươi ba tên là La-hầu-chất-đa-la.

"Vương tử thứ ba mươi bốn tên là La-ma-chất-đa-la.

"Vương tử thứ ba mươi lăm tên là Quốc Tài.

"Vương tử thứ ba mươi sáu tên là Dục Chuyển.

"Vương tử thứ ba mươi bảy tên là Lan-đà-mãn.

"Vương tử thứ ba mươi tám tên là La-sát-lô-tô.

"Vương tử thứ ba mươi chín tên là La-da-du.

"Vương tử thứ bốn mươi tên là Viêm-ma.

"Vương tử thứ bốn mươi mốt tên là Dạ-bà-mãn.

"Vương tử thứ bốn mươi hai tên là Dạ-xà-lô.

"Vương tử thứ bốn mươi ba tên là Dạ-ma-khu.

"Vương tử thứ bốn mươi bốn tên là Dạ-đoạ-thù.

"Vương tử thứ bốn mươi lăm tên là Dạ-phả-nô.

"Vương tử thứ bốn mươi sáu tên là Dạ-sa-nô.

"Vương tử thứ bốn mươi bảy tên là Nam-ma-thù-đế.

"Vương tử thứ bốn mươi tám tên là A-lam-già-nô.

... ...

"Cả thảy có một ngàn vị vương tử con vua Chuyển luân, mỗi người đều cúng dường đức Như Lai và chư tỳ-kheo tăng trong suốt ba tháng, hết thảy các thứ cần dùng như y phục, món ăn thức uống cho đến chỗ ngủ nghỉ, thuốc men, thảy đều giống như sự cúng dường của Thái tử Bất Huyễn, mỗi món cúng dường đều đủ số tám mươi bốn ngàn.

"Nhân nơi việc cúng dường như vậy, mỗi người đều có tâm nguyện, hoặc cầu được làm *Đao-lợi* Thiên vương,[1] hoặc cầu làm

[1] Đao-lợi Thiên vương: vị vua ở cõi trời Đao-lợi, cũng gọi là cõi trời thứ ba mươi ba (Tam thập tam thiên), tên Phạn ngữ là **Trāyastrṃśa**, là cõi trời thứ hai trong sáu cõi trời của Dục giới.

Phạm vương,[1] hoặc cầu làm Ma vương,[2] hoặc cầu làm Chuyển luân Thánh vương, hoặc cầu được giàu sang phú quý, hoặc cầu được quả vị Thanh văn.[3] Nhưng trong các vị vương tử ấy, không có lấy một người cầu được quả vị Duyên giác,[4] nói chi đến việc cầu được Đại thừa![5]

"Bấy giờ, vua Chuyển luân nhân nơi việc bố thí[6] mà cầu cho đời sau tiếp tục được ngôi vị Chuyển luân Thánh vương.

"Phải mất hơn hai trăm năm mươi năm thì Thánh vương và một ngàn vị vương tử mới hoàn tất việc cúng dường.[7] Khi ấy, mỗi người đều hướng về đức Phật và chư tỳ-kheo mà sám hối những điều chưa tốt của bản thân mình.

---

[1] Phạm vương: tên Phạn ngữ là **Mahābrahmā-deva**, cũng gọi là Đại Phạm thiên, Phạm thiên vương hay Phạm thiên, là vị thiên chủ ở tầng trời thứ ba trong cõi Sắc giới. Có sự khác biệt về cách hiểu Phạm thiên trong đạo Bà-la-môn so với đạo Phật. Đạo Bà-la-môn xem Phạm thiên là vị Thiên chủ tự nhiên mà có và sáng tạo ra toàn thế giới, trong khi đối với Phật giáo thì Phạm thiên cũng chỉ là một chúng sinh, tuy có nhiều phước đức, được hưởng nhiều khoái lạc, nhưng vẫn chưa thoát khỏi luân hồi sinh tử, vẫn còn chịu sự chi phối của nhân quả nghiệp lực.

[2] Ma vương: là vị thiên chủ của cõi trời Tha hóa tự tại, là tầng trời thứ sáu trong cõi Dục giới, cũng gọi là Thiên ma hay Ma Ba-tuần. Ma vương thường biến hiện khắp nơi để gây các chướng ngại cho người tu tập Phật đạo. Tuy nhiên, kinh Duy-ma-cật, phẩm Bất tư nghị dạy rằng, đa số các vị Ma vương gây chướng ngại cho người tu chính là các vị Đại Bồ Tát dùng phương tiện hóa hiện như vậy để giúp người tu tăng tiến đạo hạnh.

[3] Thanh văn (**Śrāvaka**), tức bốn thánh quả Tiểu thừa, bao gồm quả Tu-đà-hoàn (**Srotāpannaphala**), quả Tư-đà-hàm (**Sakrdāgāmi**), quả A-na-hàm (**Angāmi**) và quả A-la-hán (**Arahat**).

[4] Duyên giác (**Pratyekabuddha**): cũng gọi là Bích-chi Phật hay Độc giác Phật, là quả vị giải thoát chứng đắc nhờ quán xét Thập nhị nhân duyên, thường là vào lúc không có Phật ra đời, nên gọi là Độc giác.

[5] Cầu được Đại thừa: Đây chỉ đến việc phát tâm A-nậu-đa-la Tam-miệu Tam-bồ-đề, tu hành đạo Bồ Tát cầu được quả Phật.

[6] Bố thí: Đây chỉ đến việc vua cúng dường Phật và Thánh chúng, vì bố thí được hiểu là xả bỏ vật sở hữu của mình để thí cho người khác, trong đó kể cả việc cúng dường Tam bảo.

[7] Mỗi vị vương tử cúng dường trong 3 tháng, mỗi năm có 4 vị cúng dường xong. Cả thảy có 1.000 vị nên mất đúng 250 năm. Cộng thêm thời gian cúng dường của vua Chuyển luân nữa là hơn 250 năm

"Thiện nam tử! Bấy giờ, Phạm-chí Bảo Hải liền đến chỗ Phật bạch rằng: 'Xin đức Như Lai và chư tỳ-kheo tăng thọ nhận của con sự cúng dường các thứ y phục, món ăn thức uống, phương tiện ngủ nghỉ, thuốc men trong vòng bảy năm.' Đức Như Lai lặng yên hứa nhận lời thỉnh cầu của Phạm-chí Bảo Hải.

"Thiện nam tử! Bấy giờ, Phạm-chí Bảo Hải cúng dường đức Như Lai và chư tỳ-kheo tăng đủ các vật thực cần dùng, cũng giống như sự cúng dường của vua Chuyển luân.

"Thiện nam tử! Phạm-chí Bảo Hải sau đó lại tự suy nghĩ rằng: 'Nay ta đã giúp cho trăm ngàn ức na-do-tha chúng sinh phát tâm A-nậu-đa-la Tam-miệu Tam-bồ-đề, nhưng ta lại chẳng biết được chỗ mong cầu của Chuyển luân Thánh vương là gì. Không biết ông ấy cầu được làm vua cõi người, vua cõi trời, hay cầu được quả Thanh văn, Duyên giác, hay cầu được quả A-nậu-đa-la Tam-miệu Tam-bồ-đề? Trong đời vị lai, nếu như ta có thể thành tựu quả A-nậu-đa-la Tam-miệu Tam-bồ-đề, sẽ hóa độ cho những người chưa được hóa độ, giải thoát cho những ai chưa được giải thoát, giúp cho những người chưa lìa khỏi sinh lão bệnh tử, ưu bi khổ não sẽ được lìa khỏi, vì những người chưa được diệt độ[1] mà khiến cho được diệt độ.

"Nếu chắc chắn sẽ được như vậy thì trong giấc ngủ đêm nay hẳn phải có chư thiên, ma, Phạm thiên, các loài rồng, dạ-xoa..., chư Phật Thế Tôn, Thanh văn, sa-môn, bà-la-môn... vì ta mà báo mộng, nói cho biết chỗ mong cầu của Thánh vương là cầu được làm vua cõi người, vua cõi trời, hay cầu được quả Thanh văn, Bích-chi Phật, hay cầu được quả A-nậu-đa-la Tam-miệu Tam-bồ-đề.'

"Thiện nam tử! Lúc bấy giờ, Phạm-chí Bảo Hải trong giấc mộng đêm ấy liền thấy có ánh hào quang rực sáng. Nhờ ánh hào quang ấy liền thấy được vô số thế giới nhiều như số cát sông Hằng trong khắp mười phương, tại mỗi một thế giới đều có chư

[1] Diệt độ: lìa khỏi luân hồi sinh tử mà vào cảnh giới giải thoát rốt ráo, tức Niết-bàn thường hằng của chư Phật.

Phật Thế Tôn. Các đức Thế Tôn ấy, mỗi vị đều từ xa cầm những hoa sen xinh đẹp mầu nhiệm mà ban cho Phạm-chí Bảo Hải. Hoa ấy rất xinh đẹp, cọng hoa bằng bạc, lá bằng vàng, tua bằng ngọc lưu ly, mầm non bằng mã não, nơi mỗi đài hoa đều thấy có một vòng tròn sáng như mặt trời, trên mỗi vòng tròn ấy đều có lọng che xinh đẹp bằng bảy báu. Mỗi vòng tròn sáng ấy đều chiếu tỏa ra sáu mươi ức đạo hào quang. Các đạo hào quang sáng rực ấy thảy đều bay đến chui vào trong miệng của Phạm-chí Bảo Hải.

"Bảo Hải tự thấy thân mình cao lớn trùm khắp cả ngàn do-tuần, trong sạch thuần khiết không chút bợn nhơ, như một tấm gương sáng. Lại thấy trong bụng mình có sáu mươi ức na-do-tha trăm ngàn vị Bồ Tát ngồi kết già trên đài hoa sen nhập thiền định tam-muội. Lại thấy có vòng hoa tròn như mặt trời vây quanh thân mình, trong các đóa hoa vang ra tiếng nhạc du dương như âm nhạc cõi trời.

"Thiện nam tử! Khi ấy Phạm-chí Bảo Hải lại nhìn thấy vua Chuyển luân khắp mình máu me nhơ nhớp, chạy khắp bốn hướng, khuôn mặt trông tựa như mặt lợn, ăn đủ các thứ sâu bọ côn trùng. Ăn xong đến ngồi dưới gốc cây y-lan,[1] có vô lượng chúng sinh đến ăn thân thể của vua, cho đến khi chỉ còn lại duy nhất bộ xương. Vua lìa bỏ bộ xương ấy, thọ sinh nhiều lần các thân khác lại cũng phải chịu cảnh ngộ như vậy.

"Khi ấy, Bảo Hải lại nhìn thấy các vị vương tử, hoặc có khuôn mặt như lợn, hoặc như voi, hoặc như trâu, hoặc như sư tử, hoặc như chồn cáo, hoặc như chó sói, hoặc như hổ báo, hoặc như loài khỉ, thân thể đầy máu me nhơ nhớp, cũng ăn đủ các thứ sâu bọ côn trùng. Ăn xong cũng đến ngồi dưới gốc cây y-lan, cũng có vô lượng chúng sinh đến ăn thân thể của họ, cho đến khi chỉ còn lại duy nhất bộ xương. Khi họ lìa bỏ bộ xương ấy, thọ sinh nhiều lần các thân khác, lại cũng phải chịu cảnh ngộ như vậy.

---

[1] Y-lan (**Erāvaṇa**): tên một loài cây nở hoa rất đẹp nhưng có mùi hôi thối cực kỳ, bay xa đến bốn mươi dặm. Đây là một hình tượng xấu, được dùng để thí dụ cho phiền não.

"Lại thấy có một số vương tử lấy hoa tu-mạn-na[1] làm chuỗi ngọc đeo cổ, đi trên xe nhỏ xấu xí do trâu kéo, theo con đường sai lệch mà chạy nhanh về hướng nam.

"Lại thấy Bốn vị Thiên vương,[2] Thích-đề hoàn nhân,[3] Đại Phạm thiên vương[4] cùng hiện đến nói với Phạm-chí Bảo Hải rằng: 'Chung quanh ông hiện nay có rất nhiều hoa sen. Trước tiên ông nên lấy một đóa hoa sen trao cho vua Chuyển luân, rồi đến tất cả các vị vương tử mỗi người một đóa, sau đó là các vị tiểu vương, rồi đến các con của ông và những người còn lại.' Phạm-chí nghe lời nói như vậy rồi tức thì làm theo, lấy hoa trao cho tất cả những người ấy.

"Bảo Hải mộng thấy như vậy rồi, hốt nhiên bừng tỉnh. Ông ngồi dậy nhớ lại những điều đã thấy trong mộng, liền biết ngay là chỗ phát nguyện của Chuyển luân Thánh vương quá thấp kém, còn ưa thích chốn sinh tử, tham đắm sự vui thế tục. Lại cũng biết là trong các vị vương tử có những người phát nguyện thấp kém, nhỏ nhoi, nhưng cũng có những vương tử phát tâm cầu đạo Thanh văn nên trong mộng mới nhìn thấy họ dùng hoa tu-mạn-na làm chuỗi anh lạc, cưỡi xe trâu theo đường sai lệch chạy về hướng nam.

"Bảo Hải lại suy nghĩ: 'Vì sao trong mộng ta lại nhìn thấy ánh hào quang rực rỡ, lại thấy được vô số thế giới nhiều như số cát sông Hằng trong khắp mười phương, tại mỗi thế giới đều có chư Phật Thế Tôn? Đó là do ta trước đây đã dạy bảo cho vô lượng chúng sinh trong cõi Diêm-phù-đề, khiến họ biết sống và tu tập theo Ba điều phúc, cho nên trong mộng mới được thấy ánh hào

[1] Tu-mạn-na (Sumanā): tên một loài hoa đẹp, có màu vàng và trắng, cây không lớn, chỉ cao chừng ba, bốn tấc. Tên hoa này cũng được dịch là thiện xưng ý, duyệt ý hay hảo ý, đều có nghĩa là làm cho người ngắm hoa được thích ý.

[2] Bốn vị Thiên vương, tức Tứ Thiên vương, Tứ đại Thiên vương hay Tứ thiên đại vương. Bốn vị Thiên vương hộ thế này đã có nhắc đến ở phẩm thứ nhất.

[3] Thích-đề-hoàn-nhân (Sakra Kevānām Indra): tức là Đế-thích, vị vua cõi trời Đao-lợi.

[4] Đại Phạm thiên vương: tức Phạm vương.

quang rực rỡ, lại thấy được vô số thế giới nhiều như số cát sông Hằng trong khắp mười phương, tại mỗi thế giới đều có chư Phật Thế Tôn.

"Do ta đã khuyên bảo hết thảy chúng sinh trong cõi Diêm-phù-đề phát tâm A-nậu-đa-la Tam-miệu Tam-bồ-đề, thỉnh Phật Bảo Tạng và chư tỳ-kheo tăng thọ nhận cúng dường đủ các thứ cần dùng trong vòng bảy năm, cho nên trong mộng được thấy chư Phật mười phương cầm hoa sen trao cho.

"Do ta đã phát tâm A-nậu-đa-la Tam-miệu Tam-bồ-đề cho nên trong mộng được thấy chư Phật mười phương trao cho lọng báu.

"Còn như việc ta nhìn thấy trong đài hoa sen có vòng tròn sáng như mặt trời, có vô lượng đạo hào quang sáng rực chui vào trong miệng, cho đến tự thấy thân mình to lớn trùm khắp cả ngàn do-tuần, bên trên các lọng quý bằng bảy báu có vòng tròn sáng như mặt trời tô điểm, lại thấy trong bụng có sáu mươi ức trăm ngàn Bồ Tát ngồi kết già trên đài hoa sen nhập thiền định Tam-muội, cho đến khi Phạm thiên vương dạy bảo việc lấy hoa sen trao cho người khác... Những điều như thế trong mộng thật không phải chỗ ta có thể hiểu thấu. Duy chỉ Như Lai mới có thể giải thích rõ được. Nay ta nên đến chỗ đức Thế Tôn thưa hỏi những điều này, để xem vì nhân duyên gì mà ta mộng thấy những điều như thế.'

"Thiện nam tử! Bấy giờ Phạm-chí Bảo Hải chờ vừa hết đêm, ngay lúc sáng sớm liền đến chỗ Phật, bày biện các món ăn thức uống xong rồi tự mình bưng nước rửa tay, tự tay dâng cúng đủ các món ăn ngon lạ. Xong bữa, lại tự tay thâu dọn rửa bát, rồi ngồi sang một bên trên chiếc ghế nhỏ, mong muốn được lắng nghe chánh pháp nhiệm mầu.

"Bấy giờ, Thánh vương với một ngàn vị vương tử và vô lượng vô biên trăm ngàn đại chúng vây quanh cùng ra khỏi thành An-chu-la, hướng về rừng Diêm-phù. Khi đến ven rừng liền y theo phép tắc, xuống xe đi bộ đến chỗ Phật, cúi đầu lễ bái đức Phật và chư tỳ-kheo tăng. Sau đó cùng ngồi xuống phía trước đức Phật, mong muốn được lắng nghe chánh pháp nhiệm mầu.

"Khi ấy, Phạm-chí Bảo Hải liền đem hết những điều đã thấy trong mộng mà thưa hỏi Phật.

"Phật bảo Phạm-chí Bảo Hải: 'Trong mộng ông nhìn thấy ánh hào quang rực rỡ, lại thấy được vô số thế giới nhiều như số cát sông Hằng trong khắp mười phương, tại mỗi thế giới đều có chư Phật Thế Tôn trao cho ông hoa sen, trong đài hoa lại có vòng tròn sáng như mặt trời, lại thấy ánh hào quang sáng rực chui vào trong miệng. Đó là vì trong suốt hai trăm năm mươi năm qua ông đã dạy bảo cho vô lượng chúng sinh trong cõi Diêm-phù-đề, giúp cho họ biết sống và tu tập theo Ba điều phúc.

"Ông còn giúp cho vô lượng chúng sinh phát tâm A-nậu-đa-la Tam-miệu Tam-bồ-đề, đến nay lại thực hành việc cúng dường bố thí lớn lao như thế này đối với đức Như Lai và chư tỳ-kheo tăng, do đó mà chư Phật trong mười phương mới thọ ký cho ông sẽ đắc quả A-nậu-đa-la Tam-miệu Tam-bồ-đề.

"Chư Phật Thế Tôn hiện tại thuyết pháp trong mười phương nhiều như số cát sông Hằng đều trao cho ông hoa sen báu, cọng hoa bằng bạc, lá bằng vàng, tua bằng ngọc lưu ly, mầm non bằng mã não, nơi mỗi đài hoa đều thấy có một vòng tròn sáng như mặt trời... Những điều nhìn thấy như thế đều là tướng mạo của việc ông được thọ ký.

"Này Phạm-chí! Trong mộng ông nhìn thấy vô số thế giới nhiều như số cát sông Hằng trong khắp mười phương, tại mỗi thế giới đều có chư Phật Thế Tôn hiện tại thuyết pháp. Mỗi vị Thế Tôn đều trao cho ông lọng quý bằng bảy báu, bên trên lọng ấy lại trang sức cho đến tận cõi Phạm thiên. Như vậy là trong đời vị lai ông sẽ đang đêm thành tựu quả A-nậu-đa-la Tam-miệu Tam-bồ-đề. Liền trong đêm ấy có danh xưng lớn vang dội khắp vô số thế giới nhiều như số cát sông Hằng trong khắp mười phương, lên đến tận cõi Phạm thiên. Ông sẽ được tướng quý là

Vô kiến đỉnh tướng,[1] không ai có thể vượt hơn được. Đó chính là tướng mạo đầu tiên cho thấy sự thành đạo của ông.

"Trong mộng ông tự thấy thân mình to lớn, lại thấy có vòng hoa tròn như mặt trời vây quanh thân mình, như vậy là trong đời vị lai khi ông thành tựu quả A-nậu-đa-la Tam-miệu Tam-bồ-đề rồi, vô lượng chúng sinh trong cõi Diêm-phù-đề mà trước đây ông đã từng giáo hóa, khiến cho phát tâm A-nậu-đa-la Tam-miệu Tam-bồ-đề, cũng sẽ đồng thời thành tựu quả A-nậu-đa-la Tam-miệu Tam-bồ-đề ở vô số cõi thế giới trong khắp mười phương, nhiều như những hạt bụi nhỏ. Mỗi vị Phật ấy đều sẽ phát ra lời khen ngợi rằng: 'Trước đây chúng ta nhờ được Phạm-chí Bảo Hải khuyên bảo dạy dỗ, khiến cho phát tâm A-nậu-đa-la Tam-miệu Tam-bồ-đề, nhờ đó mà ngày nay chúng ta mới được thành tựu quả A-nậu-đa-la Tam-miệu Tam-bồ-đề, xưng các danh hiệu Thế Tôn khác nhau. Phạm-chí Bảo Hải chính là bậc thiện tri thức chân thật.' Bấy giờ, mỗi vị Phật đều sai khiến các Đại Bồ Tát đến cúng dường ông.

"Các vị Bồ Tát ấy trước tiên đều dùng đủ mọi phép biến hóa thần túc tự tại Sư tử du hý đã đạt được ở các cõi Phật ấy để cúng dường ông. Khi các vị Bồ Tát ấy đã cúng dường mọi thứ xong, liền lắng nghe ông thuyết pháp rồi chứng đắc các pháp môn Đà-la-ni, Tam-muội, *Nhẫn nhục*. Nghe thuyết pháp xong, mỗi vị đều quay về cõi Phật của họ, trình lên đức Phật Thế Tôn những sự việc ở thế giới của ông.

"Này Phạm-chí! Những điều trong mộng như thế đều là tướng mạo cho thấy sự thành đạo của ông.

"Phạm-chí! Trong mộng ông thấy trong bụng mình có vô lượng ức các vị Đại Bồ Tát ngồi kết già trên đài hoa sen nhập thiền định tam-muội, như vậy là trong đời vị lai khi ông thành tựu

[1] Vô kiến đỉnh tướng, nói đủ là Đỉnh tướng vô năng kiến giả (頂相無能見者), cũng gọi là tướng Nhục kế, là tướng trên đỉnh đầu của các đức Phật mà hết thảy chúng sinh, kể cả hàng Bồ Tát Thập địa đều không thể nhìn thấy. Tướng này được xếp vào trong Bát thập chủng hảo (Tám mươi vẻ đẹp).

quả A-nậu-đa-la Tam-miệu Tam-bồ-đề rồi, sẽ tiếp tục khuyên bảo giáo hóa cho vô lượng trăm ngàn muôn ức chúng sinh, khiến cho không còn thối chuyển đối với quả vị A-nậu-đa-la Tam-miệu Tam-bồ-đề. Sau khi ông nhập Niết-bàn Vô thượng, trong đời vị lai sau đó sẽ có vô lượng chư Phật, Pháp vương, Thế Tôn trong khắp mười phương thế giới cùng xưng tán danh hiệu của ông mà nói rằng: 'Trong quá khứ trải qua số kiếp nhiều như những hạt bụi nhỏ, trong một đại kiếp kia đã có đức Phật danh hiệu như thế. Chính đức Phật Thế Tôn này đã khuyên bảo giáo hóa chúng ta trụ yên nơi đạo A-nậu-đa-la Tam-miệu Tam-bồ-đề, khiến cho không còn thối chuyển. Nhờ vậy mà ngày nay chúng ta mới thành tựu quả A-nậu-đa-la Tam-miệu Tam-bồ-đề, làm vị vua Chánh pháp.'

"Này Phạm-chí! Những điều trong mộng như thế đều là tướng mạo cho thấy sự thành đạo của ông.

"Phạm-chí! Trong mộng ông nhìn thấy những người có khuôn mặt giống như lợn, cho đến giống như loài khỉ, thân hình máu me nhơ nhớp, ăn đủ các loài sâu bọ côn trùng, ăn rồi đến ngồi dưới gốc cây y-lan, lại có vô lượng chúng sinh xâu xé ăn nuốt thân thể, cho đến khi chỉ còn bộ xương, rồi lìa bỏ bộ xương ấy lại phải thọ sinh nhiều lần thân khác, như vậy là có những người ngu si mà tu tập Ba điều phúc, chỉ biết bố thí, điều phục, khéo giữ gìn thân và miệng.[1] Những người như vậy dù sinh lên cõi trời Tha hóa tự tại[2] vẫn phải chịu sự khổ suy thoái và diệt mất.[3]

"Nếu chúng sinh nào sinh trong cõi người thì phải chịu những nỗi khổ như sinh lão bệnh tử, ưu bi khổ não, yêu thương phải chia lìa, oán ghét phải gặp gỡ, mong cầu không được toại nguyện...

[1] Chỉ những người không đủ trí huệ để tin sâu Đại thừa, tuy làm các việc thiện nhưng phát tâm thấp kém, chỉ biết cầu phước báo trong cõi trời người.

[2] Nguyên văn dùng Ma thiên, chỉ cõi trời của Thiên ma Ba-tuần, tức là cõi trời Tha hóa tự tại, cao nhất trong sáu tầng trời của cõi Dục giới.

[3] Nguyên văn dùng "thối một khổ", chỉ sự suy giảm phước đức theo thời gian của chư thiên, cho dù kéo dài rất lâu so với cõi người nhưng vẫn không phải là thường tồn, cuối cùng rồi cũng phải diệt mất, thọ sinh về cảnh giới khác.

Nếu sinh trong cõi ngạ quỷ thì phải chịu nỗi khổ đói khát. Nếu sinh trong loài súc sinh thì phải chịu những nỗi khổ ngu tối u ám, phải chịu khổ chặt đầu lột da. Nếu sinh nơi địa ngục thì phải chịu đủ mọi cảnh khổ... Nếu vì muốn xa lìa những nỗi khổ như vậy cho nên mới tu tập Ba điều phúc, cầu mong được làm Thiên vương, Chuyển luân Thánh vương, hoặc muốn cai trị một trong Bốn cõi thiên hạ, cho đến cai trị cả Bốn cõi thiên hạ. Những người ngu si như vậy chính là đang ăn nuốt hết thảy chúng sinh, rồi những chúng sinh ấy quay trở lại ăn nuốt kẻ ngu si ấy. Cứ như vậy mà xoay vần mãi mãi trong sinh tử không thể suy lường hết được!

"Này Phạm-chí! Những điều ông thấy trong mộng như vậy chính là tướng mạo của việc thọ khổ lâu dài trong sanh tử.

"Phạm-chí! Trong mộng ông thấy có những người dùng hoa tu-mạn-na làm chuỗi ngọc anh lạc, đi trên xe nhỏ xấu xí do trâu kéo, theo đường sai lệch chạy nhanh về hướng nam. Này Phạm-chí! Đó là tướng mạo của những người trụ yên trong việc làm phước thiện, có thể tự điều phục để được sự an tĩnh, lặng lẽ, hướng đến quả vị của Thanh văn thừa.'

"Thiện nam tử! Lúc bấy giờ Phạm-chí Bảo Hải liền nói với vua Chuyển luân: 'Đại vương nên biết rằng thân người khó được, mà nay đại vương đã có được điều ấy. Chư Phật Thế Tôn xuất thế rất khó gặp, còn khó hơn cả hoa *ưu-đàm*.[1] Khéo điều phục tâm tham dục và phát khởi nguyện lành cũng là điều rất khó. Đại vương! Nếu ngày nay đại vương phát nguyện sinh trong hai cõi trời người tức là cội nguồn của khổ. Nếu muốn được làm chủ một trong Bốn cõi thiên hạ, cho đến hai, ba hay cả Bốn cõi thiên hạ cũng đều là cội nguồn của khổ, lưu chuyển mãi trong sinh tử.

"Đại vương! Nếu thọ sinh trong cõi trời, người, đều là vô thường, không có tướng quyết định, khác nào như cơn gió mạnh. Những

[1] Hoa ưu-đàm (Udumbara), nói đủ là ưu-đàm-bát-la hay ưu-đàm-bà-la, là một loài hoa cực quý hiếm, tương truyền đến ba ngàn năm mới nở một lần, và chỉ nở khi có vị Chuyển luân Thánh vương ra đời. Tên hoa này dịch nghĩa là linh thụy hay tường thụy, đều có nghĩa là báo điềm lành.

người ưa thích, tham đắm năm món dục[1] không biết chán lìa, khác nào như đứa trẻ say mê mặt trăng dưới nước.[2] Nếu phát nguyện được ở trong cõi trời người để hưởng những sự khoái lạc buông thả, người như vậy sẽ phải đời đời sinh nơi địa ngục, chịu vô số khổ não, như sinh trong cõi người thì phải chịu nỗi khổ chia lìa người yêu mến, gặp gỡ người oán ghét; như sinh nơi cõi trời thì phải chịu nỗi khổ suy thoái và diệt mất, sau đó đời đời phải chịu nỗi khổ ở trong bào thai; lại có đủ mọi nỗi khổ vì chúng sinh luôn tranh giành ăn nuốt đoạt mất mạng sống của nhau. Chỉ vì ngu si không biết như trẻ thơ cho nên trong lòng mới không biết chán!

"Vì sao vậy? Vì xa lìa bậc thiện tri thức. Vì không phát khởi những nguyện lành chân chánh. Vì không thực hành tinh tấn. Vì không đạt được những điều nên được. Vì không hiểu rõ những điều nên hiểu. Vì không chứng được những điều nên chứng.

"Ngu si như đứa trẻ thơ thì chẳng có sự hiểu biết phân biệt. Chỉ riêng tâm Bồ-đề[3] mới có thể lìa sạch hết thảy mọi nỗi khổ, ngược lại còn sinh chán lìa. Vòng sinh tử trong thế gian là mãi mãi chịu khổ, cho nên càng vui sướng khoái lạc thì lại càng làm cho khổ não tăng thêm.

"Đại vương! Nay ngài nên suy xét kỹ rằng trong chốn sinh tử có đủ mọi thứ khổ não như thế!

"Đại vương! Nay ngài đã cúng dường Phật, đã trồng được căn lành, vậy nên sinh lòng tin sâu vững đối với Tam bảo.

"Đại vương nên biết, người nào cúng dường đức Phật Thế Tôn chính là người sẽ giàu có lớn trong đời vị lai. Người nào ưa thích giữ gìn giới luật chính là người sẽ được sinh ra ở hai cõi trời,

[1] Năm món dục (Ngũ dục): sự vui thích, khoái cảm có được do thỏa mãn năm giác quan. Chẳng hạn như mắt được nhìn ngắm những thứ mình ưa thích, tai được nghe những âm thanh mình ưa thích...

[2] Vì hình sắc, âm thanh cho đến mọi đối tượng của giác quan đều là không thật, khác nào như bóng của mặt trăng hiện ra dưới nước. Người ngu si mới tham đắm dục lạc, cũng như chỉ có những đứa trẻ vì không biết mới say mê mặt trăng dưới nước, cho đó là thật.

[3] Tâm Bồ-đề: là cách nói ngắn gọn của tâm A-nậu-đa-la Tam-miệu Tam-bồ-đề, tức là tâm cầu quả Phật.

người trong đời vị lai. Và người nào hôm nay lắng nghe chánh pháp chính là người sẽ có trí huệ trong đời vị lai.

"Đại vương! Nay ngài đã thành tựu được hết thảy những điều như vậy, rất nên phát tâm A-nậu-đa-la Tam-miệu Tam-bồ-đề!'

"Bấy giờ, vua Chuyển luân đáp rằng: 'Phạm-chí! Ta nay không cần đến chỗ giác ngộ cao xa như vậy. Lòng ta hiện nay đang ưa thích, yêu mến cuộc sinh tử. Chính vì thế ta mới làm những việc bố thí, trì giới, nghe pháp. Này Phạm-chí! Ta nghĩ rằng đạt đạo Bồ-đề Vô thượng là việc quá sức khó khăn!'

"Khi ấy, Phạm-chí lại bảo vua rằng: 'Đạo giải thoát thanh tịnh chỉ cần hết lòng mong cầu, đầy đủ nguyện lực. Đạo không có sự nhơ bẩn, vì tâm được thanh tịnh. Đạo chân chánh ngay thẳng, vì không có sự siểm nịnh, cong vạy. Đạo trong trắng, tươi mát, vì đã lìa xa phiền não. Đạo mênh mông rộng lớn, vì không có sự che bít ngăn ngại. Đạo bao hàm chất chứa, vì có nhiều tư duy. Đạo không có sợ sệt, vì không làm các việc ác.

"Đạo giàu có sung túc, vì thực hành Bố thí ba-la-mật. Đạo là thanh tịnh, vì thực hành Trì giới ba-la-mật. Đạo là vô ngã, vì thực hành Nhẫn nhục ba-la-mật. Đạo không dừng yên, vì thực hành Tinh tấn ba-la-mật. Đạo không rối loạn, vì thực hành Thiền định ba-la-mật. Đạo khéo chọn lọc, phân biệt, vì thực hành Trí huệ ba-la-mật.

"Đạo chính là chỗ vươn đến của trí huệ chân thật, vì thực hành đại từ. Đạo không thối chuyển, vì thực hành đại bi. Đạo luôn hoan hỷ, vì thực hành đại hỷ. Đạo kiên cố, bền vững, vì thực hành đại xả.

"Đạo không gai góc, vì thường biết xa lìa tham dục, sân hận. Đạo luôn an ổn, kín đáo, vì tâm không chướng ngại. Đạo không có gian tà, vì khéo phân biệt hình sắc, âm thanh, mùi hương, vị nếm và sự xúc chạm. Đạo phá trừ ma, vì khéo phân biệt các ấm, nhập, giới.[1] Đạo lìa bỏ ma, vì lìa bỏ mọi phiền não trói buộc.

[1] Các ấm, nhập, giới: tức là Ngũ ấm (sắc, thọ, tưởng, hành, thức), Thập nhị nhập (sáu căn thiệp nhập với sáu trần) và Thập bát giới (sáu căn bên trong, sáu trần bên ngoài, sáu thức ở giữa).

“Đạo nhiệm mầu thù thắng, vì lìa bỏ chỗ suy nghĩ của hàng Thanh văn, Duyên giác. Đạo biến hiện khắp nơi, vì được sự hộ trì của hết thảy chư Phật. Đạo quý báu như trân bảo, vì đầy đủ hết thảy trí huệ. Đạo sáng suốt thanh tịnh, vì trí huệ sáng suốt không có chướng ngại. Đạo khéo thuyết giảng, vì luôn được các bậc thiện tri thức ủng hộ.

“Đạo luôn bình đẳng, vì dứt trừ hết thảy mọi sự yêu ghét. Đạo không có bụi bẩn, vì lìa bỏ sự dơ bẩn của giận hờn oán ghét. Đạo luôn hướng thiện, vì lìa bỏ hết thảy mọi điều bất thiện.

“Đại vương! Đạo là như thế, có thể đưa ta đến chỗ an lạc, cho đến đạt được cảnh giới Niết-bàn. Vì thế, Đại vương rất nên phát tâm A-nậu-đa-la Tam-miệu Tam-bồ-đề!’

Bấy giờ, Chuyển luân Thánh vương đáp rằng: “Phạm chí! Nay đức Như Lai xuất hiện ở đời, thọ đến tám vạn tuổi, như vậy vẫn là có giới hạn, không thể vì tất cả chúng sinh mà dứt trừ hết thảy ác nghiệp, trồng mọi căn lành, hoặc trồng căn lành rồi đạt đến thánh quả, hoặc đạt được các pháp môn Đà-la-ni, Tam-muội, Nhẫn nhục, hoặc được các căn lành thù thắng nhiệm mầu của hàng Bồ Tát, được chư Phật thọ ký quả A-nậu-đa-la Tam-miệu Tam-bồ-đề, hoặc có ít căn lành, sinh trong hai cõi trời người hưởng thọ các khoái lạc. Thảy đều chỉ là do chúng sinh mỗi người tự nhận lấy những quả báo thiện hay bất thiện của riêng mình.

“Phạm chí! Trong số chúng sinh dù chỉ có một người không có căn lành, đức Như Lai cũng không thể nào thuyết dạy họ cách dứt trừ khổ não. Như Lai Thế Tôn tuy là phước điền,[1] nhưng đối với người không có căn lành cũng không thể khiến cho họ trừ dứt các khổ não!

“Phạm chí! Nếu ta có phát tâm A-nậu-đa-la Tam-miệu Tam-

[1] Phước điền: nghĩa đen là “ruộng phước”. Vì việc cúng dường đức Như Lai sẽ mang lại cho chúng sinh phước đức vô lượng, nên Như Lai được tôn xưng như là “đám ruộng tốt để chúng sinh gieo trồng phước đức”. Không chỉ Như Lai, mà tất cả những bậc cao tăng đức hạnh, xứng đáng nhận sự cúng dường của mọi người khác cũng đều được xưng là phước điền.

bồ-đề, thì khi thực hành đạo Bồ Tát, tu tập pháp Đại thừa, vào pháp môn Không thể nghĩ bàn,[1] giáo hóa chúng sinh mà thực hiện các Phật sự, cũng chẳng bao giờ phát nguyện ở nơi cõi thế giới xấu ác có năm sự uế trược mà phát tâm Bồ-đề.

"Khi ta hành đạo Bồ Tát, phát nguyện thành tựu quả A-nậu-đa-la Tam-miệu Tam-bồ-đề thì chúng sinh trong thế giới ấy không có mọi sự khổ não. Nếu như ta có thể được cõi Phật như vậy thì ta mới thành tựu quả A-nậu-đa-la Tam-miệu Tam-bồ-đề.'

"Thiện nam tử! Bấy giờ, đức Như Lai Bảo Tạng liền nhập tam-muội có tên là Kiến chủng chủng trang nghiêm. Khi nhập tam-muội rồi, liền thực hiện các phép thần thông biến hóa, phóng hào quang rực rỡ. Do sức của tam-muội ấy, các thế giới trong mười phương liền hiện ra rõ ràng với đủ mọi phương diện, mỗi phương đều có vô số cõi Phật nhiều như số hạt bụi nhỏ, với đủ mọi sự trang nghiêm. Hoặc có thế giới Phật đã nhập Niết-bàn từ trước. Hoặc có thế giới Phật vừa mới nhập Niết-bàn. Hoặc có thế giới Bồ Tát chỉ vừa mới ngồi nơi đạo tràng ở gốc cây Bồ-đề hàng phục giặc ma. Hoặc có thế giới Phật vừa thành đạo liền chuyển bánh xe chánh pháp. Hoặc có thế giới Phật đã thành đạo lâu rồi mới chuyển bánh xe chánh pháp. Hoặc có thế giới chỉ toàn các vị Đại Bồ Tát đầy khắp trong cõi nước, không có đến cả tên gọi Thanh văn, Duyên giác.[2] Hoặc có thế giới Phật đang thuyết giảng giáo pháp Thanh văn và Bích-chi Phật. Hoặc có thế giới không có Phật, cũng không có Bồ Tát, Thanh văn, Duyên giác. Hoặc có thế giới xấu ác với năm sự uế trược. Hoặc có thế giới thanh tịnh mầu nhiệm không có mọi sự xấu ác, nhơ nhớp. Hoặc có thế giới xấu kém, bất tịnh. Hoặc có thế giới trang nghiêm thanh tịnh, nhiệm mầu tốt đẹp. Hoặc có thế giới mạng sống dài lâu khôn lường được. Hoặc có thế giới mạng sống hết sức ngắn ngủi. Hoặc

[1] Pháp môn Không thể nghĩ bàn (Bất khả tư nghị pháp môn): là pháp môn của hàng Bồ Tát Đại thừa, đạt đến những cảnh giới và thần thông tự tại mà những người phàm phu cùng với hàng Nhị thừa đều không thể hiểu nổi. Về pháp môn này, có thể tìm đọc thêm ở phẩm thứ sáu "Bất tư nghị" trong kinh Duy-ma-cật.

[2] Nghĩa là không biết đến giáo pháp Tiểu thừa, không hề có các quả vị Tiểu thừa.

có thế giới chịu nạn lớn lửa thiêu. Hoặc có thế giới chịu nạn lớn nước ngập. Hoặc có thế giới chịu nạn lớn bão tố. Hoặc có thế giới chỉ vừa sắp hình thành. Hoặc có thế giới đã hình thành trọn vẹn.

"Có vô lượng cõi thế giới như vậy, hào quang sáng suốt mầu nhiệm của Phật đều chiếu khắp, khiến cho hiển hiện rõ ràng.

"Bấy giờ, đại chúng thảy đều được thấy rõ vô số cõi thế giới thanh tịnh của chư Phật với đủ mọi sự trang nghiêm.

"Khi ấy, Phạm-chí Bảo Hải bảo vua Chuyển luân rằng: 'Đại vương! Nay ngài đã được nhìn thấy những thế giới của chư Phật với đủ mọi sự trang nghiêm. Vậy ngài nên phát tâm A-nậu-đa-la Tam-miệu Tam-bồ-đề, tùy ý mà cầu được một cõi Phật trong số đó.'

"Thiện nam tử! Bấy giờ vua Chuyển luân chắp tay hướng về đức Phật bạch rằng: 'Thế Tôn! Các vị Bồ Tát do nơi nghiệp gì mà được cõi thế giới thanh tịnh? Do nơi nghiệp gì phải ở nơi cõi thế giới bất tịnh? Do nơi nghiệp gì được thọ mạng vô lượng? Do nơi nghiệp gì mà thọ mạng ngắn ngủi?'

"Phật bảo Thánh vương: 'Đại vương nên biết rằng, các vị Bồ Tát đều do nơi sự phát nguyện mà nhận lấy cõi thế giới thanh tịnh lìa khỏi mọi sự xấu ác với năm sự uế trược, lại cũng do nơi sự phát nguyện mà nhận lấy cõi thế giới xấu ác với năm sự uế trược.'

"Bấy giờ, Thánh vương bạch Phật rằng: 'Thế Tôn! Nay con sẽ trở lại trong thành, tìm nơi yên tĩnh để chuyên tâm tư duy, rồi sau đó mới phát thệ nguyện. Con sẽ theo như tướng mạo đã được nhìn thấy của các cõi Phật không có năm sự uế trược mà phát nguyện cầu được cõi thế giới thanh tịnh trang nghiêm.'

"Phật bảo Thánh vương: 'Đại vương! Nay đúng là lúc thích hợp.'

"Thiện nam tử! Khi ấy vua Chuyển luân liền cúi đầu lễ Phật và chư tỳ-kheo tăng, đi quanh ba vòng cung kính rồi lui về. Vua vừa về đến trong thành liền chọn ngay một nơi yên tĩnh trong cung điện, ngồi ngay ngắn nhất tâm tư duy, tu tập đủ mọi sự trang nghiêm cho cõi Phật mà vua phát nguyện sẽ được.

"Thiện nam tử! Bấy giờ Phạm-chí Bảo Hải tiếp đó lại nói với thái tử Bất Huyễn: 'Thiện nam tử! Nay ông cũng nên phát tâm A-nậu-đa-la Tam-miệu Tam-bồ-đề. Như chỗ đã thực hành tu tập Ba điều phúc của ông, bố thí, điều phục và khéo thâu nhiếp các nghiệp thân, miệng, cùng với những nghiệp lành do tu hành thanh tịnh, hết thảy đều nên hồi hướng về quả vị A-nậu-đa-la Tam-miệu Tam-bồ-đề.'

"Khi ấy, thái tử đáp rằng: 'Trước hết tôi nên trở về cung điện, chọn nơi yên tĩnh để ngồi ngay ngắn tư duy. Nếu thật tôi có thể phát tâm A-nậu-đa-la Tam-miệu Tam-bồ-đề, tôi sẽ trở lại nơi đây, đối trước Phật mà quyết định phát tâm, nguyện sẽ được cõi Phật với đủ mọi sự thanh tịnh mầu nhiệm.'

"Bấy giờ, thái tử cúi đầu lễ Phật và chư tỳ-kheo tăng, đi quanh ba vòng cung kính rồi lui về. Về đến cung điện liền chọn một nơi yên tĩnh, ngồi ngay ngắn nhất tâm tư duy, tu tập đủ mọi sự trang nghiêm cho cõi Phật mà mình phát nguyện sẽ được.

"Thiện nam tử! Khi ấy Phạm-chí Bảo Hải lại nói với vị vương tử thứ hai rằng: 'Thiện nam tử! Nay ông cũng nên phát tâm A-nậu-đa-la Tam-miệu Tam-bồ-đề.'

"Cứ như vậy, cả một ngàn người con của Thánh vương đều được Phạm-chí Bảo Hải lần lượt giáo hóa, khiến cho phát tâm A-nậu-đa-la Tam-miệu Tam-bồ-đề.

"Bấy giờ, Phạm-chí Bảo Hải lại tiếp tục giáo hóa cho tám mươi bốn ngàn vị tiểu vương cùng với hơn chín mươi hai ngàn ức chúng sinh, khiến cho thảy đều phát tâm A-nậu-đa-la Tam-miệu Tam-bồ-đề. Tất cả đều nói rằng: "Phạm-chí! Nay chúng tôi mỗi người đều nên trở về chỗ ở của mình, chọn nơi yên tĩnh ngồi ngay ngắn tư duy, tu tập đủ mọi sự trang nghiêm cho cõi Phật mà mình phát nguyện sẽ được.'

"Như thế, hết thảy mọi người đều nhất tâm tịch tĩnh trong

vòng bảy năm, mỗi người đều tại nơi ở của mình, ngồi ngay ngắn nhất tâm tư duy, tu tập đủ mọi sự trang nghiêm cho cõi Phật mà mình phát nguyện sẽ được.

"Thiện nam tử! Phạm-chí Bảo Hải sau đó lại tự nghĩ rằng: 'Nay ta đã giáo hóa vô lượng trăm ngàn ức na-do-tha chúng sinh, khiến họ phát tâm A-nậu-đa-la Tam-miệu Tam-bồ-đề. Ta cũng đã thỉnh Phật và đại chúng trong vòng bảy năm nhận sự cúng dường mọi thứ cần dùng. Nếu như trong đời vị lai ta chắc chắn sẽ thành A-nậu-đa-la Tam-miệu Tam-bồ-đề, chỗ phát nguyện được thành tựu, vậy ta nên khuyên bảo, khuyến khích chư thiên và các loài rồng, quỷ thần, a-tu-la, càn-thát-bà, khẩn-na-la, ma-hầu-la-già, dạ-xoa, la-sát, câu-biện-đồ... khiến cho họ đều phát tâm cúng dường đức Phật và đại chúng.'

"Thiện nam tử! Khi ấy Phạm-chí Bảo Hải liền nghĩ đến vị Tỳ-sa-môn Thiên vương.

"Thiện nam tử! Bấy giờ Thiên vương biết ngay ý nghĩ của Phạm-chí, liền cùng với trăm ngàn ức vô lượng dạ-xoa cung kính vây quanh, cùng đi đến chỗ Phạm-chí. Ngay trong đêm ấy, đứng trước mặt Phạm-chí nói rằng: 'Phạm-chí! Ông có điều chi dạy bảo?'

"Phạm-chí hỏi: 'Ông là ai?'

"Tỳ-sa-môn Thiên vương đáp: 'Phạm-chí! Ông đã từng nghe nói đến Tỳ-sa-môn Thiên vương hay chăng? Chính là tôi đây. Ông muốn dạy bảo điều chi?'

"Khi ấy, Phạm-chí liền nói: 'Lành thay, đại vương đã đến đây! Nay tôi đang cúng dường Phật và đại chúng, ông có thể giúp tôi làm việc cúng dường được chăng?'

"Tỳ-sa-môn Thiên vương nói: 'Kính vâng theo lời dạy của ông, xin tùy ý cho biết nên làm việc gì?'

"Phạm-chí nói: 'Đại vương, nếu có thể tùy theo ý tôi, xin khiến cho các dạ-xoa cùng phát tâm A-nậu-đa-la Tam-miệu Tam-bồ-đề, cũng như nói cho tất cả bọn họ đều biết rằng: Nếu muốn được phước báo, muốn thành quả vị A-nậu-đa-la Tam-miệu Tam-bồ-đề, thì mỗi ngày hãy vượt qua biển lớn để tìm lấy những loại gỗ thơm chiên-đàn Ngưu Đầu, trầm thủy, cùng các loại gỗ thơm khác, đủ mọi thứ hương, đủ mọi thứ hoa mang về nơi đây, ngày ngày cúng dường Phật và chúng tăng giống như tôi đây.'

"Bấy giờ, Thiên vương nghe như vậy rồi liền trở về thiên cung, đánh trống triệu tập hết thảy dạ-xoa, la-sát đến bảo rằng: 'Các ngươi có biết chăng, ở cõi Diêm-phù-đề nay có vị Chuyển luân Thánh vương tên là Vô Tránh Niệm, có vị Phạm-chí tên là Bảo Hải là quan đại thần của Thánh vương. Vị đại thần ấy đã thỉnh Phật và chư tăng thọ nhận cúng dường đủ mọi thứ cần dùng trong suốt bảy năm. Các ngươi đối với việc phước đức ấy nên sinh lòng tùy hỷ. Sanh lòng tùy hỷ rồi, nên dùng căn lành ấy mà phát tâm hồi hướng quả vị A-nậu-đa-la Tam-miệu Tam-bồ-đề.'

"Thiện nam tử! Bấy giờ có trăm ngàn vô lượng ức na-do-tha dạ-xoa cùng chắp tay thưa rằng: 'Nếu như Phạm-chí Bảo Hải trong suốt bảy năm đã cúng dường đủ mọi thứ cần dùng cho đức Như Lai cùng với chư tỳ-kheo tăng, phước báo căn lành ấy chúng tôi xin tùy hỷ. Do nơi căn lành của sự tùy hỷ đó, nguyện cho chúng tôi đều được thành tựu quả A-nậu-đa-la Tam-miệu Tam-bồ-đề.'

"Bấy giờ, Thiên vương lại nói: 'Các ngươi hãy lắng nghe đây. Nếu muốn được nhiều phước đức và căn lành, thì mỗi ngày hãy vượt qua biển lớn, giúp vị Phạm-chí ấy tìm lấy các loại gỗ thơm chiên-đàn Ngưu Đầu và trầm thủy mang về, để ông ấy dùng thổi cơm cúng dường đức Phật và chư tỳ-kheo tăng.'

"Khi ấy có chín mươi hai ngàn dạ-xoa cùng lên tiếng: 'Thiên vương! Nay chúng tôi xin nguyện rằng trong vòng bảy năm sẽ thường đi lấy các loại gỗ thơm chiên-đàn Ngưu Đầu và trầm thủy mang về cho vị Phạm-chí ấy, để ông ấy dùng thổi cơm cúng dường đức Phật và chư tỳ-kheo tăng.'

"Lại có bốn mươi sáu ngàn dạ-xoa cũng đồng thanh nói rằng: 'Chúng tôi sẽ tìm mang về cho vị Phạm-chí ấy những loại hương thơm vi diệu, để ông ấy dùng cúng dường đức Như Lai cùng với chư tỳ-kheo tăng.'

"Lại có năm mươi hai ngàn dạ-xoa cũng đồng thanh nói rằng: 'Chúng tôi sẽ tìm mang về cho vị Phạm-chí ấy đủ các loại hoa để ông ấy dùng cúng dường đức Như Lai cùng với chư tỳ-kheo tăng.'

"Lại có hai mươi ngàn dạ-xoa cũng đồng thanh nói rằng: 'Chúng tôi sẽ tìm mang về cho vị Phạm-chí ấy những vị ngon tinh túy để điều hòa các món ăn cúng dường đức Như Lai cùng với chư tỳ-kheo tăng.'

"Lại có bảy vạn dạ-xoa cũng đồng thanh nói rằng: 'Chúng tôi sẽ đến nơi đó để tự làm ra các món ăn cúng dường đức Như Lai và chư tỳ-kheo tăng.'

"Thiện nam tử! Khi ấy Phạm-chí Bảo Hải lại nghĩ rằng: 'Tiếp theo ta nên khuyên bảo khuyến khích Tỳ-lâu-lặc Thiên vương, Tỳ-lâu-la-xoa Thiên vương và Đề-đầu-lại-trá Thiên vương.'

"Vừa nghĩ như thế thì ba vị Thiên vương tức thì biết được, cùng hiện đến chỗ Phạm-chí. Liền được nghe lời ông khuyên bảo rồi mỗi vị đều trở về chỗ ở của mình.

"Tỳ-lâu-lặc cùng với trăm ngàn ức na-do-tha câu-biện-đồ, Tỳ-lâu-la-xoa Thiên vương cùng với trăm ngàn vô lượng ức na-do-tha loài rồng, Đề-đầu-lại-trá cùng với trăm ngàn vô lượng ức na-do-tha càn-thát-bà, thảy đều phát tâm A-nậu-đa-la Tam-miệu Tam-bồ-đề giống như Tỳ-sa-môn Thiên vương và tất cả dạ-xoa.

"Thiện nam tử! Bấy giờ, Phạm-chí Bảo Hải lại nghĩ đến Bốn vị Thiên vương ở cõi thiên hạ thứ hai.[1] Bốn vị Thiên vương ấy nương oai thần của Phật hiện đến chỗ Phạm-chí, thưa rằng: 'Phạm-chí! Nay ông có điều gì muốn dạy bảo?'

"Phạm-chí Bảo Hải đáp: 'Nay tôi khuyên các ông cùng với quyến thuộc nên phát tâm A-nậu-đa-la Tam-miệu Tam-bồ-đề.'

---

[1] Mỗi thế giới được chia làm Bốn cõi thiên hạ, có bốn vị Thiên vương Hộ thế quản lãnh ở bốn phương. Bốn vị ấy là Tỳ-sa-môn Thiên vương (Vaiśravaṇa) ở phương bắc, Tỳ-lâu-lặc (Virūḍhaka) ở phương nam, Tỳ-lâu-la-xoa (Virūpākṣa) ở phương tây và Đề-đầu-lại-trá (Dhṛitarāṣṭra) ở phương đông. Tất cả các thế giới trong Đại thiên thế giới đều có cấu trúc tương tự, nghĩa là đều có bốn vị Thiên vương ở mỗi thế giới. .

"Bốn vị Thiên vương cùng đáp: 'Xin kính vâng lời dạy.'

"Rồi mỗi vị liền trở về chỗ ở của mình, cùng với tất cả quyến thuộc đều phát tâm A-nậu-đa-la Tam-miệu Tam-bồ-đề.

"Cứ như vậy, Phạm-chí Bảo Hải lần lượt khuyên bảo hết thảy trong Tam thiên Đại thiên thế giới, hàng trăm ngàn vị Tỳ-sa-môn Thiên vương đều phát tâm A-nậu-đa-la Tam-miệu Tam-bồ-đề; cho đến hàng trăm ức Tỳ-lâu-lặc Thiên vương, hàng trăm ức Tỳ-lâu-la-xoa Thiên vương, hàng trăm ức Đề-đầu-lại-trá Thiên vương, mỗi vị đều cùng với những quyến thuộc của mình phát tâm A-nậu-đa-la Tam-miệu Tam-bồ-đề.

"Thiện nam tử! Bấy giờ Phạm-chí lại có ý nghĩ rằng: 'Nếu như trong đời vị lai ta chắc chắn sẽ thành tựu quả A-nậu-đa-la Tam-miệu Tam-bồ-đề, khi chỗ phát nguyện của ta thành tựu, được lợi ích cho bản thân, sẽ khiến cho tất cả chư thiên cũng đều được phần phước đức ấy, lại cũng khuyến khích, làm cho họ phát tâm A-nậu-đa-la Tam-miệu Tam-bồ-đề. Nếu như trong đời vị lai ta nhờ căn lành này mà chắc chắn sẽ thành tựu quả A-nậu-đa-la Tam-miệu Tam-bồ-đề thì Đao-lợi Thiên vương sẽ đến đây cùng ta gặp gỡ; các vị thiên tử Dạ-ma, Đâu-suất,[1] Hóa Lạc và Tha hóa tự tại cũng đều sẽ đến nơi đây cùng ta gặp gỡ.'

"Thiện nam tử! Khi Phạm-chí vừa nghĩ như vậy xong thì Đao-lợi Thiên vương, Dạ-ma Thiên vương, Đâu-suất Thiên vương, Hóa Lạc Thiên vương, Tha hóa tự tại Thiên vương, đều cùng nhau hiện đến gặp gỡ Phạm-chí. Các vị ấy hỏi rằng: 'Phạm-chí! Nay ông có điều chi dạy bảo?'

"Phạm-chí liền hỏi: 'Các vị là ai?'

"Khi ấy, năm vị Thiên vương mỗi người đều tự xưng danh tánh, rồi nói: 'Phạm-chí! Chẳng phải ông có điều chi muốn dạy bảo nên mới hội họp chúng tôi đến đây đó sao?"

"Phạm-chí đáp: 'Này các vị Thiên vương, cõi trời của các vị có

[1] Đâu-suất: Phạn ngữ là **Tuṣita**, Bản Hán văn phiên âm chữ này không nhất quán, có khi là Đâu-suất, có khi lại là Đâu-thuật. Để người đọc dễ hiểu và không bối rối, chúng tôi dùng Đâu-suất thống nhất trong toàn bản dịch.

đầy đủ những cung điện lầu gác quý báu xinh đẹp, có những cây báu cùng với cây y phục, cây hương thơm, cây hoa đẹp, cây quả tốt; có những tòa ngồi quý báu trải bằng các loại tơ lụa vải vóc quý tốt, đủ các loại đồ dùng tốt đẹp nhất cho đến những chuỗi ngọc anh lạc đẹp đẽ quý báu, cờ phướn, lọng che đều toàn là những thứ quý báu riêng của cõi trời, mọi thứ đều trang nghiêm đẹp đẽ, còn có cả đủ mọi thứ âm nhạc hay lạ. Nay các vị có thể dùng hết thảy những thứ tốt đẹp ấy để trang nghiêm cho cảnh rừng Diêm-phù nơi đây, cúng dường đức Phật cùng với chư tỳ-kheo tăng.'

"Bấy giờ, cả năm vị Thiên vương đều đồng thanh trả lời: 'Xin cung kính vâng theo lời dạy!'

"Rồi mỗi vị Thiên vương đều quay trở về nơi ở của mình. Đao-lợi Thiên vương liền gọi Tỳ-lâu-lặc thiên tử đến, Dạ-ma Thiên vương gọi A-đồ-mãn thiên tử đến, Đâu-suất Thiên vương gọi Lộ-hề thiên tử đến, Hóa Lạc Thiên vương gọi Câu-đà-la thiên tử đến, Tha hóa tự tại Thiên vương gọi Nan-đà thiên tử đến, đều bảo với các vị thiên tử ấy rằng: 'Nay các ông hãy xuống cõi Diêm-phù-đề, dùng tất cả mọi thứ tốt đẹp để trang nghiêm cho khu rừng Diêm-phù kia. Hãy treo các chuỗi ngọc anh lạc, dọn trải các thứ tòa ngồi giống như của các vị Thiên vương, mọi thứ đều trang nghiêm đẹp đẽ. Hãy vì đức Như Lai mà làm ra những lầu cao bằng trân bảo, nên làm cho giống hệt như những lầu báu ở cõi trời Đao-lợi.'

"Khi ấy, các vị thiên tử nghe lời dạy rồi, liền hiện xuống cõi Diêm-phù-đề, ngay trong đêm ấy thực hiện đủ mọi sự trang nghiêm đẹp đẽ nơi cảnh rừng Diêm-phù, dùng các loại cây báu cho đến cờ phướn để trang nghiêm, lại vì đức Như Lai mà làm ra lầu cao bằng bảy báu giống như lầu báu ở cõi trời Đao-lợi.

"Các vị thiên tử dùng những báu vật để trang nghiêm nơi cảnh rừng Diêm-phù rồi liền trở về nơi thiên cung, mỗi vị đều thưa với Thiên vương của mình rằng: 'Đại vương, chúng tôi đã đến nơi khu rừng kia và trang nghiêm nơi ấy bằng những báu vật chẳng khác gì nơi đây, lại vì đức Như Lai mà làm ra lầu cao bằng bảy báu giống hệt như lầu báu ở cõi trời Đao-lợi.'

"Thiện nam tử! Khi ấy các vị Đao-lợi Thiên vương, Dạ-ma Thiên vương, Đâu-suất Thiên vương, Hóa Lạc Thiên vương và Tha hóa tự tại Thiên vương liền hiện xuống cõi Diêm-phù-đề, đến trước Phạm-chí Bảo Hải thưa rằng: 'Phạm-chí! Chúng tôi đã vì đức Phật và chúng tăng mà trang nghiêm cảnh rừng ấy. Nay ông còn có điều chi muốn dạy bảo xin cứ nói ra.'

"Phạm-chí Bảo Hải nói: 'Các vị mỗi người nên tự về nơi thiên cung, dùng sức tự tại mà tập hợp chư thiên rồi nói cho họ biết như thế này: Hiện nay trong cõi Diêm-phù-đề có vị Phạm-chí tên là Bảo Hải, trong vòng bảy năm đã cúng dường đầy đủ hết thảy mọi thứ cần dùng cho đức Phật Thế Tôn cùng với vô lượng chư tăng. Đối với việc làm phước đức ấy, các ông hãy sinh lòng tùy hỷ. Sinh lòng tùy hỷ rồi, hãy phát tâm hồi hướng quả vị A-nậu-đa-la Tam miệu Tam-bồ-đề. Vậy các ông hãy cùng nhau đi đến chỗ Phật, lễ bái đức Phật Thế Tôn và chư tỳ-kheo tăng, cúng dường những thứ cần dùng và lắng nghe chánh pháp nhiệm mầu.'

"Khi ấy, năm vị Thiên vương nghe lời dạy của Phạm-chí Bảo Hải rồi, mỗi vị liền tự trở về thiên cung của mình.

"Bấy giờ, Đao-lợi Thiên vương Thích-đề-hoàn-nhân liền tập hợp chư thiên đến bảo rằng: 'Các ông nên biết, trong cõi Diêm-phù-đề có vị Chuyển luân Thánh vương tên là Vô Tránh Niệm, có vị Phạm-chí tên là Bảo Hải, chính là quan đại thần của Thánh vương. Vị đại thần ấy đã thỉnh đức Phật Thế Tôn cùng với vô lượng ức chư tăng thọ nhận cúng dường, trong vòng bảy năm đã cung phụng đủ hết thảy mọi thứ cần dùng. Nay ta đã vì Phật và chư tỳ-kheo tăng mà dùng các món vật báu để trang nghiêm cảnh rừng Diêm-phù nơi ấy. Các ông đối với nhân duyên căn lành này nên sinh lòng tùy hỷ. Sinh lòng tùy hỷ rồi, hãy phát tâm hồi hướng quả vị A-nậu-đa-la Tam-miệu Tam-bồ-đề, cũng là khiến cho vị Phạm-chí kia được như sở nguyện.'

"Thiện nam tử! Khi ấy có trăm ngàn vô lượng ức na-do-tha thiên tử ở cõi trời Đao-lợi đều cung kính chắp tay thưa rằng: 'Nay tất cả chúng tôi đối với căn lành ấy đều sinh lòng tùy hỷ. Do nơi sự tùy hỷ đó, nguyện cho tất cả chúng tôi đều được thành tựu quả A-nậu-đa-la Tam-miệu Tam-bồ-đề.'

"Các vị Dạ-ma Thiên vương, Đâu-suất Thiên vương, Hóa Lạc Thiên vương và Tha hóa tự tại Thiên vương ngay khi trở về thiên cung cũng đều tập hợp chư thiên đến bảo rằng: 'Các ông nên biết, trong cõi Diêm-phù-đề có vị Chuyển luân Thánh vương tên là Vô Tránh Niệm, có vị Phạm-chí tên là Bảo Hải, chính là quan đại thần của Thánh vương. Vị đại thần ấy đã thỉnh đức Phật Thế Tôn cùng với vô lượng ức chư tăng thọ nhận cúng dường, trong vòng bảy năm đã cung phụng đủ hết thảy mọi thứ cần dùng. Nay ta đã vì Phật và chư tỳ-kheo tăng mà dùng các món vật báu để trang nghiêm cảnh rừng Diêm-phù nơi ấy. Các ông đối với nhân duyên căn lành này nên sinh lòng tùy hỷ. Sinh lòng tùy hỷ rồi, hãy phát tâm hồi hướng quả vị A-nậu-đa-la Tam-miệu Tam-bồ-đề, cũng là khiến cho vị Phạm-chí kia được như sở nguyện.'

"Thiện nam tử! Khi ấy ở bốn cõi trời, mỗi cõi đều có trăm ngàn vô lượng ức na-do-tha thiên tử, thảy đều cung kính chắp tay thưa rằng: 'Nay tất cả chúng tôi đối với căn lành ấy đều sinh lòng tùy hỷ. Do nơi sự tùy hỷ đó, nguyện cho tất cả chúng tôi đều được thành tựu quả A-nậu-đa-la Tam-miệu Tam-bồ-đề.'

"Bấy giờ, năm vị Thiên vương đều nói với các vị thiên tử rằng: 'Hôm nay các ông nên đến cõi Diêm-phù-đề gặp đức Phật Bảo Tạng và chư tỳ-kheo tăng, lễ bái đi quanh cung kính cúng dường, tôn trọng tán thán.'

"Thiện nam tử! Khi ấy năm vị Thiên vương, mỗi vị ngay trong đêm ấy đều mang theo các vị thiên tử, thiên nữ, đồng nam, đồng nữ cùng với trăm ngàn ức na-do-tha quyến thuộc vây quanh, hiện đến chỗ Phật, lễ bái dưới chân Phật và chư tỳ-kheo tăng, rồi ở đó lắng nghe đức Phật thuyết pháp cho đến khi trời sáng. Lúc đó, các vị lại hiện thân lên hư không, dùng đủ các loại hoa cõi trời như hoa ưu-bát-la, hoa bát-đầu-ma, hoa câu-vật-đầu, hoa phân-đà-lợi, hoa tu-mạn-na, hoa bà-thi-sư, hoa a-đề mục-đa-già, hoa chiêm-bà-già, hoa mạn-đà-la, hoa ma-ha mạn-đà-la... rải xuống như mưa, lại trỗi lên tiếng trống và âm nhạc cõi trời để cúng dường pháp hội.

"Thiện nam tử! Bấy giờ Phạm-chí Bảo Hải lại có ý nghĩ rằng: 'Nếu như trong đời vị lai ta chắc chắn sẽ thành tựu quả A-nậu-đa-la Tam-miệu Tam-bồ-đề, chỗ phát nguyện của ta thành tựu, được lợi ích cho bản thân, vậy nên giáo hóa các a-tu-la, khiến cho hết thảy đều phát tâm A-nậu-đa-la Tam-miệu Tam-bồ-đề.'

"Thiện nam tử! Khi Phạm-chí vừa nghĩ như vậy xong, liền có năm vị vua A-tu-la hiện đến chỗ Phạm-chí, lần lượt cho đến có trăm ngàn vô lượng ức na-do-tha a-tu-la, trong đó có các a-tu-la nam, a-tu-la nữ, đồng nam, đồng nữ, đều y theo lời dạy của Phạm-chí Bảo Hải phát tâm A-nậu-đa-la Tam-miệu Tam-bồ-đề. Rồi tất cả đều tìm đến chỗ Phật để nghe và thọ nhận chánh pháp nhiệm mầu.

"Thiện nam tử! Bấy giờ Phạm-chí Bảo Hải lại có ý nghĩ rằng: 'Nếu như trong đời vị lai ta chắc chắn sẽ thành tựu quả A-nậu-đa-la Tam-miệu Tam-bồ-đề, chỗ phát nguyện của ta thành tựu, được lợi ích cho bản thân, vậy ta nên giáo hóa Thiên ma Ba-tuần, khiến cho hết thảy đều phát tâm A-nậu-đa-la Tam-miệu Tam-bồ-đề.'

"Thiện nam tử! Khi ấy ma Ba-tuần liền biết được ý nghĩ của Phạm-chí Bảo Hải, lập tức cùng với trăm ngàn vô lượng ức na-do-tha nam, nữ, đồng nam, đồng nữ, hiện đến chỗ Phạm-chí, rồi đều vâng theo lời dạy bảo phát tâm A-nậu-đa-la Tam-miệu Tam-bồ-đề, rồi cùng tìm đến chỗ Phật để nghe và thọ nhận chánh pháp nhiệm mầu."

HẾT QUYỂN II

QUYỂN III
PHẨM THỨ BA - PHẦN II

ĐẠI THÍ

Đức Phật Thích-ca Mâu-ni bảo Bồ Tát Tịch Ý: "Thiện nam tử! Khi ấy Phạm-chí Bảo Hải lại nghĩ rằng: 'Nếu như trong đời vị lai ta chắc chắn sẽ thành tựu quả A-nậu-đa-la Tam-miệu Tam-bồ-đề, chỗ phát nguyện của ta thành tựu, được lợi ích bản thân, vậy tiếp đến ta nên giáo hóa Đại Phạm thiên vương, khiến cho phát tâm A-nậu-đa-la Tam-miệu Tam-bồ-đề.'

"Bấy giờ, Phạm thiên vương biết được ý nghĩ của Phạm-chí, liền hiện đến trước mặt ông mà hỏi rằng: 'Ông có điều chi dạy bảo?'

"Phạm-chí hỏi: 'Ông là ai?'

"Phạm vương đáp: 'Ta chính là Đại Phạm thiên vương.'

"Phạm-chí nói: 'Lành thay ông đã đến đây! Nay ông nên trở về cõi trời, triệu tập chư thiên và truyền đạt lại lời nói của tôi rằng: 'Các ông nên biết, trong cõi Diêm-phù-đề có vị Phạm-chí tên là Bảo Hải, đã thỉnh đức Phật Thế Tôn cùng với vô lượng chư tăng thọ nhận cúng dường, trong vòng bảy năm đã cung phụng đủ hết thảy mọi thứ cần dùng. Nay ta đã vì Phật và chư tỳ-kheo tăng mà dùng các món vật báu để trang nghiêm cảnh rừng Diêm-phù nơi ấy. Các ông đối với phước đức ấy nên sinh lòng tùy hỷ. Sinh lòng tùy hỷ rồi, hãy phát tâm hồi hướng quả vị A-nậu-đa-la Tam-miệu Tam-bồ-đề'

"Khi ấy, Phạm vương nghe lời dạy rồi liền lập tức trở về thiên cung, triệu tập chư thiên cõi Phạm thiên đến nói rằng: 'Các ông nên biết, trong cõi Diêm-phù-đề có vị Chuyển luân Thánh vương tên là Vô Tránh Niệm, có vị Phạm-chí tên là Bảo Hải, chính là quan đại thần của Thánh vương. Vị đại thần ấy đã thỉnh đức Phật Thế Tôn cùng với vô lượng ức chư tăng thọ nhận cúng dường, trong vòng bảy năm đã cung phụng đủ hết thảy mọi thứ cần dùng. Các ông đối với căn lành này nên sinh lòng tùy hỷ. Sinh lòng tùy hỷ rồi, hãy phát tâm hồi hướng quả vị A-nậu-đa-la Tam-miệu Tam-bồ-đề, cũng là khiến cho vị Phạm-chí Bảo Hải kia được như sở nguyện.'

"Thiện nam tử! Khi ấy có trăm ngàn vô lượng ức na-do-tha chư thiên cõi Phạm thiên đều cung kính chắp tay thưa rằng: 'Nay tất cả chúng tôi đối với căn lành ấy đều sinh lòng tùy hỷ. Do nơi sự tùy hỷ đó, nguyện cho tất cả chúng tôi đều được thành tựu quả A-nậu-đa-la Tam-miệu Tam-bồ-đề.'

"Sau đó, Phạm vương lại bảo rằng: 'Hôm nay các ông nên đến cõi Diêm-phù-đề gặp đức Phật Bảo Tạng và chư tỳ-kheo tăng rồi lễ bái đi quanh cung kính cúng dường, tôn trọng tán thán.'

"Thiện nam tử! Khi ấy Phạm Thiên vương với trăm ngàn vô lượng ức na-do-tha chư thiên cõi Phạm vây quanh, cùng hiện đến chỗ Phật Bảo Tạng, cúi đầu làm lễ dưới chân Phật và chư tỳ-kheo tăng, rồi lắng nghe và thọ nhận chánh pháp nhiệm mầu.

"Thiện nam tử! Lúc bấy giờ, Phạm-chí Bảo Hải lại nghĩ rằng: 'Nay ta nên giáo hóa cho các vị Đao-lợi Thiên vương, Dạ-ma Thiên vương, Đâu-suất Thiên vương, Hóa Lạc Thiên vương, Tha hóa tự tại Thiên vương ở cõi thiên hạ thứ hai."[1]

"Nương oai thần của Phật, các vị này liền tức thời hiện đến chỗ Phạm-chí Bảo Hải, cùng thưa rằng: 'Ông có điều chi dạy bảo?'

"Phạm-chí hỏi: 'Các ông là ai?'

"Mỗi vị đều xưng danh tánh, từ Đao-lợi Thiên vương cho đến Tha hóa tự tại Thiên vương.

"Phạm-chí liền nói: 'Nay các ông mỗi người nên trở về thiên

[1] Vì các cõi thiên hạ đều có cấu trúc tương tự nhau, nên ở cõi thiên hạ thứ hai này cũng có các vị Thiên vương mang tên như vậy.

cung của mình và truyền đạt lại lời nói của tôi rằng: 'Trong cõi Diêm-phù-đề có vị Chuyển luân Thánh vương tên là Vô Tránh Niệm, có vị Phạm-chí tên là Bảo Hải, chính là quan đại thần của Thánh vương. Vị đại thần ấy đã thỉnh đức Phật Thế Tôn cùng với vô lượng ức chư tăng thọ nhận cúng dường, trong vòng bảy năm đã cung phụng đủ hết thảy mọi thứ cần dùng. Các ông đối với căn lành này nên sinh lòng tùy hỷ. Sinh lòng tùy hỷ rồi, hãy phát tâm hồi hướng quả vị A-nậu-đa-la Tam-miệu Tam-bồ-đề.'

"Khi ấy, từ Đao-lợi Thiên vương cho đến Tha hóa tự tại Thiên vương, sau khi nghe như vậy rồi, mỗi vị đều lập tức trở về thiên cung của mình, triệu chư thiên đến và nói rằng: 'Các ông nên biết, trong cõi Diêm-phù-đề có vị Chuyển luân Thánh vương tên là Vô Tránh Niệm, có vị Phạm-chí tên là Bảo Hải, chính là quan đại thần của Thánh vương. Vị đại thần ấy đã thỉnh đức Phật Thế Tôn cùng với vô lượng ức chư tăng thọ nhận cúng dường, trong vòng bảy năm đã cung phụng đủ hết thảy mọi thứ cần dùng. Các ông đối với nhân duyên căn lành này nên sinh lòng tùy hỷ. Sinh lòng tùy hỷ rồi, hãy phát tâm hồi hướng quả vị A-nậu-đa-la Tam-miệu Tam-bồ-đề.'

"Thiện nam tử! Khi ấy tất cả chư thiên đều cung kính chắp tay thưa rằng: 'Nay chúng tôi đối với căn lành ấy đều sinh lòng tùy hỷ. Do nơi sự tùy hỷ đó, nguyện cho tất cả chúng tôi đều được thành tựu quả A-nậu-đa-la Tam-miệu Tam-bồ-đề.'

"Sau đó, các vị Thiên vương lại bảo chư thiên rằng: 'Hôm nay các ông nên đến cõi Diêm-phù-đề gặp đức Phật Bảo Tạng và chư tỳ-kheo tăng rồi lễ bái đi quanh cung kính cúng dường, tôn trọng tán thán.'

"Thiện nam tử! Khi ấy từ Đao-lợi Thiên vương cho đến Tha hóa tự tại Thiên vương, mỗi vị đều cùng với trăm ngàn vô lượng ức na-do-tha chư thiên tử, thiên nữ, đồng nam, đồng nữ và tất cả quyến thuộc vây quanh, cùng hiện đến chỗ Phật Bảo Tạng, cúi đầu làm lễ dưới chân Phật và chư tỳ-kheo tăng, rồi lắng nghe và thọ nhận chánh pháp nhiệm mầu.

“Tiếp đến là năm vị A-tu-la vương, cho đến Thiên ma Ba-tuần, Đại Phạm thiên vương trong cõi thiên hạ thứ hai cũng đều lần lượt được Phạm-chí Bảo Hải giáo hóa như vậy.

“Rồi lần lượt đến các cõi thiên hạ thứ ba, thứ tư, thứ năm... cho đến cả Tam thiên Đại thiên thế giới của chư Phật, vô số các cõi trời Đao-lợi, trời Dạ-ma, trời Đâu-suất, trời Hóa Lạc, trời Tha hóa tự tại, cho đến vô số A-tu-la vương, Thiên ma Ba-tuần, Đại Phạm thiên vương, cùng với vô lượng vô số na-do-tha quyến thuộc, thảy đều được Phạm-chí Bảo Hải giáo hóa và phát tâm A-nậu-đa-la Tam-miệu Tam-bồ-đề.

“Nương oai thần của Phật, tất cả đều cùng hiện đến cõi Tứ thiên hạ này, cùng đến chỗ Phật, cúi đầu lễ Phật và chư tỳ-kheo tăng, rồi cùng nhau lắng nghe và thọ nhận chánh pháp nhiệm mầu.

“Bấy giờ, toàn thể đại chúng hiện đến cõi Diêm-phù-đề đã đông đảo chật khắp, cho đến trong Tam thiên Đại thiên thế giới không còn một chỗ trống nào!

“Thiện nam tử! Khi ấy Phạm-chí Bảo Hải lại nghĩ rằng: ‘Nay ta đã giáo hóa được vô số các vị Tỳ-sa-môn Thiên vương, cho đến vô số các vị Đại Phạm thiên vương, như vậy là thệ nguyện của ta đã đạt đến mức tự tại vô ngại.’

“Rồi lại nghĩ rằng: ‘Nếu như trong đời vị lai ta chắc chắn sẽ thành tựu quả A-nậu-đa-la Tam-miệu Tam-bồ-đề, chỗ phát nguyện của ta thành tựu, được lợi ích cho bản thân, thì xin nguyện đức Phật Thế Tôn vì đại chúng đây mà thị hiện đủ mọi phép thần thông biến hóa, dùng thần lực để khiến cho hết thảy các loài súc sinh, ngạ quỷ, địa ngục cho đến loài người trong khắp cõi Tam thiên Đại thiên thế giới này, tất cả đều được xa lìa mọi sự khổ não, chỉ còn thọ hưởng toàn những sự vui sướng. Lại khiến cho trước mặt mỗi chúng sinh đều có một vị hóa Phật, khuyên bảo chúng sinh ấy, khiến cho phát tâm A-nậu-đa-la Tam-miệu Tam-bồ-đề.’

"Thiện nam tử! Bấy giờ đức Như Lai Bảo Tạng rõ biết tâm nguyện của Bảo Hải, liền nhập Tam-muội Vô nhiệt.

"Khi đức Thế Tôn nhập Tam-muội ấy rồi, liền thị hiện đủ mọi phép thần thông biến hóa đúng như tâm nguyện của Bảo Hải, mỗi một lỗ chân lông đều phát ra vô lượng vô biên ánh hào quang rực sáng. Hào quang ấy nhiệm mầu tinh tế, chiếu khắp cõi Tam thiên Đại thiên thế giới, thấu suốt đến cõi địa ngục. Những chúng sinh đang rét lạnh thấu xương khi gặp hào quang ấy liền cảm thấy ấm áp; những chúng sinh đang nóng bức khổ sở khi gặp được hào quang ấy liền cảm thấy mát mẻ; những chúng sinh đang đói khát khi gặp được hào quang ấy liền no đủ, tất cả đều được hưởng một niềm vui sướng cực kỳ mầu nhiệm.

"Trước mặt mỗi một chúng sinh khi ấy đều có một vị hóa Phật với ba mươi hai tướng tốt, tám mươi vẻ đẹp và ngọc anh lạc trang nghiêm quanh thân.

"Những chúng sinh ấy được thọ hưởng sự khoan khoái vui sướng như vậy rồi, đều tự suy nghĩ rằng: 'Không biết nhờ đâu mà chúng ta lại được lìa xa mọi sự khổ não, thọ hưởng sự khoan khoái sung sướng nhiệm mầu như thế này?'

"Bấy giờ, mỗi chúng sinh đều nhìn thấy vị hóa Phật với ba mươi hai tướng tốt, tám mươi vẻ đẹp và ngọc anh lạc trang nghiêm quanh thân. Được thấy như vậy rồi, mỗi chúng sinh đều nói rằng: 'Nhờ ơn của Bậc thành tựu Đại bi này đã giúp cho chúng ta được lìa xa mọi khổ não, thọ hưởng sự khoan khoái sung sướng nhiệm mầu.'

"Khi ấy, tất cả chúng sinh đều lấy tâm hoan hỷ mà chiêm ngưỡng tôn nhan vị hóa Phật.

"Bấy giờ, mỗi vị hóa Phật đều bảo với chúng sinh rằng: 'Hết thảy các ngươi đều nên xưng niệm Nam mô Phật, rồi phát tâm A-nậu-đa-la Tam-miệu Tam-bồ-đề. Được như vậy thì từ nay về sau các ngươi sẽ không còn phải chịu khổ não, thường luôn được thọ hưởng sự khoan khoái vui sướng nhiệm mầu bậc nhất.'

“Các chúng sinh ấy liền đồng thanh niệm rằng: ‘Nam mô Thế Tôn!’ Rồi thảy đều phát tâm A-nậu-đa-la Tam-miệu Tam-bồ-đề. Nhờ nơi căn lành ấy, liền dứt trừ được hết thảy mọi điều ác. Trong số chúng sinh ấy, có những người không bao lâu thì mạng chung, được chuyển sinh lên cõi người; những chúng sinh đang chịu khổ nóng bức, nhờ ánh hào quang chiếu đến liền được mát mẻ, lìa khỏi mọi sự khổ vì đói khát, được hưởng sự vui sướng nhiệm mầu, cho đến được sinh lên cõi người. Hết thảy chúng sinh trong các loài súc sinh, ngạ quỷ, địa ngục cũng đều được như vậy.

“Hào quang của đức Thế Tôn chiếu khắp các cõi thế giới rồi quay về xoay quanh thân Phật ba vòng, theo nơi đỉnh đầu mà trở vào thân Phật.

“Khi ấy liền có vô lượng vô biên chư thiên, người ta, dạ-xoa, a-tu-la, càn-thát-bà, rồng, la-sát đều được địa vị không còn thối chuyển đối với quả A-nậu-đa-la Tam-miệu Tam-bồ-đề.

“Lại có vô số chúng sinh nhiều không kể xiết đều được các pháp môn Đà-la-ni, Tam-muội, Nhẫn nhục.

“Bấy giờ, người trong cõi Diêm-phù-đề đều nghe biết việc vô lượng chư thiên vì cúng dường đức Phật Thế Tôn và chư tỳ-kheo tăng mà dùng đủ loại báu vật cõi trời để trang nghiêm bên ngoài thành An-chu-la, nơi khu rừng Diêm-phù, giống hệt như cảnh trí trang nghiêm trên cõi trời không chút sai biệt. Mọi người liền nghĩ rằng: ‘Nay chúng ta nên đến đó xem, cũng là được thấy đức Như Lai và chư tỳ-kheo tăng, nhân đó mà nghe nhận chánh pháp nhiệm mầu.”

“Thiện nam tử! Khi ấy mỗi ngày thường có trăm ngàn vô lượng ức na-do-tha kẻ nam, người nữ, đồng nam, đồng nữ cùng tìm đến chỗ Phật, cúi đầu lễ Phật và chư tỳ-kheo tăng, đi quanh ba vòng về bên phải, rồi cung kính cúng dường, tôn trọng tán thán.

“Khi những người ấy vừa đến xem khu rừng Diêm-phù thì rừng này đã có đủ hai vạn cảnh nhà bao quanh, toàn do bảy món báu hợp thành. Trước cửa mỗi nhà lại có bày năm trăm cái giường quý cũng bằng bảy báu, mỗi giường đều có một vị Phạm-chí ngồi trên đó. Khi có chúng sinh nào muốn vào trong rừng, các vị Phạm-chí liền đón tiếp và khuyên bảo giáo hóa, khiến cho chúng sinh ấy quy y Tam bảo, phát tâm A-nậu-đa-la Tam-miệu Tam-bồ-đề, rồi mới vào rừng gặp đức Thế Tôn và chư tỳ-kheo tăng mà lễ bái, đi quanh cung kính, cúng dường tôn trọng tán thán.

"Thiện nam tử! Khi ấy, Phạm-chí Bảo Hải trong vòng bảy năm đã giáo hóa cho chư thiên nhiều không kể xiết, khiến cho hết thảy đều trụ vững nơi đạo A-nậu-đa-la Tam-miệu Tam-bồ-đề, lại cũng khiến cho vô số các loài rồng, a-tu-la, càn-thát-bà, la-sát, câu-biện-đồ,[1] tỳ-xá-già,[2] ngạ quỷ, súc sinh, địa ngục cho đến loài người, hết thảy đều trụ vững nơi đạo A-nậu-đa-la Tam-miệu Tam-bồ-đề.

"Thiện nam tử! Lúc bấy giờ, Phạm-chí Bảo Hải trải qua bảy năm rồi, liền dùng tám mươi bốn ngàn bánh xe bằng vàng, chỉ trừ kim luân bảo,[3] tám mươi bốn ngàn thớt voi trắng có bảy báu trang nghiêm, chỉ trừ tượng bảo,[4] cho đến tám mươi bốn ngàn loại dược liệu. Tất cả những vật như thế đều dâng cúng lên đức Phật và chúng tăng.

"Khi ấy, Chuyển luân Thánh vương Vô Tránh Niệm trong suốt bảy năm không sinh lòng ham muốn, không nóng giận,

---

[1] Câu-biện-đồ: Phạn ngữ là **Kumbhāṇḍa**, bản Hán văn phiên âm không nhất quán, có khi cũng đọc là câu-bàn-đồ. Để người đọc dễ hiểu và tránh sự bối rối, chúng tôi chọn một cách phiên âm thống nhất là câu-biện-đồ trong toàn bản dịch.

[2] Tỳ-xá-già, tên Phạn ngữ là **Piśāca**, cũng đọc là tất-xá-già, là tên một loài quỷ, được dịch nghĩa là "thực huyết nhục quỷ", vì loài này ăn máu huyết và tinh khí của nhiều loài khác. Theo Huệ uyển âm nghĩa (慧苑音義), quyển hạ, thì loài tỳ-xá-già cùng với càn-thát-bà đều là quyến thuộc và thuộc quyền quản lãnh của Đề-đầu-lại-trá Thiên vương.

[3] Kim luân bảo: tức bánh xe báu bằng vàng của vị Chuyển luân Thánh vương, chỉ do đại phước đức cảm ứng mới có được.

[4] Tượng bảo: hay bạch tượng bảo, voi trắng báu, cũng là một trong bảy báu vật của vị Chuyển luân Thánh vương, do phước đức mà hiện ra.

không ngu si, không kiêu mạn, không ham muốn cõi nước, không ham muốn con cháu, không ham muốn nữ sắc, không ham muốn việc ăn uống, không ham muốn y phục, hoa hương, xe cộ, không ham muốn ngủ nghỉ, không nghĩ tưởng ưa muốn mọi sự dục lạc, không ham muốn cho mình, không ham muốn cho người khác.

"Như vậy trong suốt bảy năm, thậm chí không có bất cứ một ý tưởng ham muốn nào, thường ngồi mãi không nằm, không nghĩ tưởng phân biệt là ngày hay đêm, không có ý tưởng cho là mệt mỏi, cũng không có ý tưởng nào về âm thanh, mùi hương, vị nếm hay sự xúc chạm, mà trong thời gian ấy chỉ thường nhìn thấy khắp các cõi thế giới trong mười phương, rõ ràng mọi mặt, đều thấy giống như vô số cõi Phật nhiều như số hạt bụi nhỏ.

"Những thế giới ấy của chư Phật thảy đều thanh tịnh trang nghiêm, không nhìn thấy núi Tu-di cùng các núi nhỏ, kể cả hai núi Thiết vi lớn, nhỏ và khoảng tối tăm u ám ở giữa, cho đến không nhìn thấy cả mặt trời, mặt trăng, các tinh tú và cung điện của chư thiên. Chỗ nhìn thấy của Thánh vương duy nhất chỉ là các cõi Phật thanh tịnh trang nghiêm. Nhìn thấy như vậy rồi liền tùy theo sự phát nguyện của mình mà nhận lấy.

"Chuyển luân Thánh vương trong suốt bảy năm được hưởng sự khoan khoái, vui sướng, được thấy những thế giới của chư Phật với đủ mọi sự trang nghiêm, liền phát nguyện nhận lấy cõi Phật thanh tịnh nhiệm mầu bậc nhất.

"Cũng giống như vậy, từ thái tử Bất Huyễn và cả tất cả những người con của vua, cho đến tám mươi bốn ngàn vị tiểu vương, chín mươi hai ngàn ức chúng sinh, mỗi người đều không có bất cứ tâm niệm ham muốn nào trong suốt bảy năm, cho đến không có bất cứ ý tưởng nào về âm thanh, mùi hương, vị nếm hay sự xúc chạm. Mỗi người đều ở nơi chỗ vắng vẻ mà nhập định tư duy, rồi cũng được nhìn thấy khắp các cõi thế giới trong mười phương, rõ ràng mọi mặt, đều thấy giống như vô số cõi Phật nhiều như số hạt bụi nhỏ.

"Những thế giới ấy của chư Phật thảy đều thanh tịnh trang

nghiêm, không nhìn thấy núi Tu-di cùng các núi nhỏ, kể cả hai núi Thiết vi lớn, nhỏ và khoảng tối tăm u ám ở giữa, cho đến không nhìn thấy cả mặt trời, mặt trăng, các tinh tú và cung điện của chư thiên. Chỗ nhìn thấy của họ duy nhất chỉ là các cõi Phật thanh tịnh trang nghiêm. Nhìn thấy như vậy rồi, mỗi người liền tùy theo sự phát nguyện của mình mà nhận lấy.

"Trong suốt thời gian bảy năm, hết thảy đại chúng như vậy mỗi người đều tu tập hành trì đủ mọi pháp môn, hoặc phát nguyện được cõi Phật thanh tịnh, hoặc phát nguyện nhận lấy cõi Phật không thanh tịnh.

"Thiện nam tử! Bấy giờ, Phạm-chí Bảo Hải sau khi trải qua bảy năm liền mang bảy món báu đến phụng hiến lên đức Phật Bảo Tạng cùng với chư tỳ-kheo tăng, rồi đến trước Phật, chắp tay hướng Phật bạch rằng: 'Thế Tôn! Nay con đã khuyên bảo giáo hóa Chuyển luân Thánh vương phát tâm A-nậu-đa-la Tam-miệu Tam-bồ-đề, khiến cho trở về nơi vắng vẻ mà ngồi yên tĩnh tư duy, thậm chí không cho phép bất cứ ai đến quấy rầy.

"Con cũng đã khuyên bảo giáo hóa một ngàn người con của Thánh vương phát tâm A-nậu-đa-la Tam-miệu Tam-bồ-đề, khiến cho mỗi người đều trở về nơi vắng vẻ mà ngồi yên tĩnh tư duy, thậm chí không cho phép bất cứ ai đến quấy rầy.

"Cho đến tám mươi bốn ngàn vị tiểu vương và chín mươi hai ngàn ức chúng sinh, nay cũng đều phát tâm A-nậu-đa-la Tam-miệu Tam-bồ-đề. Mỗi người đều ở nơi vắng vẻ mà ngồi yên tĩnh tư duy, thậm chí không cho phép bất cứ ai đến quấy rầy.

"Thế Tôn! Nay con muốn cho Chuyển luân Thánh vương và tất cả những người này đều ra khỏi tam-muội mà đi đến chỗ Phật, cùng với những người trước đây đã được con giáo hóa cho phát tâm A-nậu-đa-la Tam-miệu Tam-bồ-đề, tất cả đều sẽ hội tụ đến trước Phật Thế Tôn, sẽ ngồi nghiêm trang và nhất tâm thọ nhận cõi Phật thanh tịnh của mình, không còn thối chuyển đối với quả vị A-nậu-đa-la Tam-miệu Tam-bồ-đề, được Phật thọ ký rồi sẽ nhận lấy cõi nước và danh xưng cho mỗi người.'

"Thiện nam tử! Khi ấy đức Như Lai Bảo Tạng liền nhập Tam-muội Vương.[1] Nhập tam-muội này rồi liền từ trong miệng phóng ra những đạo hào quang đủ các màu xanh, vàng, đỏ, trắng, tía.

"Khi ấy, Chuyển luân Thánh vương và tất cả những người đang ở trong thiền định, mỗi người đều nhìn thấy trước mặt mình có một vị hóa Phạm vương[2] hiện ra nói rằng: 'Nay các ông nên ra khỏi định đi đến chỗ Phật, lễ bái đức Thế Tôn và chư tỳ-kheo tăng, đi quanh cung kính cúng dường tôn trọng tán thán. Các ông nên biết, Phạm-chí Bảo Hải trong bảy năm qua tổ chức pháp hội nay đã hoàn mãn, đức Phật Thế Tôn sắp sửa du hành sang nước khác.'

"Lúc ấy, vua Chuyển luân và tất cả những người khác nghe lời nói như vậy rồi, lập tức ra khỏi thiền định. Bấy giờ có chư thiên ở giữa hư không trỗi lên các loại âm nhạc. Thánh vương liền cho chuẩn bị xa giá nghiêm trang, với một ngàn người con, tám mươi bốn ngàn vị tiểu vương, chín mươi hai ngàn ức thần dân vây quanh, cùng ra khỏi thành An-chu-la, hướng đến khu rừng Diêm-phù. Khi đến ven rừng liền theo đúng phép tắc xuống xe, đi bộ đến chỗ Phật, cúi đầu lễ Phật và chư tỳ-kheo tăng, rồi ngồi sang một bên.

"Thiện nam tử! Khi ấy Phạm-chí Bảo Hải liền thưa với Thánh vương rằng: 'Xin đại vương hãy đem phước đức cúng dường những báu vật hôm nay cùng với tất cả những gì đại vương trước đây đã cúng dường đức Như Lai và chư tỳ-kheo tăng trong suốt ba tháng, hồi hướng cầu quả vị A-nậu-đa-la Tam-miệu Tam-bồ-đề. Đối với một ngàn người con của đại vương, tám mươi bốn ngàn vị

---

[1] Tam-muội Vương: là phép tam-muội, hay phép định thù thắng nhất, vượt trội hơn hết so với các phép định khác, duy chỉ có Phật Thế Tôn mới thành tựu được phép tam-muội này, vì thế mà được xem là "vua của các tam-muội". Người tu pháp môn Tịnh độ lấy việc niệm Phật để cầu vãng sinh cõi Phật, dứt trừ sinh tử, đạt đến giải thoát, cho là thù thắng hơn tất cả nên cũng gọi phép Niệm Phật Tam-muội là Tam-muội Vương.

[2] Hóa Phạm vương: vị Phạm vương do sức tam-muội của đức Phật hóa hiện ra, không phải là Phạm vương thật, cũng tương tự như các vị hóa Phật đã nói trong một đoạn trước.

tiểu vương, chín mươi hai ngàn ức nhân dân, cũng nên dạy bảo họ hồi hướng cầu quả vị A-nậu-đa-la Tam-miệu Tam-bồ-đề.

"Đại vương nên biết, không nên dùng sự bố thí này để cầu được làm Đao-lợi Thiên vương, Đại Phạm thiên vương... Vì sao vậy? Những phước báo, trân bảo mà vua có được hôm nay đều là vô thường, không có tướng cố định, khác nào như cơn gió thoảng nhanh. Vì thế nên dùng những phước báo có được từ việc bố thí này để khiến cho tâm được tự tại, mau chóng thành tựu quả A-nậu-đa-la Tam-miệu Tam-bồ-đề, độ thoát vô số chúng sinh, khiến cho được vào cảnh giới Niết-bàn.'

PHẨM THỨ TƯ - PHẦN I

BỒ TÁT THỌ KÝ

Bấy giờ, đức Như Lai Bảo Tạng lại có ý nghĩ rằng: 'Vô số chúng sinh ở đây đều đã đạt được địa vị không còn thối chuyển đối với quả A-nậu-đa-la Tam-miệu Tam-bồ-đề. Nay ta sẽ thọ ký cho từng người, đồng thời vì họ mà thị hiện cho thấy tất cả các cõi Phật.'

"Khi ấy, đức Thế Tôn liền nhập Tam-muội Bất thất Bồ-đề tâm. Ngài dùng sức của tam-muội ấy mà phóng ra ánh hào quang lớn, chiếu soi khắp vô số thế giới, khiến cho Chuyển luân Thánh vương cùng với vô số chúng sinh đều được nhìn thấy vô số thế giới của chư Phật.

"Bấy giờ, trong vô lượng vô biên thế giới khác ở khắp mười phương, mỗi một thế giới đều có các vị Đại Bồ Tát, được ánh hào quang của đức Phật chiếu đến, nương theo oai thần của Phật liền cùng hiện đến chỗ Phật, dùng những phép thần thông biến hóa mà mỗi vị đã đạt được để cúng dường Phật và chư tỳ-kheo tăng. Tất cả các vị đều cúi đầu lễ dưới chân Phật, đi quanh ba vòng cung kính rồi ngồi xuống phía trước, mong muốn được nghe đức Như Lai vì chư Bồ Tát mà thọ ký cho sự thành Phật của từng vị.

"Thiện nam tử! Khi ấy Phạm-chí Bảo Hải lại thưa với Thánh vương: 'Đại vương! Nay đại vương trước hết nên phát thệ nguyện nhận lấy cõi Phật vi diệu.'

"Thiện nam tử! Khi Thánh vương nghe lời ấy liền tức thời đứng dậy, rồi chắp tay quỳ xuống hướng về đức Phật, bạch rằng: 'Thế Tôn! Nay con thật lòng muốn được đạo Bồ-đề. Như việc con đã cúng dường Phật và chư tỳ-kheo mọi thứ cần dùng trong vòng ba tháng, nay nguyện đem căn lành ấy hồi hướng về quả vị A-nậu-đa-la Tam-miệu Tam-bồ-đề, nguyện cho chẳng bao giờ nhận lấy cõi Phật bất tịnh.

"Thế Tôn! Vừa qua trong vòng bảy năm con đã ngồi yên tĩnh tư duy về vô số những cõi Phật thanh tịnh trang nghiêm khác nhau.

"Thế Tôn! Nay con phát nguyện khi con thành tựu quả A-nậu-đa-la Tam-miệu Tam-bồ-đề thì trong cõi thế giới sẽ không có những cảnh giới địa ngục, súc sinh, ngạ quỷ; hết thảy chúng sinh sau khi mạng chung sẽ không phải đoạ vào ba đường ác. Toàn cõi thế giới và chúng sinh ở đó đều chỉ toàn một màu vàng ròng. Chư thiên và loài người không có gì khác biệt nhau, tất cả đều chứng đắc Sáu thần thông.[1]

"Nhờ được Túc mạng thông nên biết được những việc trong cả trăm ngàn muôn ức na-do-tha kiếp đã qua. Nhờ được Thiên nhãn thanh tịnh[2] nên thấy được trăm ngàn ức na-do-tha thế giới trong khắp mười phương, cũng thấy được trong các thế giới ấy mỗi nơi đều có chư Phật hiện đang thuyết giảng giáo pháp nhiệm mầu. Nhờ được Thiên nhĩ thanh tịnh[3] nên nghe được tiếng của chư Phật hiện đang thuyết pháp trong trăm ngàn ức na-do-tha thế giới ở khắp mười phương. Nhờ có Trí huệ tha tâm[4] nên biết

[1] Sáu thần thông: tức Lục thần thông hay Lục thông.

[2] Thiên nhãn thanh tịnh: tức Thiên nhãn thông.

[3] Thiên nhĩ thanh tịnh: tức Thiên nhĩ thông.

[4] Trí huệ tha tâm: tức Tha tâm thông.

được tâm niệm của tất cả chúng sinh trong vô lượng vô biên ức na-do-tha thế giới ở khắp mười phương. Nhờ có Như ý thông[1] nên chỉ trong một khoảnh khắc có thể đi khắp trăm ngàn ức na-do-tha thế giới của chư Phật. Trong khi đến đi xoay chuyển đều khiến cho hết thảy chúng sinh hiểu rõ được ý nghĩa không có ngã và ngã sở, đều đạt được địa vị không còn thối chuyển đối với quả vị A-nậu-đa-la Tam-miệu Tam-bồ-đề.

"Nguyện cho thế giới của con không có nữ giới, cũng không có tên gọi nữ giới. Hết thảy chúng sinh đều chỉ hóa sinh[2] một lần và có thọ mạng vô lượng, trừ khi có thệ nguyện khác. Không có hết thảy các tên gọi bất thiện. Thế giới thanh tịnh, không có mọi sự xấu xa nhơ nhớp, thường có hương thơm vi diệu của chư thiên tỏa khắp mọi nơi. Hết thảy chúng sinh đều được thành tựu ba mươi hai tướng tốt, tự có chuỗi anh lạc trang sức quanh thân. Tất cả Bồ Tát ở thế giới của con đều đạt địa vị Nhất sinh,[3] trừ khi có thệ nguyện khác.

"Nguyện cho chúng sinh ở thế giới của con chỉ trong khoảng thời gian của một bữa ăn có thể nương oai thần của Phật mà đi đến khắp vô lượng vô biên cõi thế giới, được gặp các vị Phật hiện tại, lễ bái, đi quanh cung kính, dùng những phép thần túc biến hóa đã đạt được để cúng dường chư Phật. Rồi cũng chỉ trong khoảng thời gian của một bữa ăn đó đã trở về cõi thế giới này để thường xuyên khen ngợi tán thán kho tàng chánh pháp của chư Phật.

"Những chúng sinh ấy đều được thân thể có sức mạnh như lực sĩ na-la-diên[4] cõi trời. Những sự trang nghiêm tốt đẹp như thế ở cõi thế giới của con, cho dù là người đạt được thiên nhãn cũng

---

[1] Như ý thông: tức Thân như ý thông, hay Thần cảnh thông.

[2] Hóa sinh: một trong bốn cách sinh ra của chúng sinh. Đó là: 1. Thai sinh: sinh ra từ bào thai. 2. Noãn sinh: sinh ra từ trứng. 3. Thấp sinh: sinh ra từ môi trường ẩm ướt. 4. Hóa sinh: sinh ra từ sự biến hóa, do nghiệp lực hoặc do sức thần thông.

[3] Nhất sinh: tức Nhất sinh bổ xứ.

[4] Na-la-diên: phiên âm từ Phạn ngữ Nārāyaṇa, chỉ các vị đại lực sĩ ở cõi trời, có sức mạnh vô hạn.

không thể nói hết! Tất cả chúng sinh đều đạt được bốn biện tài.[1] Hết thảy những cây mà các vị Bồ Tát ngồi bên dưới đều có cành lá tỏa rộng che khắp một vạn do-tuần.

"Thế giới của con thường luôn có ánh sáng thanh tịnh nhiệm mầu, khiến cho hết thảy mọi sự trang nghiêm tốt đẹp của vô lượng cõi Phật ở các phương khác đều hiện ra trong ánh sáng ấy. Chúng sinh ở thế giới của con, mãi cho đến khi thành tựu quả A-nậu-đa-la Tam-miệu Tam-bồ-đề, quyết chẳng bao giờ làm những điều bất tịnh, thường luôn là chỗ cung kính cúng dường tôn trọng của hết thảy chư thiên cùng với người và phi nhân. Từ khi phát tâm tu hành cho đến lúc thành A-nậu-đa-la Tam-miệu Tam-bồ-đề thường luôn được sáu căn[2] thanh tịnh. Ngay khi vừa sinh ra đã được niềm vui không phiền não, thọ hưởng sự khoan khoái vui sướng, tự nhiên thành tựu hết thảy mọi căn lành. Sinh ra rồi liền tự nhiên trên người khoác áo cà-sa mới, liền được phép tam-muội tên là Thiện phân biệt.[3] Nhờ sức của tam-muội này nên có thể đi đến vô lượng vô biên cõi thế giới Phật ở khắp mười phương, được gặp chư Phật hiện tại, lễ bái đi quanh cung kính cúng dường ngợi khen tôn trọng, rồi mãi cho đến khi được thành tựu quả A-nậu-đa-la Tam-miệu Tam-bồ-đề, đối với phép tam-muội này quyết chẳng bao giờ thối thất.

"Tất cả các vị Bồ Tát ở thế giới của con đều theo như sở nguyện, tự mình tu tập trang nghiêm cho cõi thế giới thanh tịnh nhiệm mầu, nhìn vào trong cây quý bằng bảy báu liền thấy được mọi cõi thế giới Phật ở nơi xa cùng với hết thảy chúng sinh ở đó. Ngay sau khi sinh ra liền được phép tam-muội hóa hiện khắp nơi. Nhờ sức của tam-muội nên thường nhìn thấy chư Phật hiện tại trong vô lượng vô biên thế giới ở khắp mười phương, rồi mãi cho đến khi thành tựu quả A-nậu-đa-la Tam-miệu Tam-bồ-đề, quyết chẳng bao giờ thối thất.

[1] Bốn biện tài: tức Tứ vô ngại biện.

[2] Sáu căn: bao gồm nhãn căn, nhĩ căn, tị căn, thiệt căn, thân căn và ý căn (mắt, tai, mũi, lưỡi, thân và ý). Sáu căn thanh tịnh tức là không bị mê đắm theo sáu trần (hình sắc, âm thanh, mùi hương, vị nếm, sự xúc chạm và các pháp).

[3] Thiện phân biệt: khéo phân biệt, có khả năng phân biệt đúng, chính xác.

"Nguyện cho tất cả chúng sinh trong cõi thế giới của con đều có được cung điện, y phục, chuỗi ngọc anh lạc, đủ mọi sự trang nghiêm tốt đẹp giống như ở cõi trời thứ sáu là cõi trời Tha hóa tự tại.[1] Thế giới của con không có núi đồi gò nổng, các núi Thiết vi lớn nhỏ, núi Tu-di và biển cả, cũng không có những tiếng như năm ấm,[2] năm sự ngăn che,[3] các phiền não chướng ngại; không có tên gọi của ba đường ác, tám nạn xứ, không có những tên gọi để chỉ những cảm thọ khổ cũng như những cảm thọ không khổ không vui.[4]

"Bạch Thế Tôn! Chỗ phát nguyện của con là như vậy, muốn được cõi Phật trang nghiêm thanh tịnh như thế.

"Bạch Thế Tôn! Trong đời vị lai, con nguyện sẽ tu hành đạo Bồ Tát nhiều đời nhiều kiếp, sao cho phải được thành tựu cõi Phật thanh tịnh như thế.

"Bạch Thế Tôn! Trong đời vị lai, con nguyện phải làm nên được những điều ít có, rồi sau mới thành tựu quả A-nậu-đa-la Tam-miệu Tam-bồ-đề.

"Bạch Thế Tôn! Vào lúc con thành tựu quả A-nậu-đa-la Tam-miệu Tam-bồ-đề, sẽ ngồi ở đạo tràng dưới gốc cây Bồ-đề lớn che khắp ngang dọc một vạn do-tuần, chỉ trong một khoảnh khắc là thành tựu quả A-nậu-đa-la Tam-miệu Tam-bồ-đề.

---

[1] Cõi trời Tha hóa tự tại: cõi trời thứ sáu trong Dục giới.

[2] Năm ấm, hay năm uẩn, được dịch từ Phạn ngữ **pađca-skandḥāh**, chỉ các nhóm thành tố tạo thành thân tâm chúng sinh, bao gồm: sắc ấm, thọ ấm, tưởng ấm, hành ấm và thức ấm.

[3] Năm sự ngăn che (ngũ cái), được dịch từ Phạn ngữ **pañca āvaraṇāni** chỉ năm loại phiền não ngăn che trí huệ, gây chướng ngại cho sự giải thoát, bao gồm: tham dục (**rāga-āvaraṇa**), sân khuể (**pratigha-āvaraṇa**), hôn trầm, thụy miên (**styāna-middha-āvaraṇa**), trạo cử, ác tác (**auddhatya-kaukṛtya-āva-raṇa**) và nghi (**vicikitsā-āvaraṇa**). Khi chưa trừ được năm điều này thì trí huệ không thể phát huy, tâm thức không thể đạt đến sự giải thoát, vì thế chúng được hình dung như những "nắp đậy", che bít tâm thức.

[4] Cảm thọ của chúng sinh chia làm ba loại: cảm thọ khổ đau, khó chịu (khổ thọ), cảm thọ vui thích, dễ chịu (lạc thọ) và cảm thọ không khổ không vui, nghĩa là tuy có cảm thọ nhưng không thuận theo cũng không nghịch lại, không cảm thấy dễ chịu cũng không khó chịu (bất khổ bất lạc thọ, cũng gọi là xả thọ).

“Sau khi thành tựu quả A-nậu-đa-la Tam-miệu Tam-bồ-đề, hào quang chiếu sáng khắp vô lượng vô biên trăm ngàn ức na-do-tha cõi thế giới của chư Phật, khiến cho thọ mạng của con là vô lượng vô biên trăm ngàn ức na-do-tha kiếp, không ai có thể biết hết được, chỉ trừ bậc Nhất thiết trí,[1] khiến cho thế giới của con không có Thanh văn thừa và Bích-chi Phật thừa,[2] hết thảy đại chúng đều chỉ toàn các vị Bồ Tát, số nhiều đến vô lượng vô biên, không ai có thể tính đếm được, chỉ trừ bậc Nhất thiết trí.

“Nguyện sau khi con thành tựu quả A-nậu-đa-la Tam-miệu Tam-bồ-đề rồi, khiến cho chư Phật trong khắp mười phương đều xưng dương tán thán danh hiệu của con.

“Nguyện sau khi con thành tựu quả A-nậu-đa-la Tam-miệu Tam-bồ-đề rồi, trong vô lượng vô biên a-tăng-kỳ cõi thế giới Phật khác, nếu có chúng sinh nào nghe đến danh hiệu của con rồi phát tâm tu các căn lành để cầu sinh về thế giới của con, nguyện cho các chúng sinh ấy sau khi xả bỏ thân mạng chắc chắn sẽ được sinh về, trừ ra những chúng sinh phạm năm tội nghịch, phỉ báng thánh nhân, phá hoại Chánh pháp.

“Nguyện sau khi con thành tựu quả A-nậu-đa-la Tam-miệu Tam-bồ-đề rồi, trong vô lượng vô biên a-tăng-kỳ cõi thế giới Phật khác nếu có chúng sinh nào phát tâm A-nậu-đa-la Tam-miệu Tam-bồ-đề, tu các căn lành để cầu được sinh về thế giới của con, thì vào lúc lâm chung con cùng với đại chúng vây quanh sẽ hiện đến ngay trước mặt người ấy. Người ấy được thấy con rồi, liền do nơi con mà được tâm hoan hỷ. Nhờ được nhìn thấy con nên lìa khỏi mọi sự chướng ngại, liền đó xả bỏ thân mạng, sinh về thế giới của con.

“Nguyện sau khi con thành tựu quả A-nậu-đa-la Tam-miệu Tam-bồ-đề rồi, nếu các vị Đại Bồ Tát nào muốn từ nơi con nghe

[1] Bậc Nhất thiết trí: chỉ đức Phật, bậc giác ngộ rốt ráo.

[2] Thanh văn thừa và Bích-chi Phật thừa: gọi chung là Tiểu thừa, chỉ những người phát tâm tin Phật, tu đạo, nhưng không cầu quả vị giải thoát rốt ráo mà chỉ mong thoát khỏi những nỗi khổ trước mắt. Bích-chi Phật thừa cũng được gọi là Duyên giác thừa.

được những pháp chưa từng nghe, vị ấy sẽ theo như chỗ phát nguyện mà được nghe.

“Nguyện sau khi con thành tựu quả A-nậu-đa-la Tam-miệu Tam-bồ-đề rồi, trong vô lượng vô biên a-tăng-kỳ cõi thế giới khác, mỗi nơi đều có các vị Bồ Tát, nếu nghe được danh hiệu của con liền được ngay địa vị không còn thối chuyển đối với quả vị A-nậu-đa-la Tam-miệu Tam-bồ-đề, được các bậc nhẫn nhục đệ nhất, đệ nhị, đệ tam.[1] Nếu có phát nguyện muốn được các pháp môn đà-la-ni hay các phép tam-muội, liền theo như sở nguyện mà chắc chắn sẽ được, mãi cho đến khi thành tựu quả A-nậu-đa-la Tam-miệu Tam-bồ-đề, quyết không bao giờ còn có sự thối chuyển.

“Sau khi con diệt độ, trải qua nhiều kiếp vượt quá sự tính đếm, nếu có vị Bồ Tát nào trong vô lượng vô biên a-tăng-kỳ thế giới nghe được danh hiệu của con, trong tâm liền khởi lòng tin trong sạch, được sự hoan hỷ bậc nhất, liền lễ bái con và ngợi khen rằng: ‘Thật chưa từng có! Vị Phật Thế Tôn này khi còn tu hành đạo Bồ Tát đã làm các việc Phật sự trải qua nhiều đời nhiều kiếp rồi mới thành tựu quả A-nậu-đa-la Tam-miệu Tam-bồ-đề.’ Các vị Bồ Tát ấy đã được tâm hoan hỷ với lòng tin sâu vững rồi, quyết

---

[1] Các bậc nhẫn nhục: Trong các kinh điển đề cập đến ba bậc nhẫn nhục (Tam nhẫn) với những cách hiểu có phần khác nhau. Theo kinh Vô lượng thọ và các bản sớ giải của kinh này, Tam nhẫn được hiểu là: 1. Âm hưởng nhẫn: sự nhẫn nhục có được vì do nơi âm hưởng mà ngộ hiểu được chân lý. 2. Nhu thuận nhẫn: sự nhẫn nhục có được do nơi tâm trí huệ nhu nhuyễn, có thể tuỳ thuận theo chân lý. 3. Vô sinh pháp nhẫn: sự nhẫn nhục có được do chứng đắc thật tánh vô sinh, lìa hết mọi pháp tướng, chính là chỗ đạt đạo rốt ráo. Duy thức luận quyển 9 viết: “Nhẫn có 3 loại là: 1. Nại oán hại nhẫn: nhẫn chịu được hết thảy mọi sự não hại, oán nghịch do chúng sinh hữu tình gây ra. 2. An thọ khổ nhẫn: nhẫn chịu được hết thảy những nghịch cảnh, sự khổ não do ngoại cảnh gây ra, như nóng bức, rét lạnh... 3. Đế sát pháp nhẫn, cũng gọi là Vô sinh pháp nhẫn: do thấu hiểu lý vô sinh, thật tánh của các pháp nên nhẫn chịu được tất cả mà không khởi tâm nhẫn chịu.” Ngoài ra còn có một số cách hiểu khác nữa, nhưng tựu trung vẫn giống nhau ở điểm là tùy theo mức độ nhẫn nhục đã đạt được mà người tu có thể có được tâm an nhiên bất động, vững vàng trước ngoại cảnh. Vì thế, Vô sinh pháp nhẫn được xem là mức độ cao nhất, khi hành giả hoàn toàn không còn bị chi phối bởi ngoại cảnh, dù thuận hay nghịch. Xem thêm: Hoa nhẫn nhục - Nguyên Minh, NXB Tôn giáo.

định sẽ đạt được các bậc nhẫn nhục, từ đệ nhất cho đến đệ nhị, đệ tam. Nếu có phát nguyện được các pháp môn đà-la-ni cùng với các phép tam-muội, liền theo như sở nguyện mà chắc chắn sẽ được, mãi cho đến lúc thành tựu quả A-nậu-đa-la Tam-miệu Tam-bồ-đề, quyết không bao giờ còn có sự thối chuyển.

"Sau khi con thành tựu quả A-nậu-đa-la Tam-miệu Tam-bồ-đề rồi, trong vô lượng vô biên a-tăng-kỳ cõi thế giới khác, nếu có người nữ nào nghe được danh hiệu của con, liền sẽ được sinh tâm hoan hỷ, khởi lòng tin sâu vững, phát tâm A-nậu-đa-la Tam-miệu Tam-bồ-đề, rồi mãi mãi cho đến khi thành Phật quyết chẳng bao giờ còn phải thọ sinh thân người nữ một lần nào nữa.[1]

"Nguyện sau khi con diệt độ rồi, tuy đã trải qua vô lượng vô biên a-tăng-kỳ kiếp, nhưng trong vô lượng vô biên a-tăng-kỳ cõi Phật thế giới, nếu có người nữ nào nghe được danh hiệu của con, liền sẽ được sinh tâm hoan hỷ, khởi lòng tin sâu vững, phát tâm A-nậu-đa-la Tam-miệu Tam-bồ-đề, rồi mãi mãi cho đến khi thành Phật quyết chẳng bao giờ còn phải thọ sinh thân người nữ một lần nào nữa.

"Bạch Thế Tôn! Chỗ phát nguyện của con là phải thành tựu được cõi Phật như vậy, chúng sinh như vậy.

"Bạch Thế Tôn! Nếu được cõi thế giới thanh tịnh và chúng sinh như vậy, thì con mới thành tựu quả A-nậu-đa-la Tam-miệu Tam-bồ-đề.'

"Thiện nam tử! Bấy giờ đức Như Lai Bảo Tạng khen ngợi vua Chuyển luân rằng: 'Lành thay, lành thay! Đại vương, nay

[1] Trong nhiều kinh Phật thường đề cập đến những khó khăn của người phụ nữ trong việc tu tập, và ngay chính đức Phật Thích-ca Mâu-ni trước khi cho phép thành lập Ni giới cũng đã có những sự phân tích, cân nhắc rất thận trọng. Cần lưu ý rằng đây không phải là sự phân biệt đối xử giữa nam giới và nữ giới như nhiều người lầm tưởng. Sự thật, đức Phật luôn thuyết dạy về sự bình đẳng giữa tất cả chúng sinh, nghĩa là đối với cả muôn loài chứ không chỉ riêng trong loài người với nhau. Nhưng những khó khăn của người nữ trong việc tu tập là có thật, và điều đó là do nơi nghiệp lực từ đời trước. Vì thế, nếu khéo tu tập thiện pháp, gieo trồng căn lành trong đời này, thì việc không phải thọ sinh thân người nữ trong đời sau cũng chính là một trong những kết quả tốt mà người tu tập sẽ có được.

sở nguyện của ông thật rất thâm sâu, muốn nhận lấy cõi Phật thanh tịnh và chúng sinh trong cõi ấy cũng có tâm thanh tịnh.

"Đại vương! Ông đã nhìn thấy về phương tây cách đây trăm ngàn muôn ức cõi Phật[1] có cõi thế giới tên là Tôn Thiện Vô Cấu. Thế giới ấy có Phật ra đời hiệu là Tôn Âm Vương Như Lai, Ứng cúng, Chánh biến tri, Minh hạnh túc, Thiện thệ, Thế gian giải, Vô thượng sĩ, Điều ngự trượng phu, Thiên nhân sư, Phật Thế Tôn, hiện nay đang vì các vị Bồ Tát mà thuyết giảng chánh pháp. Thế giới ấy không có những tên gọi Thanh văn và Bích-chi Phật, cũng không có ai thuyết giảng pháp Tiểu thừa, duy nhất chỉ có giáo pháp Đại thừa thanh tịnh không pha tạp. Chúng sinh trong cõi thế giới ấy chỉ hóa sinh một lần duy nhất, không hề có nữ giới, cũng không có cả tên gọi để chỉ nữ giới.

"Cõi Phật ấy có đầy đủ những công đức thanh tịnh trang nghiêm đúng như sở nguyện của đại vương, so với vô số những sự trang nghiêm tốt đẹp ở các cõi Phật đều hoàn toàn không khác, thảy đều đã thâu nhiếp và nhận lấy vô lượng vô biên những chúng sinh đã được điều phục. Vậy nay ta đổi tên cho ông là Vô Lượng Thanh Tịnh.'

"Bấy giờ, đức Thế Tôn liền bảo Vô Lượng Thanh Tịnh: 'Đức Phật Tôn Âm Vương kia trải qua một trung kiếp nữa sẽ nhập Niết-bàn. Sau khi ngài nhập Niết-bàn rồi, chánh pháp sẽ trụ thế đủ mười trung kiếp. Sau khi chánh pháp diệt rồi, trải qua sáu mươi trung kiếp, thế giới ấy sẽ đổi tên là Di Lâu Quang Minh. Khi ấy sẽ có đức Như Lai ra đời hiệu là Bất Khả Tư Nghị Công Đức Vương Như Lai, Ứng cúng, Chánh biến tri, Minh hạnh túc, Thiện thệ, Thế gian giải, Vô thượng sĩ, Điều ngự trượng phu, Thiên nhân sư, Phật Thế Tôn.

"Đức Phật này cũng giống như đức Tôn Âm Vương Như Lai, thế giới cũng trang nghiêm tốt đẹp như thế giới Tôn Thiện Vô

[1] Đức Phật Bảo Tạng nêu lên ở đây là để nhắc lại, vì Chuyển luân Thánh vương nhờ oai lực của Phật nên trước đây đã được nhìn thấy cõi Phật này cùng với vô số cõi Phật khác, đồng thời trong suốt bảy năm tĩnh tọa tư duy ông cũng đã thường được nhìn thấy tất cả những cõi Phật thanh tịnh này.

Cấu trước đây, không có gì khác biệt. Thọ mạng của Phật là sáu mươi trung kiếp. Sau khi Phật diệt độ, chánh pháp tiếp tục trụ thế sáu mươi trung kiếp. Sau khi chánh pháp diệt, trải qua một ngàn trung kiếp nữa, thế giới ấy lại lấy tên như cũ là Tôn Thiện Vô Cấu, lại có Phật ra đời hiệu là Bảo Quang Minh Như Lai, Ứng cúng, Chánh biến tri, Minh hạnh túc, Thiện thệ, Thế gian giải, Vô thượng sĩ, Điều ngự trượng phu, Thiên nhân sư, Phật Thế Tôn.

"Bấy giờ, thọ mạng ở thế giới ấy, cho đến thời gian chánh pháp trụ thế cũng đều giống như vào lúc đức Phật Bất Khả Tư Nghị Công Đức Vương ra đời, không có gì khác biệt. Sau khi chánh pháp diệt rồi, thế giới ấy lại đổi tên là Thiện Kiên, lại có Phật ra đời hiệu là Bảo Tôn Âm Vương Như Lai, Ứng cúng, Chánh biến tri, Minh hạnh túc, Thiện thệ, Thế gian giải, Vô thượng sĩ, Điều ngự trượng phu, Thiên nhân sư, Phật Thế Tôn. Khi ấy, sự trang nghiêm tốt đẹp của thế giới này vẫn như trước không có gì thay đổi.

"Đức Phật Bảo Tôn Âm Vương thọ ba mươi lăm trung kiếp. Sau khi Phật diệt độ, chánh pháp trụ thế đủ bảy trung kiếp. Sau khi chánh pháp diệt mất, lại có vô lượng vô biên chư Phật lần lượt ra đời. Vào thời các vị Phật ấy, cõi thế giới cùng với thọ mạng và thời gian ở đời của chánh pháp thảy đều như trước, không có gì khác biệt.

"Nay ta nhìn thấy rõ hết thảy các vị Phật ấy, từ khi bắt đầu thành đạo cho đến lúc diệt độ, trong lúc ấy thế giới này vẫn thường trụ không thay đổi, không có sự thành hoại.

"Đại vương! Khi tất cả các vị Phật như vậy đều đã diệt độ rồi, sau đó trải qua số a-tăng-kỳ kiếp nhiều như số cát sông Hằng. Khi bắt đầu trải qua số a-tăng-kỳ kiếp thứ hai cũng nhiều như số cát sông Hằng thì thế giới ấy đổi tên là An Lạc.[1] Vào lúc ấy,

[1] An Lạc: cũng gọi là Cực Lạc, được dịch từ Phạn ngữ là Sukhāvati. Trong nhiều kinh điển khác, cõi thế giới này cũng được nhắc đến với các tên gọi như An Dưỡng Quốc, Vô Lượng Thanh Tịnh Độ, Vô Lượng Quang Minh Độ... Nhưng

ông sẽ thành Phật hiệu là Vô Lượng Thọ[1] Như Lai, Ứng cúng, Chánh biến tri, Minh hạnh túc, Thiện thệ, Thế gian giải, Vô thượng sĩ, Điều ngự trượng phu, Thiên nhân sư, Phật Thế Tôn.'

"Khi ấy, Thánh vương nghe lời Phật dạy rồi liền thưa hỏi Phật: 'Bạch Thế Tôn! Còn hết thảy những người ở đây rồi sẽ thành Phật ở những cõi thế giới nào?'

"Phật bảo Thánh vương: 'Những vị Bồ Tát hiện đang ở trong pháp hội này có số đông vô lượng, không thể tính đếm hết, tất cả đều từ nơi những cõi Phật khác trong khắp mười phương mà tụ hội đến đây để cúng dường ta và nghe nhận chánh pháp nhiệm mầu. Các vị Bồ Tát này trong quá khứ đã từng theo học với chư Phật, đều được thọ ký quả A-nậu-đa-la Tam-miệu Tam-bồ-đề. Hiện nay lại đang theo học với chư Phật trong khắp mười phương, cũng được thọ ký quả A-nậu-đa-la Tam-miệu Tam-bồ-đề. Vì thế, họ sẽ được thành tựu quả A-nậu-đa-la Tam-miệu Tam-bồ-đề trước ông.

"Đại vương! Những vị Bồ Tát này đã từng cúng dường vô lượng vô biên trăm ngàn muôn ức na-do-tha đức Phật, trồng các căn lành, tu tập trí huệ. Đại vương! Vì những lý do ấy, những vị Bồ Tát này đều sẽ thành tựu quả A-nậu-đa-la Tam-miệu Tam-bồ-đề trước ông.'

"Bấy giờ, vua Chuyển luân lại thưa hỏi Phật: 'Bạch Thế Tôn! Vị Phạm-chí Bảo Hải đây đã khuyên bảo được con và quyến thuộc cùng phát tâm A-nậu-đa-la Tam-miệu Tam-bồ-đề. Vậy trong đời vị lai, vị Phạm-chí này sẽ trải qua bao lâu mới thành tựu quả A-nậu-đa-la Tam-miệu Tam-bồ-đề?'

---

thường được biết đến nhất là tên gọi Tây phương Cực Lạc Thế giới. Riêng đối với những người tu tập theo pháp môn Tịnh độ thì khái niệm "vãng sinh Tịnh độ" chính là chỉ việc được vãng sinh về cõi thế giới này.

[1] Vô Lượng Thọ: dịch từ Phạn ngữ là **Amitāyus**, có nghĩa là "thọ mạng vô lượng". Vị Phật này cũng có hiệu là Vô Lượng Quang, dịch từ Phạn ngữ là **Amitābha**, có nghĩa là "ánh sáng vô lượng". Cả hai danh từ Phạn ngữ này được viết tắt lại thành **Amita**, và được phiên âm thành A-di-đà, trở thành danh hiệu Phật quen thuộc được nhiều người biết đến hơn cả. Tuy nhiên, cả ba danh xưng Vô Lượng Thọ Phật, Vô Lượng Quang Phật và A-di-đà Phật đều chỉ đến cùng một vị Phật.

"Phật bảo nhà vua rằng: 'Vị Phạm-chí này đã thành tựu hạnh đại bi nên trong đời vị lai khi vị ấy thành Phật ông sẽ có thể tự biết được.'

"Khi ấy, vua Chuyển luân lại bạch Phật: 'Thế Tôn! Nếu như sở nguyện của con được thành tựu như Phật đã thọ ký, thì nay khi con cúi đầu lễ Phật sẽ khiến cho các cõi thế giới trong mười phương nhiều như số cát sông Hằng đều chấn động đủ sáu cách. Chư Phật trong các thế giới ấy cũng đều thọ ký cho con sẽ thành tựu quả A-nậu-đa-la Tam-miệu Tam-bồ-đề.'

"Thiện nam tử! Bấy giờ, khi vua Vô Lượng Thanh Tịnh nói lời ấy xong liền ở trước đức Phật mà cúi đầu sát đất lễ kính.

"Ngay khi ấy, các cõi Phật trong mười phương nhiều như số cát sông Hằng đều chấn động đủ sáu cách. Chư Phật trong các thế giới ấy cùng phát ra lời thọ ký rằng: 'Tại thế giới San-đề-lam, trong kiếp Thiện Trì, con người có tuổi thọ tám vạn năm, có đức Phật ra đời hiệu là Bảo Tạng, có vị Chuyển luân Thánh vương tên là Vô Lượng Thanh Tịnh, cai quản Bốn cõi thiên hạ, trong suốt ba tháng cúng dường đức Như Lai Bảo Tạng và chư tỳ-kheo tăng. Do nơi căn lành ấy, trải qua số a-tăng-kỳ kiếp nhiều như số cát sông Hằng, rồi khi bắt đầu số a-tăng-kỳ kiếp thứ hai cũng nhiều như số cát sông Hằng liền được thành Phật, hiệu là Vô Lượng Thọ, thế giới tên là An Lạc, hào quang tỏa ra quanh thân ngài thường chiếu khắp mười phương, mỗi phương đều soi thấu đến số thế giới của chư Phật nhiều như số cát sông Hằng.[1]'

"Bấy giờ, đức Như Lai Bảo Tạng liền vì đại vương mà thuyết kệ rằng:

Khắp mười phương thế giới,
Cõi đất đều chấn động,
Cùng những chốn núi rừng,
Nhiều như cát sông Hằng.

[1] Do nhân duyên này nên đức Phật Vô Lượng Thọ mới có danh hiệu khác là Vô Lượng Quang (ánh sáng vô lượng).

Nay ông hãy đứng lên,
Ông đã được thọ ký,
Là bậc Thiên nhân tôn,
Bậc Thắng pháp, Điều ngự.

"Thiện nam tử! Bấy giờ, Chuyển luân Thánh vương nghe được bài kệ ấy thì trong lòng sinh ra hoan hỷ, liền đứng lên trước Phật chắp tay cung kính, lễ bái dưới chân Phật rồi lui ra gần đó, ngồi yên lặng lắng nghe thuyết pháp.

"Thiện nam tử! Khi ấy Phạm-chí Bảo Hải lại nói với vị thái tử của Thánh vương: 'Thiện nam tử! Hãy đem công đức cúng dường bảo vật này cùng với việc trước đây cúng dường đức Như Lai và chư tỳ-kheo tăng đủ các loại trân bảo trong suốt ba tháng để hồi hướng cầu quả vị A-nậu-đa-la Tam-miệu Tam-bồ-đề.

"Thiện nam tử! Với công đức bố thí cúng dường hôm nay, chẳng nên cầu được làm Đao-lợi Thiên vương hay Đại Phạm thiên vương. Vì sao vậy? Hết thảy những gì có được hôm nay do phước báo cũng đều là vô thường, không có tướng nhất định, khác nào như cơn gió thoảng qua nhanh. Vì thế, hãy dùng những phước báo có được do công đức bố thí cúng dường này để khiến cho tâm được tự tại, mau chóng thành tựu quả A-nậu-đa-la Tam-miệu Tam-bồ-đề, độ thoát vô lượng vô biên chúng sinh, khiến cho đều được nhập Niết-bàn.'

"Bấy giờ, thái tử nghe lời khuyên ấy rồi liền trả lời Phạm-chí rằng: 'Nay tôi quán xét thấy chúng sinh nơi địa ngục chịu nhiều khổ não. Chúng sinh trong hai cõi trời, người nếu có tâm xấu ác, liền vì tâm xấu ác đó mà phải nhiều đời thọ sinh trong ba đường ác.'

"Rồi thái tử lại khởi lên ý nghĩ rằng: 'Những chúng sinh ấy đều là do thân cận với kẻ ác, khiến cho sự hiểu biết chánh pháp bị thối chuyển, phải rơi vào chỗ tối tăm u ám, mất hết các căn lành, lại chấp giữ đủ mọi thứ tà kiến, che lấp chân tâm nên mới làm theo tà đạo.'

"Thái tử liền bạch Phật: 'Thế Tôn! Nay con sẽ dùng âm thanh lớn để báo cho hết thảy chúng sinh đều biết: Hết thảy những căn lành của con đều xin hồi hướng về quả vị A-nậu-đa-la Tam-miệu Tam-bồ-đề, nguyện khi con tu hành đạo Bồ Tát, nếu có chúng sinh nào đang chịu đựng các khổ não, sợ sệt lo lắng, sự hiểu biết chánh pháp bị thối chuyển, phải rơi vào chỗ tối tăm u ám, sầu đau buồn khổ, cô độc không người cứu giúp, không có nhà cửa, không nơi nương tựa, nếu có thể nhớ nghĩ đến con, xưng tụng danh hiệu của con, sẽ được con dùng thiên nhĩ mà nghe biết, dùng thiên nhãn mà thấy biết, khiến cho những chúng sinh ấy được thoát khỏi mọi sự khổ não. Nếu không được như thế, con quyết sẽ chẳng bao giờ thành tựu quả A-nậu-đa-la Tam-miệu Tam-bồ-đề!

"Bạch Thế Tôn! Nay con lại vì tất cả chúng sinh mà phát khởi nguyện lực cao trổi thù thắng.

"Thế Tôn! Nếu như con thành tựu được sự lợi ích bản thân, nguyện cho vị Chuyển luân Thánh vương đây trải qua số a-tăng-kỳ kiếp nhiều như số cát sông Hằng rồi, đến khi bắt đầu số a-tăng-kỳ kiếp thứ hai cũng nhiều như số cát sông Hằng, khi thế giới có tên là An Lạc sẽ thành Phật hiệu là Vô Lượng Thọ, thế giới trang nghiêm, chúng sinh thanh tịnh, làm vị Chánh pháp vương.[1] Đức Phật Thế Tôn ấy đã trải qua vô lượng kiếp làm các Phật sự. Khi mọi việc đã hoàn tất, ngài sẽ nhập Niết-bàn Vô dư.[2] Cho đến suốt thời gian chánh pháp còn trụ thế, con sẽ thường ở đó tu hành đạo Bồ Tát, thường làm các Phật sự. Khi chánh pháp của đức Phật ấy diệt mất vào lúc đầu hôm, thì ngay sau nửa đêm hôm ấy con sẽ thành tựu quả A-nậu-đa-la Tam-miệu Tam-bồ-đề.

"Thế Tôn! Nguyện đức Thế Tôn vì con mà thọ ký. Nay con

[1] Chánh pháp vương hay Pháp vương đều là các danh hiệu khác nhau để tôn xưng đức Phật. Vì Phật là vua của tất cả các pháp, nên gọi là Pháp vương. Ngài lại vì tất cả chúng sinh mà thuyết giảng Chánh pháp, nên gọi là Chánh pháp vương.

[2] Niết-bàn Vô dư: cảnh giới Niết-bàn rốt ráo của chư Phật, khác với cảnh giới giải thoát của hàng Tiểu thừa được gọi là Niết-bàn Hữu dư, vì chưa phải thực sự hoàn toàn giải thoát.

cũng nhất tâm cầu thỉnh chư Phật hiện tại trong mười phương nhiều như số cát sông Hằng. Nguyện mỗi vị đều vì con thọ ký.'

"Thiện nam tử! Khi ấy đức Phật Bảo Tạng liền thọ ký: 'Thiện nam tử! Ông quán xét hết thảy chúng sinh trong hai cõi trời, người cùng với trong ba đường ác mà sinh tâm đại bi, muốn dứt trừ mọi khổ não cho chúng sinh, muốn dứt trừ mọi phiền não cho chúng sinh, muốn tất cả chúng sinh đều được trụ nơi an lạc. Thiện nam tử! Nay ta đặt tên cho ông là Quán Thế Âm.

"Thiện nam tử! Trong khi ông tu hành đạo Bồ Tát đã có trăm ngàn vô lượng ức na-do-tha chúng sinh được lìa thoát mọi khổ não. Trong khi tu hành đạo Bồ Tát, ông có thể làm nên những Phật sự to tát!

"Thiện nam tử! Khi đức Phật Vô Lượng Thọ nhập Niết-bàn rồi, về nửa sau của số a-tăng-kỳ kiếp thứ hai nhiều như số cát sông Hằng, vào lúc đầu hôm chánh pháp diệt mất, thì sau lúc nửa đêm cõi thế giới ấy liền đổi tên là Nhất Thiết Trân Bảo Sở Thành Tựu. Mọi sự trang nghiêm tốt đẹp của thế giới ấy là vô lượng vô biên, vượt hơn cả thế giới An Lạc.

"Thiện nam tử! Vào sau nửa đêm hôm ấy, ông sẽ tự có đủ mọi sự trang nghiêm tốt đẹp, ngồi trên tòa báu kim cang dưới gốc cây Bồ-đề, chỉ trong khoảnh khắc một niệm đã thành tựu quả A-nậu-đa-la Tam-miệu Tam-bồ-đề, hiệu là Biến Xuất Nhất Thiết Quang Minh Công Đức Sơn Vương Như Lai, Ứng cúng, Chánh biến tri, Minh hạnh túc, Thiện thệ, Thế gian giải, Vô thượng sĩ, Điều ngự trượng phu, Thiên nhân sư, Phật Thế Tôn.

"Thọ mạng của Phật ấy là chín mươi sáu ức na-do-tha trăm ngàn kiếp. Sau khi nhập Niết-bàn rồi, chánh pháp trụ thế sáu mươi ba ức kiếp.'

"Khi ấy, Bồ Tát Quán Thế Âm liền bạch Phật: 'Bạch Thế Tôn! Nếu như sở nguyện của con được thành tựu, thì nay khi con cúi đầu kính lễ Phật, nguyện chư Phật hiện tại trong số thế giới nhiều như số cát sông Hằng ở khắp mười phương, mỗi vị đều vì con thọ ký; lại khiến cho ở khắp các cõi thế giới trong mười phương nhiều như cát sông Hằng, đất đai và sông núi đều chấn động đủ sáu cách, phát ra đủ các loại âm nhạc, hết thảy chúng sinh đều được tâm xa lìa tham dục.'

"Thiện nam tử! Lúc ấy, Bồ Tát Quán Thế Âm liền cúi đầu sát đất lễ kính đức Như Lai Bảo Tạng.

"Bấy giờ, các cõi thế giới nhiều như số cát sông Hằng trong khắp mười phương đều chấn động đủ sáu cách, hết thảy các chốn núi rừng đều phát ra vô số đủ mọi âm nhạc. Chúng sinh nghe âm nhạc ấy rồi liền lìa khỏi mọi tham dục. Chư Phật trong tất cả các thế giới ấy đều phát ra lời thọ ký rằng: 'Tại thế giới San-đề-lam, trong kiếp Thiện Trì, con người có tuổi thọ tám vạn năm, có đức Phật ra đời hiệu là Bảo Tạng, có vị Chuyển luân Thánh vương tên là Vô Lượng Thanh Tịnh, cai quản Bốn cõi thiên hạ. Thái tử của vua ấy nay tên là Quán Thế Âm, trong suốt ba tháng cúng dường đức Như Lai Bảo Tạng và chư tỳ-kheo tăng. Do nơi căn lành ấy, trải qua số a-tăng-kỳ kiếp nhiều như số cát sông Hằng, vào nửa sau của số a-tăng-kỳ kiếp thứ hai cũng nhiều như số cát sông Hằng liền được thành Phật, hiệu là Biến Xuất Nhất Thiết Quang Minh Công Đức Sơn Vương Như Lai. Thế giới ấy tên là Nhất Thiết Trân Bảo Sở Thành Tựu.'

Khi ấy, đức Như Lai Bảo Tạng vì Bồ Tát Quán Thế Âm thuyết kệ rằng:

Bậc đại bi công đức,
Nay ông hãy đứng lên!
Cõi đất khắp mười phương,
Thảy đều đã chấn động.
Chư Phật lại vì ông,
Ban cho lời thọ ký.
Ông quyết sẽ thành Phật,
Hãy sinh lòng hoan hỷ.

"Thiện nam tử! Khi ấy, Bồ Tát Quán Thế Âm nghe kệ rồi sinh lòng hoan hỷ, liền đứng lên trước Phật chắp tay cung kính, lễ bái dưới chân Phật rồi lui ra gần đó, ngồi yên lặng lắng nghe thuyết pháp.

"Thiện nam tử! Bấy giờ Phạm-chí Bảo Hải lại nói với vị vương tử thứ hai là Ni-ma: 'Thiện nam tử! Nay hết thảy những nghiệp thanh tịnh phước đức mà ông đã làm, vì tất cả chúng sinh mà cầu được trí huệ hiểu biết tất cả, vậy nên hồi hướng về quả vị A-nậu-đa-la Tam-miệu Tam-bồ-đề.'

"Thiện nam tử! Khi ấy, vương tử Ni-ma liền đến trước Phật chắp tay bạch rằng: 'Thế Tôn! Nay tất cả những phước đức có được do trước đây con đã cúng dường đức Như Lai và chư tỳ-kheo tăng trong ba tháng, cùng với hết thảy những nghiệp thanh tịnh của thân, miệng và ý mà con đã làm, thảy đều xin hồi hướng về quả vị A-nậu-đa-la Tam-miệu Tam-bồ-đề, không nguyện được thế giới xấu ác bất tịnh, nguyện cho cõi nước của con, cho đến cây Bồ-đề nơi ấy, thảy đều giống như ở thế giới của Bồ Tát Quán Thế Âm; từ mọi sự trang nghiêm tốt đẹp, cây báu Bồ-đề, cho đến việc thành tựu quả A-nậu-đa-la Tam-miệu Tam-bồ-đề cũng đều như vậy.

"Lại nguyện khi đức Phật Biến Xuất Nhất Thiết Quang Minh Công Đức Sơn Vương vừa thành đạo, con sẽ là người trước hết thỉnh Phật chuyển bánh xe chánh pháp. Con theo Phật ấy mà nghe thuyết pháp, ở nơi cõi ấy tu hành đạo Bồ Tát. Sau khi Phật ấy nhập Niết-bàn, chánh pháp diệt mất, con sẽ nối tiếp thành tựu quả A-nậu-đa-la Tam-miệu Tam-bồ-đề. Khi con thành Phật, những Phật sự mà con làm, cùng với mọi sự trang nghiêm tốt đẹp của thế giới, cho đến việc nhập Niết-bàn, việc chánh pháp trụ thế, thảy đều giống như đức Phật Biến Xuất Nhất Thiết Quang Minh Công Đức Sơn Vương, không có gì khác biệt.'

"Bấy giờ, Phật Bảo Tạng bảo vương tử Ni-ma: 'Thiện nam tử! Nay sở nguyện của ông là nhận lấy thế giới lớn lao, vậy trong đời vị lai ông sẽ được thế giới lớn lao như thế, đúng như sở nguyện.

"Thiện nam tử! Trong đời vị lai ông sẽ ở nơi thế giới lớn lao nhất mà thành tựu quả A-nậu-đa-la Tam-miệu Tam-bồ-đề, hiệu là Thiện Trụ Trân Bảo Sơn Vương Như Lai, Ứng cúng, Chánh biến tri, Minh hạnh túc, Thiện thệ, Thế gian giải, Vô thượng sĩ, Điều ngự trượng phu, Thiên nhân sư, Phật Thế Tôn.

"Thiện nam tử! Do sở nguyện của ông là được thế giới lớn lao, nên ta đặt tên cho ông là Đắc Đại Thế.'[1]

Khi ấy, Bồ Tát Đắc Đại Thế liền bạch Phật: 'Thế Tôn! Nếu như sở nguyện của con được thành tựu, được lợi ích bản thân, thì nay khi con kính lễ Phật, nguyện cho các cõi Phật nhiều như số cát sông Hằng ở khắp mười phương thảy đều chấn động đủ sáu cách, không trung mưa xuống hoa tu-mạn-na, và chư Phật hiện tại trong các thế giới ấy mỗi vị đều vì con thọ ký.'

"Thiện nam tử! Lúc ấy, Bồ Tát Đắc Đại Thế cúi đầu sát đất lễ Phật. Ngay khi ấy, các cõi thế giới trong mười phương nhiều như số cát sông Hằng thảy đều chấn động đủ sáu cách, trời mưa xuống hoa tu-mạn-na, chư Phật Thế Tôn trong các thế giới ấy thảy đều nói ra lời thọ ký.

"Bấy giờ, đức Như Lai Bảo Tạng liền vì Bồ Tát Đắc Đại Thế thuyết kệ rằng:

Bậc công đức kiên cố,
Nay ông hãy đứng lên!
Cõi đất đã chấn động,
Trời mưa hoa Tu-mạn.
Chư Phật khắp mười phương,
Đã vì ông thọ ký.
Sẽ thành bậc tôn quý,
Đứng đầu trong Ba cõi.

"Thiện nam tử! Khi ấy, Bồ Tát Đắc Đại Thế nghe kệ rồi sinh tâm hoan hỷ, liền đứng lên trước Phật chắp tay cung kính, lễ bái dưới chân Phật rồi lui ra gần đó, ngồi yên lặng lắng nghe thuyết pháp.

---

[1] Đắc Đại Thế: tên gọi này được dịch từ Phạn ngữ là **Mahā-sthāma-prāpta**, cũng được gọi là Đại Thế Chí, Đại Tinh Tấn, hoặc thường gặp hơn còn có cách gọi tắt là Thế Chí.

“Thiện nam tử! Bấy giờ, Phạm-chí Bảo Hải lại nói với vị vương tử thứ ba là Vương Chúng: ‘Thiện nam tử! Nay hết thảy những nghiệp thanh tịnh phước đức mà ông đã từng làm, nên vì tất cả chúng sinh mà cầu được thành bậc Nhất thiết trí, hồi hướng về quả vị A-nậu-đa-la Tam-miệu Tam-bồ-đề.’

“Thiện nam tử! Lúc đó, vị vương tử thứ ba liền chắp tay trước Phật bạch rằng: ‘Thế Tôn! Hết thảy những công đức cúng dường Như Lai và chư tỳ-kheo tăng trong ba tháng, cùng với những nghiệp thanh tịnh về thân, miệng và ý mà con đã làm, nay con xin hồi hướng tất cả về quả vị A-nậu-đa-la Tam-miệu Tam-bồ-đề. Sở nguyện của con không thành tựu quả A-nậu-đa-la Tam-miệu Tam-bồ-đề ở cõi thế giới bất tịnh, cũng không nguyện được mau chóng thành tựu quả A-nậu-đa-la Tam-miệu Tam-bồ-đề.

“Thế Tôn! Trong khi con tu hành đạo Bồ Tát, nguyện cho tất cả những chúng sinh mà con đã giáo hóa trong vô lượng vô biên cõi Phật thế giới ở khắp mười phương đều phát tâm A-nậu-đa-la Tam-miệu Tam-bồ-đề, dừng trụ vững chắc nơi đạo A-nậu-đa-la Tam-miệu Tam-bồ-đề, và khuyến khích giáo hóa những chúng sinh ấy trụ yên nơi sáu pháp ba-la-mật.

“Nguyện cho trong tất cả các cõi thế giới ở mười phương, nhiều như số hạt bụi nhỏ trong các cõi Phật như số cát sông Hằng, có bao nhiêu chư Phật đã thành Phật, thuyết pháp trước con thì con đều có thể dùng thiên nhãn thanh tịnh để nhìn thấy tất cả.

“Nguyện cho trong khi con tu hành đạo Bồ Tát có thể làm nên vô lượng Phật sự. Trong đời vị lai con sẽ tu hành đạo Bồ Tát không có giới hạn. Những chúng sinh mà con đã giáo hóa đều được tâm thanh tịnh giống như Phạm thiên. Những chúng sinh ấy khi sinh về cõi thế giới của con đều sẽ thành tựu quả A-nậu-đa-la Tam-miệu Tam-bồ-đề, con dùng những chúng sinh như thế để trang nghiêm tốt đẹp cho cõi Phật.

“Nguyện cho các cõi Phật trong Tam thiên Đại thiên thế giới nhiều như số cát sông Hằng ở khắp mười phương hợp lại thành một cõi Phật, bao quanh cõi Phật ấy có một bức tường báu lớn, dùng bảy món báu lấp đầy những chỗ khuyết trũng. Bức tường ấy cao lớn lên đến tận cõi Vô sắc,[1] dùng ngọc lưu ly màu xanh biếc trải làm mặt đất, không có các thứ bụi đất, cát đá dơ bẩn; không có các loài gai góc, cũng không có những sự xúc chạm xấu ác; không có nữ giới, cũng không có tên gọi để chỉ nữ giới.

"Hết thảy chúng sinh đều là hóa sinh, không ăn bằng cách nhai nuốt, chỉ dùng niềm vui của tam-muội mà làm thức ăn. Thế giới ấy không có Thanh văn thừa và Bích-chi Phật thừa, trong khắp cõi thế giới chỉ có rất nhiều những vị Bồ Tát đã lìa xa tham dục, sân khuể, ngu si, tu tập Phạm hạnh thanh tịnh.

"Ở thế giới ấy, ngay khi sinh ra thì râu tóc tự rụng, trên người có đủ ba tấm pháp y.[2] Khi sinh ra rồi, vừa khởi ý muốn ăn thì liền có ngay bát quý trong lòng bàn tay phải, tự nhiên có đủ hàng trăm món ăn ngon lạ hiện ra trong bát.

"Khi ấy, các vị Bồ Tát vừa sinh ra liền tự suy nghĩ rằng: 'Chúng ta không nên dùng những thức ăn thuộc loại nhai nuốt này. Nay chúng ta nên mang đi khắp mười phương, cúng dường chư Phật cùng với đại chúng Thanh văn và những người nghèo khó. Lại có những ngạ quỷ đang chịu đói khát khổ não, thân thể bị thiêu đốt, chúng ta nên đến đó để giúp cho họ được no đủ. Tự thân chúng ta nên tu tập hành trì, chỉ dùng niềm vui của tam-muội mà làm thức ăn.'

[1] Cõi Vô sắc: Cõi cao nhất trong Ba cõi (Dục giới, Sắc giới và Vô sắc giới). Cõi này không có tất cả mọi hình sắc, nên gọi là Vô sắc.

[2] Ba tấm pháp y: là ba tấm y mà một vị tỳ-kheo được phép sử dụng và buộc phải có đủ, nhưng không được chứa giữ nhiều hơn. Một là tấm y tăng-già-lê, là tấm áo chính, lớn nhất, được mặc trong những khi hành lễ, hoặc khi hội họp, khi đi khất thực, khi lên tòa thuyết pháp, cũng gọi là Tăng-già-trí hay Tăng-già-chi, đều là phiên âm từ Phạn ngữ là Saṅgāti. Tấm y này mặc ở ngoài cùng, nên cũng gọi là đại y. Thứ hai là tấm y Uất-đa-la-tăng, phiên âm từ Phạn ngữ là Uttarāsaṅga, dùng trong sinh hoạt thường ngày, cũng gọi là thượng y. Thứ ba là tấm y An-đà-hội, phiên âm từ Phạn ngữ là Antaravāsaka, cũng gọi là nội y hay trung trước y, vì là tấm y mặc ở trong cùng. Ba tấm pháp y và bình bát được xem là tượng trưng cho đời sống xuất gia của vị tỳ-kheo, vì đó là những yêu cầu tối thiểu mà bất cứ vị nào cũng phải có.

"Vừa suy nghĩ như vậy xong thì liền được phép Tam-muội Bất khả tư nghị hạnh của hàng Bồ Tát. Do phép tam-muội này liền được sức thần không ngăn ngại, hóa hiện ngay đến chỗ của chư Phật hiện tại trong vô lượng vô biên cõi thế giới, cúng dường chư Phật và chư tỳ-kheo tăng, cung cấp bố thí cho tất cả những người nghèo khó, xuống cho đến tận loài ngạ quỷ. Bố thí như vậy rồi lại vì những chúng sinh ấy mà thuyết pháp. Không bao lâu, vừa đến giờ ăn thì đã đi khắp mọi nơi và quay về cõi thế giới của mình.

"Cho đến y phục, trân bảo cùng với hết thảy những vật cần dùng cũng đều cúng dường chư Phật và bố thí xuống đến tận loài ngạ quỷ, tương tự như việc cúng dường bố thí thức ăn, rồi sau đó mới tự mình thọ dụng.

"Nguyện cho thế giới của con không có tám nạn, không có những điều bất thiện, khổ não, cũng không có những việc như thọ giới, phá giới, sám hối,[1] không có cả tên gọi chỉ những việc như thế.

"Nguyện cho thế giới của con thường có vô lượng trân bảo các loại, dùng để lấp vào những chỗ khuyết trũng. Các thứ trân bảo, y phục, cây cối đều là chưa từng có ở các cõi thế giới trong mười phương, cũng chưa từng nhìn thấy hay nghe nói đến, thậm chí chỉ cần nói tên các thứ ấy thôi mà đến trăm ngàn năm vẫn chưa thể nói hết!

"Nguyện cho các vị Bồ Tát ở thế giới của con, khi muốn thấy màu sắc của vàng liền tùy ý được thấy, muốn thấy màu sắc của bạc cũng tùy ý được thấy. Trong khi thấy màu sắc của bạc cũng không mất tướng mạo của vàng, trong khi thấy màu sắc của vàng cũng không mất tướng mạo của bạc. Đối với các loại như pha lê, lưu ly, xa cừ, mã não, xích chân châu, đủ mọi loại trân bảo, cũng đều tùy ý được nhìn thấy như thế.

[1] Vì không có những điều bất thiện nên chúng sinh không cần phải thọ giới. Không có thọ giới nên cũng không có phạm giới. Không có phạm giới nên cũng không có việc sám hối.

"Nếu muốn được thấy các loại hương a-kiệt-lưu, hương đa-già-lưu, hương đa-ma-la-bạt, chiên-đàn, trầm thủy,[1] cho đến loại chiên-đàn đỏ, chiên-đàn Ngưu Đầu, hoặc muốn thấy thuần một loại chiên-đàn, cũng đều tùy ý được thấy. Hoặc chỉ muốn thấy trầm thủy, cũng tùy ý được thấy. Trong khi thấy trầm thủy cũng không mất chiên-đàn, trong khi thấy chiên-đàn cũng không mất trầm thủy. Hết thảy các loại khác cũng đều như vậy. Hết thảy mọi sở nguyện đều được thành tựu.

"Nguyện cho thế giới của con không có mặt trời, mặt trăng. Các vị Bồ Tát đều có hào quang sáng rực, tùy theo chỗ mong cầu mà tự nhiên phát ra, thậm chí có thể chiếu sáng đến trăm ngàn muôn ức na-do-tha thế giới. Do ánh sáng của hào quang nên không có sự phân biệt ngày đêm. Khi các loài hoa nở ra liền biết là ban ngày; khi các loài hoa khép lại liền biết là ban đêm.

"Thế giới ấy điều hòa dễ chịu, không có sự nóng bức hay rét lạnh, cho đến không có cả những việc như già, bệnh, chết. Nếu như có vị Bồ Tát Nhất sinh bổ xứ nào sẽ thành tựu quả A-nậu-đa-la Tam-miệu Tam-bồ-đề ở cõi thế giới khác, vị ấy liền mang chính thân hiện tại mà đến ở nơi cung trời Đâu-suất của thế giới kia cho đến khi xả bỏ thân ấy mà thành Phật.

"Sau khi con thành tựu quả A-nậu-đa-la Tam-miệu Tam-bồ-đề rồi sẽ không ở nơi thế giới ấy mà nhập Niết-bàn. Vào lúc con nhập Niết-bàn ở giữa hư không, các vị Bồ Tát có chỗ mong cầu đều sẽ tự nhiên thành tựu.

"Bao quanh thế giới ấy thường có trăm ngàn ức na-do-tha các loại âm nhạc tự nhiên. Các loại âm nhạc ấy không phát ra âm thanh của lòng ham muốn, thường phát ra âm thanh của sáu pháp ba-la-mật, âm thanh Phật, âm thanh pháp, âm thanh tỳ-kheo tăng, âm thanh của kinh tạng Bồ Tát, âm thanh của ý nghĩa rất thâm sâu. Các vị Bồ Tát đối với những âm thanh ấy đều tùy theo từng loại mà hiểu rõ.

[1] Trầm thủy: cũng chính là trầm hương.

"Bạch Thế Tôn! Trong khi con tu hành đạo Bồ Tát, hết thảy mọi sự trang nghiêm tốt đẹp mà con từng được thấy trong trăm ngàn ức na-do-tha a-tăng-kỳ cõi Phật, cùng với mọi cách nghiêm sức, đủ mọi tướng mạo, hết thảy các trụ xứ, đủ mọi sở nguyện, nguyện cho thế giới của con thảy đều thành tựu được những sự trang nghiêm tốt đẹp giống như vậy, chỉ trừ ra không có các hàng Thanh văn và Bích-chi Phật, lại cũng không có những thứ như năm sự uế trược, ba đường ác... không có các núi Tu-di, núi Thiết vi lớn, núi Thiết vi nhỏ, đất cát sỏi đá, biển cả, cây rừng... Thế giới ấy chỉ toàn các loại cây báu, vượt hơn các loại cây báu cõi trời; không có các loại hoa nào khác, chỉ có các loại hoa cõi trời như hoa mạn-đà-la, hoa ma-ha mạn-đà-la. Thế giới ấy không có sự thối tha hôi hám, chỉ thuần có hương thơm mầu nhiệm lan tỏa khắp nơi nơi. Các vị Bồ Tát thảy đều là ở địa vị Nhất sinh bổ xứ, không có vị nào phải thọ sinh ở một nơi nào khác nữa, chỉ trừ những vị sẽ thành Phật ở phương khác thì sẽ đến ở nơi cung trời Đâu-suất của phương ấy cho đến khi xả bỏ thân ấy mà thành tựu quả A-nậu-đa-la Tam-miệu Tam-bồ-đề.

"Bạch Thế Tôn! Thời gian tu hành đạo Bồ Tát của con không có giới hạn, miễn là phải thành tựu được cõi Phật vi diệu thanh tịnh đúng như vậy. Các vị Bồ Tát Nhất sinh bổ xứ có rất nhiều trong khắp cõi thế giới ấy, thảy đều là do con đã khuyên dạy từ lúc mới phát tâm A-nậu-đa-la Tam-miệu Tam-bồ-đề cho đến lúc trụ yên trong sáu pháp ba-la-mật. Thế giới San-đề-lam này nếu như sáp nhập vào thế giới của con thì hết thảy mọi khổ não liền dứt mất.

"Thế Tôn! Khi con tu hành đạo Bồ Tát, nhất thiết phải thành tựu cho bằng được những điều ít có như thế, rồi sau mới thành tựu quả A-nậu-đa-la Tam-miệu Tam-bồ-đề. Nguyện có cây Bồ-đề tên là Tuyển trạch kiến thiện trân bảo, che rộng ra chung quanh đến mười ngàn cõi Bốn thiên hạ, hương thơm và ánh sáng tràn ngập khắp mười cõi Tam thiên Đại thiên thế giới. Bên dưới cây Bồ-đề ấy, có đủ các loại trân bảo làm thành tòa báu kim cang, rộng lớn bằng năm cõi Bốn thiên hạ. Tòa báu ấy có tên là

Thiện trạch tịch diệt trí hương đẳng cận, cao đến mười bốn ngàn do-tuần. Con ngồi kết già trên tòa báu ấy, chỉ trong một niệm đã thành tựu quả A-nậu-đa-la Tam-miệu Tam-bồ-đề.

"Từ đó cho đến khi nhập Niết-bàn, con vẫn thường ở nơi đạo tràng dưới cội Bồ-đề ấy, ngồi trên tòa báu kim cang, chẳng hề tan rã, hoại mất. Lại còn hóa hiện ra vô lượng chư Phật cùng với chúng Bồ Tát, sai khiến đến các cõi Phật khác để giáo hóa chúng sinh. Mỗi một vị hóa Phật đều vì chúng sinh mà thuyết giảng chánh pháp nhiệm mầu chỉ trong khoảng thời gian của một bữa ăn. Trong thời gian ngắn ngủi ấy đã có thể khiến cho vô lượng vô biên chúng sinh thảy đều phát tâm A-nậu-đa-la Tam-miệu Tam-bồ-đề. Không bao lâu sau khi phát tâm liền được địa vị không còn thối chuyển đối với quả vị A-nậu-đa-la Tam-miệu Tam-bồ-đề.

"Những vị hóa Phật và chúng Bồ Tát này thường làm được những điều ít có như thế!

"Sau khi con đã thành A-nậu-đa-la Tam-miệu Tam-bồ-đề rồi, nguyện cho chúng sinh trong tất cả các cõi thế giới khác thảy đều nhìn thấy thân con. Nếu có chúng sinh nào vừa nhìn thấy thân con với đầy đủ ba mươi hai tướng tốt và tám mươi vẻ đẹp, liền khiến cho chúng sinh ấy phát tâm kiên định không còn thay đổi đối với quả A-nậu-đa-la Tam-miệu Tam-bồ-đề, từ đó cho đến khi đạt đến Niết-bàn thường luôn được thấy Phật.

"Nguyện cho hết thảy chúng sinh trong cõi thế giới của con đều được đầy đủ sáu căn,[1] trọn vẹn không khiếm khuyết. Nếu các vị Bồ Tát có ai muốn được nhìn thấy con, thì ngay tại nơi ở của họ, trong những lúc đi lại, nằm ngồi đều có thể được nhìn thấy. Các vị Bồ Tát này, ngay sau khi vừa khởi tâm muốn thấy, tức thời liền được thấy con đang ngồi nơi đạo tràng dưới gốc cây Bồ-đề. Trong khi được nhìn thấy con thì bao nhiêu những chỗ nghi trệ về pháp tướng từ trước đều được con giảng thuyết cho, thảy đều trừ dứt, lại còn hiểu sâu thêm ý nghĩa của pháp tướng.

---

[1] Nguyên bản Hán văn dùng "lục tình", nhưng thật ra là cách dùng của các nhà cựu dịch để chỉ lục căn.

“Nguyện cho thọ mạng của con trong đời vị lai là vô lượng, không ai có thể tính đếm được, chỉ trừ bậc Nhất thiết trí. Thọ mạng của các vị Bồ Tát cũng đều như vậy. Khi con thành tựu quả A-nậu-đa-la Tam-miệu Tam-bồ-đề chỉ trong một niệm, thì ngay sau đó cũng chỉ trong một niệm liền có vô lượng Bồ Tát, râu tóc tự rụng, trên người có ba tấm pháp y, cho đến lúc nhập Niết-bàn cũng không có bất cứ một ai có râu tóc mọc dài ra hay mặc y phục thế tục. Tất cả đều chỉ mặc y phục của bậc xuất gia.’

“Bấy giờ, Phật Bảo Tạng bảo vị vương tử thứ ba rằng: ‘Thiện nam tử! Lành thay, lành thay! Ông thật là một bậc đại trượng phu thuần thiện, khéo thông hiểu rất sâu xa, có thể khởi nên đại nguyện rất khó khăn. Công đức việc làm của ông thật hết sức sâu xa, không thể nghĩ bàn. Đó chính là chỗ làm của bậc có trí huệ mầu nhiệm tinh tế vậy!

“Này thiện nam tử! Ông vì chúng sinh nên mới tự phát đại nguyện đáng kính đáng trọng như vậy, muốn có được cõi nước mầu nhiệm thanh tịnh. Do ý nghĩa này, nay ta đặt tên cho ông là Văn-thù-sư-lợi.[1] Trong đời vị lai, trải qua vô lượng vô biên a-tăng-kỳ kiếp nhiều như số cát của hai con sông Hằng, vào số a-tăng-kỳ kiếp vô lượng vô biên lần thứ ba, về phương nam cõi này có thế giới Phật tên là Thanh Tịnh Vô Cấu Bảo Trí. Thế giới San-đề-lam này sẽ sáp nhập vào trong thế giới ấy.

“Trong thế giới ấy có đủ mọi sự trang nghiêm tốt đẹp. Ông sẽ ở nơi thế giới ấy mà thành tựu quả A-nậu-đa-la Tam-miệu Tam-bồ-đề, hiệu là Phổ Hiện Như Lai, Ứng cúng, Chánh biến tri, Minh hạnh túc, Thiện thệ, Thế gian giải, Vô thượng sĩ, Điều ngự trượng phu, Thiên nhân sư, Phật Thế Tôn. Chúng Bồ Tát nơi ấy thảy đều thanh tịnh. Những sở nguyện của ông đều được thành tựu đầy đủ đúng như lời ông đã nói.

[1] Văn-thù-sư-lợi: phiên âm từ Phạn ngữ là Mañjuśrī, thường được gọi tắt là Văn-thù. Theo các nhà Cựu dịch (trước ngài Huyền Trang), tên gọi này thường được dịch là Diệu Đức, Diệu Thủ, Nhu Thủ hay Kính Thủ. Các nhà Tân dịch về sau lại phiên âm là Mạn-thù-thất-lợi và dịch nghĩa là Diệu Cát Tường.

“Thiện nam tử! Khi ông tu hành đạo Bồ Tát đã từng ở nơi vô lượng ức các đức Như Lai trồng các căn lành, vì thế nên hết thảy chúng sinh dùng ông như phương thuốc quý: tâm thanh tịnh của ông có thể phá trừ phiền não, tăng trưởng các căn lành.’

“Khi ấy, Văn-thù-sư-lợi bạch trước Phật rằng: ‘Thế Tôn! Nếu như sở nguyện của con sẽ được thành tựu, được lợi ích bản thân, nguyện các cõi thế giới vô lượng vô biên a-tăng-kỳ trong khắp mười phương đều sẽ chấn động đủ sáu cách. Trong các thế giới ấy, chư Phật hiện tại đang thuyết pháp đều thọ ký cho con. Lại nguyện cho hết thảy chúng sinh được thọ hưởng sự hoan hỷ như Bồ Tát nhập cảnh giới thiền định thứ hai, được tùy ý tự tại. Không trung mưa xuống hoa mạn-đà-la, tràn ngập khắp thế giới. Trong hoa ấy thường phát ra những âm thanh Phật, âm thanh pháp, âm thanh tỳ-kheo tăng, và những âm thanh của sáu pháp ba-la-mật, sức,[1] vô sở uý[2]... Nguyện khi con kính lễ Phật liền xuất hiện đủ các tướng mạo như thế.’

“Nói lời ấy xong, Văn-thù-sư-lợi liền cúi đầu sát đất kính lễ đức Phật Bảo Tạng. Ngay khi ấy, vô lượng vô biên a-tăng-kỳ thế giới trong khắp mười phương liền chấn động đủ sáu cách, không trung có hoa mạn-đà-la rơi xuống như mưa. Hết thảy chúng sinh đều được thọ hưởng sự vui sướng khoan khoái như Bồ Tát nhập cảnh giới thiền định thứ hai, tùy ý tự tại. Các vị Bồ Tát khi ấy chỉ còn nghe thấy những âm thanh Phật, âm thanh pháp, âm thanh tỳ-kheo tăng, và những âm thanh của sáu pháp ba-la-mật, sức, vô uý...

“Bấy giờ, các vị Bồ Tát ở những phương khác thấy nghe việc này đều kinh ngạc, cho là chưa từng có. Mỗi vị đều thưa hỏi đức Phật ở cõi mình rằng: ‘Bạch Thế Tôn! Do nhân duyên gì mà có điềm lành này?’

“Chư Phật đều bảo với các Bồ Tát rằng: ‘Hết thảy chư Phật trong khắp mười phương hiện đang vì Bồ Tát Văn-thù-sư-lợi

[1] Sức: tức Năm sức (Ngũ lực).

[2] Vô sở úy: tức Tứ vô sở úy.

thọ ký quả A-nậu-đa-la Tam-miệu Tam-bồ-đề, cho nên mới hiện điềm lành này.’

“Khi ấy, đức Như Lai Bảo Tạng vì Văn-thù-sư-lợi thuyết kệ rằng:

Bậc phát nguyện cao rộng,
Nay ông hãy đứng lên!
Chư Phật khắp mười phương,
Đã vì ông thọ ký,
Nên trong đời vị lai,
Ông sẽ thành Chánh giác.
Mặt đất khắp thế giới,
Đều chấn động sáu cách,
Hết thảy mọi chúng sinh,
Đều được hưởng khoái lạc.

“Thiện nam tử! Bấy giờ, Văn-thù-sư-lợi nghe Phật thuyết kệ rồi sinh tâm hoan hỷ, liền đứng lên trước Phật chắp tay cung kính, lễ bái dưới chân Phật rồi lui ra gần đó ngồi yên lặng lắng nghe thuyết pháp.”

HẾT QUYỂN III

QUYỂN IV

PHẨM THỨ TƯ - PHẦN II

BỒ TÁT THỌ KÝ

Thiện nam tử! Bấy giờ Phạm-chí Bảo Hải lại khuyên bảo vị vương tử thứ tư là Năng-già-la phát tâm A-nậu-đa-la Tam-miệu Tam-bồ-đề. Vị này liền nghe theo lời khuyên ấy, cho đến phát nguyện được cõi thế giới thanh tịnh cũng đều giống như vương tử thứ ba.

"Khi ấy, đức Phật Bảo Tạng bảo vương tử Năng-già-la rằng: 'Lành thay, lành thay! Thiện nam tử! Khi ông tu hành đạo Bồ Tát, dùng trí huệ kim cang mà phá trừ vô lượng vô biên các núi lớn phiền não của chúng sinh, làm nên những Phật sự lớn lao, rồi sau đó mới thành tựu quả A-nậu-đa-la Tam-miệu Tam-bồ-đề. Thiện nam tử! Vì thế, nay ta đặt tên ông là Kim Cang Trí Huệ Quang Minh Công Đức.'

"Bấy giờ, Phật bảo Bồ Tát Kim Cang Trí Huệ Quang Minh Công Đức: 'Thiện nam tử! Trong đời vị lai, trải qua số a-tăng-kỳ kiếp nhiều như số cát sông Hằng, khi bước vào số a-tăng-kỳ kiếp lần thứ hai cũng nhiều như số cát sông Hằng, về phía đông của thế giới này, trải qua vô số thế giới như số bụi nhỏ trong các thế giới nhiều như số cát của mười con sông Hằng, có một thế giới tên là Bất Huyễn. Thiện nam tử! Ông sẽ ở trong cõi thế giới đó mà thành Phật, hiệu là Phổ Hiền Như Lai, Ứng cúng, Chánh biến tri, Minh hạnh túc, Thiện thệ, Thế gian giải, Vô thượng sĩ, Điều ngự trượng phu, Thiên nhân sư, Phật Thế Tôn.

"Những sự trang nghiêm tốt đẹp của cõi Phật ấy đều đúng như sở nguyện của ông, đầy đủ không có gì thiếu sót.'

"Thiện nam tử! Khi đức Như Lai Bảo Tạng thọ ký quả A-nậu-đa-la Tam-miệu Tam-bồ-đề cho Đại Bồ Tát Kim Cang Trí Huệ

Quang Minh Công Đức thì giữa hư không liền có vô lượng vô biên trăm ngàn ức na-do-tha chư thiên xuất hiện tán thán rằng: 'Lành thay, lành thay!' Và rải xuống như mưa đủ các loại hương bột chiên-đàn Ngưu Đầu, hương a-già-lưu, hương đa-già-lưu, hương đa-ma-la-bạt để cúng dường.

"Khi ấy, Bồ Tát Kim Cang Trí Huệ Quang Minh Công Đức bạch Phật: 'Thế Tôn! Nếu như sở nguyện của con được thành tựu, được lợi ích bản thân, nay con xin kính lễ chư Phật Thế Tôn, nguyện cho khắp các cõi thế giới mười phương nhiều như số cát sông Hằng đều tràn ngập hương thơm nhiệm mầu của chư thiên. Hết thảy các loài chúng sinh đang ở các cảnh giới địa ngục, súc sinh, ngạ quỷ, cho đến cõi trời, cõi người, nếu ngửi thấy hương thơm này thì mọi sự khổ não, bệnh tật của thân và tâm đều được lìa xa.'

"Thiện nam tử! Lúc đó, Bồ Tát Kim Cang Trí Huệ Quang Minh Công Đức vừa phát nguyện xong liền cúi đầu sát đất lễ Phật.

"Khi ấy, trong các cõi thế giới mười phương nhiều như số cát sông Hằng liền có hương thơm nhiệm mầu lan tỏa khắp nơi. Chúng sinh ngửi được hương thơm ấy đều được lìa xa hết thảy mọi sự khổ não của thân và tâm.

"Bấy giờ, đức Như Lai Bảo Tạng liền vì Bồ Tát Kim Cang Trí Huệ Quang Minh Công Đức thuyết kệ rằng:

Bậc Trí huệ Kim cang,
Nay ông hãy đứng lên!
Mười phương các cõi Phật,
Đã tỏa hương nhiệm mầu,
Giúp vô lượng chúng sinh,
Được lìa khổ, hoan hỷ,
Ông quyết sẽ thành Phật,
Bậc Vô thượng thế gian.

"Thiện nam tử! Khi ấy, Bồ Tát Kim Cang Trí Huệ Quang Minh Công Đức nghe kệ rồi sinh tâm hoan hỷ, liền đứng lên trước Phật chắp tay cung kính, lễ bái dưới chân Phật rồi lui ra gần đó, ngồi yên lặng lắng nghe thuyết pháp."

"Thiện nam tử! Lúc đó, Phạm-chí Bảo Hải lại khuyên bảo vị vương tử thứ năm là Vô Sở Uý phát tâm A-nậu-đa-la Tam-miệu Tam-bồ-đề, cho đến phát nguyện được cõi thế giới thanh tịnh cũng như vậy.

Khi ấy, vương tử Vô Sở Uý đáp với Phạm-chí rằng: 'Chỗ sở nguyện của tôi không muốn ở nơi cõi thế giới bất tịnh này mà thành A-nậu-đa-la Tam-miệu Tam-bồ-đề. Nguyện khi tôi thành Phật, trong cõi thế giới không có các cảnh giới địa ngục, súc sinh, ngạ quỷ. Mặt đất toàn bằng ngọc lưu ly quý màu xanh biếc. Nói rộng ra thì hết thảy đều giống như những sự trang nghiêm tốt đẹp ở thế giới Liên Hoa.'

Rồi vương tử Vô Sở Úy liền cầm hoa sen dâng lên đức Phật Bảo Tạng, thưa rằng: 'Bạch Thế Tôn! Nếu như sở nguyện của con thành tựu, được lợi ích bản thân, nguyện cho con được nương vào oai thần của Phật mà ở ngay trước Phật được nhìn thấy hết thảy mọi sự trang nghiêm tốt đẹp của các phép tam-muội. Lại nguyện cho không trung mưa xuống đủ mọi loại hoa sen, to lớn như bánh xe, đầy khắp các cõi Phật trong mười phương nhiều như số hạt bụi nhỏ trong số thế giới bằng với số cát sông Hằng, cũng khiến cho con từ xa được nhìn thấy rõ tất cả.'

"Thiện nam tử! Vương tử Vô Sở Úy nói lời ấy xong, liền được nương oai thần của Phật tức thời được thấy hết thảy mọi sự trang nghiêm tốt đẹp của các phép tam-muội. Không trung liền mưa xuống đủ mọi loại hoa sen, to lớn như bánh xe, đầy khắp các cõi Phật trong mười phương nhiều như số hạt bụi nhỏ trong số thế giới bằng với số cát sông Hằng, tất cả đại chúng đều được nhìn thấy từ xa. Thấy như vậy rồi đều sinh tâm hoan hỷ.

"Bấy giờ, Phật bảo vương tử Vô Sở Úy: 'Thiện nam tử! Ông có thể phát khởi đại nguyện thâm sâu mầu nhiệm như thế, cầu được cõi Phật trang nghiêm thanh tịnh, lại có thể tức thời được thấy hết thảy mọi sự trang nghiêm tốt đẹp của các phép tam-muội. Lời nguyện của ông không hề hư dối nên không trung mưa xuống vô số hoa sen như vậy.'

"Vương tử lại bạch rằng: 'Thế Tôn! Nếu như sở nguyện của con sẽ thành tựu, được lợi ích bản thân, thì nguyện những hoa sen này đều dừng lại giữa hư không đừng rơi xuống.'

"Khi ấy, đức Phật Bảo Tạng bảo vương tử Vô Sở Úy: 'Thiện nam tử! Ông chỉ một lời nguyện mà có thể tức thời khiến cho các hoa sen này được giữ lại như được ấn vào hư không. Vì thế, nay ta đặt hiệu cho ông là Hư Không Ấn.'

"Bấy giờ, đức Phật bảo Bồ Tát Hư Không Ấn: 'Thiện nam tử! Trong đời vị lai, trải qua số a-tăng-kỳ kiếp nhiều như số cát sông Hằng, khi vào số a-tăng-kỳ kiếp thứ hai cũng nhiều như số cát sông Hằng, về hướng đông nam của cõi Phật này, trải qua trăm ngàn muôn ức cõi thế giới nhiều như số cát sông Hằng, có thế giới tên là Liên Hoa, ông sẽ ở thế giới đó thành tựu quả A-nậu-đa-la Tam-miệu Tam-bồ-đề, hiệu là Liên Hoa Tôn Như Lai, Ứng cúng, Chánh biến tri, Minh hạnh túc, Thiện thệ, Thế gian giải, Vô thượng sĩ, Điều ngự trượng phu, Thiên nhân sư, Phật Thế Tôn. Đại chúng của ông nơi thế giới ấy chỉ toàn là các vị Đại Bồ Tát, số đông vô lượng không thể kể xiết. Thọ mạng của Phật ấy là vô lượng vô biên. Sở nguyện của ông sẽ được thành tựu đầy đủ.'

"Khi ấy, Đại Bồ Tát Hư Không Ấn cúi đầu kính lễ đức Như Lai Bảo Tạng, rồi đứng dậy lui ra gần đó, chắp tay cung kính ngồi yên lặng lắng nghe thuyết pháp.

"Bấy giờ, đức Thế Tôn vì Bồ Tát Hư Không Ấn thuyết kệ rằng:

Thiện nam tử nên biết,
Tự làm lợi cho mình,
Dứt phiền não trói buộc,
Thường được sự tịch tĩnh,
Chỗ công đức có được,
Như số cát sông Hằng.

Thế giới nhiều như bụi,
Đều thành tựu chẳng mất.
Ông ở đời vị lai,
Sẽ thành đạo vô thượng.
Như chư Phật quá khứ,
Không có gì khác biệt.

"Thiện nam tử! Bồ Tát Hư Không Ấn nghe kệ rồi liền sinh tâm hoan hỷ.

"Thiện nam tử! Bấy giờ Phạm-chí Bảo Hải lại khuyên bảo vị vương tử thứ sáu là Hư Không phát tâm A-nậu-đa-la Tam-miệu Tam-bồ-đề, cho đến phát nguyện được cõi thế giới thanh tịnh cũng đều như vậy.

"Vương tử Hư Không liền bạch Phật: 'Thế Tôn! Sở nguyện của con là không muốn thành tựu quả A-nậu-đa-la Tam-miệu Tam-bồ-đề ở cõi thế giới bất tịnh này. Chỗ phát nguyện của con về đại lược cũng giống như sự phát nguyện của Bồ Tát Hư Không Ấn.

"Bạch Thế Tôn! Nếu như sở nguyện như vậy của con có thể thành tựu, được lợi ích bản thân, nguyện cho trong khắp các cõi thế giới mười phương nhiều như số cát sông Hằng tự nhiên đều có những lọng quý nhiệm mầu bằng bảy món báu hiện ra đầy khắp trên hư không, có lưới bằng vàng ròng phủ lên trên lọng, có những chuông nhỏ bằng bảy món báu dùng để tô điểm trang nghiêm. Những chuông báu trên lọng này thường phát ra các âm thanh Phật, âm thanh pháp, âm thanh tỳ-kheo tăng, những âm thanh nói về sáu pháp ba-la-mật cùng với sáu thần thông, mười sức,[1] vô uý[2]... Chúng sinh trong các thế giới được nghe những âm thanh ấy rồi liền phát tâm A-nậu-đa-la Tam-miệu Tam-bồ-đề. Phát tâm rồi liền được địa vị không còn thối chuyển. Những âm thanh Phật, Pháp, Tăng cho đến vô sở uý... đều vang ra khắp các thế giới mười phương. Nhờ oai thần của Phật nên tất cả chúng sinh đều có thể tự nghe được.

[1] Tức Thập lực.

[2] Vô úy: tức Tứ vô úy hay Tứ vô sở úy.

“Bạch Thế Tôn! Nếu như sở nguyện của con sẽ thành tựu, được lợi ích bản thân mình, thì nguyện hôm nay con được phép Tam-muội Tri nhật. Nhờ sức tam-muội nên hết thảy các căn lành đều được tăng trưởng. Được phép tam-muội ấy rồi, nguyện chư Phật thọ ký cho con quả A-nậu-đa-la Tam-miệu Tam-bồ-đề.’

“Khi vương tử Hư Không vừa nói ra lời nguyện ấy, liền nhờ oai thần của Phật mà tức thời được phép Tam-muội Tri nhật.

“Bấy giờ, đức Thế Tôn khen ngợi vương tử Hư Không: ‘Lành thay, lành thay! Thiện nam tử! Chỗ phát nguyện của ông thật hết sức thâm sâu.’

“Nhờ nơi nhân duyên công đức thâm sâu, liền khiến cho tức thời trong khắp các cõi thế giới mười phương nhiều như số cát sông Hằng tự nhiên đều có những lọng quý nhiệm mầu bằng bảy món báu hiện ra đầy khắp trên hư không, có lưới bằng vàng ròng phủ bên trên lọng, có những chuông nhỏ bằng bảy món báu dùng để tô điểm trang nghiêm. Những chuông báu trên lọng này thường phát ra các âm thanh Phật, Pháp, Tăng, cho đến âm thanh nói về pháp vô sở uý... Khi ấy có trăm ngàn ức na-do-tha chúng sinh được nghe những âm thanh ấy rồi liền phát tâm A-nậu-đa-la Tam-miệu Tam-bồ-đề.

“Đức Phật Bảo Tạng dạy: ‘Vì những việc ấy, nay ta đặt hiệu cho ông là Hư Không Nhật Quang Minh.’

“Bấy giờ, Phật bảo Đại Bồ Tát Hư Không Nhật Quang Minh: ‘Trong đời vị lai, ông sẽ thành tựu quả vị A-nậu-đa-la Tam-miệu Tam-bồ-đề. Trải qua số a-tăng-kỳ kiếp nhiều như số cát sông Hằng, bước vào số a-tăng-kỳ kiếp thứ hai cũng nhiều như số cát sông Hằng, về phương đông của thế giới này trải qua số cõi Phật nhiều như số cát của hai con sông Hằng, có thế giới tên là Nhật Nguyệt, ông sẽ ở trong thế giới ấy mà thành tựu quả A-nậu-đa-la Tam-miệu Tam-bồ-đề, hiệu là Pháp Tự Tại Phong Vương Như Lai, Ứng cúng, Chánh biến tri, Minh hạnh túc, Thiện thệ, Thế gian giải, Vô thượng sĩ, Điều ngự trượng phu, Thiên nhân sư, Phật Thế Tôn.’

“Khi ấy, Bồ Tát Hư Không Nhật Quang Minh được nghe thọ ký rồi liền cúi đầu làm lễ dưới chân đức Phật.

“Đức Thế Tôn liền vì Bồ Tát Hư Không Nhật Quang Minh thuyết kệ rằng:

Ông nay hãy đứng lên,
Khéo dùng giới điều phục,
Tâm đại bi thuần thục,
Vì hết thảy chúng sinh,
Dứt trừ mọi khổ nạn,
Rốt cùng được giải thoát,
Trí huệ khéo phân biệt,
Nên đạt đạo Vô thượng.

“Thiện nam tử! Khi ấy Bồ Tát Hư Không Nhật Quang Minh nghe kệ rồi sinh tâm hoan hỷ, liền đứng lên trước Phật chắp tay cung kính, lễ bái dưới chân Phật rồi lui ra gần đó, ngồi yên lặng lắng nghe thuyết pháp.

“Bấy giờ, Phạm-chí Bảo Hải lại khuyên bảo vị vương tử thứ bảy là Thiện Tý phát tâm A-nậu-đa-la Tam-miệu Tam-bồ-đề, cho đến phát nguyện được cõi Phật thanh tịnh.

“Khi ấy, vương tử Thiện Tý bạch Phật: ‘Bạch Thế Tôn! Sở nguyện của con là không muốn thành tựu quả A-nậu-đa-la Tam-miệu Tam-bồ-đề ở cõi thế giới bất tịnh này. Nguyện cho thế giới của con trong đời vị lai sẽ không có các cảnh giới địa ngục, súc sinh, ngạ quỷ, không có nữ giới, cho đến không có cả tên gọi, cũng không có việc sinh ra từ bào thai; không có các núi Tu-di, núi Thiết vi lớn và nhỏ; không có những chỗ núi đồi, gò nổng, cát đá dơ xấu, gai góc, gió độc, rừng cây rậm rạp, biển cả, sông ngòi; không có mặt trời, mặt trăng, ngày đêm không phân biệt;[1] không có những chỗ tối tăm hôi hám.

[1] Không có mặt trời, mặt trăng, ngày đêm không phân biệt: có nghĩa là ở thế giới ấy luôn được chiếu sáng bởi hào quang của Phật và các vị Bồ Tát nên không có sự phân biệt ngày và đêm.

"Các loài chúng sinh đều không có tất cả những sự bài tiết hôi hám, từ đại, tiểu tiện cho đến khạc nhổ, chảy nước mũi... Thân và tâm không phải nhận chịu những điều không vui, khổ não. Đất đai toàn bằng mã não, không có các thứ bụi đất, chỉ dùng toàn trăm ngàn vô lượng các thứ trân bảo để trang nghiêm tốt đẹp. Không có các loại cây cỏ, chỉ có loài hoa xinh đẹp nhiệm mầu là mạn-đà-la hoa cùng với đủ các loại cây báu để tô điểm trang nghiêm. Bên dưới những cây báu đều có lọng quý tuyệt đẹp. Lại có đủ các loại áo quý, vòng hoa, đủ mọi thứ chuỗi anh lạc, hương hoa, kỹ nhạc, các món báu vật, các hoa báu xinh đẹp... dùng những thứ như vậy để tô điểm, trang sức cho cây báu.

"Trong thế giới ấy không có sự phân biệt ngày đêm, chỉ dựa vào sự nở ra hay khép lại của hoa mà biết được thời gian. Khi hoa khép lại, có các vị Bồ Tát tự nhiên sinh ra giữa hoa. Khi sinh ra rồi, liền được thấy đủ các sự trang nghiêm tốt đẹp của các phép tam-muội. Nhờ sức tam-muội lại được nhìn thấy chư Phật hiện tại trong vô số thế giới mười phương nhiều như số hạt bụi nhỏ, ở nơi tam-muội ấy chỉ trong khoảnh khắc của một niệm được có đủ sáu thần thông.

"Nhờ có thiên nhĩ thông nên nghe được tất cả âm thanh thuyết pháp của chư Phật hiện tại trong các thế giới mười phương nhiều như số hạt bụi nhỏ. Nhờ có trí huệ của túc mạng thông nên biết được hết thảy những sự việc trong vô lượng kiếp quá khứ nhiều như số hạt bụi nhỏ của một cõi Phật. Nhờ có thiên nhãn thông nên thấy được đủ mọi sự trang nghiêm tốt đẹp của tất cả các thế giới chư Phật trong mười phương. Nhờ có trí huệ tha tâm thông nên chỉ trong thời gian một niệm có thể biết được mọi suy nghĩ niệm tưởng của chúng sinh nhiều như số hạt bụi nhỏ của một cõi Phật. Mãi cho đến khi thành tựu quả A-nậu-đa-la Tam-miệu Tam-bồ-đề cũng chẳng bao giờ mất đi phép tam-muội này.

"Vào lúc sáng sớm, bốn phương đều có những cơn gió nhẹ trong sạch thổi đến, mang theo hương thơm mầu nhiệm và tung rải các loại hoa. Do sức của gió này, các vị Bồ Tát liền ra khỏi tam-muội, rồi tức thời được sức Như ý thông.[1] Nhờ sức thần thông này nên chỉ trong khoảnh khắc của một niệm có thể đi đến khắp các cõi Phật trong mười phương, ở mỗi phương đều trải qua số thế giới nhiều như số hạt bụi nhỏ của một cõi Phật. Đi đến rồi liền cúng dường chư Phật Thế Tôn trong hiện tại, thưa hỏi và nhận lãnh chánh pháp nhiệm mầu, rồi chỉ trong khoảng thời gian một niệm lại trở về cõi thế giới của mình không một chút khó khăn trở ngại.

"Các vị Bồ Tát đều ngồi kết già giữa các đài hoa mạn-đà-la và ma-ha mạn-đà-la để tư duy về các pháp môn. Nếu có vị nào muốn được nhìn thấy con đang ở đâu, liền tùy theo chỗ vị ấy đang hướng về mà đều được nhìn thấy. Nếu đối với pháp sâu xa còn có chỗ nghi trệ, được thấy con rồi sẽ tức thời dứt hết. Nếu có chỗ ý nghĩa cần thưa hỏi, muốn được nghe thuyết pháp, nhìn thấy con rồi liền được thấu hiểu, không còn nghi ngờ gì nữa.

"Các vị Bồ Tát ở thế giới ấy đều thấu hiểu sâu xa về ý nghĩa không có ngã và ngã sở, cho nên có thể xả bỏ thân thể, mạng sống, chắc chắn không bao giờ còn thối chuyển đối với quả A-nậu-đa-la Tam-miệu Tam-bồ-đề.

"Thế giới ấy không có hết thảy những tên gọi bất thiện, cũng không có những tên gọi như thọ giới, phạm giới, phá giới, hối lỗi... Thân thể của tất cả chúng sinh đều có đủ ba mươi hai tướng tốt, được sức mạnh như lực sĩ na-la-diên cõi trời, mãi cho đến khi thành tựu quả A-nậu-đa-la Tam-miệu Tam-bồ-đề cũng không có bất cứ ai bị thiếu khuyết sáu căn.

"Chúng sinh ở thế giới ấy vừa sinh ra thì râu tóc tự rụng mất, trên người liền có đủ ba tấm pháp y, được phép tam-muội Thiện phân biệt, rồi mãi cho đến khi thành tựu quả A-nậu-đa-la Tam-miệu Tam-bồ-đề cũng không bao giờ mất đi. Những chúng sinh ấy thảy đều được hòa hợp tất cả các căn lành, không có bất cứ người nào phải chịu các nỗi khổ già, bệnh, chết.

[1] Như ý thông: tên gọi khác của Thần túc thông.

"Các vị Bồ Tát đến lúc mạng chung liền ngồi kết già, nhập hỏa định[1] tự thiêu thân xác. Thiêu thân xác rồi, từ bốn phương liền có gió mát thổi đến nơi ấy, đưa xá-lợi[2] của Bồ Tát đến những thế giới không có Phật ở khắp mười phương. Không bao lâu, xá-lợi ấy liền biến thành bảo châu ma-ni, cũng giống như bảo châu của vị Chuyển luân Thánh vương. Nếu có chúng sinh nào nhìn thấy hoặc được sờ vào bảo châu ma-ni ấy liền không còn phải đọa vào trong ba đường ác, rồi mãi cho đến khi được thành tựu Niết-bàn không lúc nào còn phải nhận chịu các sự khổ não, liền được xả bỏ thân ấy mà sinh về nơi hiện đang có Phật thuyết pháp ở phương khác, thưa hỏi và thọ nhận chánh pháp nhiệm mầu, phát tâm A-nậu-đa-la Tam-miệu Tam-bồ-đề, liền được địa vị không còn thối chuyển.

"Chúng sinh ở thế giới ấy vào lúc mạng chung tâm nhập thiền định, không có sự tán loạn, không phải chịu những nỗi khổ như yêu mến phải xa lìa... Sau khi mạng chung không phải sinh vào nơi có tám nạn, nơi không có Phật ra đời, mãi cho đến khi thành tựu quả A-nậu-đa-la Tam-miệu Tam-bồ-đề thường được gặp Phật, được thưa hỏi và thọ nhận chánh pháp, cúng dường chúng tăng.

"Hết thảy chúng sinh ở thế giới ấy đều đã lìa xa tham dục, sân khuể, ngu si, ân ái, tật đố, vô minh, kiêu mạn. Trong thế giới không có các hàng Thanh văn, Duyên giác.[3] Hết thảy đại chúng ở đó chỉ thuần là các vị Đại Bồ Tát, đầy khắp cõi thế giới. Tâm ý các vị đều nhu nhuyễn, không có sự nhiễm ô vì ái dục, được các phép tam-muội, kiên định vững chắc, không còn thối chuyển đối với quả A-nậu-đa-la Tam-miệu Tam-bồ-đề.

---

[1] Hỏa định: hay Hỏa tam-muội, cũng gọi là Hỏa sinh tam-muội, là phép nhập định mà hành giả có thể tùy ý phát sinh ra lửa tam-muội.

[2] Xá-lợi: cũng gọi là ngọc xá-lợi, là phần còn lại sau khi thiêu xác của một vị tu hành chứng đạo, vì đó là phần mà lửa không thể thiêu mất được.

[3] Không có Thanh văn, Duyên giác: tức là không có giáo pháp Tiểu thừa, chỉ toàn những chúng sinh tin theo và tu tập Đại thừa.

"Thế giới ấy chỉ thuần có ánh sáng thanh tịnh soi chiếu. Các cõi Phật khác trong khắp mười phương nhiều như số hạt bụi nhỏ thảy đều nghe biết và nhìn thấy thế giới của con.

"Thế giới của con có loại hương thơm mầu nhiệm tỏa khắp các cõi thế giới Phật khác trong mười phương nhiều như số hạt bụi nhỏ. Chúng sinh ở thế giới của con thường được khoan khoái vui vẻ, chưa từng nghe biết đến việc nhận chịu khổ não.

"Bạch Thế Tôn! Thời gian tu hành đạo Bồ Tát của con không hề có giới hạn, miễn sao có thể trang nghiêm được cõi Phật thanh tịnh như thế. Con sẽ khiến cho hết thảy các loài chúng sinh đều được thanh tịnh, đầy khắp trong cõi nước, rồi sau đó con mới thành tựu quả A-nậu-đa-la Tam-miệu Tam-bồ-đề.

"Thế Tôn! Khi con thành tựu quả A-nậu-đa-la Tam-miệu Tam-bồ-đề sẽ phóng ra vô lượng vô biên đạo hào quang sáng rực, chiếu khắp các cõi Phật mười phương nhiều như số hạt bụi nhỏ trong một ngàn cõi Phật, khiến cho chúng sinh trong các thế giới ấy đều từ xa được nhìn thấy ba mươi hai tướng tốt của con, tức thời được dứt trừ tham dục, sân khuể, ngu si, tật đố, vô minh, kiêu mạn, hết thảy phiền não, phát tâm A-nậu-đa-la Tam-miệu Tam-bồ-đề, theo như chỗ mong cầu liền được phép Đà-la-ni, Tam-muội, Nhẫn nhục.

"Khi được nhìn thấy con rồi, hết thảy những chúng sinh ở trong địa ngục Hàn băng[1] liền được vui sướng ấm áp, giống như vị Bồ Tát nhập cảnh giới thiền thứ hai.[2] Những chúng sinh ấy được nhìn thấy con nên thân tâm đều được thọ hưởng niềm vui sướng nhiệm mầu bậc nhất, liền phát tâm A-nậu-đa-la Tam-miệu Tam-bồ-đề. Đến khi mạng chung chắc chắn sẽ được sinh về cõi Phật của con. Sinh về đó rồi liền được địa vị không còn thối chuyển đối với quả vị A-nậu-đa-la Tam-miệu Tam-bồ-đề.

[1] Địa ngục Hàn băng: Cảnh giới địa ngục mà chúng sinh trong đó phải chịu khổ não vì sự rét buốt, lạnh giá.

[2] Cảnh giới thiền thứ hai: Mức thiền định thứ hai trong Tứ thiền.

"Hết thảy những chúng sinh ở cảnh giới địa ngục Nhiệt[1] cũng được như vậy. Cho đến những chúng sinh ở các cảnh giới súc sinh, ngạ quỷ cũng đều được như vậy.

"Khi ấy, chư thiên cõi trời đều được nhìn thấy ánh sáng rực rỡ tăng thêm gấp bội.

"Nguyện cho thọ mạng của con là vô lượng vô biên, không ai có thể tính đếm được, chỉ trừ bậc Nhất thiết trí.

"Bạch Thế Tôn! Khi con thành tựu quả A-nậu-đa-la Tam-miệu Tam-bồ-đề rồi, chư Phật hiện tại trong vô lượng vô biên a-tăng-kỳ thế giới mười phương đều xưng tán, ngợi khen con. Những chúng sinh ở các thế giới ấy nếu được nghe những lời ngợi khen xưng tán con liền phát nguyện tạo các căn lành để mau chóng được sinh về thế giới của con, rồi sau khi mạng chung thảy đều sẽ được sinh về thế giới của con, chỉ trừ những kẻ phạm năm tội nghịch, hủy hoại chánh pháp, phỉ báng các bậc thánh nhân.

"Thế Tôn! Khi con thành tựu quả A-nậu-đa-la Tam-miệu Tam-bồ-đề rồi, những chúng sinh trong vô lượng vô biên a-tăng-kỳ thế giới khắp mười phương, nếu được nghe tiếng con, phát nguyện muốn sinh về cõi thế giới của con, thì những chúng sinh ấy vào lúc lâm chung đều sẽ được nhìn thấy con cùng với tất cả đại chúng vây quanh. Vào lúc đó, con sẽ nhập Tam-muội Vô ế.[2] Nhờ sức tam-muội nên có thể hiện đến trước các chúng sinh ấy, vì họ mà thuyết pháp. Các chúng sinh ấy nhờ được nghe thuyết pháp nên liền được trừ dứt hết thảy mọi khổ não, trong lòng vô cùng hoan hỷ. Nhờ tâm hoan hỷ nên liền được phép tam-muội Bảo điền. Nhờ sức tam-muội nên tâm đạt được niệm và Vô sinh nhẫn.[3] Sau khi mạng chung chắc chắn sẽ được sinh về thế giới của con.

[1] Địa ngục Nhiệt: Cảnh giới địa ngục mà chúng sinh trong đó phải chịu khổ não vì sự nóng bức, thiêu đốt.

[2] Vô ế: không có sự ngăn che. Tam muội Vô ế: phép tam muội giúp hành giả trừ hết mọi sự ngăn che, trở nên sáng suốt và có thể tùy ý thực hiện mọi việc không ngăn ngại.

[3] Vô sinh nhẫn: tức Vô sinh pháp nhẫn.

"Nếu như có những chúng sinh ở các cõi thế giới khác không có bảy thánh tài,[1] không muốn tu tập hành trì giáo pháp trong Ba thừa,[2] không muốn được thọ sinh trong hai cõi trời, người; cũng không tu hành hết thảy mọi căn lành cùng với ba điều phúc, làm những việc trái với chánh pháp, tham đắm ái dục nhơ bẩn, chỉ toàn làm theo tà kiến. Những chúng sinh như thế, nguyện khi con nhập Tam-muội Vô phiền não sẽ dùng sức tam-muội mà khiến cho họ khi mạng chung được thấy con và đại chúng ở trước mặt, vì họ mà thuyết giảng diệu pháp, lại vì họ mà thị hiện cho thấy cõi Phật thanh tịnh, khuyến khích họ phát tâm A-nậu-đa-la Tam-miệu Tam-bồ-đề.

"Những chúng sinh ấy được nghe pháp rồi liền đối với con sinh lòng tin sâu vững, trong tâm được hoan hỷ, an lạc, liền phát tâm A-nậu-đa-la Tam-miệu Tam-bồ-đề. Con sẽ khiến cho những chúng sinh ấy được trừ dứt mọi khổ não. Trừ dứt khổ não rồi, liền được phép Tam-muội Nhật đăng quang minh, trừ dứt mọi sự ngu si tăm tối, sau khi mạng chung liền sinh về thế giới của con.'

Bấy giờ, đức Như Lai Bảo Tạng ngợi khen rằng: 'Lành thay, lành thay! Nay ông có thể phát khởi lời nguyện lớn lao và nhiệm mầu đến thế!'

---

[1] Bảy thánh tài (Thất thánh tài): Bảy món tài bảo của bậc thánh hoặc người tu tập hướng đến thánh quả, nên cũng gọi là Bảy tài bảo (Thất tài bảo), thường gọi tắt là Thất tài. Phạn ngữ là saptadhanāṇi, chỉ bảy điều quý giá nhất của người tu học, đó là:

1. Tín (śraddhādhana): lòng tin vững chắc là của báu.
2. Giới (śīladhana): lấy giới luật thanh tịnh làm của báu.
3. Tàm (hrīdhana): biết cung kính, tùy thuận người có đức hạnh, tự thấy hổ thẹn về việc xấu đã làm, đó là của báu.
4. Quí (apatrapādhana): biết sợ quả báo của tội lỗi, biết xấu hổ với người khác khi làm việc xấu, đó là của báu.
5. Đa văn (śrutadhana): lấy việc được nghe thuyết pháp, hiểu biết rộng là của báu.
6. Bố thí (tyāgadhana): xem việc bố thí là của báu.
7. Trí huệ (prajñādhana): xem trí huệ là của báu.

[2] Ba thừa: gồm Thanh văn thừa, Duyên giác thừa và Bồ Tát thừa. Ba thừa chỉ chung cả Đại thừa và Tiểu thừa.

"Vương tử Thiện Tý liền bạch Phật: 'Thế Tôn! Nếu như sở nguyện của con thành tựu, được lợi ích bản thân, nguyện cho các cõi thế giới Phật trong mười phương nhiều như số hạt bụi nhỏ đều sẽ có mưa xuống hương ưu-đà-la-bà-la cùng với hương chiên-đàn, hương chiên-đàn Ngưu Đầu, đủ các loại hương bột. Nếu có các chúng sinh ở mỗi thế giới ấy ngửi được mùi hương ấy liền phát tâm A-nậu-đa-la Tam-miệu Tam-bồ-đề. Nguyện cho con nay được Tam-muội Kim cang nguyện. Nhờ sức tam-muội nên có thể từ xa trông thấy trời mưa các loại hương ấy xuống những thế giới ấy.'

"Thiện nam tử! Khi vương tử Thiện Tý nói ra lời ấy rồi, liền tức thời được tam-muội, tự thấy khắp các cõi Phật trong mười phương nhiều như số hạt bụi nhỏ, có các loại hương ưu-đà-la-bà-la, hương chiên-đàn, hương chiên-đàn Ngưu Đầu, đủ các loại hương bột, cùng thấy được vô số chúng sinh nhiều không thể tính đếm ở khắp mọi phương, thảy đều chắp tay cung kính phát tâm A-nậu-đa-la Tam-miệu Tam-bồ-đề.

"Đức Như Lai Bảo Tạng bảo vương tử Thiện Tý: 'Thiện nam tử! Sở nguyện của ông đã được thành tựu. Không trung mưa xuống đủ các loại hương thơm mầu nhiệm, có vô số chúng sinh nhiều không thể tính đếm đều chắp tay cung kính phát tâm A-nậu-đa-la Tam-miệu Tam-bồ-đề. Vì thế, nay ta đặt hiệu cho ông là Sư Tử Hương. Trong đời vị lai, trải qua số a-tăng-kỳ kiếp nhiều như số cát sông Hằng, bước vào số a-tăng-kỳ kiếp lần thứ hai cũng nhiều như số cát sông Hằng, về phương trên của thế giới này, trải qua các cõi Phật nhiều như những hạt bụi nhỏ trong số thế giới bằng số cát của bốn mươi hai con sông Hằng, có một thế giới tên là Thanh Hương Quang Minh Vô Cấu. Ông sẽ ở nơi thế giới ấy mà thành tựu quả A-nậu-đa-la Tam-miệu Tam-bồ-đề, hiệu là Quang Minh Vô Cấu Kiên Hương Phong Vương Như Lai, Ứng cúng, Chánh biến tri, Minh hạnh túc, Thiện thệ, Thế gian giải, Vô thượng sĩ, Điều ngự trượng phu, Thiên nhân sư, Phật Thế Tôn.'

“Thiện nam tử! Bấy giờ, Bồ Tát Sư Tử Hương liền cúi đầu sát đất kính lễ đức Như Lai Bảo Tạng.

“Khi ấy, đức Như Lai Bảo Tạng vì Bồ Tát Sư Tử Hương thuyết kệ rằng:

Bậc thầy cõi trời, người,
Nay ông hãy đứng dậy!
Thọ nhận sự cúng dường,
Độ người thoát sinh tử,
Khiến lìa mọi đau khổ,
Dứt trói buộc, phiền não,
Đời vị lai sẽ thành,
Tôn quý trong Ba cõi.

“Thiện nam tử! Lúc đó, Bồ Tát Sư Tử Hương nghe kệ rồi trong lòng hết sức hoan hỷ, liền đứng lên trước Phật chắp tay cung kính, rồi lui ra gần đó ngồi yên lặng lắng nghe thuyết pháp.”

“Thiện nam tử! Bấy giờ, Phạm-chí Bảo Hải lại khuyên bảo vị vương tử thứ tám là Mẫn-đồ phát tâm Bồ-đề, cho đến phát nguyện nhận lấy cõi Phật của mình.

“Vương tử Mẫn-đồ nghe lời khuyên ấy rồi, liền bạch trước Phật rằng: ‘Thế Tôn! Sở nguyện của con là ở ngay nơi thế giới bất tịnh này để tu hành đạo Bồ Tát, lại còn tu sửa trang nghiêm cho mười ngàn thế giới bất tịnh, khiến cho đều được trang nghiêm thanh tịnh giống như thế giới Thanh Hương Quang Minh Vô Cấu. Con cũng sẽ giáo hóa vô số các vị Bồ Tát khiến cho đều được tâm thanh tịnh, không có mọi sự cấu uế, thảy đều hướng theo Đại thừa. Những Bồ Tát như thế đầy khắp trong cõi thế giới của con, sau đó con mới thành tựu quả A-nậu-đa-la Tam-miệu Tam-bồ-đề.

“Thế Tôn! Nguyện khi con tu hành đạo Bồ Tát phải vượt trội hơn so với các vị Bồ Tát khác.

“Thế Tôn! Trong bảy năm qua con đã ngồi ngay ngắn tư duy về những công đức thanh tịnh của chư Phật, Bồ Tát, cùng với đủ mọi công đức trang nghiêm tốt đẹp của các cõi Phật. Khi ấy con liền được thấy đủ mọi sự trang nghiêm của các phép tam-muội, bằng với mười một ngàn môn tam-muội của hàng Bồ Tát tu hành tinh tấn.

"Thế Tôn! Con cũng nguyện cho các vị Bồ Tát trong tương lai khi tu hành đạo Bồ Tát thảy đều được các phép tam-muội như vậy.

"Thế Tôn! Nguyện cho con đạt được Tam-muội Xuất ly tam thế thắng tràng. Nhờ sức tam-muội nên thấy được khắp vô lượng vô biên thế giới của chư Phật trong mười phương, tại mỗi thế giới ấy đều có chư Phật hiện tại, lìa khỏi ba đời[1] vì chúng sinh mà thuyết giảng chánh pháp.

"Thế Tôn! Nguyện cho con đạt được Tam-muội Bất thối. Nhờ sức tam-muội nên chỉ trong thời gian một niệm có thể thấy hết các vị Phật và Bồ Tát số nhiều như những hạt bụi nhỏ, cùng với chúng Thanh văn cung kính vây quanh. Nguyện cho con ở chỗ mỗi một vị Phật ấy đều đạt được Tam-muội Vô y chỉ. Nhờ sức tam-muội nên có thể biến hóa thành những hóa thân, cùng lúc hiện đến chỗ các đức Như Lai nhiều như số hạt bụi nhỏ trong một cõi Phật để cúng dường lễ bái. Nguyện cho mỗi một hóa thân ấy đều dùng đủ mọi thứ trân bảo quý giá nhất, cùng với các thứ hương hoa, hương phết,[2] hương bột, những âm nhạc nhiệm mầu thù thắng, đủ mọi cách trang nghiêm tốt đẹp để dâng lên cúng dường hết thảy chư Phật.

"Thế Tôn! Nguyện cho mỗi một hóa thân của con ở chỗ của mỗi một vị Phật đều trải qua số kiếp nhiều như số giọt nước trong biển cả để tu hành đạo Bồ Tát.

"Nguyện cho con được Tam-muội Nhất thiết thân biến hóa. Nhờ sức của tam-muội nên chỉ trong thời gian một niệm có thể

[1] Lìa khỏi ba đời (xuất ly tam thế): không còn có quá khứ, hiện tại hay tương lai, vì đã đạt được chân lý thường hằng bất biến.

[2] Hương phết: dạng bột hương thơm được chế biến để xoa phết lên thân thể hoặc các tượng thờ.

ở trước mỗi một đức Phật mà biết được hết thảy các thế giới của chư Phật nhiều như số hạt bụi nhỏ trong một cõi Phật.

"Thế Tôn! Nguyện cho con được phép tam-muội Công đức lực. Nhờ sức của tam-muội nên có thể ở nơi trước mỗi một đức Phật mà hiện đến chỗ của chư Phật nhiều như số hạt bụi nhỏ trong một cõi Phật, dùng những lời ngợi khen xưng tán vi diệu để xưng tán chư Phật.

"Thế Tôn! Nguyện cho con được Tam-muội Bất huyễn. Nhờ sức của tam-muội nên chỉ trong thời gian một niệm có thể thấy hết được chư Phật đầy khắp trong vô lượng vô biên thế giới mười phương.

"Thế Tôn! Nguyện cho con được Tam-muội Vô tránh. Nhờ sức của tam-muội nên chỉ trong thời gian một niệm có thể thấy hết được những thế giới thanh tịnh nhiệm mầu của chư Phật trong hiện tại, quá khứ và vị lai.

"Thế Tôn! Nguyện cho con được Tam-muội Thủ lăng nghiêm. Nhờ sức của tam-muội nên có thể biến hóa thành thân của chúng sinh địa ngục, vào trong địa ngục thuyết giảng chánh pháp nhiệm mầu cho chúng sinh trong đó, khuyến khích và làm cho họ phát tâm A-nậu-đa-la Tam-miệu Tam-bồ-đề. Những chúng sinh ấy được nghe chánh pháp rồi liền nhanh chóng phát tâm Bồ-đề Vô thượng, liền đó mạng chung sinh lên cõi người, rồi tùy nơi sinh ra thường được gặp Phật. Tùy chỗ gặp Phật được nghe thuyết pháp; nghe nhận chánh pháp rồi liền trụ yên nơi địa vị không còn thối chuyển.

"Đối với tất cả các loài chúng sinh như càn-thát-bà, a-tu-la, ca-lâu-la, khẩn-na-la, ma-hầu-la-già, loài người, loài phi nhân... cho đến chư thiên, rồng, quỷ thần, dạ-xoa, la-sát, tỳ-xá-già, phú-đan-na,[1] già-trá phú-đan-na, đồ-sát, khôi quái, thương giá, dâm nữ, súc sinh, ngạ quỷ... cũng đều như thế, đều

[1] Phú-đan-na: phiên âm từ Phạn ngữ là **Pūtana**, cũng đọc là Bố-đát-na, dịch nghĩa là xú quỷ hay xú uế quỷ. Loài quỷ này tuy thân hình xấu xí hôi hám nhưng lại là loài có phước đức cao nhất trong các loài ngạ quỷ.

khuyến khích giáo hóa, khiến cho phát tâm A-nậu-đa-la Tam-miệu Tam-bồ-đề.

"Lại có những chúng sinh tùy chỗ sinh ra mà có những hình tướng khác nhau, con nguyện sẽ phân thân hóa thành giống họ, cùng làm những nghề nghiệp như họ, cùng nhận chịu những nỗi khổ, niềm vui như họ. Nguyện cho con biến hóa ra những thân như vậy để tùy theo việc làm mà giáo hóa những chúng sinh ấy.

"Thế Tôn! Nếu có những chúng sinh dùng các ngôn ngữ khác nhau, nguyện con sẽ có thể tùy theo từng loại ngôn ngữ ấy mà thuyết pháp cho họ nghe, khiến cho tất cả đều được hoan hỷ. Nhân nơi sự hoan hỷ ấy liền khuyến khích họ phát tâm, trụ yên trong chánh pháp, khiến cho đạt được địa vị không còn thối chuyển đối với quả vị A-nậu-đa-la Tam-miệu Tam-bồ-đề.

"Thế Tôn! Con nguyện sẽ giáo hóa cho tất cả chúng sinh trong mười ngàn cõi Phật, khiến cho được tâm thanh tịnh không còn hết thảy mọi nghiệp tạo tác và các độc phiền não, cho đến dù chỉ một người cũng không để cho bốn thứ ma[1] não hại, huống chi là nhiều người?

"Nếu như con đã trang nghiêm tốt đẹp cho mười ngàn cõi Phật, khiến được thanh tịnh như thế giới Thanh Hương Quang Minh Vô Cấu của Phật Quang Minh Vô Cấu Tôn Hương Vương, được đủ mọi sự trang nghiêm vi diệu như thế giới ấy, rồi sau đó bản thân con và quyến thuộc sẽ phát những đại nguyện giống như vị Bồ Tát Sư Tử Hương kia.[2]

[1] Bốn thứ ma: chỉ các nguyên nhân gây khổ não cho chúng sinh trong vòng sinh tử luân hồi, bao gồm: 1. Phiền não ma: các phiền não gây đau khổ, như tham lam, sân hận, si mê... 2. Ấm ma: ma ngũ ấm, tức sắc, thọ, tưởng, hành và thức. Những yếu tố này biến đổi không ngừng, không phải thực có, nhưng chúng sinh chấp chặt đó là bản ngã của mình nên phải chịu khổ não. 3. Tử ma: ma chết, cướp mất sinh mạng trong khi chúng sinh luôn ham muốn được sống. 4. Thiên ma: tức Ma vương ở cõi trời Tha hóa tự tại, luôn tạo ra những khó khăn, trở ngại để thách thức, não hại người tu tập.

[2] Đại nguyện của Bồ Tát Sư Tử Hương như vừa trình bày ở đoạn trước là được cõi Phật thanh tịnh với đủ mọi sự trang nghiêm vi diệu. Vị vương tử này phát nguyện trước tiên sẽ tu hành đạo Bồ Tát ở cõi Phật bất tịnh, giáo hóa cho chúng sinh ở

"Bạch Thế Tôn! Nếu như sở nguyện của con sẽ thành tựu, được lợi ích bản thân, xin nguyện cho những chúng sinh trong mười ngàn cõi Phật đều được dứt hết mọi khổ não, được tâm nhu nhuyễn, được tâm điều phục, mỗi chúng sinh đều có thể tự ở nơi Bốn cõi thiên hạ của mình mà thấy được đức Phật Thế Tôn hiện đang thuyết pháp. Hết thảy chúng sinh lại tự nhiên có được đủ các loại trân bảo, hương hoa, hương bột cùng với hương phết, đủ mọi thứ y phục, cờ phướn... Mỗi chúng sinh đều dùng những thứ ấy để cúng dường đức Phật. Cúng dường Phật rồi, thảy đều phát tâm Bồ-đề Vô thượng.

"Bạch Thế Tôn! Nguyện cho con nay sẽ được sức Tam-muội Kiến chủng chủng trang nghiêm, từ xa nhìn thấy hết thảy những việc như thế.'

"Vương tử vưa nói xong liền đúng như sở nguyện được nhìn thấy tất cả.

"Khi ấy, đức Thế Tôn khen ngợi vương tử Mẫn-đồ: "Lành thay, lành thay! Thiện nam tử! Thế giới của ông bao quanh bốn phía có mười ngàn cõi Phật trang nghiêm thanh tịnh, trong đời vị lai lại sẽ giáo hóa vô lượng chúng sinh, khiến cho được tâm thanh tịnh, lại sẽ cúng dường vô lượng vô biên chư Phật Thế Tôn.

"Thiện nam tử! Do nhân duyên ấy, nay ta đổi tên cho ông là Phổ Hiền. Trong đời vị lai, trải qua số a-tăng-kỳ kiếp nhiều như số cát sông Hằng, trong khoảng sau cuối của số a-tăng-kỳ kiếp lần thứ hai cũng nhiều như số cát sông Hằng, về phương bắc của thế giới này, trải qua số cõi Phật nhiều như số cát của sáu mươi con sông Hằng, có thế giới tên là Tri Thủy Thiện Tịnh Công Đức, ông sẽ ở nơi thế giới ấy mà thành tựu quả A-nậu-đa-la Tam-miệu Tam-bồ-đề, hiệu là Trí Cang Hống Tự Tại Tướng Vương Như Lai, Ứng cúng, Chánh biến tri, Minh hạnh túc, Thiện thệ, Thế gian giải, Vô thượng sĩ, Điều ngự trượng phu, Thiên nhân sư, Phật Thế Tôn.'

---

cõi bất tịnh, cho đến khi có thể chuyển hóa được mọi thứ trở thành thanh tịnh trang nghiêm rồi sau đó mới nguyện được cõi Phật thanh tịnh.

“Thiện nam tử! Khi ấy, Đại Bồ Tát Phổ Hiền liền cúi đầu sát đất lễ kính đức Phật Bảo Tạng.

“Bấy giờ, đức Như Lai Bảo Tạng vì Bồ Tát Phổ Hiền thuyết kệ rằng:

Đạo sư hãy đứng lên!
Ông đã được như nguyện,
Khéo điều phục chúng sinh,
Khiến cho được nhất tâm,
Vượt qua sông phiền não,
Thoát khỏi mọi điều ác.
Mai sau làm đuốc sáng,
Soi khắp cõi trời, người.

“Thiện nam tử! Bấy giờ, trong pháp hội có mười ngàn người sinh tâm nôn nóng không muốn đợi lâu, liền đồng thanh bạch Phật rằng: ‘Bạch Thế Tôn! Chúng con vào đời vị lai nguyện cũng sẽ ở nơi cõi Phật trang nghiêm thanh tịnh như vậy mà thành tựu quả A-nậu-đa-la Tam-miệu Tam-bồ-đề, cũng nguyện tu tập trang nghiêm các cõi thế giới giống như Bồ Tát Phổ Hiền.

“Bạch Thế Tôn! Chúng con nguyện sẽ tu tập đầy đủ sáu pháp ba-la-mật. Nhờ đầy đủ sáu pháp ba-la-mật nên mỗi người chúng con đều sẽ được ở nơi các cõi Phật mà thành tựu quả A-nậu-đa-la Tam-miệu Tam-bồ-đề.’

“Thiện nam tử! Khi ấy đức Như Lai Bảo Tạng liền vì mười ngàn người ấy mà thọ ký: ‘Các thiện nam tử! Khi Bồ Tát Phổ Hiền thành tựu quả A-nậu-đa-la Tam-miệu Tam-bồ-đề, các ông sẽ ở trong mười ngàn cõi Phật thanh tịnh mà Bồ Tát Phổ Hiền đã tu tập trang nghiêm, cùng lúc thành tựu quả A-nậu-đa-la Tam-miệu Tam-bồ-đề, trong đó có một ngàn người thành Phật cùng hiệu là Trí Sí Tôn Âm Vương Như Lai, Ứng cúng, Chánh biến tri, Minh hạnh túc, Thiện thệ, Thế gian giải, Vô thượng sĩ, Điều ngự trượng phu, Thiên nhân sư, Phật Thế Tôn.

"Lại có một ngàn người thành Phật cùng hiệu là Tăng Tướng Tôn Âm Vương.

"Lại có một ngàn người thành Phật cùng hiệu là Thiện Vô Cấu Tôn Âm Vương.

"Lại có một ngàn người thành Phật cùng hiệu là Ly Bố Uý Tôn Âm Vương.

"Lại có một ngàn người thành Phật cùng hiệu là Thiện Vô Cấu Quang Tôn Âm Vương.

"Lại có năm trăm người thành Phật cùng hiệu là Nhật Âm Vương.

"Lại có năm trăm người thành Phật cùng hiệu là Nhật Tạng Tôn Vương.

"Lại có năm người thành Phật cùng hiệu là Lạc Âm Tôn Vương.

"Lại có hai người thành Phật cùng hiệu là Nhật Quang Minh.

"Lại có bốn người thành Phật cùng hiệu là Long Tự Tại.

"Lại có tám người thành Phật cùng hiệu là Ly Khủng Bố Xứng Vương Quang Minh.

"Lại có mười người thành Phật cùng hiệu là Ly Âm Quang Minh.

"Lại có tám người thành Phật cùng hiệu là Âm Thanh Xưng.

"Lại có mười một người thành Phật cùng hiệu là Hiển Lộ Pháp Âm.

"Lại có chín người thành Phật cùng hiệu là Công Đức Pháp Xứng Vương.

"Lại có hai mươi người thành Phật cùng hiệu là Bất Khả Tư Nghị Vương.

"Lại có bốn mươi người thành Phật cùng hiệu là Bảo Tràng Quang Minh Tôn Vương.

“Lại có một người thành Phật hiệu là Giác Tri Tôn Tưởng Vương.

“Lại có bảy người thành Phật cùng hiệu là Bất Khả Tư Nghị Ý.

“Lại có ba người thành Phật cùng hiệu là Trí Tạng.

“Lại có mười lăm người thành Phật cùng hiệu là Trí Sơn Tràng.

“Lại có năm mươi người thành Phật cùng hiệu là Trí Hải Vương.

“Lại có ba mươi người thành Phật cùng hiệu là Đại Lực Tôn Âm Vương.

“Lại có hai người thành Phật cùng hiệu là Sơn Công Đức Kiếp.

“Lại có tám mươi người thành Phật cùng hiệu là Thanh Tịnh Trí Cần.

“Lại có chín mươi người thành Phật cùng hiệu là Tôn Tướng Chủng Vương.

“Lại có một trăm người thành Phật cùng hiệu là Thiện Trí Vô Cấu Lôi Âm Tôn Vương.

“Lại có tám mươi người thành Phật cùng hiệu là Thắng Tôn Đại Hải Công Đức Trí Sơn Lực Vương.

“Lại có bốn mươi người thành Phật cùng hiệu là Vô Thượng Bồ-đề Tôn Vương.

“Lại có hai người thành Phật cùng hiệu là Tri Giác Sơn Hoa Vương.

“Lại có hai người thành Phật cùng hiệu là Công Đức Sơn Trí Giác.

“Lại có ba người thành Phật cùng hiệu là Kim Cang Sư Tử.

“Lại có hai người thành Phật cùng hiệu là Trì Giới Quang Minh.

“Lại có hai người thành Phật cùng hiệu là Thị Hiện Tăng Ích.

"Lại có một người thành Phật hiệu là Vô Lượng Quang Minh.

"Lại có ba người thành Phật cùng hiệu là Sư Tử Du Hý.

"Lại có hai người thành Phật cùng hiệu là Vô Tận Trí Sơn.

"Lại có hai người thành Phật cùng hiệu là Bảo Quang Minh.

"Lại có hai người thành Phật cùng hiệu là Vô Cấu Trí Huệ.

"Lại có chín người thành Phật cùng hiệu là Trí Huệ Quang Minh.

"Lại có hai người thành Phật cùng hiệu là Sư Tử Xứng.

"Lại có hai người thành Phật cùng hiệu là Công Đức Biến Vương.

"Lại có hai người thành Phật cùng hiệu là Vũ Pháp Hoa.

"Lại có một người thành Phật hiệu là Tạo Quang Minh.

"Lại có một người thành Phật hiệu là Tăng Ích Sơn Vương.

"Lại có một người thành Phật hiệu là Xuất Pháp Vô Cấu Vương.

"Lại có một người thành Phật hiệu là Hương Tôn Vương.

"Lại có một người thành Phật hiệu là Vô Cấu Mục.

"Lại có một người thành Phật hiệu là Đại Bảo Tạng.

"Lại có một người thành Phật hiệu là Lực Vô Chướng Ngại Vương.

"Lại có một người thành Phật hiệu là Tự Tri Công Đức Lực.

"Lại có một người thành Phật hiệu là Y Phục Tri Túc.

"Lại có một người thành Phật hiệu là Đức Tự Tại.

"Lại có một người thành Phật hiệu là Vô Chướng Ngại Lợi Ích.

"Lại có một người thành Phật hiệu là Trí Huệ Tạng.

"Lại có một người thành Phật hiệu là Đại Sơn Vương.

“Lại có một người thành Phật hiệu là Lực Tạng.

“Lại có một người thành Phật hiệu là Cầu Công Đức.

“Lại có một người thành Phật hiệu là Hoa Tràng Chi.

“Lại có một người thành Phật hiệu là Chúng Quang Minh.

“Lại có một người thành Phật hiệu là Vô Ngại Công Đức Vương.

“Lại có một người thành Phật hiệu là Kim Cang Thượng.

“Lại có một người thành Phật hiệu là Pháp Tướng.

“Lại có một người thành Phật hiệu là Tôn Âm Vương.

“Lại có một người thành Phật hiệu là Kiên Trì Kim Cang.

“Lại có một người thành Phật hiệu là Trân Bảo Tự Tại Vương.

“Lại có một người thành Phật hiệu là Kiên Tự Nhiên Tràng.

“Lại có một người thành Phật hiệu là Sơn Kiếp.

“Lại có một người thành Phật hiệu là Vũ Ngu Lạc.

“Lại có một người thành Phật hiệu là Tăng Ích Thiện Pháp.

“Lại có một người thành Phật hiệu là Sa-la Vương.

“Lại có hai người thành Phật cùng hiệu là Công Đức Biến Mãn Đại Hải Công Đức Vương.

“Lại có một người thành Phật hiệu là Trí Huệ Hòa Hợp.

“Lại có một người thành Phật hiệu là Trí Sí.

“Lại có một người thành Phật hiệu là Hoa Chúng.

“Lại có một người thành Phật hiệu là Thế Gian Tôn.

“Lại có một người thành Phật hiệu là Ưu-đàm-bát Hoa Tràng.

“Lại có một người thành Phật hiệu là Pháp Tràng Tự Tại Vương.

“Lại có một người thành Phật hiệu là Chiên-đàn Vương.

“Lại có một người thành Phật hiệu là Thiện Trụ.

“Lại có một người thành Phật hiệu là Tinh Tấn Lực.

“Lại có một người thành Phật hiệu là Tràng Đẳng Quang Minh.

“Lại có một người thành Phật hiệu là Trí Bộ.

“Lại có một người thành Phật hiệu là Hải Tràng.

“Lại có một người thành Phật hiệu là Diệt Pháp Xứng.

“Lại có một người thành Phật hiệu là Hoại Ma Vương.

“Lại có một người thành Phật hiệu là Chúng Quang Minh.

“Lại có một người thành Phật hiệu là Xuất Trí Quang Minh.

“Lại có một người thành Phật hiệu là Huệ Đăng.

“Lại có một người thành Phật hiệu là An Ẩn Vương.

“Lại có một người thành Phật hiệu là Trí Âm.

“Lại có một người thành Phật hiệu là Tràng Nhiếp Thủ.

“Lại có một người thành Phật hiệu là Thiên Kim Cang.

“Lại có một người thành Phật hiệu là Chủng Chủng Trang Nghiêm Vương.

“Lại có một người thành Phật hiệu là Vô Thắng Trí.

“Lại có một người thành Phật hiệu là Thiện Trụ Ý.

“Lại có một người thành Phật hiệu là Nguyệt Vương.

“Lại có một người thành Phật hiệu là Vô Thắng Bộ Tự Tại Vương.

“Lại có một người thành Phật hiệu là Sa-lân-đà Vương.

“Lại có tám mươi người thành Phật cùng hiệu là Sư Tử Bộ Vương.

“Lại có năm mươi người thành Phật cùng hiệu là Na-la-diên Vô Thắng Tạng.

“Lại có bảy mươi người thành Phật cùng hiệu là Tụ Tập Trân Bảo Công Đức.

“Lại có ba mươi người thành Phật cùng hiệu là Quang Minh Tạng.

“Lại có hai mươi người thành Phật cùng hiệu là Phân Biệt Tinh Tú Xưng Vương.

“Lại có hai người thành Phật cùng hiệu là Công Đức Lực Sa-la Vương.

“Lại có chín mươi người thành Phật cùng hiệu là Vi Diệu Âm.

“Lại có một người thành Phật hiệu là Phạm Tăng.

“Lại có một người thành Phật hiệu là Đề-đầu-lại-trá Vương.

“Lại có một ngàn người thành Phật cùng hiệu là Liên Hoa Hương Trạch Xưng Tôn Vương.

“Lại có sáu mươi người thành Phật cùng hiệu là Quang Minh Sí Đăng Vương.

“Lại có ba mươi người thành Phật cùng hiệu là Liên Hoa Hương Lực Tăng.

“Lại có hai người thành Phật cùng hiệu là Vô Lượng Công Đức Đại Hải Trí Tăng.

“Lại có một người thành Phật hiệu là Diêm-phù-âm.

“Lại có một trăm lẻ ba người thành Phật cùng hiệu là Công Đức Sơn Tràng.

“Lại có một người thành Phật hiệu là Sư Tử Tướng.

“Lại có một trăm lẻ một người thành Phật cùng hiệu là Long Lôi Tôn Hoa Quang Minh Vương.

“Lại có một người thành Phật hiệu là Thiện Thú Chủng Vô Ngã Cam Lộ Công Đức Kiếp Vương.

“Lại có một ngàn người thành Phật cùng hiệu là Ly Pháp Trí Long Vương Giải Thoát Giác Thế Giới Hải Nhãn Sơn Vương.

"Tất cả đều có đủ mười hiệu là Như Lai, Ứng cúng, Chánh biến tri, Minh hạnh túc, Thiện thệ, Thế gian giải, Vô thượng sĩ, Điều ngự trượng phu, Thiên nhân sư, Phật Thế Tôn.

"Hết thảy các vị Phật này đều trong cùng một ngày, một giờ, mỗi vị ở nơi thế giới của mình mà thành tựu quả A-nậu-đa-la Tam-miệu Tam-bồ-đề. Thọ mạng của mỗi vị đều là mười trung kiếp, đều nhập Niết-bàn trong cùng một ngày. Sau khi nhập Niết-bàn rồi, sau bảy ngày chánh pháp sẽ diệt mất.

"Thiện nam tử! Khi ấy, mười ngàn người cùng hướng về đức Phật Bảo Tạng, cúi đầu làm lễ.

"Bấy giờ, đức Thế Tôn vì mười ngàn người ấy thuyết kệ rằng:

Long vương hãy đứng lên!
Được kiên cố tự tại,
Phát nguyện lành vô thượng,
Thanh tịnh và hòa hợp,
Dụng ý của các ông,
Gấp rút như gió mạnh,
Tinh tấn và chuyên cần,
Tu học pháp Lục độ,
Đời vị lai sẽ thành,
Tôn quý trong Ba cõi.

"Thiện nam tử! Khi ấy, mười ngàn người cùng nghe kệ rồi sinh tâm hoan hỷ, liền đứng lên trước Phật chắp tay cung kính, lễ bái dưới chân Phật rồi lui ra gần đó, ngồi yên lặng lắng nghe thuyết pháp.

"Thiện nam tử! Lúc bấy giờ Phạm-chí Bảo Hải lại khuyên bảo vương tử thứ chín là Mật-tô phát tâm A-nậu-đa-la Tam-miệu Tam-bồ-đề, cho đến phát nguyện được cõi Phật.

"Khi ấy, vương tử Mật-tô bạch trước Phật rằng: 'Thế Tôn! Khi con tu hành đạo Bồ Tát, nguyện được hết thảy chư Phật hiện tại trong các thế giới mười phương nhiều như số cát sông Hằng vì con mà chứng minh, nay con ở trước Phật phát tâm A-nậu-đa-la Tam-miệu Tam-bồ-đề.

"Thế Tôn! Nguyện trong khi con tu hành đạo Bồ Tát cho đến khi thành Phật, chẳng bao giờ sinh tâm hối tiếc, đến khi thành Phật cũng vẫn thường trụ yên nơi nhất tâm, không có sự thối chuyển, luôn theo đúng như sự thuyết dạy mà làm, theo đúng như việc làm mà thuyết dạy, cho đến chẳng có một người nào đến làm não hại tâm con. Con rốt ráo chẳng cầu Thanh văn, Duyên giác, chẳng khởi tâm dâm dục, chẳng khởi các tư tưởng ác. Con cũng chẳng bao giờ để tâm rơi vào những trạng thái mê ngủ, kiêu căng, ngạo mạn, nghi ngờ, hối tiếc... cũng chẳng sinh khởi những tâm tham lam, dâm dục, giết hại, trộm cắp, nói dối, nói hai lưỡi, nói lời độc ác, nói lời không chân chánh,[1] sân hận, tà kiến, ganh ghét; cũng chẳng bao giờ dám khi dễ, xem nhẹ chánh pháp.

"Trong suốt thời gian con tu hành đạo Bồ Tát cho đến thành tựu quả A-nậu-đa-la Tam-miệu Tam-bồ-đề, nguyện không sinh khởi các pháp xấu ác như vậy, cho đến thành tựu quả A-nậu-đa-la Tam-miệu Tam-bồ-đề, mỗi bước chân đi vẫn thường niệm tưởng chánh pháp, niệm tưởng chư Phật, được thấy chư Phật, thưa hỏi và nhận lãnh chánh pháp nhiệm mầu, cúng dường chúng tăng.

"Mỗi khi con sinh ra ở bất cứ đâu, nguyện thường xuất gia tu tập. Ngay khi xuất gia liền tự nhiên có đủ ba tấm phấn tảo y,[2] thường ngồi tư duy một mình dưới gốc cây, ở nơi thanh vắng tịch tĩnh thường thực hành việc khất thực, không cầu được lợi dưỡng, thực hành hạnh biết đủ, thường giảng thuyết chánh pháp, thành tựu được vô lượng tài biện thuyết không có chướng ngại, không phạm vào các tội lớn; không rơi vào chấp ngã khi vì người nữ thuyết pháp, khi thuyết pháp thường luôn giữ lấy tướng không,

[1] Lời không chân chánh: nguyên bản Hán văn dùng "ỷ ngữ".

[2] Phấn tảo y, cũng gọi là nạp y, chỉ ba tấm pháp y của người xuất gia. Phấn tảo có nghĩa là phân rác, đồ bỏ đi, vì người xuất gia dùng những loại vải xấu xí, rách nát mà chắp vá lại thành áo mặc, hoặc nhuộm cho mất đi màu sắc đẹp mà thế gian ưa chuộng, nên gọi tên như vậy. Tên Phạn ngữ là Paṃsukulika.

trong tâm nhớ nghĩ muôn pháp đều không, chắp tay ngồi ngay ngắn, khi nói chẳng để lộ răng.[1]

"Khi gặp những người học tập theo Đại thừa, luôn khởi ý tưởng xem đó như đức Thế Tôn, thường luôn cung kính cúng dường. Ở bất cứ nơi đâu được nghe chánh pháp đều khởi ý tưởng xem như được gặp Phật. Đối với các vị sa-môn, bà-la-môn cũng luôn cung kính, cúng dường tôn trọng. Khi thực hành việc bố thí, cúng dường, chỉ trừ ra đức Phật Thế Tôn, còn đối với tất cả mọi người khác đều không có tâm phân biệt là ruộng phước[2] hay không phải ruộng phước.

"Con nguyện đối với những người bố thí pháp[3] không sinh lòng ganh ghét. Nếu có chúng sinh nào sắp bị hình phạt giết chóc, con nguyện xả bỏ thân mạng để cứu giúp, bảo vệ. Nếu có chúng sinh nào phạm vào tội lỗi, con nguyện dùng hết sức mình với mọi phương tiện như lời nói, tiền bạc, của cải... để cứu giúp, khiến cho được giải thoát.

"Nếu có những người tại gia hoặc xuất gia mắc phải lỗi lầm, con nguyện không mang những việc ấy ra phô bày với người khác. Đối với những sự lợi dưỡng, danh vọng, con sẽ luôn tránh xa như hầm lửa, như đao kiếm, như cây có độc.

"Bạch Thế Tôn! Nếu như sự phát nguyện của con hôm nay trước Phật, cho đến quả vị A-nậu-đa-la Tam-miệu Tam-bồ-đề

---

[1] Đoạn này mô tả oai nghi của vị tỳ-kheo khi cần thiết phải vì người nữ thuyết pháp, luôn nghiêm trang thận trọng, tự giữ gìn cho mình và cho người, không để cho các tâm niệm xấu có điều kiện sinh khởi.

[2] Ruộng phước (phước điền): xem chú giải ở trang 223. Ở đây có ý muốn nói không phân biệt người nhận bố thí là có nhiều hay ít oai đức, chỉ trừ ra tâm cung kính đối với đức Thế Tôn là có khác biệt mà thôi.

[3] Bố thí pháp (pháp thí): nghĩa là đem chánh pháp ra giảng giải, truyền trao cho người khác. Phật dạy có ba hình thức bố thí: một là tài thí, là cung cấp cho người khác những của cải vật chất mà họ đang cần; hai là vô úy thí, là sự an ủi, trấn an, bảo vệ người khác, khiến cho họ được an ổn, không sợ sệt; ba là pháp thí, là dùng chánh pháp để dạy bảo, khuyến khích người khác tu tập. Như vị Phạm-chí Bảo Hải trong kinh này chính là người đang thực hành việc bố thí pháp, tức là pháp thí.

rồi sẽ được thành tựu đúng như vậy, xin khiến cho trong cả hai tay con đều tự nhiên có được bánh xe báu cõi trời với ngàn cây nan hoa, ánh sáng tỏa ra như ngọn lửa lớn.'

"Thiện nam tử! Khi vương tử Mật-tô vừa nói xong lời ấy, trong cả hai tay liền tự nhiên xuất hiện mỗi tay một bánh xe báu có ngàn cây nan hoa, đúng như lời nguyện.

"Khi ấy, vương tử Mật-tô lại bạch Phật: 'Thế Tôn! Nếu như sở nguyện của con thành tựu, được lợi ích bản thân, thành tựu quả vị A-nậu-đa-la Tam-miệu Tam-bồ-đề, thì nay con sẽ sai khiến các bánh xe báu cõi trời có ngàn cây nan hoa này bay đến những cõi thế giới không có Phật với đủ năm sự uế trược. Những bánh xe báu này sẽ phát ra âm thanh rất lớn, vang dội khắp các cõi Phật. Cũng giống như các vị Long vương Nan-đà, Long vương Ưu-ba Nan-đà phát ra âm thanh lớn vang khắp thế giới, âm thanh của những bánh xe báu này cũng vang dội khắp nơi như vậy. Đó là những âm thanh thọ ký cho Bồ Tát, âm thanh không để mất chánh niệm, trí huệ; âm thanh tu học pháp không và Pháp tạng của chư Phật.

"Chúng sinh ở khắp mọi nơi, nếu nghe những âm thanh chánh pháp này liền được trừ dứt tham dục, sân khuể, ngu si, kiêu mạn, xan lận, tật đố, đạt được sự tư duy tịch tĩnh và trí huệ rất thâm sâu của chư Phật, liền phát tâm A-nậu-đa-la Tam-miệu Tam-bồ-đề.'

"Thiện nam tử! Khi ấy, vương tử Mật-tô tức thời sai khiến hai bánh xe báu. Cũng giống như thần túc của chư Phật hóa hiện cực kỳ nhanh chóng, những bánh xe ấy cũng đến rồi đi nhanh chóng như vậy, hóa hiện khắp những cõi thế giới xấu ác không có Phật, vì những chúng sinh ở đó mà phát ra những âm thanh thọ ký cho Bồ Tát, âm thanh không để mất chánh niệm, trí huệ; âm thanh tu học pháp không và Pháp tạng của chư Phật. Chúng sinh ở khắp mọi nơi khi nghe những âm thanh chánh pháp này liền được trừ dứt tham dục, sân khuể, ngu si, kiêu mạn, xan lận, tật đố, đạt được sự tư duy tịch tĩnh và trí huệ rất thâm sâu của chư Phật, liền phát tâm A-nậu-đa-la Tam-miệu Tam-bồ-đề. Rồi chỉ trong phút chốc, các bánh xe ấy đã quay về ngay trước mặt vương tử Mật-tô.

"Thiện nam tử! Bấy giờ, đức Như Lai Bảo Tạng ngợi khen vương tử Mật-tô: 'Lành thay, lành thay! Thiện nam tử! Nguyện lành của ông khi hành đạo Bồ Tát thật là cao trổi nhiệm mầu bậc nhất, sai khiến những bánh xe báu này bay đến những cõi thế giới không có Phật với đủ năm sự uế trược, khiến cho vô lượng vô biên a-tăng-kỳ trăm ngàn ức chúng sinh được dừng yên, trụ vững nơi tâm không uế trược, tâm không não hại, khuyến khích giáo hóa cho thảy đều phát tâm A-nậu-đa-la Tam-miệu Tam-bồ-đề. Do vậy, nay ta đổi tên ông là A-súc,[1] trong đời vị lai sẽ thành bậc Thế Tôn. Nay ông nên đối trước Phật mà vui mừng hoan hỷ, phát nguyện nhận lấy cõi Phật với đủ mọi sự trang nghiêm tốt đẹp.'

"Bấy giờ, Bồ Tát A-súc bạch Phật: 'Thế Tôn! Sở nguyện của con là được cõi Phật với đủ mọi sự trang nghiêm tốt đẹp như thế này: Nguyện cho thế giới của con chỉ dùng toàn vàng ròng làm đất, đất đai bằng phẳng như lòng bàn tay, có rất nhiều mọi thứ báu vật cõi trời, đầy khắp trong thế giới; không có những núi đồi gò nổng, đất cát sỏi đá, các loại gai góc... Mặt đất mềm mại êm ái như vải lụa cõi trời, khi đi thì bàn chân lún sâu vào đất đến bốn tấc, khi nhấc chân lên mặt đất liền khép lại.

"Thế giới ấy không có các cảnh giới địa ngục, súc sinh, ngạ quỷ, không có những điều bất tịnh, hôi hám, dơ bẩn. Khắp thế giới chỉ có toàn hương thơm mầu nhiệm bậc nhất của chư thiên cùng với các loại hương hoa mạn-đà-la, ma-ha mạn-đà-la xông tỏa khắp nơi. Chúng sinh ở thế giới ấy không có già yếu, không có bệnh tật, mỗi người đều sống rất tự tại, không hề e dè, sợ sệt lẫn nhau, thường không não hại người khác.

[1] A-súc, phiên âm từ Phạn ngữ là Akṣobhya, cũng đọc là A-súc-bệ hay A-súc-bà, dịch nghĩa là Vô động hay Bất động. Kinh Duy-ma-cật có một phẩm nói về thế giới của đức Phật này.

“Thế giới ấy không có những trường hợp chết yểu, đến lúc mạng chung tâm không có sự hối tiếc, oán hận. Người sắp chết luôn có tâm quyết định, không có sự sai lầm, rối loạn, luôn giữ tâm niệm tưởng, tư duy đến chư Phật Như Lai. Sau khi mạng chung không đọa vào các đường ác,[1] không sinh về những thế giới xấu ác có năm sự uế trược không có Phật.

“Chúng sinh ở thế giới ấy mãi cho đến khi thành tựu quả A-nậu-đa-la Tam-miệu Tam-bồ-đề thường luôn được gặp Phật, thưa hỏi và nhận lãnh chánh pháp nhiệm mầu, được cúng dường chúng tăng.

“Chúng sinh ở thế giới ấy trừ bỏ dâm dục, giận hờn, si mê, thảy đều thực hành theo Mười điều lành.[2] Trong thế giới không có mọi thứ ngành nghề khéo xảo, không có sự phạm tội, cũng không có cả tên gọi để chỉ sự phạm tội; cũng không có Thiên ma[3] và những trở ngại khó khăn trên đường tu đạo.

“Hình thể của chúng sinh không có các tướng xấu xí, cũng không có sự phân biệt thứ bậc cao thấp. Hết thảy chúng sinh đều thấu hiểu sâu xa lý vô ngã, rằng không thật có cái ta và vật

---

[1] Các đường ác: tức là ba đường ác, chỉ các cảnh giới địa ngục, ngạ quỷ và súc sinh.

[2] Mười điều lành (Thập thiện): là những điều mà bất cứ ai làm theo cũng sẽ gặt hái được những quả lành, được sinh về những cảnh giới tốt đẹp hơn. Mười điều lành gồm có:

1. Không sát sinh, thường làm việc tha thứ và phóng sinh.
2. Không trộm cắp, thường tu hạnh bố thí, giúp đỡ, san sẻ với mọi người.
3. Không tà dâm, luôn giữ lòng chung thủy một vợ một chồng.
4. Không nói dối, luôn nói lời chân thật.
5. Không nói trau chuốt, thô tục, thường nói những lời có ý nghĩa, có ích lợi.
6. Không nói đâm thọc, gây chia rẽ, thường nói những lời tạo ra sự đoàn kết, thương yêu nhau.
7. Không nói lời độc ác, gây tổn hại, thường nói những lời ôn hòa, nhu thuận.
8. Không tham lam, luôn quán xét rằng mọi thứ của cải vật chất đều chỉ là giả tạm, không thường tồn.
9. Không sân nhuế, thường tu tập hạnh từ bi, nhẫn nhục.
10. Không ngu mê, tà kiến, thường sáng suốt tu tập theo chánh kiến.

[3] Thiên ma: tức Ma vương Ba-tuần và quyến thuộc ở cõi trời Tha hóa tự tại, nên cũng gọi là Tha hóa tự tại thiên tử ma, thường đi khắp nơi gây ra nhiều khó khăn trở ngại cho người tu đạo.

của ta. Hàng Thanh văn và Bồ Tát cho đến trong giấc mộng cũng không khởi tâm bất tịnh. Chúng sinh thường ưa muốn, mong cầu chánh pháp, lắng nghe chánh pháp, không có bất cứ một người nào sinh ra các kiến giải điên đảo,[1] cũng không có ngoại đạo. Chúng sinh không có sự mỏi mệt của thân và tâm, hết thảy đều đạt được năm thần thông,[2] không phải chịu đói khát và mọi sự khổ não. Tùy theo sự vui vẻ ưa thích các món ăn thức uống, liền tức thời có bát quý tự nhiên hiện ra trong tay, lại có đủ mọi món ăn, giống như chư thiên ở các cõi trời Dục giới.[3]

"Chúng sinh ở đây không có những sự bài tiết ô uế như khạc nhổ đờm dãi, đại tiện, tiểu tiện, cho đến chảy nước mắt, nước mũi, cũng không có nóng bức, rét lạnh, thường có gió mát mang theo hương thơm chạm nhẹ vào thân thể.

"Loại gió ấy có đầy đủ các hương thơm mầu nhiệm, có thể xông ướp cho chư thiên và loài người, không cần đến loại hương thơm nào khác. Gió thơm ấy lại có thể tùy theo sự mong cầu lạnh hay ấm của chư thiên và loài người mà khiến cho tất cả đều được

---

[1] Các kiến giải điên đảo (đảo kiến): chỉ bốn quan điểm sai lầm mà chúng sinh thường rơi vào, nên cũng gọi là Tứ đảo hay Tứ điên đảo, gồm có: 1. Vô thường cho là thường, thường cho là vô thường; 2. Khổ cho là vui, vui cho là khổ. 3. Không có thật ngã cho là có ngã, có thật ngã cho là không có ngã. 4. Bất tịnh cho là tịnh, tịnh cho là bất tịnh.

[2] Năm thần thông (ngũ thông): là năm năng lực siêu phàm của một bậc chứng ngộ, bao gồm: 1. Thiên nhãn thông, 2. Thiên nhĩ thông, 3. Tha tâm thông, 4. Túc mạng thông, 5. Thần túc thông hay Như ý thông. Như vậy, Năm thần thông cũng tương tự như Sáu thần thông (Lục thông), chỉ trừ không có Lậu tận thông. Xem lại chú giải ở trang 93. Những tiên nhân ngoại đạo tu hành lâu năm cũng chứng đắc Năm thần thông nhưng với mức độ giới hạn, không được như các vị chứng Thánh quả và cũng không có Lậu tận thông. Các bậc chứng ngộ trong Ba thừa tuy vẫn có đủ Sáu thần thông nhưng không đạt đến mức rốt ráo như chư Phật.

[3] Dục giới có sáu cõi trời. Theo luận Du-già, quyển 4, tờ 2, sáu cõi trời này là: 1. Tứ đại vương chúng thiên (cõi trời của Bốn vị Thiên vương Hộ thế, ở lưng chừng núi Tu-di), 2. Tam thập tam thiên (cõi trời thứ Ba mươi ba, cũng gọi là Đao-lợi thiên, ở trên đỉnh núi Tu-di), 3. Thời phần thiên (tức Diệm-ma thiên, cõi trời này trụ giữa hư không, hào quang thường chiếu sáng không phân biệt ngày đêm), 4. Tri túc thiên (tức Đâu-suất thiên, hay Diệu hỷ thiên), 5. Hóa lạc thiên (cũng gọi là Hóa tự lạc thiên hay Bất kiêu lạc thiên), 6. Tha hóa tự tại thiên (cõi trời của Ma vương Ba-tuần và quyến thuộc).

vừa ý. Nếu có chúng sinh nào mong muốn được loại gió mang hương hoa ưu-bát-la, hoặc hương hoa ưu-đà-sa-la, hoặc hương trầm thủy, hoặc hương đa-già-la, hoặc hương a-già-la... hoặc đủ các loại hương thơm, thì đều tùy theo chỗ mong cầu, vừa mới phát tâm liền được thành tựu, trừ ra những chúng sinh ở các thế giới có năm sự uế trược.

"Nguyện cho thế giới của con có lầu bằng bảy báu. Trong lầu báu ấy có giường cũng bằng bảy báu, chăn đệm toàn bằng các loại vải lụa mềm mại êm ái như vải của chư thiên. Chúng sinh ở trên giường ấy, tất cả đều được vui vẻ, khoái lạc. Bao quanh lầu báu bốn bên đều có hồ nước đẹp. Nước trong hồ có đủ tám công đức,[1] chúng sinh tùy theo ý muốn mà dùng nước ấy. Trong thế giới có rất nhiều cây đa-la bằng vàng, với đủ loại hoa trái xinh đẹp, thơm tho mầu nhiệm, lại có đủ các loại y phục tốt đẹp quý giá, các loại lọng báu, chân châu, anh lạc dùng để tô điểm trang nghiêm đẹp đẽ trên cây. Hết thảy chúng sinh nếu ưa thích loại y phục tốt đẹp nào thì tùy ý đến nơi cây ấy lấy dùng. Đối với các loại hoa trái thơm tho cũng đều như vậy.

"Bạch Thế Tôn! Nguyện cho cây Bồ-đề ở thế giới ấy chỉ thuần bằng bảy món báu, cao một ngàn do-tuần, thân cây to lớn choán đến một do-tuần, cành lá che phủ ra đến một ngàn do-tuần, thường có gió nhẹ thổi qua cây Bồ-đề ấy làm phát ra những âm thanh mầu nhiệm diễn thuyết về sáu pháp ba-la-mật, năm căn, năm sức, bảy thánh giác, tám thánh đạo... Tất cả chúng sinh nghe được những âm thanh mầu nhiệm này liền được lìa khỏi tâm tham dục.

---

[1] Nước có đủ tám công đức: theo sự giải thích của ngài Huyền Trang thì tám công đức ấy là:

1. Trừng tịnh: lắng gạn trong sạch
2. Thanh lãnh: trong trẻo mát lạnh
3. Cam mỹ: mùi vị ngon ngọt ngon
4. Khinh nhuyễn: nhẹ nhàng mềm mại
5. Nhuận trạch: thấm nhuần tươi mát
6. An hòa: yên ổn hòa nhã
7. Trừ bệnh: trừ được đói khát và vô số khổ não bệnh tật
8. Trưởng dưỡng: nuôi lớn thân tứ đại, tăng trưởng các thiện căn

"Những nữ nhân ở thế giới ấy thảy đều thành tựu hết thảy mọi công đức nhiệm mầu, giống như các vị thiên nữ trên cõi trời Đâu-suất, không có những điều bất tịnh của nữ giới, không nói lời hai lưỡi, không bị những tâm xan lận, ganh ghét che lấp, không có dục tâm qua lại cùng nam giới. Nếu có người nam khởi tâm dâm dục tìm đến chỗ người nữ, người nữ liền khởi tâm thương yêu mà nhìn trong chốc lát, người nam ấy liền được lìa khỏi tâm dâm dục, tự sinh chán lìa, lập tức quay về, không bao lâu liền đạt được Tam-muội Thanh tịnh Vô cấu. Nhờ sức tam-muội nên được giải thoát khỏi mọi sự trói buộc của ma, chẳng bao giờ còn khởi tâm dâm dục xấu ác.

"Những người nữ như vậy, nếu nhìn thấy người nam mà có tâm ái dục thì liền thụ thai, rồi cũng được lìa khỏi tư tưởng dâm dục. Đang khi mang thai, dù là con trai hay con gái, thân tâm người mẹ cũng không có những sự khổ não, vẫn thường thọ hưởng sự khoái lạc tột bậc giống như chư thiên trên cõi trời Đao-lợi.

"Người mẹ mang thai trong bảy ngày bảy đêm, được thọ hưởng những khoái lạc giống như chư thiên, lại cũng giống như vị tỳ-kheo nhập cảnh giới thiền định thứ hai. Thai nhi dù là nam hay nữ cũng đều không bị nhơ nhớp bởi những điều bất tịnh, trải qua đủ bảy ngày liền được sinh ra. Đang khi sinh ra được hưởng mọi sự khoái lạc, lại có âm thanh vi diệu. Người mẹ khi sinh con không có những điều khổ não. Sau khi sinh, cả hai mẹ con cùng xuống nước tắm gội thân thể.

"Lúc ấy, người mẹ có được chánh niệm. Nhờ sức chánh niệm nên liền đạt được Tam-muội Thanh tịnh ly dục. Nhờ sức của tam-muội nên tâm thường an định, đối với mọi sự trói buộc của ma đều được giải thoát.

"Nếu có những chúng sinh do nghiệp lực đã tạo phải thọ sinh làm thân nữ trong vô lượng ức kiếp. Nhờ sức của tâm định liền được lìa bỏ thân nữ, vĩnh viễn trừ hết mọi nghiệp quả của thân nữ, mãi mãi cho đến khi đạt được Niết-bàn cũng chẳng bao giờ còn phải thọ thân nữ lần nữa.

“Hoặc có những chúng sinh do nghiệp lực đã tạo phải vào bào thai chịu mọi khổ não trong vô lượng ức kiếp. Nguyện khi con thành tựu quả A-nậu-đa-la Tam-miệu Tam-bồ-đề rồi, những chúng sinh ấy nếu được nghe danh hiệu của con liền sinh tâm hoan hỷ. Sinh tâm hoan hỷ rồi, không bao lâu sẽ mạng chung, khi vào thai liền sinh về thế giới của con. Vừa sinh ra rồi liền vĩnh viễn dứt nghiệp thọ thai, mãi cho đến khi thành tựu quả A-nậu-đa-la Tam-miệu Tam-bồ-đề cũng chẳng bao giờ còn phải vào thai lần nữa.

“Hoặc có những chúng sinh trồng nhiều căn lành, liền được hiện đến thế giới của con, từ trong hoa sen mà sinh ra. Hoặc có những chúng sinh có ít căn lành, phải chịu vào thai hoặc thọ thân người nữ mà sinh về thế giới của con, rồi sau đó mới được mãi mãi dứt nghiệp thọ thai.

“Hết thảy chúng sinh ở thế giới của con chỉ toàn thọ hưởng khoái lạc nhiệm mầu. Gió nhẹ thổi vào những cây đa-la bằng vàng, phát ra âm thanh vi diệu như khổ, không, vô ngã, vô thường... Những người nghe được các âm thanh ấy thảy đều đạt được Tam-muội Quang minh. Nhờ sức tam-muội nên đạt được các phép tam-muội Không định rất thâm sâu. Khắp thế giới của con hoàn toàn không có những âm thanh gợi tư tưởng dâm dục.

“Bạch Thế Tôn! Khi con ngồi dưới gốc Bồ-đề, chỉ trong thời gian của một niệm đã thành tựu quả A-nậu-đa-la Tam-miệu Tam-bồ-đề. Nguyện cho thế giới của con không có ánh sáng của mặt trời, mặt trăng, không phân biệt ngày đêm, chỉ có khác biệt là các đóa hoa nở ra hoặc khép lại.

“Nguyện khi con thành tựu quả A-nậu-đa-la Tam-miệu Tam-bồ-đề rồi liền dùng hào quang sáng rực chiếu khắp cõi Tam thiên Đại thiên thế giới. Nhờ sức của hào quang ấy khiến tất cả chúng sinh đều được thiên nhãn. Nhờ có thiên nhãn liền thấy khắp vô lượng vô biên thế giới của chư Phật trong mười phương, tại mỗi thế giới đều có chư Phật Thế Tôn hiện đang thuyết pháp.

“Thế Tôn! Khi con thành tựu quả A-nậu-đa-la Tam-miệu

Tam-bồ-đề rồi, thuyết giảng chánh pháp, nguyện cho âm thanh thuyết pháp ấy vang ra khắp cõi Tam thiên Đại thiên thế giới. Chúng sinh nghe qua liền đạt được Tam-muội Niệm Phật. Nhờ sức tam-muội, những chúng sinh ấy trong khi đi lại xoay chuyển, dù hướng về đâu cũng thường được thấy con. Nếu như đối với các pháp có chỗ nghi trệ, nhờ nhìn thấy con liền được dứt nghi.

"Bạch Thế Tôn! Khi con thành tựu quả A-nậu-đa-la Tam-miệu Tam-bồ-đề rồi, trong khắp vô lượng vô biên a-tăng-kỳ thế giới của chư Phật mười phương, tại mỗi thế giới nếu có những chúng sinh tu học pháp Thanh văn, hoặc tu học pháp Duyên giác, hoặc tu học pháp Đại thừa, khi nghe được danh hiệu của con rồi, khi mạng chung chắc chắn sẽ được sinh về thế giới của con.

"Những chúng sinh tu học pháp Thanh văn, khi nghe con thuyết pháp liền được Tám giải thoát,[1] chứng quả A-la-hán.[2]

---

[1] Tám giải thoát (Bát giải thoát, Sanskrit: aṣṭavimokaṣa), là tám trình độ tu chứng của người tu tập, gồm có:

1. Nội hữu sắc tưởng quán ngoại sắc giải thoát (內有色想觀外色解脫): Ở trong sắc giới, quán nội sắc và ngoại sắc, nhằm bỏ tâm ham thích sắc thể.
2. Nội vô sắc tưởng quán ngoại sắc giải thoát (內無色想觀外色解脫): Không quán nội sắc, quán ngoại sắc, nhận ngoại sắc là ô nhiễm.
3. Tịnh thân tác chứng cụ túc tác giải thoát (淨身作證具足作解脫): Quán tưởng về thanh tịnh nhưng không bám giữ.
4. Không vô biên xứ giải thoát (空無邊處解脫): Vượt qua sắc thể, quán tưởng rằng hư không là vô biên.
5. Thức vô biên xứ giải thoát (識無邊處解脫): Đạt đến ý niệm thức là vô biên.
6. Vô sở hữu xứ giải thoát (無所有處解脫): Đạt địa vị trong tâm không còn có vật gì.
7. Phi tưởng Phi phi tưởng xứ giải thoát (非想非非想處解脫): Đạt đến mức định Phi tưởng phi phi tưởng xứ.
8. Diệt tận định giải thoát (滅盡定解脫): Đạt mức định Diệt thọ tưởng xứ.

[2] Quả A-la-hán: quả vị cao nhất của Thanh văn thừa. Thanh văn thừa có bốn thánh quả từ thấp lên cao là Tu-đà-hoàn, Tư-đà-hàm, A-na-hàm và A-la-hán. Người chứng quả A-la-hán xem như đạt được Niết-bàn của Tiểu thừa, hay còn gọi là Niết-bàn Hữu dư.

Những chúng sinh tu học Đại thừa nghe con thuyết pháp liền được thâm nhập sâu xa các môn đà-la-ni, pháp nhẫn và các phép tam-muội, không còn thối chuyển đối với quả A-nậu-đa-la Tam-miệu Tam-bồ-đề, có được vô lượng chúng Thanh văn làm quyến thuộc, số nhiều đến vô biên, ngoài chư Phật ra thì không ai có thể tính đếm được.

"Bạch Thế Tôn! Khi con thành tựu quả A-nậu-đa-la Tam-miệu Tam-bồ-đề, bất cứ nơi nào con đặt chân xuống liền sinh ra hoa sen vàng ngàn cánh. Hoa ấy rất nhiệm mầu, tỏa hào quang rực sáng, con liền sai khiến hoa ấy bay đến những thế giới không có Phật để xưng dương tán thán danh hiệu của con. Nếu có chúng sinh nào được nghe hoa ấy xưng tán danh hiệu của con liền sinh tâm hoan hỷ, trồng các căn lành, mong muốn được sinh về thế giới của con, ngay khi mạng chung liền được sinh về đúng như ý nguyện.

"Đại chúng xuất gia ở thế giới của con đều đã lìa bỏ những tâm ô nhiễm như siểm nịnh, tà vạy, ganh ghét, gian trá, khinh dễ bậc sa-môn... Hết thảy đều tôn trọng chánh pháp. Đối với những món cần dùng cho đến danh vọng, lợi dưỡng đều không xem trọng, thường ưa thích các pháp khổ, không, vô thường, vô ngã, thường chuyên cần, tinh tấn, tôn trọng chánh pháp, nương theo Tăng-già.

"Hết thảy các vị Bồ Tát, nếu đã được địa vị không còn thối chuyển, con đều khiến cho được Tam-muội Long vũ. Nhờ sức tam-muội liền vì chúng sinh thuyết giảng pháp Bát-nhã ba-la-mật, khiến cho được lìa khỏi sinh tử, rồi mãi mãi về sau cho đến khi được thành Phật cũng không bao giờ quên mất những pháp mà mình đã thuyết được.

"Bạch Thế Tôn! Khi con thành Phật rồi, thọ mạng ở đời là mười ngàn đại kiếp. Sau khi nhập Niết-bàn rồi, chánh pháp ở đời đủ một ngàn kiếp.'

"Bấy giờ, đức Như Lai Bảo Tạng ngợi khen Bồ Tát A-súc: 'Lành thay, lành thay! Thiện nam tử! Nay ông nhận lấy cõi thế giới thanh tịnh. Trong đời vị lai, trải qua số a-tăng-kỳ kiếp nhiều như số cát sông Hằng, bước vào số a-tăng-kỳ kiếp thứ hai cũng nhiều như số cát sông Hằng, về phương đông cách thế giới này một ngàn cõi Phật, có một thế giới tên là Diệu Lạc,[1] có đủ hết thảy những điều trang nghiêm tốt đẹp theo như sở nguyện của ông. Ông sẽ ở nơi thế giới ấy mà thành tựu quả A-nậu-đa-la Tam-miệu Tam-bồ-đề, cũng lấy hiệu là A-súc Như Lai, Ứng cúng, Chánh biến tri, Minh hạnh túc, Thiện thệ, Thế gian giải, Vô thượng sĩ, Điều ngự trượng phu, Thiên nhân sư, Phật Thế Tôn.'

"Khi ấy, Bồ Tát A-súc bạch Phật: 'Thế Tôn! Nếu như sở nguyện của con thành tựu, được lợi ích bản thân, nguyện hết thảy chúng sinh ở thế gian đang bị khống chế bởi các ấm, nhập, giới đều có được tâm từ, không còn những tư tưởng oán thù và những điều xấu ác, nhơ bẩn, thân và tâm được khoái lạc như các vị Bồ Tát ở hàng Thập trụ[2] ngồi kết già trên tòa sen nhập tam-muội,[3] do sức của tam-muội nên tâm thanh tịnh không cấu uế. Các chúng sinh kia cũng được thân tâm khoái lạc giống như vậy. Nay con cúi đầu kính lễ Phật, nguyện cõi đất này tỏa ánh sáng màu vàng ròng.'

"Thiện nam tử! Khi ấy Bồ Tát A-súc liền cúi đầu sát đất kính lễ dưới chân Phật. Ngay khi ấy, hết thảy vô lượng chúng sinh liền được sự khoái lạc lớn lao nơi thân tâm. Mặt đất nơi ấy cũng tỏa ra ánh sáng rực rỡ màu vàng ròng.

"Bấy giờ, đức Như Lai Bảo Tạng vì Bồ Tát A-súc thuyết kệ rằng:

Bậc tôn quý, đứng lên!
Nay ông đã khiến cho,

---

[1] Thế giới Diệu Lạc: Kinh Duy-ma-cật, phẩm Kiến A-súc Phật gọi tên thế giới này là Diệu Hỷ. (有國名妙喜 。佛號無動 。- Hữu quốc danh Diệu Hỷ, Phật hiệu Vô Động.) Có lẽ chỉ là sự chuyển dịch khác nhau từ Phạn ngữ.

[2] Thập trụ: tức Thập địa.

[3] Nguyên bản Hán văn dùng tam-muội chánh thọ (三昧正受), nhưng thật ra thì tam-muội cũng chính là chánh thọ. Cả hai danh từ này đều xuất phát từ Phạn ngữ là Samaya, dịch âm là tam-muội và dịch nghĩa là chánh thọ, hay định.

Hết thảy mọi chúng sinh,
Được tâm không phẫn nộ,
Đối với chúng sinh khác,
Lại khởi lòng đại bi.
Trong hai tay đều có,
Bánh xe ngàn nan hoa,
Ý thanh tịnh ngày sau,
Thành bậc Thiên nhân sư!

"Thiện nam tử! Khi ấy, Bồ Tát A-súc nghe kệ rồi sinh tâm hoan hỷ, liền đứng lên trước Phật chắp tay cung kính, lễ bái dưới chân Phật rồi lui ra gần đó, ngồi yên lặng lắng nghe thuyết pháp.

HẾT QUYỂN IV

QUYỂN V

PHẨM THỨ TƯ - PHẦN III

BỒ TÁT THỌ KÝ

Đức Phật Thích-ca Mâu-ni bảo Bồ Tát Tịch Ý: "Thiện nam tử! Bấy giờ Phạm-chí Bảo Hải lại khuyên vị vương tử thứ mười là Nhu Tâm phát tâm A-nậu-đa-la Tam-miệu Tam-bồ-đề, cho đến nguyện được cõi Phật.

"Vương tử Nhu Tâm lại trình bày sở nguyện cũng giống như Bồ Tát A-súc, rồi bạch Phật rằng: 'Thế Tôn! Nếu như sở nguyện của con thành tựu, được lợi ích bản thân, xin nguyện hết thảy chúng sinh đều tư duy về cảnh giới của chư Phật, rồi trong tay tự nhiên có các loại hương chiên-đàn, hương ưu-đà-bà-la, lại dùng các loại hương ấy cúng dường chư Phật.'

Khi ấy, đức Như Lai Bảo Tạng ngợi khen vương tử Nhu Tâm rằng: 'Lành thay, lành thay! Thiện nam tử! Sở nguyện của ông thật vô cùng đặc biệt và kỳ lạ. Ông nguyện cho trong tay chúng sinh tự nhiên có các loại hương chiên-đàn, hương ưu-đà-bà-la, tư duy về cảnh giới của chư Phật, duy trì ý niệm thanh tịnh. Vì thế, nay ta đổi tên cho ông là Hương Thủ.

"Thiện nam tử! Trong đời vị lai, trải qua số a-tăng-kỳ kiếp nhiều như số cát sông Hằng, trong phần sau của số a-tăng-kỳ kiếp thứ hai cũng nhiều như số cát sông Hằng, sau khi đức Như Lai A-súc đã nhập Niết-bàn, chánh pháp diệt mất, sau đó bảy ngày ông sẽ thành tựu quả A-nậu-đa-la Tam-miệu Tam-bồ-đề, hiệu là Kim Hoa Như Lai, Ứng cúng, Chánh biến tri, Minh hạnh túc, Thiện thệ, Thế gian giải, Vô thượng sĩ, Điều ngự trượng phu, Thiên nhân sư, Phật Thế Tôn. Cõi Phật ấy cũng tên là Diệu Lạc.'

"Bấy giờ, Bồ Tát Hương Thủ lại bạch Phật: 'Thế Tôn! Nếu như sở nguyện của con thành tựu, được lợi ích bản thân, thì nay khi con kính lễ Phật, khắp rừng Diêm-phù này sẽ mưa xuống đầy hoa chiêm-bặc.'[1]

"Thiện nam tử! Lúc đó, Bồ Tát Hương Thủ liền đối trước đức Phật Bảo Tạng, cúi đầu sát đất lễ kính. Ngay khi ấy, khắp trong rừng Diêm-phù liền có hoa chiêm-bặc mưa xuống đúng như lời nguyện.

"Bấy giờ, đức Như Lai Bảo Tạng vì Bồ Tát Hương Thủ thuyết kệ rằng:

Bậc công đức cao quý,
Nay ông hãy đứng lên!
Như lòng ông đã nguyện,
Trời mưa hoa chiêm-bặc,
Độ thoát được vô số,
Hết thảy mọi chúng sinh.
Chỉ bày mọi pháp lành,
Khiến không còn sợ sệt.

"Thiện nam tử! Khi ấy Bồ Tát Hương Thủ nghe kệ rồi sinh tâm hoan hỷ, liền đứng lên trước Phật chắp tay cung kính, lễ bái dưới chân Phật rồi lui ra gần đó, ngồi yên lặng lắng nghe thuyết pháp.

"Thiện nam tử! Bấy giờ Phạm-chí Bảo Hải lại khuyên vị vương tử thứ mười một là Mông-già-nô phát tâm A-nậu-đa-la Tam-miệu Tam-bồ-đề, cho đến nguyện được cõi Phật.

"Vương tử Mông-già-nô trình bày sở nguyện cũng giống như Bồ Tát Hương Thủ. Rồi vương tử dùng các loại cờ phướn quý báu để cúng dường đức Như Lai Bảo Tạng.

"Khi ấy, đức Phật liền ngợi khen vương tử Mông-già-nô: 'Lành thay, lành thay! Thiện nam tử! Nay ông dùng những cờ phướn quý báu này để cúng dường, vậy ta đặt tên cho ông là Bảo Tướng.

"Trong đời vị lai, trải qua số a-tăng-kỳ kiếp nhiều như số cát

[1] Chiêm-bặc (Sanskrit: campaka): một loại hoa rất thơm, còn gọi là hoàng hoa, vì có màu vàng, thường được dùng cúng Phật và làm dầu thắp. Cây chiêm-bặc thường mọc thành rừng, không xen lẫn với các cây khác.

sông Hằng, đến phần sau của số a-tăng-kỳ kiếp thứ hai, cũng nhiều như số cát sông Hằng, khi đức Như Lai Kim Hoa ở thế giới Diệu Lạc nhập Niết-bàn rồi, chánh pháp diệt mất, sau đó ba trung kiếp, thế giới Diệu Lạc đổi tên thành Nguyệt Thắng, ông sẽ ở nơi thế giới ấy mà thành tựu quả A-nậu-đa-la Tam-miệu Tam-bồ-đề, hiệu là Long Tự Tại Tôn Âm Vương Như Lai, Ứng cúng, Chánh biến tri, Minh hạnh túc, Thiện thệ, Thế gian giải, Vô thượng sĩ, Điều ngự trượng phu, Thiên nhân sư, Phật Thế Tôn. Những sự trang nghiêm tốt đẹp của thế giới Phật ấy cũng giống như thế giới Diệu Lạc, không có gì khác biệt.'

"Bấy giờ, Bồ Tát Bảo Tướng bạch Phật: 'Thế Tôn! Nếu như sở nguyện của con được thành tựu, được lợi ích bản thân, thì nay khi con cúi đầu lễ kính dưới chân Phật, sẽ khiến cho hết thảy chúng sinh đều được chánh niệm, giống như Bồ Tát trụ yên trong Tam-muội Vô siểm, đều được lợi ích lớn, sinh lòng đại bi, phát tâm Bồ-đề.'

"Thiện nam tử! Khi ấy, Bồ Tát Bảo Tướng liền đối trước đức Phật Bảo Tạng, cúi đầu sát đất lễ kính. Hết thảy chúng sinh liền được Tam-muội Vô siểm, được lợi ích lớn, sinh lòng đại bi, phát tâm Bồ-đề.

"Lúc đó, đức Như Lai Bảo Tạng liền vì Bồ Tát Bảo Tướng thuyết kệ:

Ông nay hãy đứng lên!
Tâm lành đối trước Phật,
Vì hết thảy chúng sinh,
Khéo phát lời nguyện lớn,
Có thể làm lợi ích,
Cho vô lượng chúng sinh,
Khiến tâm được trong sạch.
Vì thế trong tương lai,
Sẽ được thành quả Phật,
Tôn quý trong Ba cõi.

"Thiện nam tử! Khi ấy Bồ Tát Bảo Tướng nghe kệ rồi sinh tâm hoan hỷ, liền đứng lên trước Phật chắp tay cung kính, lễ bái dưới chân Phật rồi lui ra gần đó, ngồi yên lặng lắng nghe thuyết pháp.

"Bấy giờ, vương tử Ma-xà-nô[1] và các vương tử khác, cả thảy năm trăm vị, đều phát nguyện như nhau, nguyện được cõi Phật có đủ mọi công đức trang nghiêm tốt đẹp giống như cõi thế giới thanh tịnh của Đại Bồ Tát Hư Không Ấn.

"Lúc ấy, đức Như Lai Bảo Tạng liền vì mỗi vị vương tử đều thọ ký quả A-nậu-đa-la Tam-miệu Tam-bồ-đề, tất cả đều cùng lúc ở các cõi Phật khác nhau thành tựu đạo Vô thượng, cũng giống như Đại Bồ Tát Hư Không Ấn.

"Sau đó, bốn trăm vị vương tử khác cũng phát nguyện được cõi Phật thanh tịnh, mầu nhiệm, trang nghiêm tốt đẹp, thảy đều giống như Đại Bồ Tát Kim Cang Trí Huệ Quang Minh.

"Đức Như Lai Bảo Tạng cũng vì mỗi vị vương tử đều thọ ký quả A-nậu-đa-la Tam-miệu Tam-bồ-đề, tất cả đều cùng lúc ở các cõi Phật khác nhau thành tựu đạo Vô thượng, cũng giống như Đại Bồ Tát Kim Cang Trí Huệ Quang Minh.

"Sau đó, tám mươi chín vị vương tử còn lại cũng phát nguyện được cõi Phật trang nghiêm tốt đẹp giống như cõi Phật của Đại Bồ Tát Phổ Hiền, không có gì khác biệt.

"Bấy giờ, tám mươi bốn ngàn vị tiểu vương, mỗi vị đều phát khởi những lời nguyện thù thắng khác nhau, đều tự nhận lấy những cõi Phật nhiệm mầu cao trổi với đủ mọi sự trang nghiêm tốt đẹp.

"Đức Như Lai Bảo Tạng liền vì hết thảy các vị vương tử và tiểu vương mà thọ ký quả A-nậu-đa-la Tam-miệu Tam-bồ-đề, trong đời vị lai mỗi người đều sẽ ở tại các thế giới khác nhau mà cùng lúc thành tựu đạo Vô thượng.

[1] Ma-xà-nô: đây là vị vương tử thứ 15 của vua Chuyển luân. Nguyên bản Hán văn ghi là Ma-xà-bà, chúng tôi ngờ là có nhầm lẫn, vì không thấy có vị vương tử nào mang tên này.

"Khi ấy có chín mươi hai ức chúng sinh, mỗi người cũng đều phát nguyện được cõi Phật nhiệm mầu thù thắng với đủ mọi sự trang nghiêm tốt đẹp.

"Đức Như Lai Bảo Tạng cũng vì tất cả mà thọ ký quả A-nậu-đa-la Tam-miệu Tam-bồ-đề cho từng người: 'Hết thảy các ông trong đời vị lai đều sẽ ở nơi những thế giới khác nhau cùng lúc thành tựu đạo Vô thượng.'

"Thiện nam tử! Bấy giờ, Phạm-chí Bảo Hải có tám mươi người con trai, đều là anh em ruột với đức Như Lai Bảo Tạng. Người con lớn nhất tên là Hải Địa Tôn.

"Bấy giờ, Phạm-chí Bảo Hải bảo người con trưởng ấy rằng: 'Nay con nên phát nguyện được cõi Phật nhiệm mầu thanh tịnh với đủ mọi sự trang nghiêm.'

"Người con đáp: 'Xin cha hãy phát đại nguyện trước.'

"Phạm-chí Bảo Hải nói: 'Sở nguyện của cha nên được nói ra sau cùng.'

"Người con lại nói: 'Nay con nên phát nguyện được cõi Phật thanh tịnh hay là không thanh tịnh?'

"Phạm-chí Bảo Hải đáp: 'Nếu như Bồ Tát thành tựu được tâm đại bi thì mới nên nhận lấy cõi thế giới không thanh tịnh. Vì sao vậy? Vì muốn khéo điều phục những điều xấu ác bất tịnh của chúng sinh. Việc ấy con nên tự biết.'

"Thiện nam tử! Khi ấy Hải Địa Tôn liền đến trước đức Như Lai Bảo Tạng, bạch Phật rằng: 'Thế Tôn! Chỗ phát nguyện A-nậu-đa-la Tam-miệu Tam-bồ-đề của con là vào lúc nào tuổi thọ con người được tám vạn năm, giống như đời Phật hiện nay, thì con mới thành tựu quả A-nậu-đa-la Tam-miệu Tam-bồ-đề.

"Con cũng nguyện cho tất cả chúng sinh trong thế giới của con đều trừ nhẹ được dâm dục, sân khuể, ngu si; biết chán lìa thân tâm vô thường, thấy được những chỗ tai hại mà sợ sệt chốn sinh tử, thảy đều tìm đến chỗ con để xuất gia học đạo. Khi ấy con sẽ vì các chúng sinh ấy mà thuyết giảng giáo pháp Ba thừa.[1]

"Bạch Thế Tôn! Nếu như sở nguyện của con thành tựu, được lợi ích bản thân, nguyện đức Thế Tôn vì con thọ ký quả A-nậu-đa-la Tam-miệu Tam-bồ-đề.'

"Bấy giờ, đức Như Lai Bảo Tạng bảo Hải Địa Tôn: 'Thiện nam tử! Trong đời vị lai, trải qua số a-tăng-kỳ kiếp nhiều như số cát sông Hằng, bước vào số a-tăng-kỳ kiếp thứ hai cũng nhiều như số cát sông Hằng, khi ấy kiếp tên là Biến Phu Ưu-bát-la Hoa, cõi thế giới tên là Nguyện Ái. Vào thời ấy, nhân dân thọ tám vạn tuổi, ông sẽ ở trong thế giới ấy mà thành tựu quả A-nậu-đa-la Tam-miệu Tam-bồ-đề, hiệu là Bảo Sơn Như Lai, Ứng cúng, Chánh biến tri, Minh hạnh túc, Thiện thệ, Thế gian giải, Vô thượng sĩ, Điều ngự trượng phu, Thiên nhân sư, Phật Thế Tôn.'

"Khi ấy, Hải Địa Tôn lại bạch rằng: 'Thế Tôn! Nếu như sở nguyện của con thành tựu, được lợi ích bản thân, nguyện khắp khu rừng Diêm-phù này có mưa xuống chân châu màu đỏ, hết thảy cây cối tự nhiên đều phát ra âm nhạc vi diệu.'

"Thiện nam tử! Lúc đó, Hải Địa Tôn liền đối trước đức Phật Bảo Tạng cúi đầu sát đất kính lễ. Ngay khi ấy, khắp cả khu rừng liền có mưa xuống chân châu màu đỏ, hết thảy cây cối tự nhiên đều phát ra âm nhạc vi diệu.

"Khi ấy, đức Như Lai Bảo Tạng liền vì Hải Địa Tôn thuyết kệ:

Nay ông hãy đứng lên!
Kho trí huệ vô lượng,
Từ bi vì chúng sinh,
Làm lợi ích lớn lao.
Chỗ phát nguyện thanh tịnh,
Nay đã được thành tựu.

---

[1] Ba thừa (Tam thừa): gồm Thanh văn thừa, Duyên giác thừa và Bồ Tát thừa. Giáo pháp Ba thừa có nghĩa là phù hợp với căn cơ của hết thảy chúng sinh, chỉ trừ ra hạng Nhất-xiển-đề, nghĩa là những người không thể phát khởi lòng tin.

Vì hết thảy chúng sinh,
Làm bậc thầy dẫn dắt.

"Thiện nam tử! Khi ấy Hải Địa Tôn nghe kệ rồi sinh tâm hoan hỷ, liền đứng lên trước Phật chắp tay cung kính, lễ bái dưới chân Phật rồi lui ra gần đó, ngồi yên lặng lắng nghe thuyết pháp.

"Người con thứ hai của Phạm-chí Bảo Hải là Tam-bà-bà bạch Phật: 'Thế Tôn! Chỗ phát nguyện của con cũng giống như sở nguyện của anh Hải Địa Tôn.'

"Bấy giờ, đức Như Lai Bảo Tạng liền bảo Tam-bà-bà: 'Trong đời vị lai, vào kiếp Ưu-bát-la Hoa, ở thế giới Nguyện Ái, tuổi thọ con người tăng lên đến tám mươi ức tuổi, ông sẽ ở trong thế giới ấy mà thành tựu quả A-nậu-đa-la Tam-miệu Tam-bồ-đề, hiệu là Nhật Hoa Như Lai, Ứng cúng, Chánh biến tri, Minh hạnh túc, Thiện thệ, Thế gian giải, Vô thượng sĩ, Điều ngự trượng phu, Thiên nhân sư, Phật Thế Tôn.'

"Người con thứ ba cũng nguyện được cõi thế giới giống như vậy, sẽ vào lúc tuổi thọ con người là hai ngàn năm mà thành tựu quả A-nậu-đa-la Tam-miệu Tam-bồ-đề, hiệu là Hỏa Âm Vương Như Lai, Ứng cúng, Chánh biến tri, Minh hạnh túc, Thiện thệ, Thế gian giải, Vô thượng sĩ, Điều ngự trượng phu, Thiên nhân sư, Phật Thế Tôn.

"Người con thứ tư thành Phật hiệu là Tu-mạn-na.

"Người con thứ năm thành Phật hiệu là Trì Giới Vương.

"Người con thứ sáu thành Phật hiệu là Thiện Trì Mục.

"Người con thứ bảy thành Phật hiệu là Phạm Tăng Ích.

"Người con thứ tám thành Phật hiệu là Diêm-phù Ảnh.

"Người con thứ chín thành Phật hiệu là Phú-lâu-na.

"Người con thứ mười thành Phật hiệu là Thắng Diệu.

"Người con thứ mười một thành Phật hiệu là Bảo Sơn.

"Người con thứ mười hai thành Phật hiệu là Hải Tạng.

"Người con thứ mười ba thành Phật hiệu là Na-la-diên.

"Người con thứ mười bốn thành Phật hiệu là Thi Khí.

"Người con thứ mười lăm thành Phật hiệu là Nam-vô-ni.

"Người con thứ mười sáu thành Phật hiệu là Giác Tôn.

"Người con thứ mười bảy thành Phật hiệu là Kiều-trần-như.

"Người con thứ mười tám thành Phật hiệu là Sư Tử Lực.

"Người con thứ mười chín thành Phật hiệu là Trí Tràng.

"Người con thứ hai mươi thành Phật hiệu là Âm Thanh.

"Người con thứ hai mươi mốt thành Phật hiệu là Tôn Thắng.

"Người con thứ hai mươi hai thành Phật hiệu là Ly Thế Tôn.

"Người con thứ hai mươi ba thành Phật hiệu là Lợi Ích.

"Người con thứ hai mươi bốn thành Phật hiệu là Trí Quang Minh.

"Người con thứ hai mươi lăm thành Phật hiệu là Sư Tử Tôn.

"Người con thứ hai mươi sáu thành Phật hiệu là Tịch Tĩnh Trí.

"Người con thứ hai mươi bảy thành Phật hiệu là Nan-đà.

"Người con thứ hai mươi tám thành Phật hiệu là Ni-câu-la Vương.

"Người con thứ hai mươi chín thành Phật hiệu là Kim Sắc Mục.

"Người con thứ ba mươi thành Phật hiệu là Đắc Tự Tại.

"Người con thứ ba mươi mốt thành Phật hiệu là Nhật Lạc.

"Người con thứ ba mươi hai thành Phật hiệu là Bảo Thắng.

"Người con thứ ba mươi ba thành Phật hiệu là Thiện Mục.

"Người con thứ ba mươi bốn thành Phật hiệu là Phạm Thiện Lạc.

"Người con thứ ba mươi lăm thành Phật hiệu là Phạm Tiên.

"Người con thứ ba mươi sáu thành Phật hiệu là Phạm Âm.

"Người con thứ ba mươi bảy thành Phật hiệu là Pháp Nguyệt.

"Người con thứ ba mươi tám thành Phật hiệu là Thị Hiện Nghĩa.

"Người con thứ ba mươi chín thành Phật hiệu là Xứng Lạc.

"Người con thứ bốn mươi thành Phật hiệu là Tăng Ích.

"Người con thứ bốn mươi mốt thành Phật hiệu là Đoan Nghiêm.

"Người con thứ bốn mươi hai thành Phật hiệu là Thiện Hương.

"Người con thứ bốn mươi ba thành Phật hiệu là Nhãn Thắng.

"Người con thứ bốn mươi bốn thành Phật hiệu là Thiện Quán.

"Người con thứ bốn mươi lăm thành Phật hiệu là Nhiếp Thủ Nghĩa.

"Người con thứ bốn mươi sáu thành Phật hiệu là Thiện Ý Nguyện.

"Người con thứ bốn mươi bảy thành Phật hiệu là Thắng Huệ.

"Người con thứ bốn mươi tám thành Phật hiệu là Kim Tràng.

"Người con thứ bốn mươi chín thành Phật hiệu là Thiện Mục.

"Người con thứ năm mươi thành Phật hiệu là Thiên Minh.

"Người con thứ năm mươi mốt thành Phật hiệu là Tịnh-phạn.

"Người con thứ năm mươi hai thành Phật hiệu là Thiện Kiến.

"Người con thứ năm mươi ba thành Phật hiệu là Tỳ-lâu-ly Tràng.

"Người con thứ năm mươi bốn thành Phật hiệu là Tỳ-lâu-bác-xoa.

"Người con thứ năm mươi lăm thành Phật hiệu là Phạm Âm.

“Người con thứ năm mươi sáu thành Phật hiệu là Công Đức Thành Tựu.

“Người con thứ năm mươi bảy thành Phật hiệu là Hữu Công Đức Tịnh.

“Người con thứ năm mươi tám thành Phật hiệu là Bảo Quang Minh.

“Người con thứ năm mươi chín thành Phật hiệu là Ma-ni Châu.

“Người con thứ sáu mươi thành Phật hiệu là Thích-ca Văn-ni.

“Người con thứ sáu mươi mốt thành Phật hiệu là Âm Tôn Vương.

“Người con thứ sáu mươi hai thành Phật hiệu là Trí Hòa Hợp.

“Người con thứ sáu mươi ba thành Phật hiệu là Thắng Tôn.

“Người con thứ sáu mươi bốn thành Phật hiệu là Thành Hoa.

“Người con thứ sáu mươi lăm thành Phật hiệu là Thiện Hoa.

“Người con thứ sáu mươi sáu thành Phật hiệu là Vô Nộ.

“Người con thứ sáu mươi bảy thành Phật hiệu là Nhật Tạng.

“Người con thứ sáu mươi tám thành Phật hiệu là Tôn Lạc.

“Người con thứ sáu mươi chín thành Phật hiệu là Nhật Minh.

“Người con thứ bảy mươi thành Phật hiệu là Long Đắc.

“Người con thứ bảy mươi mốt thành Phật hiệu là Kim Cang Quang Minh.

“Người con thứ bảy mươi hai thành Phật hiệu là Xứng Vương.

“Người con thứ bảy mươi ba thành Phật hiệu là Thường Quang Minh.

“Người con thứ bảy mươi bốn thành Phật hiệu là Tướng Quang Minh.

“Người con thứ bảy mươi lăm thành Phật hiệu là San-ni-du.

“Người con thứ bảy mươi sáu thành Phật hiệu là Trí Thành Tựu.

“Người con thứ bảy mươi bảy thành Phật hiệu là Âm Vương.

“Người con thứ bảy mươi tám thành Phật hiệu là Sa-la Vương Na-la-diên Tạng.

“Người con thứ bảy mươi chín thành Phật hiệu là Hỏa Tạng.

“Thiện nam tử! Bấy giờ, người con nhỏ nhất của Phạm-chí Bảo Hải tên là Ly Bố Não, đứng trước Phật bạch rằng: ‘Thế Tôn! Bảy mươi chín người anh của con nay đều đã được thọ ký, vào kiếp Biến Phu Ưu-bát-la Hoa, ở nơi thế giới Nguyện Ái, khi tuổi thọ con người thay đổi tăng thêm, đều sẽ thành tựu quả A-nậu-đa-la Tam-miệu Tam-bồ-đề.

“Bạch Thế Tôn! Nay con đối trước Phật phát tâm A-nậu-đa-la Tam-miệu Tam-bồ-đề, nguyện vào phần sau của kiếp Ưu-bát-la Hoa, khi thành tựu quả A-nậu-đa-la Tam-miệu Tam-bồ-đề sẽ được thọ mạng giống như bảy mươi chín vị Phật kia, cũng sẽ hóa độ chúng sinh giống như bảy mươi chín vị Phật kia, cũng sẽ thuyết giảng giáo pháp Ba thừa giống như bảy mươi chín vị Phật kia, cũng sẽ có số chúng đệ tử Thanh văn giống như bảy mươi chín vị Phật kia.

“Trong kiếp Ưu-bát-la Hoa, lại có vô lượng chúng sinh đã được bảy mươi chín vị Phật kia giáo hóa cho có được thân người, nhưng vẫn chưa được độ thoát. Con nguyện vào cuối kiếp ấy, khi thành tựu quả A-nậu-đa-la Tam-miệu Tam-bồ-đề rồi sẽ giáo hóa cho tất cả những chúng sinh ấy, khiến được trụ yên trong Ba thừa.

“Bạch Thế Tôn! Nếu như sở nguyện của con thành tựu, được lợi ích bản thân, xin nguyện đức Thế Tôn vì con mà thọ ký quả A-nậu-đa-la Tam-miệu Tam-bồ-đề.’

“Thiện nam tử! Khi ấy, đức Phật Bảo Tạng liền ngợi khen Ly

Bố Não: 'Lành thay, lành thay! Thiện nam tử! Ông nay đã vì vô lượng chúng sinh mà khởi lòng đại bi. Thiện nam tử! Trong đời vị lai, trải qua số a-tăng-kỳ kiếp nhiều như số cát sông Hằng, bước sang số a-tăng-kỳ kiếp thứ hai cũng nhiều như số cát sông Hằng, có một kiếp tên là Ưu-bát-la Hoa, vào phần sau của kiếp ấy ông sẽ thành tựu quả A-nậu-đa-la Tam-miệu Tam-bồ-đề, hiệu là Vô Cấu Đăng Xuất Vương Như Lai, Ứng cúng, Chánh biến tri, Minh hạnh túc, Thiện thệ, Thế gian giải, Vô thượng sĩ, Điều ngự trượng phu, Thiên nhân sư, Phật Thế Tôn. Thọ mạng của tất cả bảy mươi chín vị Phật kia đều là nửa kiếp. Thọ mạng của ông cũng là nửa kiếp. Tất cả những sở nguyện như ông vừa nói đều sẽ được thành tựu.'

"Bấy giờ, Bồ Tát Ly Bố Não lại bạch rằng: 'Thế Tôn! Nếu như sở nguyện của con thành tựu, được lợi ích bản thân, thì nay khi con cúi đầu kính lễ Phật, nguyện khắp cả thế giới đều mưa xuống hoa ưu-bát-la, hương thơm vi diệu. Những chúng sinh nào ngửi được mùi hương ấy thì bốn đại[1] trong thân đều được thanh tịnh, không có cấu uế, điều hòa thích hợp, hết thảy bệnh khổ đều được dứt hết.'[2]

"Thiện nam tử! Bồ Tát Ly Bố Não nói như vậy rồi liền cúi đầu sát đất kính lễ dưới chân Phật. Ngay khi ấy, khắp cõi Phật này đều có mưa xuống hoa ưu-bát-la, hương thơm vi diệu. Chúng sinh ngửi thấy mùi hương ấy rồi thì bốn đại trong thân đều được thanh tịnh, không có cấu uế, điều hòa thích hợp, hết thảy bệnh khổ đều được dứt hết.

[1] Bốn đại (Tứ đại): bốn thành tố được cho là hợp lại cấu thành nên mọi dạng vật chất. Đó là: đất (địa đại), tượng trưng cho tính chất rắn chắc; nước (thủy đại), tượng trưng cho tính chất ẩm ướt; lửa (hỏa đại), tượng trưng cho tính chất nóng ấm, hay nhiệt năng; gió (phong đại), tượng trưng cho tính chất chuyển động. Khi nhìn Bốn đại theo các ý nghĩa tượng trưng của chúng, ta sẽ thấy là không có bất cứ dạng vật chất nào lại không hàm chứa đủ bốn thành tố này.

[2] Từ cách nhìn vật chất như là sự hợp thành của bốn đại, y thuật phương Đông cho rằng tất cả mọi bệnh tật của con người đều là do sự rối loạn, mất quân bình giữa các yếu tố này gây ra. Vì thế, khi mọi thứ được điều hòa thích hợp theo một tỷ lệ hợp lý, thì mọi bệnh tật đều không thể phát sinh.

"Đức Như Lai Bảo Tạng liền vì Bồ Tát Ly Bố Não thuyết kệ rằng:

Bậc tâm lành, từ bi,
Đạo sư hãy đứng lên!
Các vị Phật Thế Tôn,
Thảy đều ngợi khen ông.
Có thể trừ dứt được,
Mọi phiền não kiên cố.
Tương lai ông sẽ thành,
Kho trí huệ thanh tịnh.

"Thiện nam tử! Khi ấy, Bồ Tát Ly Bố Não nghe kệ rồi sinh tâm hoan hỷ, liền đứng lên trước Phật chấp tay cung kính, lễ bái dưới chân Phật rồi lui ra gần đó, ngồi yên lặng lắng nghe thuyết pháp.

"Thiện nam tử! Bấy giờ, Phạm-chí Bảo Hải có ba trăm ngàn đệ tử đang cùng ngồi ở một chỗ ngoài ven rừng, cùng dạy bảo các chúng sinh khác thọ Ba quy y,[1] khiến cho họ đều phát tâm A-nậu-đa-la Tam-miệu Tam-bồ-đề.

"Thiện nam tử! Khi ấy, Phạm-chí Bảo Hải khuyên bảo các đệ tử ấy rằng: 'Nay các ông nên phát tâm A-nậu-đa-la Tam-miệu Tam-bồ-đề, cầu được cõi Phật. Như trong lòng có chỗ mong cầu gì, nay có thể đối trước Phật mà nói ra.'

"Trong số ba trăm ngàn người ấy, có một người tên là Thọ Đề, lúc đó thưa hỏi rằng: 'Bạch thầy! Thế nào là đạo Bồ-đề? Thế nào là các pháp hỗ trợ đạo Bồ-đề? Thế nào là Bồ Tát tu hành đạo Bồ-đề? Thế nào là tâm thường nhớ nghĩ được đạo Bồ-đề?'

"Bậc thầy Bảo Hải đáp: 'Thiện nam tử! Đạo Bồ-đề mà ông hỏi đó, chính là chỗ tu tập bốn kho tàng vô tận của hàng Bồ Tát.

"Những gì là bốn kho tàng vô tận? Đó là kho tàng phước đức

[1] Ba quy y (Tam quy y): tức Quy y Tam bảo, nghĩa là Quy y Phật, Quy y Pháp và Quy y Tăng. Người thọ Tam quy y là sự phát khởi tín tâm trước hết, từ đó mới có thể thọ trì Ngũ giới để bắt đầu thực hành theo lời Phật dạy.

vô tận, kho tàng trí vô tận, kho tàng huệ vô tận và kho tàng Phật pháp hòa hợp vô tận. Thiện nam tử! Đó gọi là đạo Bồ-đề.

"Thiện nam tử! Như Phật có thuyết dạy các pháp hỗ trợ đạo Bồ-đề, đó là bao gồm hết thảy những pháp môn giúp người tu đạt được sự thanh tịnh, vượt qua sinh tử.

"Thiện nam tử! Xả bỏ tài vật là pháp hỗ trợ đạo Bồ-đề, vì điều phục được chúng sinh. Trì giới là pháp hỗ trợ đạo Bồ-đề, vì tùy theo sở nguyện đều được thành tựu. Nhẫn nhục là pháp hỗ trợ đạo Bồ-đề, vì giúp có được đầy đủ ba mươi hai tướng tốt, tám mươi vẻ đẹp. Tinh tấn là pháp hỗ trợ đạo Bồ-đề, vì hết thảy mọi việc đều được đầy đủ. Thiền định là pháp hỗ trợ đạo Bồ-đề, vì khéo điều phục được tâm. Trí huệ là pháp hỗ trợ đạo Bồ-đề, vì rõ biết được hết thảy mọi phiền não.

Nghe nhiều học rộng là pháp hỗ trợ đạo Bồ-đề, vì được tài biện thuyết không ngăn ngại. Phước đức là pháp hỗ trợ đạo Bồ-đề, vì là chỗ tu tập của hết thảy chúng sinh. Trí sáng suốt là pháp hỗ trợ đạo Bồ-đề, vì thành tựu được trí không ngăn ngại. Tịch diệt là pháp hỗ trợ đạo Bồ-đề, vì thành tựu tâm nhu hòa, hiền hậu. Tư duy là pháp hỗ trợ đạo Bồ-đề, vì thành tựu việc dứt trừ mọi sự nghi ngờ.

"Tâm từ là pháp hỗ trợ đạo Bồ-đề, vì thành tựu tâm không ngăn ngại. Tâm bi là pháp hỗ trợ đạo Bồ-đề, vì làm việc giáo hóa chúng sinh mãi mãi không chán bỏ. Tâm hỷ là pháp hỗ trợ đạo Bồ-đề, vì đối với chánh pháp sinh lòng ưa thích. Tâm xả là pháp hỗ trợ đạo Bồ-đề, vì thành tựu việc dứt trừ mọi sự yêu ghét.

"Lắng nghe thuyết pháp là pháp hỗ trợ đạo Bồ-đề, vì thành tựu việc dứt trừ năm sự ngăn che. Xuất thế là pháp hỗ trợ đạo Bồ-đề, vì thành tựu việc xả bỏ hết thảy việc thế gian. A-lan-nhã là pháp hỗ trợ đạo Bồ-đề, vì ngăn chặn được mọi việc làm bất thiện không cho sinh khởi, giúp tăng trưởng thật nhiều căn lành. Niệm là pháp hỗ trợ đạo Bồ-đề, vì thành tựu việc gìn giữ, duy trì. Ý là pháp hỗ trợ đạo Bồ-đề, vì thành tựu việc phân biệt hết thảy các pháp. Nắm giữ là pháp hỗ trợ đạo Bồ-đề, vì thành tựu sự nghĩ bàn giác ngộ.

"Bốn niệm xứ là pháp hỗ trợ đạo Bồ-đề, vì thành tựu việc phân biệt thân, thọ, tâm, pháp. Bốn chánh cần là pháp hỗ trợ đạo Bồ-đề, vì lìa xa hết thảy các pháp bất thiện, tu hành tăng trưởng hết thảy các pháp lành. Bốn như ý túc là pháp hỗ trợ đạo Bồ-đề, vì thành tựu được thân tâm nhẹ nhàng nhanh lẹ. Năm căn là pháp hỗ trợ đạo Bồ-đề, vì thành tựu được việc thâu tóm được hết thảy các pháp lành căn bản. Năm sức là pháp hỗ trợ đạo Bồ-đề, vì phá trừ được hết thảy mọi phiền não.

"Tỉnh giác là pháp hỗ trợ đạo Bồ-đề, vì rõ biết được pháp chân thật. Sáu hòa kính[1] là pháp hỗ trợ đạo Bồ-đề, vì điều phục được chúng sinh khiến cho được thanh tịnh.

"Thiện nam tử! Như vậy gọi là bao gồm hết thảy những pháp môn giúp người tu đạt được sự thanh tịnh, vượt qua sinh tử.'

"Thọ Đề lại thưa hỏi: 'Bạch thầy! Như Phật có thuyết dạy, quả báo của việc bố thí là được giàu có lớn, được đông đảo quyến thuộc; còn người nghiêm trì giới luật được sinh lên cõi trời; người nghe nhiều học rộng trí huệ lớn. Vì sao Phật cũng dạy rằng tư duy các pháp ấy vượt thoát được sinh tử?'

"Bậc thầy Bảo Hải đáp: 'Thiện nam tử! Nếu đem lòng ưa thích cuộc sinh tử mà làm việc bố thí thì được giàu có lớn. Còn người đem tâm hướng về quả vị Bồ-đề lại vì muốn điều phục tâm nên làm việc bố thí, vì muốn tâm được tịch tĩnh nên nghiêm trì giới luật, vì muốn tâm được thanh tịnh không ái dục nhơ nhớp nên cầu nghe nhiều học rộng, vì lòng đại bi nên tư duy việc tu tập chánh đạo. Ngoài ra khi cầu các pháp khác cũng đều là dùng trí huệ thành tựu các phương tiện để hỗ trợ đạo Bồ-đề. Thiện nam

[1] Sáu hòa kính (Lục hòa kính): Sáu pháp hòa kính được vận dụng để sống chung hòa hợp trong một tập thể, cụ thể là trong Tăng đoàn. Sáu pháp này bao gồm: 1. Thân hòa cộng trú, 2. Khẩu hòa vô tranh, 3. Ý hòa đồng sự, 4. Giới hòa đồng tu, 5. Kiến hòa đồng giải, 6. Lợi hòa đồng quân. Để tìm hiểu ý nghĩa chi tiết về Sáu hòa kính, có thể tìm đọc sách "Những tâm tình cô đơn" của Nguyên Minh, NXB Tôn giáo.

tử! Như vậy gọi là các pháp hỗ trợ đạo Bồ-đề. Tu hành theo đúng như vậy, đó gọi là tâm thường nhớ nghĩ đến các pháp ấy được đạo Bồ-đề.

'Đạo giải thoát thanh tịnh chỉ cần hết lòng mong cầu, đầy đủ nguyện lực. Đạo không có sự nhơ bẩn, vì tâm được thanh tịnh. Đạo chân chánh ngay thẳng, vì không có sự siểm nịnh, cong vạy. Đạo trong trắng, tươi mát, vì lìa xa phiền não. Đạo mênh mông rộng lớn, vì không có sự che bít ngăn ngại. Đạo bao hàm chất chứa, vì có nhiều tư duy. Đạo không có sợ sệt, vì không làm các việc ác.

"Thiện nam tử! Nay cần phải sinh tâm ham muốn đạo Bồ-đề như vậy. Đạo thanh tịnh như vậy, cần phải chuyên lòng phát khởi nguyện lực. Đạo ấy không có sự nhơ bẩn, vì tâm được thanh tịnh. Đạo ấy chân chánh ngay thẳng, vì không có sự siểm nịnh, cong vạy, trừ dứt mọi phiền não. Đạo ấy luôn yên ổn, kín đáo, vì thậm chí có thể đạt đến thành tựu Niết-bàn. Nay các ông nên phát nguyện lành lớn lao, nhận lấy cõi Phật trang nghiêm tốt đẹp, tùy ý mà cầu được cõi thanh tịnh hoặc không thanh tịnh.

"Thiện nam tử! Khi ấy Thọ-đề liền đối trước đức Phật Bảo Tạng, quỳ gối sát đất, chắp tay cung kính bạch Phật rằng: 'Bạch Thế Tôn! Con nay xin phát tâm A-nậu-đa-la Tam-miệu Tam-bồ-đề. Nguyện cho tất cả chúng sinh trong cõi thế giới bất tịnh này đều giảm nhẹ tâm tham lam, dâm dục, sân khuể, ngu si, không phạm vào những điều trái với chánh pháp, tâm không còn tham ái uế trược, không còn những tư tưởng oán thù, buông bỏ hết những tâm xan lận, tật đố, lìa xa tà kiến, trụ yên trong chánh kiến, lìa xa những tâm bất thiện, mong cầu được các pháp lành, lìa khỏi tâm sinh vào ba đường ác, cầu được ba đường lành,[1] đối với Ba điều phúc được thành tựu các căn lành, đối với giáo pháp Ba thừa luôn tinh cần tu tập. Cho đến khi chúng sinh cõi này đều được như thế, lúc ấy con sẽ thành tựu đạo Vô thượng.

"Bạch Thế Tôn! Nếu như sở nguyện của con thành tựu, được

[1] Ba đường lành: gồm các cảnh giới trời, người và a-tu-la.

lợi ích bản thân, nguyện cho từ nơi hai tay con tự nhiên hiện ra voi chúa[1] màu trắng.'

"Thọ-đề vừa nói như vậy xong, do oai thần của Phật nên từ trong hai tay Thọ-đề bỗng bay ra hai con voi chúa, thuần một màu trắng, chân voi, ngà voi và vòi voi đều phục xuống sát đất chờ sai khiến.

"Thọ-đề thấy như vậy liền bảo: 'Voi chúa! Nay các ngươi hãy bay lên hư không, rời khỏi cõi này không xa, làm mưa xuống khắp cõi thế giới này loại nước thơm có đủ tám công đức để giác ngộ hết thảy chúng sinh. Tất cả chúng sinh dù chỉ gặp được một giọt nước ấy, ngửi được hương thơm, liền trừ dứt được năm sự ngăn che: dâm dục, giận hờn, mê ngủ, trạo hối và nghi ngờ.'

"Khi Thọ-đề nói như vậy xong, hai con voi chúa liền bay lên hư không, đến và đi nhanh chóng như người lực sĩ thiện xạ bắn mũi tên ra. Hai con voi chúa ấy làm xong sự việc đúng như lời dạy rồi bay về đứng trước Thọ-đề.

"Bấy giờ, Thọ-đề thấy việc như vậy trong lòng hết sức hoan hỷ.

"Thiện nam tử! Khi ấy, đức Như Lai Bảo Tạng liền bảo Thọ-đề: 'Thiện nam tử! Trong đời vị lai, trải qua số a-tăng-kỳ kiếp nhiều như số cát sông Hằng, đến số a-tăng-kỳ kiếp lần thứ hai cũng nhiều như số cát sông Hằng, sẽ có một kiếp tên là Âm Quang Minh, cõi thế giới này đổi tên là Hòa Hợp Âm Quang Minh, ông sẽ ở trong thế giới ấy mà thành tựu quả A-nậu-đa-la Tam-miệu Tam-bồ-đề, hiệu là Bảo Cái Tăng Quang Minh Như Lai, Ứng cúng, Chánh biến tri, Minh hạnh túc, Thiện thệ, Thế

[1] Voi chúa: nguyên bản Hán văn dùng "long tượng". Danh từ này xuất hiện trong nhiều kinh điển, trước đây vẫn có nhiều người dịch là "voi và rồng". Thật ra, danh từ này được dịch từ Phạn ngữ là **Nāga**, (phiên âm là Na-già) chỉ cho con voi lớn nhất, dũng mãnh nhất trong loài voi, nên chúng tôi dịch là voi chúa. Về cách dùng của chữ "long" ở đây, bản chú kinh Duy-ma-cật của ngài Tăng Triệu nói: "Cao trổi nhất trong loài voi nên gọi là long tượng." Đồng gia tường sớ giải thích rõ hơn: "Cũng như con ngựa hay, được gọi là long mã, con voi vượt trội hơn hết được gọi là long tượng."

gian giải, Vô thượng sĩ, Điều ngự trượng phu, Thiên nhân sư, Phật Thế Tôn.’

“Thiện nam tử! Khi ấy, Thọ-đề cúi đầu sát đất lễ kính dưới chân Phật. Đức Như Lai Bảo Tạng liền vì Thọ Đề thuyết kệ:

Tâm lìa mọi cáu bẩn,
Bậc thanh tịnh, đứng lên.
Nay ta đã thọ ký,
Ông có thể khiến cho,
Vô lượng ức chúng sinh,
Đều vào đạo thanh tịnh.
Trong tương lai sẽ thành,
Điều ngự trong Ba cõi.

“Thiện nam tử! Lúc ấy, Thọ-đề nghe kệ rồi sinh lòng hoan hỷ, liền đứng lên trước Phật chắp tay cung kính, lễ bái dưới chân Phật rồi lui ra gần đó, ngồi yên lặng lắng nghe thuyết pháp.

“Khi đó, ba trăm ngàn vị đệ tử của Bảo Hải, chỉ trừ ra một ngàn người, còn hết thảy đều đồng thanh phát nguyện ở nơi thế giới này mà thành tựu quả A-nậu-đa-la Tam-miệu Tam-bồ-đề. Bấy giờ, đức Như Lai Bảo Tạng vì từng người mà thọ ký, tất cả đều sẽ thành tựu quả A-nậu-đa-la Tam-miệu Tam-bồ-đề, cho đến Tỳ-bà-thi, Thi-khí, Tỳ-thi-sa-bà là những vị sẽ thành tựu quả A-nậu-đa-la Tam-miệu Tam-bồ-đề sau cuối.

“Còn lại một ngàn người kia, thảy đều đã tụng đọc kinh sách Tỳ-đà[1] của ngoại đạo. Trong số đó, người được tôn kính nhất là Bà-do-tỳ-nữu bạch Phật rằng: ‘Bạch Thế Tôn! Nay con phát nguyện sẽ ở nơi thế giới xấu ác có năm sự uế trược mà thành tựu quả A-nậu-đa-la Tam-miệu Tam-bồ-đề, vì những chúng sinh chất chứa nặng nề tham dục, sân khuể, ngu si, nhiều phiền não ở nơi đây mà thuyết dạy chánh pháp.’

“Trong số một ngàn người đó lại có một người tên là Hỏa Man,

[1] Tỳ-đà: phiên âm từ Phạn ngữ **Veda**, cũng đọc là Phệ-đà, là kinh điển quan trọng nhất của đạo Bà-la-môn. Hết thảy luận thuyết, lễ nghi, chú thuật... của đạo Bà-la-môn đều nằm trong bộ sách này.

lên tiếng thưa hỏi rằng: 'Bạch thầy! Tôn giả Bà-do-tỳ-nữu do ý nghĩa gì mà phát nguyện ở nơi thế giới xấu ác có năm sự uế trược thành tựu quả A-nậu-đa-la Tam-miệu Tam-bồ-đề?'

"Bậc thầy Bảo Hải đáp: 'Đó là vì Bồ Tát thành tựu tâm đại bi nên ở nơi thế giới xấu ác có năm sự uế trược thành tựu quả A-nậu-đa-la Tam-miệu Tam-bồ-đề. Khi ấy chúng sinh không có người cứu giúp, không có các niệm lành, trong tâm thường bị phiền não làm cho rối loạn, bị các tà kiến xâm nhập. Nếu ở trong thế giới như vậy mà thành tựu quả A-nậu-đa-la Tam-miệu Tam-bồ-đề mới có thể làm lợi ích lớn lao cho vô lượng chúng sinh, khéo vì những chúng sinh ấy mà làm người cứu giúp, làm chỗ cho chúng sinh nương theo, làm chỗ cho chúng sinh trú ẩn, làm ngọn đèn sáng soi đường cho chúng sinh, cũng là có thể cứu độ chúng sinh vượt thoát biển lớn sinh tử, giáo hóa chúng sinh khiến cho được trụ yên trong chánh kiến, làm cho chúng sinh được vào Niết-bàn, được uống nước cam lộ. Đó là Đại Bồ Tát muốn thị hiện lòng đại bi nên mới nguyện nhận lấy cõi thế giới xấu ác có năm sự uế trược như thế.'

"Thiện nam tử! Khi ấy đức Như Lai Bảo Tạng nói với Bà-do-tỳ-nữu: 'Thiện nam tử! Trong đời vị lai, trải qua số a-tăng-kỳ kiếp nhiều như số cát sông Hằng, đến phần sau của số a-tăng-kỳ kiếp lần thứ hai cũng nhiều như số cát sông Hằng, về phương đông của thế giới này, trải qua số cõi Phật nhiều như số hạt bụi nhỏ trong một cõi Phật, có thế giới tên là Ca-sa Tràng, ông sẽ ở trong thế giới đó mà thành tựu quả A-nậu-đa-la Tam-miệu Tam-bồ-đề, hiệu là Kim Sơn Vương Như Lai, Ứng cúng, Chánh biến tri, Minh hạnh túc, Thiện thệ, Thế gian giải, Vô thượng sĩ, Điều ngự trượng phu, Thiên nhân sư, Phật Thế Tôn.'

"Bấy giờ, Bà-do-tỳ-nữu lại bạch Phật: 'Thế Tôn! Nếu như sở nguyện của con thành tựu, được lợi ích bản thân, thì nay khi con cúi đầu kính lễ dưới chân Phật, nguyện đức Như Lai dùng hai bàn chân Phật với trăm tướng phước đức trang nghiêm đặt trên đỉnh đầu con.'

"Thiện nam tử! Khi Bà-do-tỳ-nữu nói xong lời ấy, liền cúi đầu kính lễ dưới chân đức Phật Bảo Tạng. Tức thời, hai bàn chân với trăm tướng phước đức của đức Như Lai liền hiện ngay trên đỉnh đầu Bà-do-tỳ-nữu. Đức Phật lại thuyết kệ ngợi khen rằng:

Bậc khởi tâm đại bi,
Nay ông hãy đứng lên!
Trí sáng suốt nhanh nhạy,
Tu hành đạo Bồ Tát,
Vì phát tâm Bồ-đề,
Chặt đứt dây phiền não,
Trói buộc từ bao đời.
Tương lai sẽ thành Phật,
Làm lợi ích lớn lao,
Cho vô lượng chúng sinh.

"Thiện nam tử! Khi ấy, Bà-do-tỳ-nữu nghe kệ rồi sinh tâm hoan hỷ, liền đứng lên trước Phật chắp tay cung kính, lễ bái dưới chân Phật rồi lui ra gần đó, ngồi yên lặng lắng nghe thuyết pháp.

"Thiện nam tử! Lúc đó có chàng trai tên là Hỏa Man đến trước đức Phật Bảo Tạng, quỳ gối phải sát đất, chắp tay cung kính bạch Phật rằng: 'Con nay phát nguyện ở nơi thế giới này phát tâm A-nậu-đa-la Tam-miệu Tam-bồ-đề. Khi chúng sinh có đủ tham, sân, si, không thể chuyên tâm trụ ở các pháp lành, giữ tâm bất thiện, tuổi thọ bốn vạn năm, khi ấy con sẽ thành tựu quả A-nậu-đa-la Tam-miệu Tam-bồ-đề.'

"Khi ấy, đức Như Lai Bảo Tạng bảo Hỏa Man: 'Thiện nam tử! Trong đời vị lai, trải qua số a-tăng-kỳ kiếp nhiều như số cát sông Hằng, vào nửa sau của số a-tăng-kỳ kiếp thứ hai cũng nhiều như số cát sông Hằng, cõi thế giới này sẽ có tên là Ta-bà.[1] Do nhân duyên gì mà gọi tên là Ta-bà? Do chúng sinh ở đây nhẫn chịu ba độc là tham, sân, si cùng với mọi thứ phiền não, cho nên thế giới có tên là Nhẫn Độ. Vào lúc ấy có một đại kiếp tên là Thiện Hiền.

[1] Ta-bà: phiên âm từ Phạn ngữ là Sahā, dịch nghĩa là "kham nhẫn" (có thể cam chịu) hay "nhẫn độ" (cõi nhẫn chịu).

Do nhân duyên gì mà gọi tên kiếp ấy là Thiện Hiền? Trong đại kiếp ấy có nhiều chúng sinh tham dục, sân khuể, ngu si, kiêu mạn, có một ngàn đức Thế Tôn thành tựu tâm đại bi xuất hiện ở đời. Thiện nam tử! Vào Hiền kiếp đầu tiên, tuổi thọ con người là bốn vạn năm, ông sẽ ở trong số một ngàn vị Phật kia mà thành tựu quả A-nậu-đa-la Tam-miệu Tam-bồ-đề trước nhất, có hiệu là Câu-lưu-tôn Như Lai, Ứng cúng, Chánh biến tri, Minh hạnh túc, Thiện thệ, Thế gian giải, Vô thượng sĩ, Điều ngự trượng phu, Thiên nhân sư, Phật Thế Tôn, vì chúng sinh thuyết giảng giáo pháp Ba thừa, giúp cho vô lượng chúng sinh trong vòng sinh tử đều được giải thoát, trụ yên nơi cảnh giới Niết-bàn.'

"Thiện nam tử! Lúc ấy chàng trai Hỏa Man liền kính lễ dưới chân Phật, rồi bước sang một bên ngồi yên lặng lắng nghe thuyết pháp.

"Thiện nam tử! Bấy giờ, chàng trai thứ hai tên là Hư Không liền đến trước Phật bạch rằng: 'Thế Tôn! Trong đời vị lai con sẽ ở nơi thế giới của đức Như Lai Câu-lưu-tôn, vào lúc tuổi thọ con người là ba vạn tuổi, sẽ thành tựu quả A-nậu-đa-la Tam-miệu Tam-bồ-đề.'

"Khi ấy, đức Thế Tôn Bảo Tạng bảo chàng trai Hư Không: 'Thiện nam tử! Trong đời vị lai, trải qua số a-tăng-kỳ kiếp nhiều như số cát sông Hằng, vào phần sau của số a-tăng-kỳ kiếp thứ hai cũng nhiều như số cát sông Hằng, trong Hiền kiếp ở thế giới Ta-bà, tiếp sau đức Phật Câu-lưu-tôn, con người có tuổi thọ ba vạn năm, ông sẽ thành tựu quả A-nậu-đa-la Tam-miệu Tam-bồ-đề, hiệu là Già-na-ca Mâu-ni Như Lai, Ứng cúng, Chánh biến tri, Minh hạnh túc, Thiện thệ, Thế gian giải, Vô thượng sĩ, Điều ngự trượng phu, Thiên nhân sư, Phật Thế Tôn. Danh hiệu của ông sẽ vang khắp mọi nơi trong thế gian.

"Bấy giờ, chàng trai Hư Không nghe thọ ký rồi liền cúi đầu lễ Phật, đi quanh ba vòng về bên phải, rồi đến đứng trước Phật, dùng đủ các loại hoa thơm rải lên thân Phật, chắp tay cung kính lễ Phật, đọc kệ xưng tán Phật rằng:

Khéo thâu nhiếp thân tâm,
Giỏi trụ nơi thiền định,
Dùng âm thanh vi diệu,
Khéo dạy dỗ, khuyên răn.
Tâm Như Lai thanh tịnh,
Không uế trược, rối loạn,
Tuy giáo hóa chúng sinh,
Không hoại mất Chánh pháp,
Danh hiệu ngài sáng rực,
Cùng với niệm tổng trì,
Trăm công đức, phước lành,
Thảy thảy đều tăng trưởng.
Vì giáo hóa chúng sinh,
Thị hiện các đường lành,
Dựng cờ báu thù thắng,
Núi công đức cao vời,
Dùng để làm lợi ích,
Cho vô lượng chúng sinh,
Khiến cho thảy đều được,
Đầy đủ mọi công đức.
Lại ban cho chúng sinh,
Đạo tịch diệt cao trổi,
Phá trừ mọi phiền não,
Như núi lớn Tu-di.
Trong Ba cõi mê lầm,
Phát khởi tâm đại bi,
Thọ ký quả vị Phật,
Cho vô lượng chúng sinh.

“Thiện nam tử! Bấy giờ, chàng trai thứ ba tên là Tỳ-xá-cúc-đa liền đến trước đức Phật, dùng giường quý bằng bảy báu, phủ bằng các loại vải lụa quý hiếm giá trị cả ngàn lượng vàng. Trên giường ấy lại đặt đủ các đồ quý bằng vàng ròng với rất nhiều bảy món báu, có chậu đựng nước rửa bằng vàng ròng, gậy quý bằng bảy báu... tất cả đều dâng lên cúng dường đức Thế Tôn cùng với chư tỳ-kheo tăng.

“Cúng dường như vậy xong, Tỳ-xá-cúc-đa bạch Phật rằng: ‘Thế Tôn! Trong đời vị lai, trải qua số a-tăng-kỳ kiếp nhiều như số cát sông Hằng, vào phần sau của số a-tăng-kỳ kiếp lần thứ hai cũng nhiều như số cát sông Hằng, ở trong Hiền kiếp, con nguyện sẽ thành tựu quả A-nậu-đa-la Tam-miệu Tam-bồ-đề. Vào khi ấy, thọ mạng của nhân dân giảm thấp, bắt đầu bước vào đời có năm sự uế trược, hết thảy chúng sinh đều chất chứa nặng nề tham lam, dâm dục, sân khuể, ngu si, xan lận, tật đố, làm theo những kiến giải tà vạy, nghe theo những kẻ tri thức xấu ác; những điều bất thiện đã che lấp cả tâm ý, đối với các căn lành đều suy giảm, đánh mất; lìa xa chánh kiến, dùng các nghề nghiệp tà ác để sinh sống. Sau khi đức Phật Già-na-ca Mâu-ni nhập Niết-bàn rồi, chánh pháp diệt mất, hết thảy chúng sinh đều mù quáng không có mắt huệ, không có minh sư dạy bảo, tuổi thọ con người giảm còn hai vạn năm, khi ấy con sẽ thành tựu quả A-nậu-đa-la Tam-miệu Tam-bồ-đề.’

“Thiện nam tử! Khi ấy đức Như Lai Bảo Tạng ngợi khen Tỳ-xá-cúc-đa: ‘Lành thay, lành thay! Thiện nam tử! Nay ông đã thành tựu được trí huệ vô thượng. Khi thế giới này bắt đầu bước vào thời xấu ác có năm sự uế trược, con người chỉ còn sống được hai vạn năm, mù quáng không có mắt huệ, không có minh sư dạy bảo, khi ấy ông sẽ thành tựu quả A-nậu-đa-la Tam-miệu Tam-bồ-đề. Nay ta sẽ đặt tên cho ông là Đại Bi Trí Huệ.

“Thiện nam tử! Trong đời vị lai, trải qua số a-tăng-kỳ kiếp nhiều như số cát sông Hằng, vào phần sau của số a-tăng-kỳ kiếp lần thứ hai cũng nhiều như số cát sông Hằng, ở trong Hiền kiếp, tuổi thọ con người là hai vạn năm, ông sẽ thành tựu quả A-nậu-đa-la Tam-miệu Tam-bồ-đề, hiệu là Ca-diếp Như Lai, Ứng cúng, Chánh biến tri, Minh hạnh túc, Thiện thệ, Thế gian giải, Vô thượng sĩ, Điều ngự trượng phu, Thiên nhân sư, Phật Thế Tôn.’

"Thiện nam tử! Lúc ấy, Bồ Tát Đại Bi Trí Huệ liền cúi đầu sát đất lễ kính dưới chân Phật, rồi bước sang một bên, dùng đủ các loại hương hoa hương bột, hương phết để cúng dường đức Thế Tôn, đọc kệ xưng tán Phật rằng:

Tôn quý giữa loài người,
Làm lợi ích chúng sinh,
Khiến hết thảy mọi người,
Đều sinh lòng ưa thích.
Nhớ nghĩ pháp thiền định,
Nên tâm được chuyên nhất.
Con nghe tiếng nhiệm mầu,
Tâm liền sinh hoan hỷ.
Mọi phương tiện trí huệ,
Đều đầy đủ không thiếu,
Nên có thể làm được,
Việc giáo hóa thế gian,
Lại khiến cho vô lượng,
Chúng sinh được thọ ký,
Quả Vô thượng Bồ-đề.
Nhờ duyên này được thấy,
Chư Phật khắp mười phương,
Trí huệ và thần túc,
Hết thảy đều như nhau.
Mọi công đức vi diệu,
Của chư Phật Thế Tôn,
Cùng với sự thị hiện,
Tu hành đạo Bồ Tát,
Thọ ký đạo Vô thượng,
Cho hết thảy chúng sinh,
Nếu dùng lời xưng tán,
Thật không thể cùng tận!
Vậy nên con cúi đầu,
Hết lòng cung kính lễ.

“Bấy giờ, Phạm-chí Bảo Hải lại bảo người thứ tư là Tỳ-xá-da Vô Cấu rằng: ‘Thiện nam tử! Nay ông hãy phát tâm A-nậu-đa-la Tam-miệu Tam-bồ-đề.’

“Thiện nam tử! Khi ấy Tỳ-xá-da Vô Cấu liền đến trước Phật bạch rằng: ‘Thế Tôn! Trong Hiền kiếp con nguyện ở nơi cõi thế giới này cầu được A-nậu-đa-la Tam-miệu Tam-bồ-đề, không ở trong đời xấu ác có năm sự uế trược như cõi thế giới của Phật Ca-diếp. Sau khi đức Như Lai Ca-diếp đã nhập Niết-bàn rồi, chánh pháp diệt mất, tuổi thọ con người giảm dần, cho đến chỉ còn mười ngàn tuổi. Những việc như bố thí, điều phục, trì giới thảy đều mất hết. Những chúng sinh thời ấy chuyển sang diệt mất tâm thiện, lìa xa bảy thánh tài, đối với những kẻ tri thức xấu ác lại tưởng là Thế Tôn, đối với ba điều phúc mãi mãi không có lòng muốn học, lìa xa ba điều thiện, siêng làm ba điều ác,[1] bị các phiền não che lấp tâm trí huệ sáng suốt khiến cho không còn thấy biết, đối với giáo pháp Ba thừa không muốn tu học. Ở giữa những chúng sinh vào lúc này,[2] nếu như con muốn thành tựu quả A-nậu-đa-la Tam-miệu Tam-bồ-đề thì cũng không một ai có thể gây chướng ngại, huống chi đến lúc tuổi thọ con người chỉ còn một ngàn tuổi?

“Mãi đến khi tuổi thọ con người chỉ còn một trăm tuổi. Chúng sinh khi ấy không còn biết đến tên gọi các pháp lành, nói chi đến việc có người làm điều lành? Thời ấy xấu ác, có năm sự uế trược, tuổi thọ con người cứ giảm dần mãi, cho đến khi chỉ còn mười tuổi thì binh đao tai kiếp nổi lên. Vào lúc ấy, con sẽ từ cõi trời hiện xuống ủng hộ chúng sinh, vì chúng sinh mà hiển bày các pháp lành, khiến cho họ lìa khỏi các pháp bất thiện, cho đến được trụ yên trong mười điều lành, lìa xa mười điều ác và những phiền não trói buộc, khiến cho hết thảy đều được thanh tịnh, dứt mất năm sự uế trược ở đời.

---

[1] Ba điều thiện cũng gọi là ba căn lành (Tam thiện căn) vì giúp sinh khởi được những điều lành khác. Đó là bố thí, từ tâm và trí huệ. Ba điều thiện này đối trị với ba điều ác là tham lam, sân hận và si mê. Bố thí trừ được tham lam, từ tâm trừ được sân hận, và trí huệ trừ được si mê.

[2] Tức là vào lúc tuổi thọ con người còn được mười ngàn tuổi.

"Cho đến khi tuổi thọ con người tăng lên đến tám vạn tuổi, khi ấy con sẽ thành tựu quả A-nậu-đa-la Tam-miệu Tam-bồ-đề. Vào thời ấy, chúng sinh ít tham dâm, sân khuể, ngu si, vô minh, xan lận, tật đố. Khi ấy con sẽ vì chúng sinh mà thuyết giảng giáo pháp Ba thừa, khiến cho được an trụ.

"Bạch Thế Tôn! Nếu như sở nguyện của con thành tựu, được lợi ích bản thân, nguyện đức Như Lai vì con thọ ký quả A-nậu-đa-la Tam-miệu Tam-bồ-đề.

"Thế Tôn! Nếu như con không được thọ ký như vậy, thì nay con sẽ cầu nơi Thanh văn hoặc cầu Duyên giác, nếu như sức các thừa ấy mau chóng được giải thoát, vượt qua sinh tử.'

"Bấy giờ, đức Phật Bảo Tạng bảo Tỳ-xá-da Vô Cấu: 'Thiện nam tử! Bồ Tát có bốn sự giải đãi.[1] Nếu Bồ Tát rơi vào bốn việc này sẽ tham đắm sinh tử, ở trong ngục tù sinh tử mà nhận chịu mọi sự khổ não, không thể mau chóng thành tựu quả A-nậu-đa-la Tam-miệu Tam-bồ-đề. Những gì là bốn? Đó là phẩm hạnh thấp kém, kết giao thấp kém, thí xả thấp kém và phát nguyện thấp kém.

"Thế nào là Bồ Tát phẩm hạnh thấp kém? Nếu như Bồ Tát dùng thân và lời nói hủy phạm giới luật, không khéo giữ gìn các nghiệp, như vậy gọi là phẩm hạnh thấp kém.

"Thế nào là Bồ Tát kết giao thấp kém? Nếu như Bồ Tát thân thiết gần gũi với hàng Thanh văn và Bích-chi Phật, cùng làm theo như họ, như vậy gọi là Bồ Tát kết giao thấp kém.

"Thế nào là Bồ Tát thí xả thấp kém? Nếu Bồ Tát làm việc bố thí mà không thể xả bỏ hết thảy những vật sở hữu của mình, đối với những người nhận bố thí lại sinh tâm phân biệt, và vì muốn được hưởng những khoái lạc nơi cõi trời nên làm việc bố thí, như vậy gọi là Bồ Tát thí xả thấp kém.

"Thế nào là Bồ Tát phát nguyện thấp kém? Nếu Bồ Tát không

[1] Giải đãi: trái với chuyên cần tinh tấn, nghĩa là không cố sức và chú tâm vào công việc, có phần lơ đễnh và lười nhác.

thể hết lòng phát nguyện được cõi Phật thanh tịnh nhiệm mầu, phát khởi thệ nguyện không vì điều phục hết thảy chúng sinh, như vậy gọi là Bồ Tát phát nguyện thấp kém.

"Bồ Tát rơi vào bốn việc giải đãi như vậy sẽ phải ở lâu trong sinh tử, nhận chịu mọi sự khổ não, không thể nhanh chóng thành tựu quả A-nậu-đa-la Tam-miệu Tam-bồ-đề.

"Thiện nam tử! Lại có bốn pháp, nếu Bồ Tát thành tựu sẽ có thể mau chóng đạt đến quả A-nậu-đa-la Tam-miệu Tam-bồ-đề.

"Những gì là bốn? Một là có thể giữ theo giới luật, thân, khẩu, ý đều thanh tịnh, giữ gìn phẩm hạnh đúng theo chánh pháp. Hai là thân thiết gần gũi với những người tu học Đại thừa, cùng làm mọi việc với họ. Ba là có thể thí xả hết thảy mọi vật sở hữu của mình, dùng tâm đại bi mà bố thí cho tất cả. Bốn là một lòng phát nguyện được cõi Phật đủ mọi sự trang nghiêm tốt đẹp, lại vì việc điều phục hết thảy chúng sinh mà phát nguyện.

"Như vậy gọi là bốn pháp, nếu Bồ Tát thành tựu sẽ có thể mau chóng đạt đến quả A-nậu-đa-la Tam-miệu Tam-bồ-đề.

"Lại có bốn pháp, nếu Bồ Tát thành tựu sẽ có thể nắm giữ được đạo Bồ-đề Vô thượng.

"Những gì là bốn? Chuyên cần tinh tấn thực hành các pháp ba-la-mật, thâu nhiếp điều phục hết thảy vô lượng tâm chúng sinh, thường không xa rời bốn tâm vô lượng,[1] thường thị hiện các phép thần thông tùy ý không ngăn ngại.[2] Như vậy gọi là bốn pháp, Bồ Tát thành tựu sẽ có thể nắm giữ được đạo Bồ-đề Vô thượng.

"Lại có bốn pháp giúp tâm không nhàm chán. Những gì là

[1] Bốn tâm vô lượng (Tứ vô lượng tâm): tức là các tâm từ, bi, hỷ và xả.

[2] Nguyên bản Hán văn dùng "du hý chư thông". "Thông" chỉ cho "sáu thần thông" "Du hý" chỉ cho tính chất "vô ngại" và "tự tại" của vị Bồ Tát chứng đắc các thần thông này. Gia tường sớ giải thích: "Ngoại đạo và hàng Nhị thừa cũng chứng đắc thần thông nhưng còn ngăn ngại nên không gọi là du hý thần thông." Thần thông của chư Phật và Bồ Tát dùng để giáo hóa chúng sinh nhưng cũng tự mang lại sự an vui cho mình, nên gọi là "du hý thần thông". Huệ Viễn sớ viết: "Xuất nhập không ngăn ngại, như đang chơi đùa, nên gọi là hý."

bốn? Một là thực hành bố thí, hai là lắng nghe thuyết pháp, ba là tu tập hành trì, bốn là thâu nhiếp điều phục chúng sinh. Như vậy gọi là bốn pháp giúp tâm không nhàm chán, Bồ Tát cần phải học.

"Lại có bốn kho tàng vô tận, là những điều mà Bồ Tát nên thành tựu.

"Những gì là bốn? Một là tín căn, hai là thuyết pháp, ba là phát nguyện trồng các căn lành, bốn là thâu nhiếp điều phục những chúng sinh nghèo khó. Đó gọi là bốn kho tàng vô tận Bồ Tát nên tu tập cho trọn vẹn, đầy đủ.

"Lại có bốn pháp giúp Bồ Tát thành tựu sự thanh tịnh.

"Những gì là bốn? Một là thanh tịnh nhờ trì giới, vì không thấy có ngã; hai là thanh tịnh nhờ tu tập tam-muội, vì không thấy có chúng sinh; ba là thanh tịnh nhờ trí huệ, vì không thấy có thọ mạng; bốn là thanh tịnh nhờ tri kiến giải thoát, vì không thấy có người khác.[1]

"Đó là bốn pháp thanh tịnh. Bồ Tát thành tựu những pháp

[1] Bốn pháp này trừ được bốn tướng trói buộc. Kinh Kim cang gọi bốn tướng này là ngã tướng, nhân tướng, chúng sinh tướng và thọ giả tướng. Bốn tướng này đều do sự nhận thức sai lầm về thực tại mà sinh ra. Ngã tướng là chấp rằng có cái "ta" và những "vật của ta", trong khi thực chất chỉ có sự giả hợp của Năm uẩn, Bốn đại, không hề có một "cái ta" chủ thể tồn tại độc lập với thế giới bên ngoài. Nhân tướng là chấp rằng có "người khác" để thương, ghét, đối kháng... trong khi thực chất đó cũng chỉ là sự giả hợp tạm bợ của Năm uẩn. Cũng do tướng này mà phân biệt thấy mình là người, đáng quý trọng hơn các loài chúng sinh khác, cũng như phân biệt các tướng nam, nữ, quý, tiện... Chúng sinh tướng là chấp rằng có những hình tướng khác biệt của các loài chúng sinh. Thọ giả tướng, hay thọ mạng tướng, là chấp rằng có sự tồn tại của cái "ta" trong một thời gian, một hạn kỳ, gọi là thọ mạng hay tuổi thọ, sinh ra phân biệt có sống lâu hay chết yểu, nghĩa là thọ mạng dài ngắn khác nhau. Trong Pháp Bảo Đàn Kinh, Lục Tổ dạy rằng: "Người tu hành cũng rất dễ rơi vào bốn tướng. Cho rằng mình có trí huệ, đức độ, xem thường chúng sinh còn phàm tục, đó là tướng ngã; tự cho mình là nghiêm trì giới luật, khinh chê kẻ phá giới, đó là tướng nhân; chê chán đời sống trong ba đường ác, sinh tâm mong muốn được sinh về cõi trời, đó là tướng chúng sinh; khởi tâm mong muốn được sống lâu, do đó mà siêng tu phước nghiệp, chấp giữ các pháp chẳng buông bỏ, đó là tướng thọ giả." Vì thế, trói buộc bởi bốn tướng thì vẫn là chúng sinh, trừ dứt bốn tướng tức là Phật, Bồ Tát.

này rồi thì có thể nhanh chóng thành tựu quả A-nậu-đa-la Tam-miệu Tam-bồ-đề, thuyết giảng chánh pháp về thật tánh hư không, thuyết giảng chánh pháp không thể nghĩ bàn, thuyết giảng chánh pháp không thể đo lường, thuyết giảng chánh pháp về vô ngã, thuyết giảng chánh pháp vượt ra ngoài ngôn ngữ, thuyết giảng chánh pháp vượt ra khỏi thế gian, thuyết giảng chánh pháp thông đạt tất cả pháp, thuyết giảng chánh pháp nhiệm mầu tinh tế mà hết thảy hàng trời, người đều không thể thuyết giảng.

"Thiện nam tử! Trong đời vị lai, trải qua số a-tăng-kỳ kiếp nhiều như số cát sông Hằng, vào phần sau của số a-tăng-kỳ kiếp thứ hai cũng nhiều như số cát sông Hằng, khi bắt đầu Hiền kiếp, năm sự uế trược đã dứt hết, tuổi thọ con người tăng dần lên cho đến tám vạn tuổi, khi ấy ông sẽ thành tựu quả A-nậu-đa-la Tam-miệu Tam-bồ-đề, hiệu là Di-lặc Như Lai, Ứng cúng, Chánh biến tri, Minh hạnh túc, Thiện thệ, Thế gian giải, Vô thượng sĩ, Điều ngự trượng phu, Thiên nhân sư, Phật Thế Tôn.'

"Khi ấy, chàng thanh niên Tỳ-xá-da liền đối trước Phật, cúi đầu sát đất lễ kính dưới chân Phật, rồi bước sang một bên, dùng đủ loại hương hoa, hương bột, hương phết để dâng lên cúng dường đức Phật và chư tỳ-kheo tăng, lại đọc kệ xưng tán Phật:

Thế Tôn không ô nhiễm,
Như núi báu vàng ròng,
Tướng quý giữa chân mày,
Trắng sáng như ngọc tuyết,
Tùy thời vì chúng con,
Thuyết giảng pháp nhiệm mầu,
Thọ ký con đời sau,
Sẽ thành bậc Vô thượng.
Có ai từng thấy nghe,
Mà không nhận giữ lấy?
Bậc tiên thánh Đại giác,
Công đức sáng soi đời!

"Thiện nam tử! Khi ấy, một ngàn người đệ tử của Phạm-chí Bảo Hải đều đã từng tụng đọc kinh sách Tỳ-đà của ngoại đạo, chỉ trừ có một người, nhưng tất cả đều được giáo hóa, khuyến khích phát tâm cầu quả A-nậu-đa-la Tam-miệu Tam-bồ-đề, giống như các vị Câu-lưu-tôn, Già-na-ca Mâu-ni, Ca-diếp, Di-lặc. Người thứ năm cũng giống như vậy, được thọ ký thành Phật hiệu là Sư Tử Quang Minh.

"Trong số một ngàn người ấy, chỉ trừ ra hai người, còn tất cả đều phát nguyện sẽ thành tựu quả A-nậu-đa-la Tam-miệu Tam-bồ-đề trong Hiền kiếp.

"Trong chúng hội ấy, có một người nhỏ nhất tên là Trì Lực Tiệp Tật, Phạm-chí Bảo Hải cũng giáo hóa cho phát tâm A-nậu-đa-la Tam-miệu Tam-bồ-đề: 'Thiện nam tử! Nay ngươi đừng quán xét chuyện lâu xa mà lìa bỏ tâm tỉnh giác hiện tại, nên vì hết thảy chúng sinh mà khởi tâm đại bi.'

"Bấy giờ, Phạm-chí Bảo Hải liền vì Trì Lực Tiệp Tật mà thuyết kệ rằng:

Ấm, giới và các nhập,
Sai sử mọi chúng sinh.
Nên sợ già, bệnh, chết,
Chìm đắm trong biển ái,
Giam cầm trong Ba cõi,
Đáng sợ thay trong ngục,
Uống nước độc phiền não,
Cùng xâm hại lẫn nhau,
Suốt đêm dài chìm ngập,
Trong biển khổ mênh mông,
Mù quáng không mắt huệ,
Đánh mất đạo chân chánh.
Ở mãi trong sinh tử,
Che lấp mọi căn lành.
Chúng sinh trong Ba cõi,
Bị lửa khổ đốt thiêu.

Đã lìa xa chánh kiến,
Trong tà kiến trụ yên,
Vần xoay trong sinh tử,
Lăn lộn giữa năm đường,[1]
Không phút giây dừng nghỉ,
Như bánh xe lăn mãi.
Có biết bao chúng sinh,
Đã mất đi mắt pháp,
Mù quáng không nhìn thấy,
Lại không người cứu giúp!
Ông nên biết tu tập,
Pháp trí huệ vô lượng,
Lìa ngu si lầm lạc,
Khiến phát tâm Bồ-đề.
Nên vì mọi chúng sinh,
Làm bậc thiện tri thức,
Cắt đứt dây ái dục,
Trừ bỏ mọi phiền não.
Nên vì những việc ấy,
Mà phát tâm Bồ-đề.
Những ai không mắt pháp,
Bị ngu si che lấp,
Vì giúp lìa ngu si,
Ban cho đạo thù thắng!
Sinh tử là ngục lớn,
Có lửa dữ đốt thiêu,
Dùng pháp như cam lộ,
Khiến cho được đầy đủ.
Nay ông hãy nhanh chân,
Đến ngay trước Phật tòa,
Cúi lễ dưới chân Phật,
Làm lợi ích lớn lao.

[1] Năm đường: chỉ năm cảnh giới chúng sinh phải thọ thân trong sinh tử, gồm cõi địa ngục, cõi ngạ quỷ, cõi súc sinh, cõi người và cõi trời.

Lại nên đối trước Phật,
Phát nguyện lớn nhiệm mầu.
Chỗ phát nguyện thù thắng,
Cần phải khéo giữ gìn.
Ông trong đời vị lai,
Sẽ điều phục trời, người.
Lại phát nguyện bố thí,
An ổn cho chúng sinh,
Cứu độ cho hết thảy,
Khiến đều được giải thoát,
Lại khiến cho đầy đủ,
Các pháp căn, lực, giác,[1]
Mưa chánh pháp gội nhuần,
Nước trí huệ rưới khắp,
Giúp chúng sinh dập tắt,
Lửa phiền não, khổ đau!

"Thiện nam tử! Bấy giờ, Trì Lực Tiệp Tật thưa rằng: 'Bạch thầy! Nay con phát nguyện không cầu được quả báo sinh lên cõi trời, cũng không cầu các quả vị Thanh văn hay Bích-chi Phật, duy chỉ cầu pháp Đại thừa Vô thượng, đợi khi đúng lúc, đúng nơi, điều phục được hết thảy chúng sinh sẽ phát khởi nguyện lành. Nay con đang còn nghĩ suy những điều như thế. Bạch thầy! Xin hãy đợi cho trong chốc lát, rồi sẽ được nghe biết khi nào con thành đạo Vô thượng.'

"Thiện nam tử! Khi ấy Phạm-chí Bảo Hải từ biệt rồi thong thả ra về. Ông có năm người thị giả là Thủ Long, Lục Long, Thủy Long, Hư Không Long và Diệu Âm Long, đều gọi cả đến mà bảo rằng: 'Nay các ông đều nên phát tâm A-nậu-đa-la Tam-miệu Tam-bồ-đề.'

"Năm người ấy đáp: 'Bạch thầy! Chúng con chẳng có vật gì sở hữu, chẳng biết lấy gì cúng dường đức Phật và chúng tăng.

[1] Căn, lực, giác: chỉ Ngũ căn, Ngũ lực và Thất thánh giác.

Chưa trồng được căn lành, làm sao có thể phát tâm A-nậu-đa-la Tam-miệu Tam-bồ-đề?’

“Thiện nam tử! Khi ấy Phạm-chí Bảo Hải liền tháo hai chiếc vòng báu đang đeo ở hai tai trao cho Thủ Long và Lục Long, lại trao cái giường báu đang ngồi cho Thủy Long, trao cây gậy quý đang dùng cho Hư Không Long, và trao cái chậu rửa bằng vàng ròng cho Diệu Âm Long. Sau khi đã trao các vật quý ấy cho năm người rồi, liền bảo: ‘Các ông nay có thể mang những vật quý này đến cúng dường đức Phật và chúng tăng, rồi phát tâm A-nậu-đa-la Tam-miệu Tam-bồ-đề.

HẾT QUYỂN V

QUYỂN VI

PHẨM THỨ TƯ - PHẦN IV

BỒ TÁT THỌ KÝ

Khi ấy, cả năm người hầu của Phạm-chí Bảo Hải liền cùng nhau đi đến chỗ Phật, dùng những món quý báu mà Bảo Hải vừa trao cho để cúng dường đức Thế Tôn và chúng tỳ-kheo tăng. Cúng dường xong liền bạch Phật: 'Bạch Thế Tôn! Nguyện đức Như Lai thọ ký cho chúng con đến Hiền kiếp sẽ được thành tựu quả A-nậu-đa-la Tam-miệu Tam-bồ-đề.'

"Thiện nam tử! Bấy giờ đức Như Lai Bảo Tạng liền vì cả năm người mà thọ ký quả A-nậu-đa-la Tam-miệu Tam-bồ-đề: 'Thủ Long! Vào đời vị lai, trong Hiền kiếp ông sẽ thành Phật hiệu là Kiên Âm Như Lai, có đủ mười danh hiệu.[1]

"Sau khi đức Kiên Âm Như Lai nhập Niết-bàn rồi, Lục Long sẽ thành Phật tiếp theo, hiệu là Khoái Lạc Tôn Như Lai, cũng có đủ mười danh hiệu.

"Sau khi đức Phật Khoái Lạc Tôn nhập Niết-bàn rồi, Thủy Long sẽ thành Phật tiếp theo, hiệu là Đạo Sư Như Lai, cũng có đủ mười danh hiệu.

"Sau khi đức Phật Đạo Sư nhập Niết-bàn rồi, Hư Không Long sẽ thành Phật tiếp theo, hiệu là Ái Thanh Tịnh Như Lai, cũng có đủ mười danh hiệu.

"Sau khi đức Phật Ái Thanh Tịnh nhập Niết-bàn rồi, Diệu Âm Long sẽ thành Phật tiếp theo, hiệu là Na-la-diên Thắng Diệp Như Lai, cũng có đủ mười danh hiệu.

[1] Mười danh hiệu: tức mười danh hiệu tôn xưng đức Phật: Như Lai, Ứng cúng, Chánh biến tri, Minh hạnh túc, Thiện thệ, Thế gian giải, Vô thượng sĩ, Điều ngự trượng phu, Thiên nhân sư, Phật Thế Tôn.

“Thiện nam tử! Sau khi đức Như Lai Bảo Tạng thọ ký cho năm người này sẽ thành Phật vào Hiền kiếp rồi, Phạm-chí Bảo Hải lại nói với Trì Lực Tiệp Tật: ‘Thiện nam tử! Nay ông có thể nhận lấy thế giới thanh tịnh mầu nhiệm có đủ các sự trang nghiêm tốt đẹp theo như sự ưa thích trong lòng, rồi phát nguyện ban pháp vị cam lộ cho hết thảy chúng sinh, chuyên tâm tinh tấn tu tập hành trì theo đạo Bồ Tát, thận trọng chớ suy nghĩ rằng số kiếp là xa xôi, lâu dài.’

“Thiện nam tử! Bấy giờ Phạm-chí liền nắm tay Trì Lực Tiệp Tật cùng đi đến chỗ đức Phật. Đến chỗ Phật rồi, Trì Lực Tiệp Tật ngồi xuống trước Phật bạch rằng: ‘Thế Tôn! Trong đời vị lai, vào Hiền kiếp sẽ có bao nhiêu vị Phật Như Lai ra đời?’

“Đức Phật bảo Trì Lực Tiệp Tật: ‘Thiện nam tử! Trong khoảng một nửa Hiền kiếp sẽ có một ngàn lẻ bốn vị Phật xuất hiện ở đời.’

“Trì Lực Tiệp Tật liền nói: ‘Bạch Thế Tôn! Trong Hiền kiếp ấy, sau khi chư Phật Thế Tôn đã nhập Niết-bàn rồi, cho đến người cuối cùng là Diệu Âm Long cũng đã thành tựu quả A-nậu-đa-la Tam-miệu Tam-bồ-đề, hiệu là Na-la-diên Thắng Diệp. Bạch Thế Tôn! Con nguyện vào lúc ấy sẽ tu hành theo đạo Bồ Tát, tu tập các môn khổ hạnh, trì giới, bố thí, đa văn, tinh tấn, nhẫn nhục, ái ngữ, phước đức, trí huệ, đầy đủ mọi pháp môn hỗ trợ đạo Bồ-đề.

“Trong Hiền kiếp ấy, con nguyện khi có bất cứ vị Phật nào ra đời con cũng đều tìm đến cúng dường các món ăn thức uống ngay từ lúc ban sơ, cho đến sau khi vị ấy nhập Niết-bàn rồi lại sẽ thu giữ xá-lợi, dựng tháp cúng dường, giữ gìn bảo vệ chánh pháp.

“Khi thấy người hủy phạm giới luật, con sẽ khuyên bảo giáo hóa khiến cho được vững vàng trong việc giữ giới. Khi có người xa lìa chánh kiến, rơi vào các tà kiến, con sẽ khuyên bảo giáo hóa khiến cho được vững vàng trong chánh kiến. Khi có người trong tâm rối rắm tán loạn, con sẽ khuyên bảo giáo hóa khiến cho được vững vàng trong sự định tâm. Khi có người chẳng giữ được các oai nghi, con sẽ khuyên bảo giáo hóa khiến cho được vững vàng trong các oai nghi của bậc thánh.

"Nếu có những chúng sinh muốn tạo căn lành, con sẽ vì họ mà khai mở, chỉ bày cho rõ biết các căn lành. Sau khi các đức Thế Tôn ấy nhập Niết-bàn, vào lúc chánh pháp của mỗi vị sắp diệt mất, con nguyện sẽ bảo vệ giữ gìn không để cho dứt mất, nguyện thắp lên ngọn đèn chánh pháp ở giữa thế gian.

"Vào thời chiến tranh loạn lạc nổi lên, con sẽ giáo hóa hết thảy chúng sinh giữ theo giới không giết hại, cho đến có được chánh kiến. Con sẽ cứu vớt hết thảy chúng sinh ra khỏi mười điều ác, khiến cho tất cả đều vững vàng tin nhận, làm theo mười điều lành. Con sẽ trừ phá sự ngu si tăm tối, khai mở chỉ bày rõ các pháp lành. Con sẽ trừ sạch hết thảy năm sự uế trược là kiếp trược, mạng trược, chúng sinh trược, phiền não trược và kiến trược.

"Vào thời có nạn đói kém lan tràn, con sẽ khuyên bảo giáo hóa hết thảy chúng sinh, khiến cho tin nhận vững vàng và thực hành pháp Bố thí ba-la-mật, cho đến tin nhận vững vàng và thực hành pháp Trí huệ ba-la-mật.[1] Khi con khuyên bảo chúng sinh vững tin vào sáu pháp ba-la-mật, những sự đói kém, ngu tối, uế trược, oán thù, tranh đấu, cùng với mọi sự phiền não khác của chúng sinh thảy đều sẽ được lắng yên không còn nữa.

"Vào thời có dịch bệnh lan tràn, con sẽ giáo hóa hết thảy chúng sinh, khiến cho tin nhận vững vàng và thực hành sáu pháp hòa kính cùng với bốn pháp thâu nhiếp.[2] Khi tin nhận và thực hành như thế, tất cả những bệnh dịch tối tăm u ám của chúng sinh thảy đều dứt mất.

"Khi đã trải qua một nửa Hiền kiếp, chúng sinh chịu những

---

[1] Bố thí... cho đến Trí huệ...: Có nghĩa là tu tập hành trì đủ sáu pháp ba-la-mật, từ Bố thí cho đến Trì giới, Tinh tấn, Nhẫn nhục, Thiền định và Trí huệ.

[2] Bốn pháp thâu nhiếp (Tứ nhiếp pháp): Bốn phương pháp tu tập có thể giúp người tu nhiếp phục người khác, bao gồm: Bố thí nhiếp (布施攝), Sanskrit: dāna, Ái ngữ nhiếp (愛語攝), Sanskrit: priyavāditā, Lợi hành nhiếp (利行攝), Sanskrit: arthacaryā và Đồng sự nhiếp (同事攝), Sanskrit: samānārthatā. Về sáu pháp hòa kính và bốn pháp thâu nhiếp, có thể tìm đọc trong sách Những tâm tình cô đơn - Nguyên Minh, NXB Tôn giáo.

khổ não như thế, một ngàn lẻ bốn vị Phật sẽ ra đời, rồi nhập Niết-bàn, cho đến khi chánh pháp diệt mất thì con sẽ thành tựu quả A-nậu-đa-la Tam-miệu Tam-bồ-đề, thọ mạng cũng giống như một ngàn lẻ bốn vị Phật, số đệ tử Thanh văn cũng giống như của một ngàn lẻ bốn vị Phật, không có gì khác biệt. Cũng giống như một ngàn lẻ bốn vị Phật trong suốt nửa kiếp điều phục chúng sinh, con nguyện cũng sẽ điều phục chúng sinh trong một nửa Hiền kiếp giống như vậy.

"Trong khoảng một nửa Hiền kiếp, những đệ tử Thanh văn của chư Phật có những người hủy phạm giới luật, rơi vào các tà kiến, đối với chư Phật không có lòng cung kính, sinh tâm sân hận, muốn làm não hại, phá hoại chánh pháp và tăng đoàn, phỉ báng hiền thánh, làm tiêu mất chánh pháp, phạm vào các tội ác nghịch. Bạch Thế Tôn! Khi con thành tựu quả A-nậu-đa-la Tam-miệu Tam-bồ-đề, tất cả những người như thế đều sẽ được cứu vớt ra khỏi chốn bùn lầy sinh tử, khiến cho được nhập vào cảnh giới Niết-bàn không sợ sệt.

"Sau khi con nhập Niết-bàn rồi, chánh pháp diệt mất cùng lúc với Hiền kiếp cũng vừa dứt. Khi ấy, di thể của con để lại như răng, xương, xá-lợi, hết thảy đều sẽ biến hóa thành hình tượng Phật, có đủ ba mươi hai tướng tốt, chuỗi ngọc trang nghiêm quanh thân, trong mỗi một tướng đều có đủ tám mươi vẻ đẹp, lần lượt trang nghiêm, hóa hiện đến vô lượng vô biên cõi thế giới không có Phật trong khắp mười phương. Mỗi một vị hóa Phật ấy đều dùng giáo pháp Ba thừa mà giáo hóa vô lượng vô biên chúng sinh, khiến cho tất cả đều đạt được địa vị không còn thối chuyển.

"Nếu như tại các thế giới ấy có kiếp nạn nổi lên, không có pháp Phật, thì những vị hóa Phật cũng vẫn hiện đến giáo hóa chúng sinh như đã nói trên.

"Nếu như tại các thế giới ấy không có các loại trân bảo, con nguyện tạo ra hạt bảo châu như ý, mưa xuống các loại trân bảo, lại tự nhiên phát sinh ra kho báu chứa đầy vàng ròng.

"Nếu như chúng sinh tại các thế giới ấy lìa các căn lành, bị khổ não trói buộc nơi thân, con sẽ ở nơi ấy làm mưa xuống các loại hương thơm ưu-đà-sa, chiên-đàn, trầm thủy... khiến cho các chúng sinh đều được dứt trừ những bệnh phiền não, bệnh tà kiến, bệnh nơi thân tứ đại, liền sinh tâm chuyên cần tu tập ba điều phúc, khiến cho đến lúc mạng chung được sinh vào hai cõi trời, người.

"Bạch Thế Tôn! Khi con tu hành đạo Bồ Tát, nguyện sẽ làm tất cả những điều lợi ích như vậy cho chúng sinh.

"Khi con thành tựu quả A-nậu-đa-la Tam-miệu Tam-bồ-đề rồi, sẽ thực hành đầy đủ những Phật sự như thế. Sau khi nhập Niết-bàn rồi, xá-lợi của con lại hiện đến vô lượng thế giới, làm lợi ích như vậy cho chúng sinh.

"Bạch Thế Tôn! Nếu như sở nguyện của con chẳng thành tựu, không được lợi ích bản thân, cũng không thể vì tất cả chúng sinh mà làm bậc đại y vương,[1] không thể làm nên mọi điều lợi ích, như vậy tức là hiện nay con đang lừa dối chư Phật hiện tại trong vô lượng thế giới ở khắp mười phương, vậy đức Thế Tôn cũng không nên thọ ký cho con quả A-nậu-đa-la Tam-miệu Tam-bồ-đề.

"Bạch Thế Tôn! Nếu vậy thì trong số hết thảy vô lượng vô biên ức a-tăng-kỳ chúng sinh đã được thọ ký quả A-nậu-đa-la Tam-miệu Tam-bồ-đề, con cũng sẽ không được trông thấy người nào cả, cũng không thể được nghe những âm thanh như Phật, Pháp, Tăng, âm thanh làm điều thiện, và do đó thường phải đọa trong địa ngục Vô gián.[2]

"Bạch Thế Tôn! Còn nếu như sở nguyện của con thành tựu, được lợi ích bản thân, thì nay đức Như Lai ắt sẽ ngợi khen, tán thán con.'

---

[1] Bậc đại y vương: Vị thầy thuốc lớn nhất, là vua trong các thầy thuốc, vì có thể trị được hết thảy tâm bệnh của chúng sinh, không giống như các thầy thuốc thông thường chỉ trị được bệnh tật của thân thể.

[2] Địa ngục Vô gián: Tức địa ngục A-tỳ. Vì những chúng sinh khi thọ sinh vào cảnh giới địa ngục này sẽ phải chịu những sự khổ não triền miên không lúc nào gián đoạn nên gọi là Vô gián.

"Khi ấy, đức Phật liền ngợi khen Trì Lực Tiệp Tật rằng: 'Lành thay, lành thay! Thiện nam tử! Trong đời vị lai ông sẽ làm bậc đại y vương, giúp cho chúng sinh được lìa xa mọi khổ não. Vì thế nên nay ta đặt tên cho ông là Hỏa Tịnh Dược Vương.'

"Rồi đức Phật bảo Hỏa Tịnh Dược Vương: 'Trong đời vị lai, trải qua số a-tăng-kỳ kiếp nhiều như số cát sông Hằng, bước vào số a-tăng-kỳ kiếp lần thứ hai cũng nhiều như số cát sông Hằng, vào nửa sau của Hiền kiếp, trong một ngàn lẻ bốn vị Phật, khi có bất cứ vị nào thành tựu quả A-nậu-đa-la Tam-miệu Tam-bồ-đề, ông đều sẽ được cúng dường các món ăn thức uống, cho đến mọi việc khác đều đúng như sở nguyện của ông vừa nói.

"Sau khi đức Phật Na-la-diên Thắng Diệp nhập Niết-bàn rồi, chánh pháp diệt mất, khi ấy ông sẽ thành tựu quả A-nậu-đa-la Tam-miệu Tam-bồ-đề, hiệu là Lâu Chí Như Lai, Ứng cúng, Chánh biến tri, Minh hạnh túc, Thiện thệ, Thế gian giải, Vô thượng sĩ, Điều ngự trượng phu, Thiên nhân sư, Phật Thế Tôn, thọ mạng nửa kiếp, số đệ tử Thanh văn cũng bằng như số đệ tử của một ngàn lẻ bốn vị Phật, không có gì khác biệt.

"Sau khi ông đã giáo hóa chúng sinh rồi nhập Niết-bàn, chánh pháp diệt mất, cùng lúc với Hiền kiếp cũng vừa dứt, di thể của ông để lại như răng, xương, xá-lợi, thảy đều hóa thành các vị Phật. Mọi việc khác cũng đều đúng như sở nguyện, cho đến giáo hóa chúng sinh khiến được trừ hết phiền não, mạng chung sinh vào hai cõi trời, người, hết thảy cũng đều đúng như sở nguyện.'

"Bấy giờ, Bồ Tát Hỏa Tịnh Dược Vương lại bạch Phật: 'Thế Tôn! Nếu như sở nguyện của con thành tựu, được lợi ích bản thân, thì nay nguyện được đức Như Lai dùng bàn tay màu vàng ròng hội đủ trăm sự phước đức trang nghiêm mà xoa lên đỉnh đầu của con.'

"Thiện nam tử! Khi ấy đức Như Lai Bảo Tạng liền dùng bàn tay màu vàng ròng hội đủ trăm sự phước đức trang nghiêm mà xoa lên đỉnh đầu của Hỏa Tịnh Dược Vương.'

"Thiện nam tử! Lúc bấy giờ, Bồ Tát Hỏa Tịnh Dược Vương được thấy sự việc như thế, trong lòng sinh ra hoan hỷ, liền lễ bái dưới chân Phật rồi lui ra đứng sang một bên.

"Khi ấy, Phạm-chí Bảo Hải liền lấy tấm áo cõi trời mầu nhiệm đẹp đẽ trao cho Bồ Tát Hỏa Tịnh Dược Vương và khen ngợi rằng: 'Lành thay, lành thay! Thiện nam tử! Sở nguyện của ông thật hết sức hay lạ, đặc biệt. Từ nay về sau ta sẽ không sai bảo gì ông nữa, ông có thể được tự do tự tại mà tu hạnh an lạc."

Bấy giờ, đức Phật Thích-ca Mâu-ni bảo Bồ Tát Tịch Ý:

"Thiện nam tử! Khi ấy Phạm-chí Bảo Hải suy nghĩ rằng: 'Nay ta đã khuyên bảo vô lượng vô biên trăm ngàn ức na-do-tha chúng sinh, khiến cho được trụ yên nơi A-nậu-đa-la Tam-miệu Tam-bồ-đề. Nay ta cũng được thấy các vị Đại Bồ Tát ở đây mỗi người đều phát nguyện nhận lấy cõi Phật thanh tịnh, trừ ra chỉ có một người là Bà-do-tỳ-nữu.[1]

"Trong Hiền kiếp ấy, các vị Bồ Tát khác cũng đều tránh xa cõi đời có năm sự uế trược. Nay ta nên ở trong đời mạt pháp, dùng vị pháp chân chánh mà ban cho chúng sinh. Nay ta nên tự mình vững vàng kiên định phát ra các nguyện lành, mạnh mẽ như tiếng của loài sư tử rống, khiến cho hết thảy các vị Bồ Tát khi nghe rồi đều phải sinh tâm kinh ngạc, khen ngợi là việc chưa từng có; lại cũng khiến cho hết thảy đại chúng chư thiên, rồng, quỷ thần, càn-thát-bà, a-tu-la, ca-lâu-la, khẩn-na-la, ma-hầu-la-già, người và phi nhân đều phải chắp tay cung kính cúng dường ta; khiến cho đức Phật Thế Tôn sẽ ngợi khen tán thán và thọ ký cho ta thành tựu quả Phật; khiến cho tất cả chư Phật có đủ Mười sức hiện đang ở khắp vô lượng vô biên các thế giới trong mười phương đều sẽ vì chúng sinh mà giảng thuyết chánh pháp; các đức Như Lai ấy khi nghe lời phát nguyện như tiếng sư tử rống của ta, ắt sẽ ngợi khen xưng tán, thọ ký cho ta sẽ thành tựu quả A-nậu-đa-la Tam-miệu Tam-bồ-đề, lại cũng sai khiến

[1] Bà-do-tỳ-nữu là vị đã phát nguyện ở nơi cõi thế giới xấu ác với năm sự uế trược mà thành tựu quả Phật, khác với hầu hết các vị Bồ Tát khác.

các đệ tử thay mặt đến đây, và khiến cho đại chúng nơi đây đều được thấy rõ.

"Nay ta phát lời nguyện lớn sau cùng, thành tựu lòng đại bi của hàng Bồ Tát, cho đến khi ta thành tựu quả A-nậu-đa-la Tam-miệu Tam-bồ-đề rồi, nếu có chúng sinh nào được nghe biết đến lòng đại bi của ta, đều sẽ ngợi khen cho là ít có!

"Nếu về sau có các vị Bồ Tát nào thành tựu lòng đại bi, cũng sẽ nguyện nhận lấy cõi thế giới như thế. Chúng sinh trong các thế giới ấy khát ngưỡng chánh pháp, mù tối u ám không có mắt huệ, chìm ngập trong bốn dòng nước xoáy,[1] các vị Bồ Tát này nên làm việc cứu vớt bằng cách vì những chúng sinh ấy thuyết giảng chánh pháp.

"Cho đến khi ta nhập Niết-bàn rồi, trong khắp vô lượng vô biên trăm ngàn ức thế giới mười phương, mỗi nơi đều có chư Phật đang thuyết pháp, thảy đều ở giữa đại chúng Bồ Tát mà ngợi khen tán thán danh hiệu của ta, lại cũng tuyên thuyết nguyện lành của ta, khiến cho các vị Bồ Tát kia đều nuôi lớn tâm đại bi, thảy đều hết lòng lắng nghe về việc làm của ta, rồi trong lòng đều hết sức kinh ngạc mà ngợi khen là việc chưa từng có, và tâm đại bi vốn có của các ngài cũng đều được tăng trưởng.

"Cũng như sở nguyện của ta nhận lấy cõi thế giới bất tịnh, các vị Bồ Tát này thảy đều sẽ ở nơi những cõi thế giới bất tịnh mà thành tựu quả A-nậu-đa-la Tam-miệu Tam-bồ-đề, cứu vớt hết thảy chúng sinh chìm ngập trong bốn dòng nước xoáy, khiến được trụ yên trong giáo pháp Ba thừa, cho đến khi đạt được Niết-bàn.'

"Thiện nam tử! Khi ấy, Phạm-chí Bảo Hải suy nghĩ việc phát

[1] Bốn dòng nước xoáy (Tứ lưu) gồm có: một là Kiến lưu, chỉ tất cả những kiến hoặc trong ba cõi; hai là Dục lưu, chỉ hết thảy những sự mê hoặc trong Dục giới, chỉ trừ kiến hoặc và vô minh hoặc; ba là Hữu lưu, chỉ hết thảy những sự mê hoặc trong hai cõi trên là Sắc giới và Vô sắc giới, chỉ trừ kiến hoặc và vô minh hoặc; bốn là Vô minh lưu, chỉ sự vô minh khắp trong Ba cõi. Tất cả chúng sinh hữu tình vì bốn pháp này mà chìm nổi trôi lăn không lúc nào dừng lại, do đó mà gọi là tứ lưu, hay bốn dòng nước xoáy.

nguyện đại bi như vậy rồi, liền để trần vai áo bên phải[1] mà đi đến chỗ Phật.

“Bấy giờ lại có vô lượng trăm ngàn muôn ức chư thiên ở giữa hư không trổi lên những âm nhạc cõi trời, mưa xuống đủ các loại hoa trời, hết thảy đều đồng thanh phát ra lời ngợi khen xưng tán rằng: ‘Lành thay, lành thay! Bậc thiện đại trượng phu hôm nay đến chỗ Phật để phát lời nguyện rất lạ kỳ, rất đặc biệt, muốn dùng nước trí huệ để diệt trừ mọi phiền não của chúng sinh.’

“Khi ấy, hết thảy đại chúng đều chắp tay cung kính trước Phạm-chí Bảo Hải, cùng nhau lễ kính rồi đồng thanh nói lên lời ngợi khen xưng tán rằng: ‘Lành thay, lành thay! Bậc đại trí huệ đáng tôn kính! Nay chúng tôi đều được lợi ích lớn lao, có thể phát khởi những nguyện lành vững vàng kiên định. Nay tất cả chúng tôi xin nguyện được nghe biết chỗ phát nguyện lành trong tâm ngài.’

“Bấy giờ, Phạm-chí Bảo Hải đến trước đức Phật, quỳ gối phải sát đất. Khi ấy, trong khắp cõi Tam thiên Đại thiên thế giới liền chấn động theo sáu cách, các loại nhạc khí không có người điều khiển mà tự nhiên trổi lên âm nhạc; các loài chim thú đều cất tiếng hòa hợp với nhau; hết thảy cây cối đều nở rộ hoa dù không đúng mùa; những chúng sinh nào có nhân lành với quả A-nậu-đa-la Tam-miệu Tam-bồ-đề, hoặc đã phát tâm, hoặc chưa phát tâm, chỉ trừ những chúng sinh trong các cảnh giới địa ngục, ngạ quỷ, súc sinh, còn ngoài ra đều được sinh khởi các tâm lợi ích lớn lao, tâm thuần thiện, tâm không thù oán, tâm không uế trược, tâm từ ái, những tâm ít có; các loài chúng sinh biết bay liền trụ giữa hư không, sinh tâm hoan hỷ, rải xuống đủ mọi loại hoa, các loại hương bột, hương phết, các loại âm nhạc, cờ phướn, y phục để cúng dường, dùng những âm thanh mầu nhiệm êm ái để ngợi khen xưng tán Phạm-chí Bảo Hải; tất cả đều một lòng muốn nghe chỗ phát nguyện lành của Phạm-chí Bảo Hải.

[1] Để trần vai áo bên phải: dấu hiệu biểu lộ sự tôn kính theo phong tục Ấn Độ thời cổ.

"Tận trên cõi trời A-ca-ni-trá,[1] chư thiên cũng hiện xuống cõi Diêm-phù-đề, ở giữa hư không rải xuống đủ các loại hoa trời, các loại hương bột, hương phết, trỗi lên các loại âm nhạc cõi trời, dùng các loại cờ phướn, y phục để cúng dường, cùng phát ra những âm thanh nhiệm mầu êm ái để ngợi khen, ca tụng Phạm-chí Bảo Hải. Tất cả đều hết lòng chuyên chú muốn được nghe Phạm-chí phát khởi nguyện lành.

"Bấy giờ, Phạm-chí Bảo Hải chắp tay cung kính đọc kệ xưng tán Phật:

Trong thiền định dạo chơi,
Khác nào Đại Phạm vương.
Nét nghiêm trang ngời sáng,
Như vị Thiên Đế-thích.
Bỏ tài vật bố thí,
Như bậc Chuyển luân vương.
Nắm giữ nhiều trân bảo,
Như vị Chủ tạng thần.
Được công đức tự tại,
Như vị chúa Sư tử.
Vững vàng không lay động,
Như núi lớn Tu-di.
Tâm bình không xao động,
Như nước trong biển lớn.
Tâm bao dung như đất,
Thâu chứa tội, không tội.
Diệt trừ các phiền não,
Như dòng nước trong sạch.
Đốt cháy mọi kết sử,
Như ngọn lửa rực hồng.
Không một vật chướng ngại,
Như gió mạnh quét sạch.
Thị hiện pháp chân thật,

[1] Cõi trời A-ca-ni-trá, phiên âm từ Phạn ngữ là Akaniṣṭha, dịch nghĩa là cõi trời Sắc cứu cánh, là cõi trời cao nhất trong 18 tầng trời của Sắc giới.

Như Bốn vị Thiên vương.
Mưa xuống trận mưa pháp,
Như vị Đại Long vương,
Làm đầy đủ tất cả,
Như cơn mưa đúng mùa.
Phá trừ bọn ngoại đạo,
Như vị đại luận sư.
Tiếng công đức nhiệm mầu,
Như hoa thơm Tu-mạn.
Tiếng thuyết pháp nhiệm mầu,
Như tiếng vị Phạm thiên.
Trừ dứt mọi khổ não,
Như bậc Đại y vương.
Bình đẳng thương tất cả,
Như mẹ hiền thương con.
Dạy dỗ mọi chúng sinh,
Như cha yêu con trẻ.
Thân không hề hư hoại,
Như quả núi kim cang.
Chặt đứt cành tham ái,
Khác nào lưỡi dao sắc.
Rộng độ khắp sanh tử,
Như vị thuyền trưởng giỏi.
Dùng trí huệ độ người,
Như thuyền đưa sang sông.
Sáng trong và mát mẻ,
Như mặt trăng tròn đầy.
Làm nở hoa chúng sinh,
Như mặt trời vừa lên.
Mang đến cho chúng sinh,
Bốn quả hàng sa-môn.
Khác nào cây mùa thu,
Kết quả thật no đầy.
Hàng tiên thánh vây quanh,

Khác nào như phụng hoàng.
Tâm ý thật sâu rộng,
Như biển lớn mênh mông.
Bình đẳng với chúng sinh.
Như muôn loài cây cỏ.
Rõ biết tướng các pháp,
Như nắm tay rỗng không,[1]
Bình đẳng giữa thế gian,
Như tướng nước không định.[2]
Thành tựu tướng nhiệm mầu,
Khéo nuôi lòng đại bi.
Thọ ký quả vị Phật,
Cho vô lượng chúng sinh.
Con nay đã điều phục,
Được vô lượng chúng sinh,
Xin nguyện đức Như Lai,
Vì con mà thọ ký,
Bước vào đời vị lai,
Thành tựu đạo thù thắng,
Được trí huệ vi diệu.
Bậc Đại Tiên Thế Tôn,
Nguyện dùng tiếng nhiệm mầu,
Thuyết ra lời chân thật.
Con ở đời xấu ác,
Tinh cần tu nhẫn nhục,
Đối trị mọi kết sử,
Cùng với giặc phiền não,

---

[1] Như nắm tay rỗng không (không quyền - 空拳, Phạn ngữ: Riktamuṣṭi): ví dụ cho thấy tánh không của các pháp tướng, như bàn tay không chẳng có gì, nắm lại thành nắm tay, người nhìn thấy tưởng đó là có vật, khi mở ra lại thật là không có. Trong kinh thường dùng ví dụ này để chỉ sự quyền biến giả lập các pháp, vì khi quán xét thật tánh thì tất cả đều là không.

[2] Như tướng nước không định: Nước vốn không có hình tướng nhất định, khi chứa vào vật tròn thì có hình tròn, khi chứa vào vật vuông thì có hình vuông. Tâm bình đẳng không chấp chặt vào bất cứ hình tướng nào, tùy duyên hóa hiện nên gọi là như tướng nước không định.

Cứu vớt cho vô lượng,
Hết thảy mọi chúng sinh,
Khiến cho được trụ yên,
Trong đạo mầu tịch diệt.

"Thiện nam tử! Sau khi Phạm-chí Bảo Hải đọc kệ xưng tán Phật rồi, hết thảy đại chúng đều ngợi khen tán thán rằng: 'Lành thay, lành thay! Bậc đại trượng phu thật khéo biết xưng tán đấng Như Lai Pháp vương.'

"Bấy giờ, Phạm-chí Bảo Hải bạch Phật: 'Bạch Thế Tôn! Nay con đã giáo hóa vô lượng ức chúng sinh khiến cho đều phát tâm A-nậu-đa-la Tam-miệu Tam-bồ-đề. Những chúng sinh này thảy đều phát nguyện nhận lấy cõi thế giới thanh tịnh nhiệm mầu, lìa xa những cõi thế giới không thanh tịnh; dùng tâm thanh tịnh để trồng các căn lành; khéo thâu nhiếp và điều phục các chúng sinh. Trong nhóm của ông Hỏa Man có một ngàn lẻ bốn người đều đã từng tụng đọc kinh sách Tỳ-đà của ngoại đạo, Như Lai cũng đều đã thọ ký cho những người này vào Hiền kiếp sẽ được thành Phật.

"Có những chúng sinh thường làm các việc tham dâm, sân si, kiêu mạn, thảy đều sẽ được điều phục bằng giáo pháp Ba thừa.

"Lại có những chúng sinh mà một ngàn lẻ bốn vị Phật ấy cũng đành buông bỏ. Đó là những chúng sinh phiền não sâu nặng, ở trong đời có năm sự uế trược mà phạm năm tội nghịch, hủy hoại chánh pháp, phỉ báng các bậc thánh nhân, làm theo tà kiến, lìa xa bảy món tài bảo của bậc thánh, bất hiếu với cha mẹ, đối với các bậc tu hành không có lòng cung kính; thường làm những việc chẳng nên làm, việc nên làm lại chẳng làm; không làm việc phước, không sợ quả báo đời sau; với Ba điều phúc không khởi tâm muốn làm; chẳng cầu được quả báo trong hai cõi trời, người; thường làm mười điều ác, ngập chìm trong tham lam, sân hận và si mê; lìa xa các bậc thiện tri thức, không biết thân cận với người có trí huệ chân thật; lăn lóc trong ba cõi, giam hãm giữa ngục tù sanh tử, trôi chảy theo bốn dòng nước xoáy, chìm sâu trong dòng sông phiền não; do ngu si mà thành mù quáng không nhìn thấy, lìa bỏ nghiệp lành, chỉ gây toàn các nghiệp ác.

"Những chúng sinh như vậy, các cõi Phật đều không dung nạp, cho nên bị nghiệp lực xô đẩy mà tụ tập đến cõi thế giới này. Vì lìa xa các nghiệp lành, chỉ tạo toàn các nghiệp ác, việc làm đều theo tà đạo, nên những tội nặng đã chồng chất như núi lớn!

"Bấy giờ nơi thế giới Ta-bà, con người vào Hiền kiếp có tuổi thọ là một ngàn tuổi, một ngàn lẻ bốn vị Phật kia phát tâm đại bi chưa trọn, không nhận lấy cõi thế giới xấu ác như vậy, khiến cho chúng sinh phải trôi lăn trong sinh tử như bị cuốn trong guồng trục, chẳng có ai cứu giúp, bảo vệ; chẳng có ai để nương dựa, noi theo; không nơi trú ẩn, không ánh sáng soi đường. Những chúng sinh ấy phải nhận chịu mọi điều khổ não nhưng lại bị buông bỏ, vì mỗi vị Phật kia đều phát nguyện nhận lấy cõi thế giới thanh tịnh nhiệm mầu. Chúng sinh ở các cõi thế giới thanh tịnh thảy đều có thể khéo tự điều phục; tâm họ thanh tịnh, đã trồng các căn lành, lại chuyên cần tinh tấn tu tập, đã được cúng dường vô lượng chư Phật, nay lại được thâu nhận vào cõi Phật thanh tịnh. Bạch Thế Tôn! Những người phát nguyện như thế có phải là chân thật hay chăng?'

"Khi ấy, đức Thế Tôn liền bảo Phạm-chí Bảo Hải: 'Quả đúng như lời ông nói! Thiện nam tử! Những người kia tùy theo chỗ mong muốn trong lòng mà đều phát nguyện nhận lấy những cõi thế giới có đủ mọi sự trang nghiêm thanh tịnh. Ta cũng tùy theo tâm nguyện của họ mà thọ ký cho được như vậy.'

Bấy giờ, Phạm-chí Bảo Hải lại bạch Phật: 'Bạch Thế Tôn! Hiện nay tâm con xao động như trong lúc nguy khẩn bám lấy cành cây, trong lòng hết sức lo âu buồn khổ, thân thể tiều tụy. Các vị Bồ Tát kia tuy sinh lòng đại bi nhưng không thể nhận lấy cõi thế giới xấu ác có năm sự uế trược, nên những chúng sinh nơi đây phải rơi vào chỗ tối tăm u ám!

"Bạch Thế Tôn! Cho đến đời vị lai, trải qua số a-tăng-kỳ kiếp nhiều như số cát sông Hằng, bước sang số a-tăng-kỳ kiếp lần thứ hai cũng nhiều như số cát sông Hằng, vào nửa sau của Hiền kiếp, tuổi thọ con người là một ngàn tuổi, con sẽ đợi đến khi ấy mà tu tập hành trì đạo Bồ Tát, ở lâu trong sinh tử, nhẫn chịu mọi điều khổ não. Nhờ vào sức tam-muội của Bồ Tát nên quyết sẽ không buông bỏ những chúng sinh như vậy.

"Bạch Thế Tôn! Nay con tự mình thực hành sáu pháp ba-la-mật để điều phục chúng sinh.

"Như lời Phật dạy, dùng tài vật để bố thí gọi là Bố thí ba-la-mật.

"Bạch Thế Tôn! Khi con thực hành pháp Bố thí ba-la-mật, nếu có chúng sinh đời đời theo con mà cầu xin các thứ cần dùng, con sẽ tùy theo chỗ cần dùng mà cung cấp cho đầy đủ, từ món ăn thức uống, thuốc men, y phục, giường ghế, nhà cửa xóm ấp, hương hoa, chuỗi ngọc; giúp cho người bệnh có đủ thuốc men, sự chăm sóc. Đối với những vật như cờ phướn, lọng che quý báu, tiền tài, lúa thóc, vải lụa, voi ngựa, xe cộ, vàng bạc, chân châu, lưu ly, pha lê, ngọc quý, ngọc bích, san hô, chân bảo cho đến các thứ nón mũ, đồ trang sức... con đều sinh lòng đại bi, đối với chúng sinh dẫu cho nghèo khó cũng mang ra bố thí hết. Tuy làm việc bố thí như vậy nhưng chẳng cầu được quả báo trong hai cõi trời, người, chỉ vì muốn thâu nhiếp điều phục chúng sinh mà thôi. Do nhân duyên ấy nên xả bỏ được hết thảy mọi sự sở hữu.

"Nếu có những chúng sinh cầu xin quá mức, chẳng hạn như nô tỳ, xóm làng, thành ấp, vợ con, chân tay, mũi lưỡi, đầu mắt, da xương, máu thịt, thân mạng... Cầu xin những thứ như vậy thật là quá đáng. Nhưng khi ấy con vẫn sinh lòng đại bi, mang đủ những thứ như vậy mà bố thí cho tất cả, cũng không cầu được quả báo, chỉ vì để thâu nhiếp điều phục chúng sinh mà thôi.

"Bạch Thế Tôn! So với việc thực hành pháp Bố thí ba-la-mật của con, những vị Bồ Tát trong quá khứ đã thực hành pháp Bố thí ba-la-mật thảy đều không thể theo kịp; những vị Bồ Tát trong tương lai sẽ phát tâm A-nậu-đa-la Tam-miệu Tam-bồ-đề mà thực hành pháp Bố thí ba-la-mật cũng đều không thể theo kịp!

"Thế Tôn! Trong đời vị lai con vì tu hành đạo Bồ Tát nên trong trăm ngàn ức kiếp sẽ thực hành pháp Bố thí ba-la-mật như vậy.

"Thế Tôn! Trong đời vị lai nếu có ai muốn tu hành đạo Bồ Tát, con sẽ vì người ấy khuyên dạy thực hành pháp Bố thí ba-la-mật, không để cho dứt mất.

"Khi con bắt đầu thực hành pháp Trì giới ba-la-mật, vì cầu quả A-nậu-đa-la Tam-miệu Tam-bồ-đề nên giữ theo đủ mọi giới luật, tu tập các pháp khổ hạnh đúng như Phật dạy, quán xét các pháp ngã và vô ngã nên năm căn[1] chẳng bị năm trần[2] làm hại.

"Còn về pháp Nhẫn nhục ba-la-mật, con cũng sẽ thực hành theo như đã nói ở trên, quán xét các pháp hữu vi, lìa khỏi mọi điều lỗi lầm xấu ác; thấy rõ các pháp vô vi là vi diệu, tịch diệt; chuyên cần tinh tấn tu tập, đối với đạo Vô thượng không sinh lòng thối chuyển.

"Với pháp Tinh tấn ba-la-mật, con cũng thực hành theo đúng như vậy.

"Dù ở bất cứ nơi đâu cũng tu tập tướng không, đạt được pháp tịch diệt, đó gọi là Thiền định ba-la-mật.

"Thấu hiểu được rằng tánh thật của các pháp xưa vốn không sinh, nay ắt không diệt, đó gọi là Bát-nhã ba-la-mật. Trong vô lượng trăm ngàn ức a-tăng-kỳ kiếp, con đã chuyên cần tinh tấn, kiên trì tu tập pháp Bát-nhã ba-la-mật như thế.

"Vì sao vậy? Trong đời quá khứ hoặc có những Bồ Tát không vì cầu quả A-nậu-đa-la Tam-miệu Tam-bồ-đề mà tu hành đạo Bồ Tát, chuyên cần tinh tấn, kiên trì tu tập pháp Bát-nhã ba-la-mật; hoặc trong đời vị lai có những Bồ Tát chưa vì cầu quả A-nậu-đa-la Tam-miệu Tam-bồ-đề mà tu hành đạo Bồ Tát, chuyên cần tinh tấn, kiên trì tu tập pháp Bát-nhã ba-la-mật, con sẽ vì đó mà trong

[1] Năm căn: Nguyên bản Hán văn dùng ngũ tình, theo lối dịch cổ chính là để chỉ ngũ căn. Trong sáu căn trừ ra ý căn thuộc về bên trong, còn lại xếp chung một nhóm thuộc về bên ngoài, đó là mắt, tai, mũi, lưỡi và thân.

[2] Năm trần: Gồm có hình sắc, âm thanh, mùi hương, vị nếm và sự xúc chạm. Chính là sáu trần trừ ra đối tượng của ý là các pháp.

đời vị lai phát tâm A-nậu-đa-la Tam-miệu Tam-bồ-đề, tu đạo Bồ-đề, khiến cho các pháp lành không bị dứt mất.

"Bạch Thế Tôn! Con từ khi mới phát tâm đã vì các vị Bồ Tát trong đời vị lai mà chỉ bày khai mở tâm đại bi; từ nay cho đến lúc đạt được Niết-bàn cũng vẫn tiếp tục làm như vậy. Như có ai được nghe biết về lòng đại bi của con, trong lòng sẽ hết sức kinh ngạc mà ngợi khen là chưa từng có!

"Cho nên con đối với việc bố thí không tự khen mình, trì giới mà không dựa vào trì giới, nhẫn nhục mà không nghĩ là đang nhẫn nhục, tinh tấn mà không phụ thuộc tinh tấn, thiền định mà không nếm trải các cảnh giới thiền, chỗ trí huệ đạt được không vướng mắc trong quá khứ, hiện tại và tương lai. Tuy thực hành sáu pháp ba-la-mật như vậy mà chẳng cầu được quả báo.

"Có những chúng sinh lìa xa bảy món tài bảo của bậc thánh nên các thế giới chư Phật đều không dung nạp. Những chúng sinh ấy tạo năm tội nghịch, hủy hoại chánh pháp, phỉ báng các bậc hiền thánh, làm theo tà kiến, tội ác nặng nề chồng chất như núi lớn, thường bị tà đạo che lấp. Nay con vì những chúng sinh như thế mà chuyên tâm trang nghiêm, tinh cần tu tập sáu pháp ba-la-mật. Con vì mỗi một chúng sinh ấy mà trồng các căn lành nên trong thời gian mười kiếp chấp nhận vào địa ngục A-tỳ để chịu vô số nỗi khổ, lại cũng thọ sinh vào các cảnh giới súc sinh, ngạ quỷ cho đến quỷ thần, hoặc sinh làm người nghèo khổ, hèn hạ.

"Nếu có những chúng sinh hoàn toàn không có căn lành, tâm ý tán loạn, khổ não, con sẽ thâu nhiếp tất cả mà điều phục họ, khiến cho trồng các căn lành. Từ đây mãi cho đến Hiền kiếp, con nguyện chẳng bao giờ sinh trong hai cõi trời, người để hưởng thụ những điều khoái lạc, chỉ trừ một lần đản sinh cuối cùng trên cõi trời Đâu-suất trước khi thành Phật.

"Bạch Thế Tôn! Con nguyện sẽ ở cõi sinh tử này thời gian lâu dài như số kiếp bằng với số hạt bụi nhỏ trong một cõi Phật, dùng đủ các thứ cần dùng để cúng dường chư Phật; vì trồng căn lành cho mỗi một chúng sinh mà dùng đủ các món cúng dường nhiều như số hạt bụi nhỏ của một cõi Phật để cúng dường hết thảy vô lượng vô biên chư Phật trong khắp mười phương; lại cũng ở nơi mỗi một vị Phật trong số vô lượng vô biên chư Phật khắp mười phương mà đạt được những công đức lành nhiều như số hạt bụi nhỏ của một cõi Phật; lại ở trước mỗi một vị Phật ấy đều giáo hóa được số chúng sinh nhiều như số hạt bụi nhỏ của một cõi Phật, khiến cho đều được trụ yên trong đạo Bồ-đề Vô thượng. Đối với các quả vị Duyên giác và Thanh văn lại cũng như vậy, đều tùy theo sở nguyện của chúng sinh mà giáo hóa.

"Nơi những thế giới chưa có Phật ra đời, con nguyện làm vị tiên nhân để giáo hóa chúng sinh, khiến cho trụ yên trong Mười điều lành, Năm thần thông, lìa xa được các tà kiến.

"Nếu có những chúng sinh thờ phụng vị trời Ma-hê-thủ-la, con nguyện hóa thân thành vị Ma-hê-thủ-la để giáo hóa chúng sinh ấy, khiến cho được trụ yên trong pháp lành. Với những chúng sinh thờ phụng vị trời Bát Tý,[1] con cũng nguyện hóa thân làm vị trời Bát Tý để giáo hóa chúng sinh ấy, khiến cho được trụ yên trong pháp lành. Với những chúng sinh thờ phụng vị Nhật Nguyệt Phạm thiên, con cũng nguyện hóa thân làm vị Nhật Nguyệt Phạm thiên để giáo hóa chúng sinh ấy, khiến cho được trụ yên trong pháp lành.

"Nếu có những chúng sinh thờ phụng loài chim cánh vàng, cho đến thờ phụng loài thỏ, con nguyện cũng hóa thân làm chim cánh vàng, làm thỏ để theo giáo hóa chúng sinh ấy, khiến cho được trụ yên trong pháp lành.

"Nếu gặp những chúng sinh bị đói khát, con sẽ dùng máu thịt thân mình mà bố thí cho, khiến được no đủ.

"Nếu có những chúng sinh phạm vào các tội lỗi, con sẽ dùng thân mạng của mình để chịu tội thay thế, vì những chúng sinh ấy mà làm người cứu giúp, bảo vệ.

[1] Vị trời Bát Tý (Bát Tý thiên): tức Na-la-diên thiên, cũng có nơi gọi là Tỳ-nữu thiên.

"Bạch Thế Tôn! Trong đời vị lai có những chúng sinh lìa các căn lành, diệt mất thiện tâm, con vào lúc đó sẽ vì những chúng sinh ấy mà chuyên cần tinh tấn hành đạo Bồ Tát, ở trong sinh tử chịu các khổ não, cho đến trải qua số a-tăng-kỳ kiếp nhiều như số cát sông Hằng, bước vào nửa sau của số a-tăng-kỳ kiếp lần thứ hai cũng nhiều như số cát sông Hằng, vừa mới bắt đầu Hiền kiếp, khi ông Hỏa Man thành tựu quả A-nậu-đa-la Tam-miệu Tam-bồ-đề hiệu là Câu-lưu-tôn Như Lai, những chúng sinh mà con giáo hóa đều là những chúng sinh đã từng lìa các nghiệp lành, tạo các nghiệp ác, tâm lành đã mất, lìa bỏ bảy món tài bảo của bậc thánh, phạm vào năm tội nghịch, hủy hoại chánh pháp, phỉ báng thánh nhân, làm theo tà kiến, tội ác nặng nề chất chồng như núi lớn, thường bị tà đạo che lấp, không có thế giới Phật nào dung nạp, được con giáo hóa khiến cho phát tâm A-nậu-đa-la Tam-miệu Tam-bồ-đề, thực hành pháp Bố thí ba-la-mật, cho đến thực hành pháp Bát-nhã ba-la-mật, dừng trụ vững vàng nơi địa vị không còn thối chuyển, tất cả đều sẽ thành Phật, sẽ chuyển bánh xe chánh pháp ở các cõi Phật trong mười phương nhiều như số hạt bụi nhỏ của một cõi Phật, khiến cho chúng sinh đối với quả A-nậu-đa-la Tam-miệu Tam-bồ-đề liền trồng các căn lành, ra khỏi các đường ác, dừng trụ an ổn trong các pháp công đức, trí huệ, hỗ trợ Bồ-đề. Tất cả những chúng sinh như vậy, nguyện con khi ấy đều được nhìn thấy.

"Bạch Thế Tôn! Nếu như chư Phật mỗi vị đều ở tại cõi thế giới của mình, khiến cho chúng sinh tìm đến chỗ Phật, được thọ ký quả A-nậu-đa-la Tam-miệu Tam-bồ-đề, lại khiến cho được các phép đà-la-ni, tam-muội, nhẫn nhục, lần lượt bước lên các địa vị tu chứng, được các cõi thế giới có đủ mọi sự trang nghiêm tốt đẹp, mỗi người đều tùy theo ý muốn nhận lấy cõi Phật thanh tịnh. Tất cả những chúng sinh như vậy đều là do con khuyên bảo dạy dỗ, khi bước vào Hiền kiếp, lúc đức Phật Câu-lưu-tôn ra đời, những chúng sinh ấy cũng sẽ ở nơi các cõi Phật nhiều như số hạt bụi nhỏ trong khắp mười phương mà thành tựu quả A-nậu-đa-la Tam-miệu Tam-bồ-đề, mỗi vị đều ở tại cõi Phật của mình mà thuyết pháp, cũng nguyện cho con đều được nhìn thấy.

"Bạch Thế Tôn! Vào lúc đức Phật Câu-lưu-tôn thành đạo, con sẽ đến chỗ của ngài dùng đủ các phẩm vật để cúng dường, thưa hỏi mọi điều về giáo pháp của bậc xuất gia, lại giữ gìn giới hạnh thanh tịnh, học rộng nghe nhiều, chuyên tu tam-muội, chuyên cần tinh tấn tu tập, thuyết giảng giáo pháp vi diệu, trừ đức Như Lai ra thì không còn ai có thể vượt hơn được! Vào thời ấy, nếu có những chúng sinh ngu độn tối tăm, không có căn lành, rơi vào tà kiến, làm theo những việc không chân chánh, phạm vào năm tội nghịch, hủy hoại chánh pháp, phỉ báng các bậc thánh hiền, tội ác nặng nề chất chồng như núi lớn, con sẽ vì những chúng sinh như vậy mà thuyết giảng chánh pháp, thâu nhiếp và điều phục. Sau khi đức Phật nhập Niết-bàn, tự nhiên con sẽ tiếp tục ở lại mà làm vô số Phật sự.

"Cho đến khi các đức Phật Già-na-ca-mâu-ni, Ca-diếp ra đời, con cũng sẽ lần lượt thực hiện đủ tất cả các việc như vào thời đức Phật Câu-lưu-tôn, cho đến sau khi Phật nhập Niết-bàn cũng tiếp tục ở lại mà làm vô số Phật sự.

"Mãi cho đến khi tuổi thọ con người chỉ còn một ngàn tuổi, con sẽ khuyên bảo chúng sinh về việc tu tập Ba điều phúc. Trải qua đủ ngàn năm rồi, liền sinh lên cõi trời, vì chư thiên giảng thuyết chánh pháp khiến cho tất cả đều được điều phục.

"Cho đến khi tuổi thọ con người chỉ còn một trăm hai mươi tuổi, khi ấy chúng sinh ngu si, chỉ tự làm theo ý mình; luôn tự mãn về dung mạo xinh đẹp và được sinh trong dòng tộc cao quý; lại có đủ các nết buông thả, lười nhác, tham lam keo kiệt, ganh ghét, ghen tỵ, sinh vào cõi đời xấu ác tối tăm có đủ năm sự uế trược, lòng tham dục sâu nặng, sân khuể, ngu si, kiêu mạn, làm những việc dâm dục, cầu tài không đúng pháp, làm theo tà kiến điên đảo, lìa bỏ bảy món tài bảo của bậc thánh, bất hiếu với cha mẹ, đối với các bậc tu hành không sinh lòng cung kính; thường làm những việc chẳng nên làm, việc nên làm lại chẳng làm; không làm việc phước, không sợ quả báo đời sau; không chuyên cần tu tập Ba điều phúc; chẳng ưa thích giáo pháp Ba thừa, đối với ba căn lành[1] không thường tu tập, ngập chìm trong tham lam, sân hận và si mê; chẳng tu mười điều lành, thường làm mười điều ác, trong tâm thường bị bốn điên đảo che lấp, thường phạm bốn điều phá giới,[2] khiến cho bốn ma vương được tùy ý lung lạc, cuốn trôi trong bốn dòng nước xoáy, bị năm pháp che lấp trong tâm.[3] Trong đời vị lai, những chúng sinh như vậy buông thả sáu căn, làm theo tám tà pháp,[4] tội lỗi chất chồng như núi lớn, sinh ra trăm mối trói buộc, chẳng cầu được quả báo tốt đẹp trong hai cõi trời, người, tin theo các tà kiến điên đảo, hướng theo tà đạo, phạm vào năm tội nghịch, hủy hoại chánh pháp, phỉ báng thánh nhân, lìa các căn lành, phải sa vào cảnh nghèo hèn khốn khó, không còn biết tránh né sợ sệt điều gì, không rõ việc ân nghĩa, đánh mất chánh niệm, khinh rẻ pháp lành, không có trí huệ, không thể học hỏi, hủy phạm giới luật, nịnh hót bợ đỡ, khởi tâm ganh ghét ghen tỵ nên khi có được vật chất của cải chẳng bao giờ chia phần cho kẻ khác, thường khinh khi rẻ rúng lẫn nhau, không có lòng cung kính, lười nhác chểnh mảng, các căn không đầy đủ, thân thể gầy yếu, quần áo thiếu thốn, gần gũi kẻ ác, khi vào bào thai mê muội chẳng còn hay biết. Vì phải chịu đủ mọi sự khổ não nên dáng vẻ xấu xí, tiều tụy, nhưng đưa mắt nhìn nhau không chút xấu hổ thẹn thùng, lại còn đe dọa rồi sợ

---

[1] Ba căn lành: chỉ các đức tính không tham, không sân, không si, vì đây là cội gốc sinh ra các điều lành nên gọi là căn lành. Cũng gọi các đức bố thí, từ bi và trí huệ là ba căn lành, vì bố thí đối trị tham lam, từ bi đối trị sân hận, và trí huệ đối trị ngu si. Tuy diễn giải có phần khác nhau nhưng vẫn cùng một ý.

[2] Bốn điều phá giới (Tứ phá giới): Một là giữ giới thanh tịnh nhưng chấp có bản ngã. Hai là giữ giới thanh tịnh nhưng không trừ được thân kiến, chấp thân là thật có. Ba là giữ giới thanh tịnh nhưng chấp giữ tướng chúng sinh mà khởi tâm từ, khi nghe nói tất cả các pháp xưa nay vốn không sinh thì hết sức kinh sợ. Bốn là giữ giới thanh tịnh, nhưng tu hành khổ hạnh cho là có chỗ sở đắc. Người thọ giới mà phạm vào bốn điều này thì sự tu tập không thể đạt đến giải thoát, nên dù có giữ giới mà nói là phá giới.

[3] Năm pháp che lấp trong tâm: tức Ngũ cái, là năm điều ngăn che, khiến cho trong tâm không thể sinh khởi trí huệ. Năm điều này gồm có: một là tham dục, hai là sân khuể, ba là thụy miên (buồn ngủ, hôn trầm), bốn là trạo hối (tâm xao động bất an) và năm là nghi ngờ.

[4] Tám tà pháp: Trái ngược với Bát chánh đạo, đó là các pháp: Tà kiến, Tà tư duy, Tà ngữ, Tà nghiệp, Tà mạng, Tà phương tiện, Tà niệm và Tà định.

sệt lẫn nhau, chỉ trong khoảng thời gian ngắn ngủi của một bữa ăn mà các nghiệp ác do thân, miệng, ý tạo ra đã là vô lượng vô biên. Lại lấy việc làm ác đó mà ngợi khen, xưng tụng!

"Vào thời bấy giờ chúng sinh cùng nhau tu tập theo đoạn kiến và thường kiến,[1] kiên trì tham chấp vào thân thể do năm ấm[2] hợp thành, mỏng manh không bền chắc, đối với năm món dục lạc sinh lòng tham đắm nặng nề, thường sinh tâm nóng giận, oán thù, muốn làm hại những chúng sinh khác.

"Những chúng sinh ấy trong tâm thường nóng giận, phiền não, thô thiển, xấu xa, chưa điều phục được những thói xấu như tham lam, keo kiệt, mê đắm tham dục; không buông bỏ được những điều không đúng chánh pháp, không có tâm quyết định, thường đe dọa, sợ sệt lẫn nhau, khởi lên sự tranh chấp, giành giật, dùng tâm xấu xa mà giết hại lẫn nhau, xa lìa các pháp lành, khởi tâm bất thiện mà làm các nghiệp ác.

"Những chúng sinh ấy đối với việc thiện hay việc ác cũng đều không tin là sẽ có quả báo; đối với các pháp lành sinh tâm đối nghịch, đối với các pháp làm dứt căn lành lại sinh tâm hoan hỷ; đối với các pháp bất thiện khởi tâm chuyên làm, đối với Niết-bàn tịch diệt lại khởi tâm chẳng mong cầu; đối với các bậc tu hành trì giới sinh lòng bất kính, đối với các mối trói buộc lại khởi tâm mong cầu cho là ít có.

"Đối với những nỗi khổ như già, bệnh, chết lại đặt lòng tin cậy; đối với các phiền não lại khởi tâm thọ trì; đối với năm pháp ngăn che lại khởi tâm nắm giữ.

"Đối với nơi thuyết giảng chánh pháp thì khởi tâm lìa xa; đối với nơi giảng nói các tà kiến lại khởi tâm xây dựng; thường khởi tâm chống phá, khinh khi lẫn nhau, sinh lòng chém giết ăn nuốt

---

[1] Đoạn kiến và thường kiến: hai quan điểm sai lầm về thực tại. Đoạn kiến là cho rằng cuộc sống này đoạn diệt, sau khi chết không còn gì nữa cả. Thường kiến là cho cuộc sống này là thường tồn, mọi thứ đều không thể hoại mất.

[2] Năm ấm (ngũ ấm): tức năm uẩn (ngũ uẩn).

lẫn nhau; người người đều chống đối nhau, xâm lấn giành giật nhau; ôm giữ những tâm oán hận, não hại nhau.

"Đối với những tham dục xấu ác sinh lòng mê say không chán bỏ, đối với tài sản vật chất của người khác sinh lòng ganh ghét, đối với việc thọ ân chẳng khởi lòng báo đáp, đối với tài sản của người khác sinh lòng trộm cắp, cướp giật; đối với vợ người khác lại sinh lòng xâm phạm, não hại.

"Hết thảy chúng sinh vào thời ấy trong lòng không có nguyện lành, cho nên thường nghe thấy những âm thanh của các cảnh giới địa ngục, súc sinh, ngạ quỷ; những âm thanh của tật bệnh, già chết; những âm thanh của sự não hại, của tám nạn xứ; những âm thanh của sự trói buộc, xiềng xích, gông cùm; những âm thanh của sự cướp đoạt, xâm phạm, não hại người khác; những âm thanh của sân khuể, khinh hủy, trách mắng, phá hoại sự hòa hợp của người khác.

"Họ cũng thường nghe thấy những âm thanh của binh khí, chiến cụ, giặc cướp từ phương khác đến; những âm thanh của đói khổ, gạo thóc quý hiếm, trộm cướp nổi lên; những âm thanh của sự tà dâm, dối trá, điên loạn, ngu si; những âm thanh của lời nói đâm thọc, lời nói ác độc, lời nói không chính đáng; những âm thanh của sự tham lam, keo kiệt, ghen ghét, ganh tỵ; những âm thanh của sự thu góp, đắm chấp vào "cái ta" và "vật của ta" rồi sinh ra giành giật, tranh đấu.

"Họ lại thường nghe thấy những âm thanh của sự yêu, ghét, vừa lòng, không vừa lòng; những âm thanh của ân ái, biệt ly, lo buồn, khổ não vì phải gần gũi thân cận những người mình oán ghét; những âm thanh sợ sệt lẫn nhau, làm tôi tớ cho nhau; những âm thanh khi vào ở trong bào thai dơ nhớp hôi hám; những âm thanh của sự nóng, lạnh, đói, khát, mỏi mệt; những âm thanh của sự cày bừa gieo cấy mùa vụ tất bật, những âm thanh của đủ mọi thứ nghề nghiệp kiếm sống mệt mỏi chán ngán; những âm thanh của các thứ bệnh tật nạn khổ hao gầy ốm yếu.

"Vào thời bấy giờ, tất cả chúng sinh ai nấy đều thường nghe thấy những âm thanh như thế.

"Những chúng sinh như vậy đầy dẫy trong thế giới Ta-bà. Tất cả đều đã dứt mất căn lành, lìa xa các bậc thiện tri thức, thường ôm ấp trong lòng sự nóng nảy sân hận, không được các cõi Phật ở phương khác dung nạp, do nghiệp lực nặng nề nên mới thọ sinh về đây trong Hiền kiếp, tuổi thọ chỉ có một trăm hai mươi tuổi.

"Những chúng sinh ấy do nơi nghiệp lực nhân duyên nên ở trong thế giới Ta-bà nhận chịu những sự thấp hèn xấu xí. Những chúng sinh thành tựu được các căn lành thảy đều lìa xa họ.

"Mặt đất ở thế giới Ta-bà đầy dẫy những thứ muối mỏ mặn đắng, đất cát sỏi đá, núi đồi, gò nổng, suối khe, hang hố, ruồi muỗi, rắn độc. Các loài chim độc, thú dữ chen chúc khắp nơi. Gió chướng, bão táp nghịch mùa thường khởi; những cơn mưa đá, mưa lớn thường đổ xuống nghịch mùa. Trong nước mưa ấy có chất độc, có vị chua, vị mặn, vị đắng. Mưa ấy làm sinh sôi nảy nở các loài cây cỏ, nên những cành nhánh hoa trái, lúa thóc thảy đều hàm chứa đủ các vị độc.[1] Các loại thực phẩm, hoa trái nghịch mùa, trái với tự nhiên, chứa nhiều chất độc, nên khi chúng sinh ăn vào thì lòng nóng nảy sân hận càng tăng thêm, hình dáng tiều tụy không chút tươi nhuận, không có lòng từ mẫn, thường phỉ báng thánh nhân.

"Những chúng sinh ấy thảy đều không có lòng cung kính, thường ôm trong lòng những sự khủng bố, tàn hại lẫn nhau; trong lòng thường sinh não loạn, thường ăn thịt, uống máu những chúng sinh khác, lột da những chúng sinh khác mà làm quần áo mặc; thường cầm dao gậy chuyên làm việc giết hại; thường tự mãn cho rằng dòng dõi của mình là cao quý, hình sắc của mình là đẹp đẽ; thường tụng đọc kinh sách ngoại đạo, luyện tập cưỡi

[1] Đoạn kinh văn này khiến chúng ta liên tưởng đến những cơn mưa acid hiện nay đang thường xuyên đổ xuống nhiều nơi trên thế giới, cùng với sự ô nhiễm nặng nề của môi trường khiến cho hầu hết các món ăn, thức uống của con người đều pha lẫn trong đó ít nhiều độc tố.

ngựa, giỏi dùng các loại đao thương, khí giới; đối với quyến thuộc của chính mình cũng sinh lòng ganh ghét, đố kỵ. Những chúng sinh này tu tập theo tà pháp, phải chịu đủ mọi sự khổ não.

"Bạch Thế Tôn! Con nguyện vào thời ấy sẽ từ cung trời Đâu-suất hiện xuống cõi Ta-bà, sinh vào nhà của vị Chuyển luân vương cao quý nhất, tùy ý nhập bào thai trong lòng vị hoàng hậu của Thánh vương.

"Do con đã vì tất cả chúng sinh mà điều phục tâm ý, tu tập căn lành, nên ngay khi nhập bào thai liền phóng ra ánh hào quang rực sáng. Hào quang vi diệu ấy chiếu khắp cả thế giới Ta-bà, từ nơi thấp nhất của thế giới này lên đến tận cõi trời A-ca-ni-trá, khiến cho tất cả những chúng sinh trong các cõi này, hoặc đang ở trong cảnh giới địa ngục, hoặc đang trong cảnh giới súc sinh, hoặc đang trong cảnh giới ngạ quỷ, hoặc đang ở các cõi trời, hoặc trong cõi người, hoặc có hình sắc, hoặc không hình sắc, hoặc có tư tưởng, hoặc không tư tưởng, hoặc không phải có tư tưởng cũng không phải không có tư tưởng, nguyện cho tất cả đều được nhìn thấy hào quang vi diệu sáng rực của con.

"Khi hào quang ấy chạm vào thân thể, cũng nguyện cho chúng sinh đều được rõ biết. Nhờ rõ biết được hào quang ấy nên liền phân biệt được những sự nguy khổ của sinh tử, hết lòng mong cầu được cảnh giới Niết-bàn Vô thượng tịch diệt, cho đến chỉ trong khoảng thời gian của một ý tưởng đã dứt trừ được hết các phiền não. Như vậy gọi là giúp cho chúng sinh lần đầu tiên gieo trồng hạt giống Niết-bàn.

"Nguyện trong thời gian mười tháng con ở trong bào thai liền chọn lựa phân biệt được hết thảy các pháp, vào hết thảy các pháp môn, như là các pháp môn Tam-muội Vô sanh, Tam-muội Không... Vào đời vị lai con sẽ thuyết giảng các pháp môn tam-muội ấy trong vô lượng kiếp, dù ai có tâm khéo quyết định cũng không thể lãnh hội được hết.

"Khi con ra khỏi bào thai, thành tựu quả A-nậu-đa-la Tam-miệu Tam-bồ-đề rồi, sẽ cứu vớt cho hết thảy những chúng sinh ấy, khiến cho được lìa khỏi sinh tử, sẽ khiến cho những chúng sinh ấy đều được thấy rõ rằng tuy con ở trong thai mẹ trọn đủ mười tháng, nhưng thật ra là đang trụ yên trong Tam-muội Trân bảo, ngồi kết già nhập định tư duy; sau khi trọn đủ mười tháng liền từ nơi hông bên phải mà bước ra, nhờ oai lực của Tam-muội Nhất thiết công đức thành tựu nên khiến cho trong thế giới Ta-bà, từ nơi thấp nhất lên đến tận cõi trời A-ca-ni-trá đều chấn động đủ sáu cách, những chúng sinh trong thế giới, hoặc đang ở trong cảnh giới địa ngục, hoặc trong cảnh giới súc sinh, hoặc trong cảnh giới ngạ quỷ, hoặc đang ở các cõi trời, cõi người, thảy đều được giác ngộ.

"Bấy giờ, con lại dùng hào quang vi diệu chiếu khắp cõi thế giới Ta-bà một lần nữa, lại cũng giúp cho vô lượng chúng sinh được giác ngộ. Nếu có chúng sinh nào chưa trồng căn lành, con sẽ khiến cho được dừng trụ an ổn mà trồng các căn lành. Đã trồng căn lành trong cảnh giới Niết-bàn rồi, liền khiến cho các chúng sinh được sinh trưởng hạt giống tam-muội.

"Khi con từ hông bên phải bước ra, chân vừa chạm đất, lại nguyện cho trong cõi thế giới Ta-bà, từ nơi thấp nhất lên đến tận cõi trời A-ca-ni-trá đều chấn động đủ sáu cách, những chúng sinh trong thế giới, hoặc sống trong nước, hoặc sống trên đất, hoặc sống giữa hư không, hoặc sinh ra từ bào thai, hoặc sinh ra từ trứng, hoặc sinh ra từ nơi ẩm ướt, hoặc do biến hóa mà sinh ra, hết thảy chúng sinh trong năm đường đều được giác ngộ.

"Nếu có những chúng sinh chưa đạt được tam-muội, nguyện cho thảy đều đạt được. Đạt được tam-muội rồi, sẽ dừng trụ an ổn trong giáo pháp Ba thừa, đạt được địa vị không còn thối chuyển.

"Khi con đã sinh ra rồi, tất cả chư thiên, Phạm vương, Thiên ma, chư thiên trên cõi trời Đao-lợi cùng với cõi Nhật nguyệt thiên, các vị Tứ Thiên vương, Đại Long vương, càn-thát-bà, a-tu-la, ca-lâu-la, khẩn-na-la, ma-hầu-la-già, các vị thần tiên hóa sinh, dạ-xoa, la-sát, thảy đều hiện đến cúng dường con. Nguyện khi con sinh ra liền bước đi bảy bước. Đi bảy bước rồi, nhờ oai lực của

Tam-muội Tuyển trạch công đức liền thuyết giảng chánh pháp khiến cho đại chúng sinh tâm hoan hỷ, trụ nơi Ba thừa.

"Trong đại chúng ấy, nếu có những chúng sinh học giáo pháp Thanh văn, nguyện cho ngay trong đời sống này liền được điều phục. Nếu có những chúng sinh tu tập theo Duyên giác thừa, hết thảy đều đạt được phép Nhẫn nhục Nhật hoa. Nếu có những người học theo Đại thừa, thảy đều đạt được Tam-muội Chấp trì kim cang ái hộ đại hải. Nhờ oai lực của tam-muội này, liền vượt qua được địa vị thứ ba.[1]

"Vào lúc bấy giờ con muốn tắm gội, nguyện có vị Đại Long vương cao quý nhất hiện đến tắm gội thân con. Chúng sinh được thấy như vậy liền trụ vững trong Ba thừa, đạt được những công đức như đã nói trên.

"Khi con còn ở tuổi thiếu niên cưỡi trên xe dê, thị hiện đủ mọi kỹ năng, tài nghệ khéo léo, đều là vì muốn giác ngộ cho hết thảy chúng sinh.

"Khi con ở tại cung điện có đủ vợ con, cung nữ, sống trong năm món dục lạc, cùng nhau vui thú. Vì thấy được sự nguy hại mê lầm nên giữa đêm khuya vượt ra khỏi thành, vất bỏ hết các món trang sức đẹp đẽ trên thân, vì muốn phá trừ bọn ngoại đạo Ni-kiền-tử.

"Các vị thầy ngoại đạo đều cung kính y phục, cho nên con mới khoác áo cà-sa đến ngồi dưới gốc cây bồ-đề. Chúng sinh thấy con ngồi dưới gốc bồ-đề, thảy đều phát nguyện mong cầu cho con mau chóng dùng oai lực của Tam-muội Nhất thiết công đức thành tựu mà thuyết giảng giáo pháp Ba thừa. Được nghe pháp rồi liền sinh lòng mong cầu tha thiết trong Ba thừa, chuyên cần tu tập, hành trì tinh tấn.

"Nếu có ai đã phát tâm cầu Thanh văn thừa liền khiến cho

---

[1] Địa vị thứ ba: tức là Phát quang địa, tiếng Phạn là Prabhākarī-bhūmi, là địa vị tu chứng thứ 3 trong Thập địa của hàng Bồ Tát. Đạt đến địa vị này, Bồ Tát chứng được luật vô thường, tu trì tự tâm, thực hành nhẫn nhục khi gặp chướng ngại trên đường hóa độ chúng sinh. Ở địa vị này, Bồ Tát trừ được ba độc là tham, sân, si và được bốn cấp định an chỉ của bốn xứ, chứng đạt năm phần trong lục thông.

được thoát khỏi phiền não, ngay trong đời này nhờ sự giáo hóa của con mà được điều phục.

"Nếu có ai đã phát tâm cầu Duyên giác thừa liền khiến cho tất cả đều được phép Nhẫn nhục Nhật hoa.

"Nếu có ai đã phát tâm cầu Đại thừa liền khiến cho đều được Tam-muội Chấp trì kim cang ái hộ đại hải. Nhờ oai lực của tam-muội này, liền vượt qua được địa vị thứ ba.

"Con ở nơi gốc bồ-đề nhận cỏ rồi trải thành tòa kim cang, ngồi kết già trên đó, thân tâm đều ngay thẳng, nhập Tam-muội A phả. Nhờ oai lực của tam-muội này khiến cho hơi thở vào ra đều dừng yên, tĩnh lặng. Trụ yên trong tam-muội này suốt một ngày một đêm chỉ ăn nửa phần mè, nửa phần gạo, còn thừa một nửa mang thí cho người khác.

"Con tu tập khổ hạnh như vậy rất lâu, trong khắp thế giới Ta-bà, tận trên cõi trời A-ca-ni-trá, hết thảy chúng sinh được nghe danh hiệu của con đều tìm đến chỗ con để cúng dường, những chúng sinh này có thể vì con mà chứng minh việc tu hành khổ hạnh như vậy.

"Nếu có chúng sinh nào theo giáo pháp Thanh văn mà trồng căn lành. Con nguyện sẽ khiến cho những chúng sinh ấy được tâm tĩnh lặng đối với mọi phiền não. Trong thời gian còn lại của kiếp sống này ắt sẽ tìm đến chỗ con, được con điều phục. Đối với các chúng sinh theo giáo pháp Duyên giác hay Đại thừa cũng đều như thế.

"Nếu có các loài rồng, quỷ thần, càn-thát-bà, a-tu-la, ca-lâu-la, khẩn-na-la, ma-hầu-la-già, ngạ quỷ, tỳ-xá-già, thần tiên đã chứng đắc năm thần thông tìm đến chỗ con để cúng dường, những chúng sinh này có thể vì con mà chứng minh việc tu hành khổ hạnh như vậy. Trong số này nếu có những chúng sinh đã học theo giáo pháp Thanh văn, Duyên giác hay Đại thừa cũng đều như vậy.

"Nếu có những chúng sinh trong Bốn cõi thiên hạ tu hành

theo ngoại đạo, ăn uống sơ sài khổ hạnh, liền có các loài phi nhân tìm đến bảo rằng: 'Các ông không thể nào tu hành trải qua đủ tất cả các sự khổ, lại cũng không thể đạt được quả báo lớn lao! Như vậy chẳng phải là chuyện ít có. Như ở chỗ chúng tôi có một vị Bồ Tát sắp thành Phật, cũng tu hành khổ hạnh, lại nhập vào phép thiền định vi diệu, các nghiệp thân, miệng, ý thảy đều lắng yên, tĩnh lặng, không còn hơi thở ra vào; trong một ngày một đêm chỉ ăn một nửa phần mè và nửa phần gạo. Tu hành khổ hạnh như vậy sẽ được quả báo lớn lao, được lợi ích lớn lao, chỉ bày giáo hóa cho rất nhiều người. Vị tu khổ hạnh này không bao lâu nữa sẽ thành tựu quả A-nậu-đa-la Tam-miệu Tam-bồ-đề. Nếu các ông không tin lời chúng tôi, có thể tự mình đến đó để quan sát cách tu của vị ấy.'

"Bạch Thế Tôn! Con nguyện cho những người này sẽ từ bỏ cách tu của họ, thảy đều tìm đến chỗ của con để quan sát cách tu khổ hạnh. Trong số đó nếu có ai đã học theo giáo pháp Thanh văn, Duyên giác hay Đại thừa, cũng đều như vậy.

"Nếu có các bậc vua chúa, quan đại thần, nhân dân, tại gia hoặc xuất gia, hết thảy nhìn thấy con tu hành khổ hạnh như vậy đều tìm đến chỗ con để cúng dường. Trong số đó nếu có người đã học giáo pháp Thanh văn, Duyên giác hay Đại thừa cũng đều như vậy.

"Nếu có những người nữ thấy con tu hành khổ hạnh liền tìm đến chỗ con để cúng dường. Những nữ nhân này liền mãi mãi về sau không còn phải thọ sinh làm thân nữ. Trong số đó nếu có người đã học giáo pháp Thanh văn, Duyên giác hay Đại thừa cũng đều như vậy.

"Nếu có các loài cầm thú thấy con tu khổ hạnh như vậy cũng tìm đến chỗ con. Những loài cầm thú này sau khi mạng chung sẽ không còn phải thọ sinh làm thân súc sinh nữa. Nếu đã phát tâm cầu đạo Thanh văn thì trong thời gian còn lại của kiếp sống này sẽ đến chỗ con mà được điều phục. Nếu đã phát tâm cầu đạo Duyên giác cũng được như vậy.

"Thậm chí cho đến các loài sâu bọ vi trùng cực kỳ nhỏ bé hay ngạ quỷ cũng đều như vậy.

"Con tu hành khổ hạnh lâu dài như vậy, một lần trải tòa ngồi kết già đều có trăm ngàn ức na-do-tha vô lượng chúng sinh vì con chứng minh. Những chúng sinh này đã từng trải qua vô lượng vô biên a-tăng-kỳ kiếp trồng hạt giống giải thoát.

"Bạch Thế Tôn! Cách tu hành khổ hạnh của con, những chúng sinh trong quá khứ chưa từng tu hành được như vậy; cho đến những kẻ ngoại đạo hoặc hàng Thanh văn, Duyên giác, Đại thừa trong quá khứ cũng đều không thể tu hành khổ hạnh được như vậy.

"Bạch Thế Tôn! Cách tu hành khổ hạnh của con, những chúng sinh trong tương lai cũng không thể tu hành được như vậy; cho đến những kẻ ngoại đạo hoặc hàng Thanh văn, Duyên giác, Đại thừa trong tương lai cũng đều không thể tu hành khổ hạnh được như vậy.

"Khi con chưa thành tựu quả A-nậu-đa-la Tam-miệu Tam-bồ-đề đã có thể làm nên những việc lớn lao, đó là phá trừ ma vương và quyến thuộc của ma. Con nguyện sau khi phá trừ ma phiền não và thành tựu quả A-nậu-đa-la Tam-miệu Tam-bồ-đề rồi, vì muốn giúp cho một chúng sinh được trụ yên nơi quả A-la-hán thù thắng nhiệm mầu mà con tùy thời hiện báo thân nhận chịu mọi nghiệp lực còn sót lại của chúng sinh ấy. Tương tự như vậy, lại đến chúng sinh thứ hai được con giúp cho trụ yên nơi quả A-la-hán. Rồi đến chúng sinh thứ ba, thứ tư... cho đến vô lượng chúng sinh lại cũng như vậy.

"Con vì hết thảy các chúng sinh mà thị hiện trăm ngàn vô lượng phép thần túc, muốn giúp cho chúng sinh được trụ yên trong chánh kiến. Lại vì hết thảy chúng sinh mà thuyết giảng trăm ngàn vô lượng ý nghĩa pháp môn, tùy theo khả năng nhận lãnh của mỗi chúng sinh mà khiến cho đều được trụ vững nơi thánh quả.

"Con dùng trí huệ kim cang phá tan hết thảy phiền não chất chồng như núi của tất cả chúng sinh. Lại vì các chúng sinh mà thuyết giảng giáo pháp Ba thừa. Vì hết thảy chúng sinh nên vượt qua trăm ngàn do-tuần không cần dùng đến thần lực, đến chỗ của các chúng sinh ấy mà thuyết pháp, khiến cho được trụ yên trong chỗ không sợ sệt.

"Nếu có những người muốn xuất gia tu học trong giáo pháp của con, nguyện cho không bị những điều chướng ngại như là gầy yếu, loạn tâm, điên cuồng, kiêu mạn... Cũng không có những sự sợ sệt, ngu si thiếu trí huệ, nhiều phiền não trói buộc, tâm ý tán loạn...

"Nếu có những người nữ muốn xuất gia học đạo trong giáo pháp của con, mong muốn thọ đại giới, nguyện cho đều được thành tựu.

"Nguyện cho đệ tử của con bốn chúng tỳ-kheo, tỳ-kheo ni, ưu-bà-tắc, ưu-bà-di đều được cúng dường.

"Nguyện cho các vị thiên nhân cùng với quỷ thần đều đạt được Bốn thánh đế.[1] Các loài rồng, a-tu-la cùng với các loài súc sinh đều thọ trì Tám giới,[2] tu tập Phạm hạnh thanh tịnh.[3]

"Bạch Thế Tôn! Khi con thành tựu quả A-nậu-đa-la Tam-miệu Tam-bồ-đề rồi, nếu có chúng sinh nào sinh lòng sân hận với con, hoặc dùng dao gậy, hoặc dùng hầm lửa cho đến đủ mọi phương cách để làm hại con, hoặc dùng những lời độc ác để phỉ báng, mạ lỵ, khiến cho khắp các thế giới trong mười phương đều khinh chê

---

[1] Bốn thánh đế: Tức Tứ diệu đế, hay Tứ đế.

[2] Tám giới: tức Bát trai giới hay Bát giới, cũng gọi là Bát quan trai giới, bao gồm: không sát sinh, không trộm cắp, không tà dâm, không nói dối, không uống rượu, không dùng các thứ trang sức, hương hoa, phấn sáp, dầu thơm để tô điểm thân thể, không nằm ngồi trên giường ghế cao rộng và không ca hát nhảy múa hoặc đi xem người khác ca hát nhảy múa, không ăn trái giờ, nghĩa là chỉ ăn mỗi ngày một bữa vào đúng ngọ (giữa trưa).

[3] Phạm hạnh thanh tịnh: chỉ việc không phạm vào dâm giới. Với người xuất gia có nghĩa là đoạn trừ dâm dục; với người tại gia có nghĩa là tiết dục và không tà dâm (không hành dâm với người không phải vợ hoặc chồng của mình).

con, hoặc mang thức ăn có độc đến cho con ăn... Những nghiệp báo trước đây còn sót lại như thế con đều nhận chịu tất cả.

"Từ trước khi con thành tựu quả A-nậu-đa-la Tam-miệu Tam-bồ-đề, nếu có những chúng sinh vì thù oán mà khởi tâm muốn hãm hại con, nói ra đủ mọi lời độc ác, đầu độc con bằng thức ăn có đủ loại độc dược, hoặc làm thân con chảy máu. Những chúng sinh như vậy đều khởi lòng ác mà tìm đến chỗ con, khi ấy con sẽ dùng Tam-muội Giới hạnh, Tam-muội Đa văn, khởi tâm đại bi mà dùng âm thanh vi diệu như tiếng Phạm thiên để vì họ mà thuyết pháp, khiến cho những người ấy nghe rồi liền sinh lòng trong sạch, trụ yên trong các pháp lành; bao nhiêu nghiệp ác đã tạo liền sinh tâm sám hối, mãi mãi không còn tái phạm, liền được sinh lên cõi trời hoặc cõi người, không gặp các sự chướng ngại.

"Những chúng sinh ấy sinh ra trong hai cõi trời, người rồi đều đạt được quả giải thoát nhiệm mầu, trụ yên trong quả vị thù thắng, lìa xa hết mọi điều tham dục, xấu ác; mãi mãi đoạn trừ vô minh kiến hoặc, những nghiệp chướng ngại thảy đều dứt sạch. Nếu các chúng sinh ấy có bao nhiêu nghiệp báo còn sót lại, thảy đều được trừ dứt không còn gì cả.

"Bạch Thế Tôn! Khi con thành tựu quả A-nậu-đa-la Tam-miệu Tam-bồ-đề rồi, mỗi ngày từ nơi tất cả những lỗ chân lông trên thân con đều thường xuyên phóng ra các vị hóa Phật, có đủ ba mươi hai tướng tốt với tám mươi vẻ đẹp trang nghiêm nơi thân, con sẽ sai khiến các vị hóa Phật này hiện đến những thế giới không có Phật ra đời, hoặc những thế giới có Phật, những thế giới có năm sự uế trược.

"Nếu những thế giới ấy có người phạm vào năm tội nghịch, hủy hoại chánh pháp, phỉ báng thánh nhân, cho đến dứt mất căn lành; hoặc có những người học theo Thanh văn thừa, Duyên giác thừa, Đại thừa mà hủy phá giới luật, phạm vào tội lớn, diệt hết thiện tâm, mất cả đường lành, sa đọa vào chốn bùn lầy sinh tử, đi theo đường tà, leo lên núi tội. Đối với trăm ngàn vạn ức những chúng sinh như vậy, mỗi một vị hóa Phật chỉ trong một ngày có thể khắp vì họ mà thuyết pháp.

"Hoặc có những chúng sinh thờ phụng vị Ma-hê-thủ-la, các vị hóa Phật liền tùy thuận mà hiện hình Ma-hê-thủ-la để vì họ thuyết pháp, cùng lúc cũng ngợi khen xưng tán danh hiệu của con. Nguyện cho những chúng sinh ấy được nghe lời ngợi khen xưng tán con thì sinh tâm hoan hỷ, trồng các căn lành, được sinh về thế giới của con.

"Bạch Thế Tôn! Vào lúc những chúng sinh ấy lâm chung, nếu như con không thể hiện đến trước mặt họ để giảng thuyết chánh pháp khiến cho tâm được thanh tịnh, thì con quyết sẽ chẳng bao giờ thành tựu quả A-nậu-đa-la Tam-miệu Tam-bồ-đề.

"Còn nếu như những chúng sinh ấy sau khi mạng chung phải đọa vào ba đường ác, không được sinh làm thân người ở thế giới của con, thì vô lượng chánh pháp mà con đã học biết sẽ đều diệt mất, hết thảy mọi Phật sự đều không thành tựu.

"Đối với những chúng sinh thờ phụng vị Na-la-diên, con cũng phát nguyện như vậy.

"Bạch Thế Tôn! Khi con thành tựu quả A-nậu-đa-la Tam-miệu Tam-bồ-đề rồi, nguyện cho ở các thế giới nơi phương khác có những chúng sinh nào phạm vào năm tội nghịch, cho đến đi theo những đường tà, leo lên núi tội, những chúng sinh như vậy khi lâm chung đều sẽ tụ tập sinh về thế giới của con, tùy theo hình tướng trước đó mà thọ nhận hình sắc thân thể trắng bệch thô nhám, mặt mũi xấu xí như loài quỷ tỳ-xá-già, đánh mất chánh niệm, hủy phạm giới luật, dơ xấu, chết yểu... Do nơi những việc ác mà phải chịu tổn hại, suy giảm thân thể; những thứ cần dùng trong đời sống thường phải thiếu thốn.

"Vì những chúng sinh như vậy, khi ấy con mới từ cung trời Đâu-suất giáng hạ xuống cõi Ta-bà, thị hiện vào trong thai mẹ, cho đến sinh ra, lớn lên, học tập các môn tài nghệ khéo léo, rồi xuất gia tu hành khổ hạnh, phá trừ các ma, thành đạo vô thượng, chuyển bánh xe chánh pháp, cho đến sau khi nhập Niết-bàn để lại xá-lợi lưu hành khắp nơi... Thị hiện đủ mọi Phật sự như thế ở đầy khắp trăm ngàn muôn ức Bốn cõi thiên hạ.

HẾT QUYỂN VI

QUYỂN VII

PHẨM THỨ TƯ - PHẦN V

BỒ TÁT THỌ KÝ

Bạch Thế Tôn! Khi con thành tựu quả A-nậu-đa-la Tam-miệu Tam-bồ-đề rồi, chỉ dùng một thứ âm thanh mà thuyết pháp, nhưng nếu chúng sinh nào học theo Thanh văn thừa, khi nghe thuyết pháp rồi liền được rõ biết giáo pháp của Thanh văn; nếu chúng sinh nào tu học theo Duyên giác thừa, khi nghe thuyết pháp rồi liền được rõ biết giáo pháp của Duyên giác; nếu chúng sinh nào tu học Vô thượng Đại thừa, khi nghe thuyết pháp rồi liền được rõ biết giáo pháp Đại thừa, thuần nhất không pha tạp.

"Nếu chúng sinh nào tu tập các pháp hỗ trợ Bồ-đề, muốn đạt đến giác ngộ, khi nghe thuyết pháp rồi liền buông xả được tài vật, thực hành bố thí.

"Nếu chúng sinh nào lìa bỏ mọi công đức, mong cầu sự khoái lạc trong hai cõi trời người, khi nghe thuyết pháp rồi liền được thọ trì giới luật.

"Nếu chúng sinh nào đe dọa lẫn nhau, gây sự sợ sệt cho nhau, trong lòng nhiều tham ái, sân hận, khi nghe thuyết pháp rồi liền nảy sinh tình cảm thân thiết sâu đậm với nhau.

"Nếu chúng sinh nào ưa thích làm việc giết hại, khi nghe thuyết pháp rồi liền được tâm bi.

"Nếu chúng sinh nào thường bị những sự tham lam, keo kiệt, ganh ghét, đố kỵ che lấp trong tâm, khi nghe thuyết pháp rồi liền tu tập tâm hỷ.

"Nếu chúng sinh nào tướng mạo đẹp đẽ, thân không tật bệnh,

tham đắm hình sắc nên sinh lòng buông thả, giải đãi, khi nghe thuyết pháp rồi liền được tâm buông xả.

“Nếu chúng sinh nào bị lửa dâm dục thiêu đốt trong lòng nên thường buông thả, giải đãi, khi nghe thuyết pháp rồi liền quán xét sự nhơ nhớp, không trong sạch.

“Nếu chúng sinh nào tu học giáo pháp Đại thừa, bị tâm xáo động ngăn che, khi nghe thuyết pháp rồi liền đạt được phép quán thân niệm xứ.[1]

“Nếu chúng sinh nào thường tự khoe mình giỏi biện luận tranh cãi, trí huệ sáng suốt nhanh lẹ, khi nghe thuyết pháp rồi liền rõ biết sâu sắc pháp mười hai nhân duyên.

“Nếu chúng sinh nào nghe biết ít ỏi, kiến giải hẹp hòi, lại tự cho mình là giỏi biện luận, khi nghe thuyết pháp rồi liền đạt được các môn đà-la-ni, rõ biết là các pháp không thể đoạt được, không thể mất đi.

“Nếu có chúng sinh nào ngập trong tà kiến như núi lớn, khi nghe thuyết pháp rồi liền hiểu được nghĩa không rất sâu của các pháp.

“Nếu chúng sinh nào bị tri giác che lấp, khi nghe thuyết pháp rồi liền được hiểu sâu pháp môn Vô tướng.

“Nếu chúng sinh nào bị những ý nguyện không trong sạch che lấp trong tâm, khi nghe thuyết pháp rồi liền hiểu sâu pháp môn Vô tác.[2]

“Nếu chúng sinh nào trong tâm không thanh tịnh, khi nghe thuyết pháp rồi, tâm liền được thanh tịnh.

“Nếu chúng sinh nào bị nhiều trần duyên che lấp trong tâm, khi nghe thuyết pháp rồi liền được hiểu rõ rằng tâm Bồ-đề không hề hoại mất.[3]

---

[1] Thân niệm xứ: Một trong Bốn niệm xứ.

[2] Vô tác: Các pháp đều do nhân duyên hợp thành nên nói là không có người tạo tác, vì bản thân người tạo tác cũng chỉ là một trong các nhân duyên.

[3] Tâm Bồ-đề không hề hoại mất: tánh Phật của mỗi chúng sinh dù trôi lăn trong

"Nếu chúng sinh nào bị sân hận che lấp trong tâm, khi nghe thuyết pháp rồi liền rõ biết tướng chân thật, riêng được thọ ký.

"Nếu chúng sinh nào trong tâm bị sự ỷ lại che lấp, khi nghe thuyết pháp rồi liền thấu hiểu rằng các pháp không có chỗ để nương dựa, ỷ lại.

"Nếu chúng sinh nào bị ái nhiễm che lấp trong tâm, khi nghe thuyết pháp rồi liền nhanh chóng rõ biết các pháp vốn thanh tịnh không cấu nhiễm.

"Nếu chúng sinh nào đánh mất tâm lành, khi nghe thuyết pháp rồi liền hiểu thấu được Tam-muội Nhật quang.

"Nếu chúng sinh nào làm theo các nghiệp của ma, khi nghe thuyết pháp rồi liền nhanh chóng rõ biết được pháp thanh tịnh.

"Nếu chúng sinh nào bị các luận thuyết tà vạy che lấp trong tâm, khi nghe thuyết pháp rồi liền được hiểu sâu chánh pháp nhiều lợi ích.

"Nếu chúng sinh nào bị phiền não che lấp trong tâm, khi nghe thuyết pháp rồi liền được rõ biết phép lìa phiền não.

"Nếu chúng sinh nào đi theo các đường ác, khi nghe thuyết pháp rồi liền được hồi tâm chuyển hướng.

"Nếu chúng sinh nào ở trong giáo pháp Đại thừa mà lại ngợi khen xưng tán cho rằng các tà pháp là tốt đẹp nhiệm mầu, khi nghe thuyết pháp rồi liền đối với tà pháp sinh tâm thối chuyển mà được sự hiểu biết chân chánh.

"Nếu có Bồ Tát nào chán lìa chốn sinh tử, khi nghe thuyết pháp rồi liền sinh tâm vui thích ngay trong sinh tử.

"Nếu chúng sinh nào không rõ biết những địa vị tốt lành, khi nghe thuyết pháp rồi liền được rõ biết các pháp về địa vị tốt lành.

"Nếu chúng sinh nào thấy người khác làm điều thiện không

---

sinh tử cũng không hề hoại mất, chỉ cần trừ dứt mọi phiền não là có thể tự nhiên hiển lộ.

vui thích, sinh lòng đố kỵ, ghen ghét, khi nghe thuyết pháp rồi liền được tâm tùy hỷ.

"Nếu những chúng sinh nào thường trái nghịch, mâu thuẫn với nhau, khi nghe thuyết pháp rồi liền được sáng suốt không ngăn ngại.

"Nếu chúng sinh nào làm các nghiệp ác, khi nghe thuyết pháp rồi liền thấu hiểu rằng các nghiệp ác đều phải chịu quả báo.

"Nếu chúng sinh nào thường sợ sệt đại chúng, khi nghe thuyết pháp rồi liền hiểu thấu được Tam-muội Sư tử tướng.

"Nếu chúng sinh nào bị bốn ma che lấp trong tâm, khi nghe thuyết pháp rồi liền nhanh chóng được Tam-muội Thủ lăng nghiêm.

"Nếu chúng sinh nào không thấy được ánh sáng của các cõi Phật, khi nghe thuyết pháp rồi liền hiểu thấu được đủ các Tam-muội Trang nghiêm quang minh .

"Nếu chúng sinh nào nặng lòng yêu ghét, khi nghe thuyết pháp rồi liền được tâm buông xả.

"Nếu chúng sinh nào chưa đạt được sự sáng suốt của pháp Phật, khi nghe thuyết pháp rồi liền được Tam-muội Pháp tràng tướng.

"Nếu chúng sinh nào lìa bỏ trí huệ sáng suốt, khi nghe thuyết pháp rồi liền được Tam-muội Pháp cự.

"Nếu chúng sinh nào bị sự ngu si mê ám che lấp trong tâm, khi nghe thuyết pháp rồi liền được Tam-muội Nhật đăng quang minh.

"Nếu chúng sinh nào không có biện tài luận thuyết, khi nghe thuyết pháp rồi liền được đủ mọi công đức biện luận ứng đối.

"Nếu chúng sinh nào quán xét các sắc hòa hợp không có sự bền chắc, cũng như bọt nước, khi nghe thuyết pháp rồi liền được Tam-muội Na-la-diên.

"Nếu chúng sinh nào trong tâm rối loạn không yên, khi nghe thuyết pháp rồi liền được Tam-muội Kiên lao quyết định.

"Nếu chúng sinh nào muốn thấy được tướng đỉnh đầu của Phật, khi nghe thuyết pháp rồi liền được Tam-muội Tu-di tràng.

"Nếu chúng sinh nào buông bỏ tâm nguyện, khi nghe thuyết pháp rồi liền được Tam-muội Kiên lao.

"Nếu chúng sinh nào tu tập thối lui, mất các thần thông, khi nghe thuyết pháp rồi liền được Tam-muội Kim cang.

"Nếu chúng sinh nào đối với đạo tràng Bồ-đề sinh tâm nghi hoặc, khi nghe thuyết pháp rồi liền thấu rõ được Đạo tràng Kim cang.

"Nếu chúng sinh nào đối với tất cả các pháp không có tâm chán lìa, khi nghe thuyết pháp rồi liền được Tam-muội Kim cang.

"Nếu chúng sinh nào không biết được tâm ý người khác, khi nghe thuyết pháp rồi liền biết được.

"Nếu chúng sinh nào đối với căn tánh không phân biệt được lanh lợi hay ngu độn, khi nghe thuyết pháp rồi liền được rõ biết.

"Nếu chúng sinh nào không hiểu được ngôn ngữ của đủ mọi loài, khi nghe thuyết pháp rồi thấu hiểu được Tam-muội Âm thanh.

"Nếu chúng sinh nào chưa được Pháp thân, khi nghe thuyết pháp rồi liền được rõ biết phân biệt các thân.

"Nếu chúng sinh nào không thấy được thân Phật, khi nghe thuyết pháp rồi liền được Tam-muội Bất huyễn.

"Nếu chúng sinh nào thường phân biệt các duyên, khi nghe thuyết pháp rồi liền được Tam-muội Vô tránh.

"Nếu chúng sinh nào đối với việc thuyết giảng chánh pháp sinh lòng nghi hoặc, khi nghe thuyết pháp rồi liền đối với việc thuyết giảng chánh pháp được tâm thanh tịnh.

"Nếu chúng sinh nào khởi lên hạnh tà vạy không tin nhân

quả, khi nghe thuyết pháp rồi liền rõ biết phép tùy thuận nhân duyên.

"Nếu chúng sinh nào đối với một cõi Phật thế giới khởi tâm cho là thường tồn, khi nghe thuyết pháp rồi liền khéo phân biệt được vô lượng cõi Phật.

"Nếu chúng sinh nào chưa trồng các căn lành, khi nghe thuyết pháp rồi liền được đủ các Tam-muội Trang nghiêm.

"Nếu chúng sinh nào không thể phân biệt được các ngôn ngữ, khi nghe thuyết pháp rồi liền thấu hiểu phân biệt được đủ các Tam-muội Ngôn âm.

"Nếu chúng sinh nào chuyên tâm cầu được tất cả trí huệ, khi nghe thuyết pháp rồi liền được không còn phân biệt Tam-muội Pháp giới.

"Nếu chúng sinh nào thối chuyển trong chánh pháp, khi nghe thuyết pháp rồi liền được Tam-muội Kiên cố.

"Nếu chúng sinh nào không rõ biết pháp giới, khi nghe thuyết pháp rồi liền được trí huệ sáng suốt.

"Nếu chúng sinh nào buông bỏ lời thệ nguyện trước đây, khi nghe thuyết pháp rồi liền được Tam-muội Bất thất.

"Nếu chúng sinh nào thường phân biệt các đạo, khi nghe thuyết pháp rồi liền thấu rõ một đạo, không có chỗ phân biệt.

"Nếu chúng sinh nào tìm cầu trí huệ, muốn được rộng lớn như hư không, khi nghe thuyết pháp rồi liền được Tam-muội Vô sở hữu.

"Nếu chúng sinh nào chưa được đầy đủ các phép ba-la-mật, khi nghe thuyết pháp rồi liền được trụ yên trong các phép ba-la-mật.

"Nếu chúng sinh nào chưa được đầy đủ Bốn pháp thâu nhiếp, khi nghe thuyết pháp rồi liền được Tam-muội Diệu thiện nhiếp thủ.

“Nếu chúng sinh nào thường phân biệt Bốn tâm vô lượng, khi nghe thuyết pháp rồi liền được tâm bình đẳng, chuyên cần, tinh tấn.

“Nếu chúng sinh nào chưa được đầy đủ Ba mươi bảy pháp hỗ trợ Bồ-đề, khi nghe thuyết pháp rồi liền được trụ yên trong Tam-muội Xuất thế.

“Nếu chúng sinh nào để mất chánh niệm và trí huệ giải thoát, khi nghe thuyết pháp rồi liền được Tam-muội Đại hải trí ấn.

“Nếu chúng sinh nào trong tâm nghi hoặc chưa sinh khởi pháp nhẫn nhục, khi nghe thuyết pháp rồi liền được Tam-muội Chư pháp quyết định, vì chỉ có một tướng pháp duy nhất.

“Nếu chúng sinh nào quên mất những pháp đã nghe, khi nghe thuyết pháp rồi liền được Tam-muội Bất thất niệm.

“Nếu chúng sinh nào đối với tất cả các sự thuyết pháp đều không thấy vui thích, khi nghe thuyết pháp rồi liền được mắt huệ thanh tịnh, dứt hết mọi sự nghi ngờ.

“Nếu chúng sinh nào đối với Tam bảo chẳng sinh khởi lòng tin, khi nghe thuyết pháp rồi liền được Tam-muội Công đức tăng trưởng.

“Nếu chúng sinh nào khao khát mong cầu mưa pháp, khi nghe thuyết pháp rồi liền được Tam-muội Pháp vũ.

“Nếu chúng sinh nào đối với Tam bảo sinh tâm cho là đoạn diệt, khi nghe thuyết pháp rồi liền được Tam-muội Chư bảo trang nghiêm.

“Nếu chúng sinh nào không làm các nghiệp trí huệ, không chuyên cần, tinh tấn, khi nghe thuyết pháp rồi liền được Tam-muội Kim cang trí huệ.

“Nếu chúng sinh nào bị các phiền não trói buộc, khi nghe thuyết pháp rồi liền được Tam-muội Hư Không Ấn.

“Nếu chúng sinh nào chấp rằng thật có cái ta và vật của ta, khi nghe thuyết pháp rồi liền được Tam-muội Trí ấn.

"Nếu chúng sinh nào không rõ biết những công đức đầy đủ của Như Lai, khi nghe thuyết pháp rồi liền được Tam-muội Thế gian giải thoát.

"Nếu chúng sinh nào trong đời quá khứ chưa từng cúng dường Phật, khi nghe thuyết pháp rồi liền được đủ mọi phép thần túc biến hóa.

"Nếu chúng sinh nào với một môn pháp giới mà suốt vô lượng kiếp trong đời vị lai cũng không diễn nói hết, khi nghe thuyết pháp rồi liền có thể giảng giải, diễn nói tất cả các pháp cũng đồng như một pháp giới.

"Nếu chúng sinh nào đối với tất cả các kinh Tu-đa-la[1] chưa thể phân biệt tuyển chọn, khi nghe thuyết pháp rồi liền được Tam-muội Chư pháp bình đẳng thật tướng.

"Nếu chúng sinh nào lìa bỏ Sáu pháp hòa kính, khi nghe thuyết pháp rồi liền được thấu rõ Tam-muội Chư pháp.

"Nếu chúng sinh nào đối với các các pháp môn giải thoát sâu xa không thể nghĩ bàn thường không chuyên cần tinh tấn, khi nghe thuyết pháp rồi liền được Tam-muội Sư tử du hý.

"Nếu chúng sinh nào muốn phân biệt vào kho pháp của Như Lai, khi nghe thuyết pháp rồi, phân biệt vào được kho pháp Như Lai chẳng cần nghe theo ai khác.

"Nếu chúng sinh nào đối với đạo Bồ Tát không chuyên cần tinh tấn, khi nghe thuyết pháp rồi liền được trí huệ, cần hành tinh tấn.

"Nếu chúng sinh nào chưa từng được thấy các kinh Bổn sinh,[2]

[1] Tu-đa-la (Sūtra), dịch nghĩa là khế kinh, pháp bổn, chỉ chung những kinh điển do Phật thuyết dạy để chúng sinh vâng làm theo nhằm đạt đến sự giải thoát. Vì thế mà khởi đầu bằng "như thị ngã văn" để xác tín đó chính là lời do Phật đã từng nói ra, ngài A-nan nghe và thuật lại; rồi kết thúc bằng "hoan hỷ phụng hành" để nhấn mạnh là kinh chỉ có giá trị khi người nghe "vui vẻ vâng làm theo". Nếu không thực hành theo lời Phật dạy thì dù có đọc tụng bao nhiêu kinh điển cũng không thể đạt được sự giải thoát.

[2] Kinh Bổn sinh (Jātaka): Kinh nói về những tiền thân và hạnh nguyện của đức Phật khi còn tu tập đạo Bồ Tát. Những kinh Bổn sinh được biết đến nhiều nhất

khi nghe thuyết pháp rồi liền được Tam-muội Nhất thiết tại tại xứ xứ.

"Nếu chúng sinh nào việc tu hành chưa rốt ráo, khi nghe thuyết pháp rồi liền được Tam-muội Thọ ký.

"Nếu chúng sinh nào chưa đạt được đầy đủ Mười sức của Như Lai, khi nghe thuyết pháp rồi liền được Tam-muội Vô hoại.

"Nếu chúng sinh nào chưa đạt được đầy đủ Bốn pháp không sợ sệt, khi nghe thuyết pháp rồi liền được Tam-muội Vô tận ý.

"Nếu chúng sinh nào chưa đạt được đầy đủ các pháp không chung cùng[1] của Phật, khi nghe thuyết pháp rồi liền được Tam-muội Bất cộng pháp.

---

là 547 bài nằm trong Tiểu bộ kinh (Khuddaka-nikāya) của kinh điển Nguyên thủy.

[1] Các pháp không chung cùng của Phật: tức Thập bát bất cộng pháp (十八不共法 - Sanskrit: aṣṭādaśa āveṇikā buddha-dharmāḥ - Mười tám pháp không chung cùng). Các pháp này chỉ Phật Thế Tôn mới đạt được, hàng Thanh văn, Duyên giác không thể đạt được, nên gọi là không chung cùng (bất cộng). Mười tám pháp này bao gồm:

1.Thân vô thất (Thân không lỗi)
2. Khẩu vô thất (Miệng không lỗi)
3. Niệm vô thất (Ý tưởng không lỗi)
4. Vô dị tưởng (Không có ý tưởng xen tạp)
5. Vô bất định tâm (Không có tâm xao động)
6. Vô bất tri dĩ xả (Chẳng phải không biết chuyện đã bỏ).
7. Dục vô diệt (Sự dục không diệt)
8. Tinh tấn vô diệt (Sự tinh tấn không diệt)
9. Niệm vô diệt (Ý tưởng không diệt)
10. Huệ vô diệt (Trí huệ không diệt)
11. Giải vô diệt (Giải thoát không diệt)
12. Giải thoát tri kiến vô diệt (Giải thoát tri kiến không diệt)
13. Nhất thiết thân nghiệp tùy trí huệ hành (Hết thảy nghiệp của thân tùy theo trí huệ mà thi hành).
14. Nhất thiết khẩu nghiệp tùy trí huệ hành (Hết thảy nghiệp của miệng tùy theo trí huệ mà thi hành).
15. Nhất thiết ý nghiệp tùy trí huệ hành (Hết thảy nghiệp của ý tùy theo trí huệ mà thi hành).
16. Trí huệ tri quá khứ thế vô ngại (Trí huệ biết đời quá khứ không ngại.)
17. Trí huệ tri vị lai thế vô ngại (Trí huệ biết đời vị lai không ngại.)
18. Trí huệ tri hiện tại thế vô ngại (Trí huệ biết đời hiện tại không ngại.)

"Nếu chúng sinh nào chưa đạt được đầy đủ những kiến giải không ngu si, khi nghe thuyết pháp rồi liền được Tam-muội Nguyện cú.

"Nếu chúng sinh nào chưa giác ngộ được hết thảy các pháp trong Phật pháp, khi nghe thuyết pháp rồi liền được Tam-muội Tiển bạch vô cấu tịnh ấn.

"Nếu chúng sinh nào chưa đạt được đầy đủ trí huệ rõ biết tất cả, khi nghe thuyết pháp rồi liền được Tam-muội Thiện liễu.

"Nếu chúng sinh nào chưa được thành tựu hết thảy Phật sự, khi nghe thuyết pháp rồi liền được Tam-muội Vô lượng bất tận ý.

"Tất cả những chúng sinh như vậy, khi được nghe con thuyết pháp rồi, mỗi người đều đạt được sự tin hiểu.

"Có những vị Bồ Tát trong tâm chơn chất ngay thẳng, không có sự dua nịnh, cong vạy, khi nghe thuyết pháp rồi liền được tám mươi bốn ngàn pháp môn, tám mươi bốn ngàn phép tam-muội, bảy mươi lăm ngàn môn đà-la-ni.

"Lại có vô lượng vô biên a-tăng-kỳ các vị Đại Bồ Tát tu tập theo giáo pháp Đại thừa, khi nghe con thuyết pháp rồi cũng đạt được vô lượng công đức như vậy, dừng trụ an ổn nơi địa vị không còn thối chuyển.

"Cho nên, các vị Đại Bồ Tát vì muốn được đủ mọi sự trang nghiêm tốt đẹp bền chắc mà phát khởi đại nguyện không thể nghĩ bàn, lấy việc tăng trưởng tri kiến không thể nghĩ bàn để làm sự trang nghiêm tốt đẹp.

"Vì lấy ba mươi hai tướng tốt để trang nghiêm nên theo đó mà được tám mươi vẻ đẹp.

"Vì lấy âm thanh nhiệm mầu để trang nghiêm nên tùy theo chỗ thích nghe thuyết pháp của mỗi chúng sinh mà khiến cho tất cả người nghe pháp đều được đầy đủ tri kiến.

"Vì lấy tâm để trang nghiêm nên được các tam-muội, không sinh lòng thối chuyển.

"Vì lấy niệm để trang nghiêm nên không quên mất bất cứ môn đà-la-ni nào.

"Vì lấy tâm để trang nghiêm nên có thể phân biệt được các pháp.

"Vì lấy niệm để trang nghiêm nên hiểu rõ được hết thảy nghĩa lý nhiều như những hạt bụi nhỏ.

"Vì lấy tâm lành để trang nghiêm nên được thệ nguyện kiên cố, tinh tấn bền chắc, theo đúng như chỗ phát nguyện mà đạt đến sự giải thoát.

"Vì lấy tâm chuyên nhất để trang nghiêm nên lần lượt vượt lên các địa vị tu chứng.[1]

"Vì lấy việc bố thí để trang nghiêm nên tất cả những thứ cần dùng của mình đều có thể buông xả.

"Vì lấy việc trì giới để trang nghiêm nên khiến cho tâm lành trong trắng, thanh tịnh không cấu nhiễm.

"Vì lấy đức nhẫn nhục để trang nghiêm nên đối với chúng sinh trong lòng không có sự chướng ngại.

"Vì lấy đức tinh tấn để trang nghiêm nên hết thảy các pháp phụ trợ[2] đều được thành tựu.

"Vì lấy thiền định để trang nghiêm nên ở trong hết thảy các tam-muội đều được sức tự tại không ngăn ngại.

"Vì lấy trí huệ để trang nghiêm nên rõ biết mọi thói tật phiền não.

"Vì lấy lòng từ để trang nghiêm nên một lòng nhớ nghĩ đến hết thảy chúng sinh.

"Vì lấy lòng bi để trang nghiêm nên có thể trừ dẹp được tất cả những khổ đau của chúng sinh.

---

[1] Các địa vị tu chứng: chỉ Mười địa vị tu chứng của hàng Bồ Tát, tức Thập địa hay Thập trụ.

[2] Hết thảy các pháp phụ trợ: Chỉ ba mươi bảy phẩm hỗ trợ Bồ-đề, hay Tam thập thất đạo phẩm, cũng gọi là Tam thập thất trợ đạo pháp.

“Vì lấy lòng hỷ để trang nghiêm nên đối với hết thảy các pháp lòng không nghi hoặc.

“Vì lấy lòng xả để trang nghiêm nên lìa bỏ được tâm kiêu mạn, đối với tất cả luôn giữ lòng bình đẳng không phân cao thấp.

“Vì lấy các thần thông để trang nghiêm nên đối với hết thảy các pháp đều được tự tại không ngăn ngại.

“Vì lấy công đức để trang nghiêm nên được bàn tay quý, hóa hiện kho báu dùng không thể hết.

“Vì lấy trí huệ để trang nghiêm nên rõ biết được tâm niệm của tất cả chúng sinh.

“Vì lấy tâm ý để trang nghiêm nên dùng phương tiện giúp cho hết thảy chúng sinh được tỉnh ngộ.

“Vì lấy sự sáng suốt để trang nghiêm nên được mắt trí huệ sáng suốt.

“Vì lấy các sự biện nghị để trang nghiêm nên khiến cho chúng sinh được giáo pháp và ý nghĩa tương ứng với ngôn từ.

“Vì lấy sự không sợ sệt để trang nghiêm nên hết thảy các ma không thể làm ngăn ngại, khó khăn.

“Vì lấy công đức để trang nghiêm nên được những công đức của chư Phật Thế Tôn.

“Vì lấy pháp để trang nghiêm nên được biện tài vô ngại, thường vì chúng sinh giảng nói chánh pháp nhiệm mầu.

“Vì lấy sự sáng suốt để trang nghiêm nên được hết thảy mọi sự sáng suốt của Phật pháp.

“Vì lấy sự soi chiếu sáng suốt để trang nghiêm nên có thể soi sáng khắp các cõi Phật thế giới.

“Vì lấy tâm kẻ khác để trang nghiêm nên được trí huệ chân chánh không rối loạn.

“Vì lấy việc truyền dạy giới luật để trang nghiêm nên được sự giữ gìn và bảo vệ giới luật đúng như lời dạy.

"Vì lấy các phép thần túc để trang nghiêm nên được phép Như ý túc, đạt đến giải thoát.

"Vì lấy việc thọ trì hết thảy các đức Như Lai để trang nghiêm nên được thâm nhập kho pháp vô lượng của Như Lai.

"Vì lấy chánh pháp tôn quý để trang nghiêm nên được trí huệ chẳng tùy theo kẻ khác.

"Vì lấy việc làm theo hết thảy mọi việc lành để trang nghiêm nên được chỗ thực hành đúng như lời dạy, vì muốn cho những chúng sinh như thế đều được những lợi ích công đức như thế.

"Nếu có vô lượng vô biên a-tăng-kỳ các vị Đại Bồ Tát tu tập theo Đại thừa, khi nghe con thuyết pháp chỉ một câu liền được đầy đủ hết thảy những pháp lành trong sạch như vậy.

"Vì thế cho nên chỗ đạt được trí huệ của chư Đại Bồ Tát đối với các pháp không phải do được nghe từ người khác, vẫn được thành tựu chánh pháp lớn lao sáng suốt, thành tựu quả A-nậu-đa-la Tam-miệu Tam-bồ-đề.

"Bạch Thế Tôn! Nếu những chúng sinh ở thế giới phương khác tạo năm tội nghịch, cho đến phạm vào bốn trọng cấm,[1] diệt mất pháp lành, nếu học theo Thanh văn thừa, Duyên giác thừa, Đại thừa, do nơi nguyện lực nên muốn sinh về thế giới của con. Khi được sinh về rồi, lại gồm thâu hết thảy các nghiệp bất thiện, thô thiển xấu ác, tâm nhiều mong cầu, ương ngạnh rắn rỏi rất khó điều phục, rơi hẳn vào bốn điên đảo,[2] tham lam mê đắm, keo kiệt, bủn xỉn. Những chúng sinh như vậy có đến tám mươi bốn ngàn tâm tánh rối loạn khác nhau, con sẽ vì hết thảy những tâm tánh khác nhau ấy mà giảng thuyết rộng tám mươi bốn ngàn pháp môn khác nhau.

"Bạch Thế Tôn! Nếu chúng sinh nào học theo giáo pháp Đại thừa Vô thượng, con sẽ vì chúng sinh ấy rộng thuyết đầy đủ sáu

[1] Bốn trọng cấm: chỉ bốn đại cấm giới của người xuất gia, tức bốn tội ba-la-di, bao gồm: giết người, trộm cắp, dâm dục và vọng xưng chứng thánh. Người xuất gia phạm vào một trong bốn trọng cấm này phải bị trục xuất ra khỏi tăng đoàn.

[2] Bốn điên đảo: bốn quan điểm trái nghịch với sự thật.

pháp ba-la-mật, nghĩa là từ Bố thí ba-la-mật cho đến Trí huệ ba-la-mật.[1]

"Nếu chúng sinh nào học theo giáo pháp Thanh văn thừa, chưa trồng các căn lành, cầu được chư Phật làm thầy, con sẽ khiến cho họ trụ yên nơi Tam quy y, sau đó mới khuyến khích trụ nơi sáu pháp ba-la-mật.

"Nếu chúng sinh nào ưa thích làm việc giết hại, con sẽ khiến cho được trụ yên trong chỗ không giết hại.

"Nếu chúng sinh nào chuyên làm những việc tham lam, ác độc, con sẽ khiến cho được trụ yên trong chỗ không trộm cắp.

"Nếu chúng sinh nào làm việc dâm dục không đúng pháp, con sẽ khiến cho được trụ yên trong chỗ không tà dâm.

"Nếu những chúng sinh nào cố ý nói ra những lời phỉ báng, dối trá lẫn nhau, con sẽ khiến cho được trụ yên trong chỗ không nói dối.

"Nếu chúng sinh nào ưa thích sự say cuồng, mê loạn, con sẽ khiến cho được trụ yên trong chỗ không uống rượu.

"Nếu chúng sinh nào phạm vào cả năm việc như trên,[2] con sẽ khiến cho được thọ trì năm giới của hàng cư sĩ tại gia.[3]

"Nếu chúng sinh nào đối với các pháp lành chẳng sinh lòng vui thích, con sẽ khiến cho thọ trì Tám trai giới[4] trong một ngày một đêm.

"Nếu chúng sinh nào căn lành ít ỏi, đối với căn lành sinh lòng ưa thích, con sẽ khiến cho chúng sinh ấy trong đời vị lai được ở

---

[1] Bố thí... cho đến Trí huệ...: Nghĩa là gồm đủ sáu pháp ba-la-mật: Bố thí, Trì giới, Nhẫn nhục, Tinh tấn, Thiền định và Trí huệ.

[2] Cả năm việc như trên: Tức năm điều vừa nói trên, bao gồm: giết hại, trộm cắp, tà dâm, nói dối và uống rượu.

[3] Năm giới của hàng cư sĩ tại gia: tức Ngũ giới, bao gồm: không sát sinh, không trộm cắp, không tà dâm, không nói dối và không uống rượu.

[4] Tám trai giới: tức Bát quan trai giới.

trong Phật pháp, xuất gia học đạo, trụ yên trong Phạm hạnh thanh tịnh và thọ trì Mười giới.[1]

"Nếu chúng sinh nào hết lòng khao khát cầu được các pháp lành căn bản, con sẽ khiến cho được trụ yên trong các pháp lành căn bản, khiến cho được thành tựu Phạm hạnh, đầy đủ đại giới.[2]

"Hết thảy những chúng sinh như vậy, dù tạo đủ năm tội nghịch, cho đến tham lam keo kiệt, con sẽ vì họ mà dùng đủ mọi phương cách, thị hiện các phép thần túc, thuyết giảng nghĩa lý các pháp, mở bày chỉ dạy các pháp về ấm, giới, nhập, khổ, không, vô thường, vô ngã, khiến cho được trụ yên trong cảnh giới Niết-bàn tịch diệt nhiệm mầu an ổn không sợ sệt, lại vì bốn chúng tỳ-kheo, tỳ-kheo ni, ưu-bà-tắc, ưu-bà-di như vậy mà thuyết pháp.

"Nếu chúng sinh nào mong cầu được nghe những sự luận nghị, con sẽ vì họ mà nói các luận thuyết chánh pháp. Cho đến những ai cầu phép luận giải thoát, con sẽ vì người ấy mà nói các luận thuyết về nghĩa không.

"Nếu chúng sinh nào đối với thiện pháp chân chánh trong lòng không ưa thích, con sẽ vì họ mà nói hết thảy các việc trợ giúp.

"Nếu chúng sinh nào đối với thiện pháp chân chánh trong lòng ưa thích, con sẽ vì họ mà nói pháp môn Tam-muội Không, là pháp giải thoát chân chánh.

"Bạch Thế Tôn! Con vì hết thảy mọi chúng sinh như vậy, sẽ vượt qua trăm ngàn do-tuần mà không dùng đến phép thần túc,

[1] Mười giới (Thập giới): giới của người mới xuất gia, tức các vị sa-di, bao gồm: không sát sinh; không trộm cắp; không dâm dục; không nói dối; không uống rượu; không dùng hương hoa phấn sáp tô điểm thân thể; không ca múa hát nhạc hoặc xem người khác ca múa hát nhạc; không nằm ngồi trên giường ghế cao rộng; không ăn trái giờ, mỗi ngày chỉ ăn một bữa vào đúng ngọ; và không cất giữ các thứ đồ quý giá, tiền bạc, vàng ngọc... Các giới này được thọ trì suốt đời, không giới hạn về thời gian như Bát quan trai giới.

[2] Đại giới: cũng gọi là Cụ túc giới, tức là giới luật đầy đủ của một vị tỳ-kheo, gồm có 250 giới. Người xuất gia chỉ sau khi được truyền thọ đại giới mới chính thức được xem là tỳ-kheo tăng.

để mở bày chỉ bảo vô lượng vô biên đủ mọi phương tiện, vì họ mà giảng rõ ý nghĩa, lại thị hiện các phép thần túc cho đến thị hiện Niết-bàn, lòng không chán nản.

"Bạch Thế Tôn! Con dùng sức tam-muội để xả bỏ năm phần thọ mạng có được của mình mà nhập Niết-bàn.

"Vào lúc ấy, con tự phân thân thành những phần nhỏ như nửa hạt đình lịch, vì thương xót chúng sinh mà cầu được nhập Niết-bàn. Sau khi nhập Niết-bàn rồi, chánh pháp của con ở đời được một ngàn năm. Tượng pháp[1] ở đời đủ năm trăm năm.

"Sau khi con nhập Niết-bàn rồi, nếu chúng sinh nào dùng các thứ trân bảo, kỹ nhạc để cúng dường xá-lợi, thậm chí chỉ cần lễ bái, đi quanh về bên phải một vòng, chắp tay ngợi khen xưng tán, dùng một cành hoa để cúng dường, chúng sinh ấy nhờ nơi nhân duyên như vậy sẽ được tùy theo chí nguyện, ở trong Ba thừa thảy đều được địa vị không còn thối chuyển.

"Bạch Thế Tôn! Sau khi con nhập Niết-bàn rồi, nếu chúng sinh nào học theo giáo pháp của con, cho đến chỉ cần có thể giữ bền được một giới như con đã thuyết dạy, hoặc thậm chí chỉ cần đọc tụng một bài kệ bốn câu, vì người khác giảng nói, khiến cho người nghe được sinh lòng hoan hỷ, liền cúng dường người nói pháp ấy cho đến dù chỉ một cành hoa hay cúi lạy một lạy, nhờ nơi nhân duyên ấy liền được tùy theo chí nguyện của mình, ở trong Ba thừa thảy đều được địa vị không còn thối chuyển.

"Thậm chí cho đến khi đuốc pháp lụi tàn, cờ pháp ngã đổ, chánh pháp diệt mất rồi, xá-lợi của con sẽ vùi sâu trong đất đến tận nơi thấp nhất của thế giới. Cho đến khi thế giới Ta-bà không có trân bảo, xá-lợi của con sẽ hóa thành bảo châu lưu ly như ý, ánh sáng chói chang rực rỡ, từ nơi tận cùng của thế giới chiếu lên

[1] Tượng pháp: Giáo pháp do một vị Phật truyền dạy được tồn tại chia chia làm ba thời kỳ. Chánh pháp là khi giáo pháp ấy được giữ gìn nguyên vẹn. Tượng pháp là khi giáo pháp ấy vẫn còn nhưng đã ít nhiều biến đổi, sai lệch, nên chỉ được xem là tương tợ mà thôi. Và thời kỳ cuối cùng là Mạt pháp, khi ấy giáo pháp suy yếu, mất dần cho đến lúc thế gian không còn ai biết đến.

đến thế gian, lên đến tận cõi trời A-ca-ni-trá, làm mưa xuống đủ các thứ hoa, như hoa mạn-đà-la, hoa ma-ha mạn-đà-la, hoa ba-lợi-chất-đa, hoa mạn-thù-sa, hoa ma-ha mạn-thù-sa, thảy đều có những vầng sáng bao quanh rực rỡ thanh tịnh, lớn như bánh xe, có trăm cánh, ngàn cánh hoặc trăm ngàn cánh, ánh sáng tỏa chiếu khắp nơi, lại có hương thơm vi diệu thường lan tỏa, người xem không thấy chán. Ánh sáng của hoa chói chang rực rỡ không sao tả xiết. Hương thơm vi diệu của hoa tỏa khắp đến vô lượng vô biên. Không trung mưa xuống vô số các loại hoa như vậy.

"Đang khi mưa hoa xuống như vậy, lại có đủ mọi âm thanh vi diệu vang lên, như âm thanh Phật, âm thanh pháp, âm thanh tỳ-kheo tăng, âm thanh của Tam quy y, âm thanh của giới ưu-bà-tắc,[1] âm thanh của sự thành tựu tám giới,[2] âm thanh của mười giới xuất gia, âm thanh của sự bố thí, âm thanh của sự trì giới, âm thanh của sự đầy đủ đại giới, Phạm hạnh thanh tịnh, âm thanh của sự trợ giúp pháp lành, âm thanh đọc kinh, âm thanh của tư duy thiền, âm thanh của quán bất tịnh, âm thanh của niệm tưởng hơi thở ra vào, âm thanh của phi tưởng phi phi tưởng, âm thanh của hữu tưởng vô tưởng, âm thanh của thức xứ, âm thanh của không xứ, âm thanh của tám thắng xứ,[3] âm thanh của sự nhập vào mười nhất thiết xứ,[4] âm thanh của định huệ, âm thanh của các pháp không, vô tướng, vô tác, âm thanh của

[1] Giới ưu-bà-tắc: tức Ngũ giới, giới của hàng cư sĩ tại gia.

[2] Tám giới: tức Bát quan trai giới.

[3] Tám thắng xứ: Tám phép thiền định giúp người tu xả bỏ tham ái đạt đến giải thoát. Do có thể giúp sinh khởi tri kiến thù thắng nên gọi là thắng xứ. Tám thắng xứ bao gồm: 1. Nội hữu sắc tưởng quán ngoại sắc thiểu thắng xứ; 2. Nội hữu sắc tưởng quán ngoại sắc đa thắng xứ; 3. Nội vô sắc tưởng quán ngoại sắc thiểu thắng xứ; 4. Nội vô sắc tưởng quán ngoại sắc đa thắng xứ; 5. Thanh thắng xứ; 6. Hoàng thắng xứ; 7. Xích thắng xứ; 8. Bạch thắng xứ. Các phép quán từ thứ 5 đến thứ 8 theo Trí độ luận là quán bốn màu sắc (xanh, vàng, đỏ trắng) như trên, nhưng theo kinh Bồ Tát Anh Lạc thì ở đây là quán bốn đại (đất, nước, gió, lửa), tức bốn yếu tố cấu thành vật chất.

[4] Mười nhất thiết xứ: Mười phép quán giúp người tu nhập vào tất cả mọi cảnh giới. Gồm có quán bốn màu xanh, vàng, đỏ, trắng, quán bốn đại đất, nước, lửa, gió và quán không, quán thức.

mười hai nhân duyên,[1] âm thanh đầy đủ giáo pháp Thanh văn, âm thanh học theo giáo pháp Duyên giác, âm thanh đầy đủ sáu ba-la-mật của Đại thừa.

"Trong các loại hoa ấy phát ra những âm thanh như vậy, chư thiên trong cõi Sắc giới thảy đều nghe thấy; nghe được những âm thanh ấy rồi, hết thảy những việc thiện đã làm trước đây đều tự nhớ lại; hết thảy những việc bất thiện đã làm trước đây liền tự hối trách, liền hiện xuống nơi thế giới Ta-bà, giáo hóa vô lượng chúng sinh trong thế gian, khiến cho đều được trụ yên trong Mười điều lành.

"Chư thiên trong cõi Dục giới cũng được nghe những âm thanh ấy; nghe rồi thì dứt hết mọi sự tham ái trói buộc, không còn say đắm năm món dục, hết thảy tâm pháp đều được lắng yên, tĩnh lặng; hết thảy những điều thiện đã làm trước đây đều tự nhớ lại; hết thảy những điều bất thiện đã làm trước đây liền tự hối trách; liền hiện ngay xuống thế giới Ta-bà, giáo hóa vô lượng chúng sinh trong thế gian, khiến cho đều được trụ yên trong Mười điều lành.

"Bạch Thế Tôn! Những loại hoa như vậy ở giữa không trung lại cũng biến hóa ra đủ mọi loại trân bảo, vàng bạc, ma ni chân châu, lưu ly, các loại ngọc quý, mã não, san hô, những thứ trang sức đẹp đẽ của cõi trời, tất cả đều rơi xuống như mưa, đầy khắp trong thế giới Ta-bà.

"Lúc bấy giờ, tất cả nhân dân trong lòng đều được vui vẻ, không có những nạn đấu tranh, đói khổ, tật bệnh. Tất cả những nạn giặc cướp đến từ nơi khác, cho đến những lời nói ác độc cũng đều diệt mất, thảy đều được lắng yên, tĩnh lặng.

"Khi ấy thế giới có được những sự vui thích như vậy. Có những chúng sinh nhìn thấy các món trân bảo rồi, hoặc sờ mó, hoặc sử dụng, liền đối với giáo pháp Ba thừa không còn thối chuyển. Các món trân bảo này tạo ra lợi ích như vậy. Tạo ra lợi ích rồi lại trở

[1] Mười hai nhân duyên (Thập nhị nhân duyên).

về chìm sâu trong lòng đất, đến tận chỗ trước đây ở nơi sâu nhất của thế giới.

"Bạch Thế Tôn! Khi cõi thế giới Ta-bà có nạn đao binh nổi lên, xá-lợi của thân con lại sẽ hóa thành loại châu lưu ly màu xanh biếc, từ trong lòng đất phát ra, lên đến tận cõi trời A-ca-ni-trá, mưa xuống đủ các thứ hoa, như hoa mạn-đà-la, hoa ma-ha mạn-đà-la, hoa ba-lợi-chất-đa... Lại cũng hóa hiện đủ các sự lợi ích như đã nói trên... cho đến khi quay trở về chìm sâu trong lòng đất, đến tận chỗ trước đây ở nơi sâu nhất của thế giới.

"Bạch Thế Tôn! Cũng giống như khi có nạn đao binh, đến khi có những nạn đói, bệnh dịch nổi lên, xá-lợi của con lại cũng hóa hiện đầy đủ các sự việc như vậy.

"Bạch Thế Tôn! Trong đại kiếp Hiền, sau khi con nhập Niết-bàn rồi, những xá-lợi của con để lại sẽ làm các Phật sự như vậy, điều phục vô lượng vô biên chúng sinh, khiến cho ở trong giáo pháp Ba thừa được địa vị không còn thối chuyển. Cũng như vậy, con sẽ ở trong số đại kiếp nhiều như số vi trần của năm cõi Phật mà điều phục vô lượng vô biên chúng sinh, khiến cho ở trong giáo pháp Ba thừa được địa vị không còn thối chuyển.

"Bạch Thế Tôn! Nếu như trải qua đủ số a-tăng-kỳ kiếp nhiều như số cát của một ngàn con sông Hằng, trong vô lượng vô biên a-tăng-kỳ thế giới khác có bao nhiêu vị Phật ra đời, tất cả đều là những chúng sinh do con trong thời gian tu đạo A-nậu-đa-la Tam-miệu Tam-bồ-đề đã giáo hóa cho, từ khi mới phát tâm A-nậu-đa-la Tam-miệu Tam-bồ-đề cho đến lúc được trụ yên trong sáu pháp ba-la-mật.

"Bạch Thế Tôn! Khi con thành tựu quả A-nậu-đa-la Tam-miệu Tam-bồ-đề rồi, những chúng sinh mà con khuyến khích giáo hóa cho được phát tâm A-nậu-đa-la Tam-miệu Tam-bồ-đề, cho đến dừng trụ trong sáu pháp ba-la-mật, cùng với những chúng sinh mà sau khi con nhập Niết-bàn để lại xá-lợi biến hóa giáo hóa cho được phát tâm A-nậu-đa-la Tam-miệu Tam-bồ-đề, tất cả những chúng sinh ấy trải qua số a-tăng-kỳ kiếp nhiều như số cát của một ngàn con sông Hằng, sẽ ở nơi vô lượng vô biên a-tăng-kỳ thế giới khắp mười phương mà thành Phật, thảy đều xưng tán danh hiệu của con mà ngợi khen tán thán rằng: 'Trong đời quá khứ lâu xa có một kiếp tên gọi là Hiền. Khi bắt đầu vào kiếp ấy, vị Thế Tôn thứ tư có danh hiệu như vậy. Vị Phật Thế Tôn ấy đã khuyến khích giáo hóa chúng ta, khiến cho bắt đầu phát tâm A-nậu-đa-la Tam-miệu Tam-bồ-đề. Vào lúc ấy tất cả chúng ta vốn đã diệt mất tâm lành, gồm đủ các việc bất thiện, phạm vào năm tội nghịch, cho đến chạy theo tà kiến. Khi đó vị Phật ấy đã khuyến khích giáo hóa chúng ta, khiến cho được trụ yên trong sáu pháp ba-la-mật, nhờ đó liền được thấu rõ hết thảy các môn đà-la-ni, chuyển bánh xe chánh pháp, lìa khỏi sự trói buộc của sinh tử, giúp cho vô lượng vô biên trăm ngàn chúng sinh được trụ yên nơi quả vị cao trổi, lại cũng khiến cho vô lượng trăm ngàn chúng sinh được dừng yên trong hai cõi trời người, cho đến đạt được các quả giải thoát.'

"Nếu có những chúng sinh cầu đạo Bồ-đề, nghe lời ngợi khen xưng tán con như vậy rồi, mỗi người liền thưa hỏi đức Phật của mình: 'Bạch Thế Tôn! Vị Phật Thế Tôn kia thấy được những ý nghĩa lợi ích nào mà ở trong cõi đời xấu ác nặng nề có năm sự uế trược như vậy thành tựu quả A-nậu-đa-la Tam-miệu Tam-bồ-đề?'

Các đức Thế Tôn liền vì những kẻ nam, người nữ có lòng lành cầu đạo Bồ-đề kia mà giảng nói về sự thành tựu hạnh đại bi của con trong quá khứ, từ khi mới phát tâm A-nậu-đa-la Tam-miệu Tam-bồ-đề, cho đến sự trang nghiêm thế giới cùng với nguyện lành mầu nhiệm và những nhân duyên phát khởi.

"Những người ấy nghe rồi đều lấy làm kinh ngạc, ngợi khen là chưa từng có, liền phát khởi nguyện lành mầu nhiệm, đối với chúng sinh khởi tâm đại bi cũng như con không khác. Tất cả đều phát nguyện rằng: 'Nếu có cõi thế giới xấu ác nặng nề với năm sự uế trược như vậy, trong đó có những chúng sinh phạm năm tội nghịch, cho đến gồm đủ các việc bất thiện, ta sẽ ở trong thế giới ấy mà điều phục tất cả.'

Các vị Thế Tôn kia do nơi sự thành tựu tâm đại bi của những người ấy, đã phát khởi các nguyện lành đối với cõi đời xấu ác có năm sự uế trược, nên liền tùy theo chỗ mong cầu của mỗi người mà thọ ký cho tất cả.

"Bạch Thế Tôn! Các vị Phật Thế Tôn lại vì những người tu học Đại thừa mà giảng nói về nhân duyên phát khởi những sự biến hóa của xá-lợi do con lưu lại: Trong quá khứ lâu xa, có vị Phật Thế Tôn danh hiệu như thế, sau khi nhập Niết-bàn rồi, có những kiếp nạn như đao binh, dịch bệnh, đói khổ lần lượt nổi lên. Khi đó, chúng ta sống trong kiếp ấy chịu mọi sự khổ não. Lúc bấy giờ, xá-lợi mà đức Phật kia lưu lại liền vì chúng ta mà hiện ra đủ mọi phép thần thông tự tại để cứu khổ. Nhờ vậy nên chúng ta liền được phát tâm A-nậu-đa-la Tam-miệu Tam-bồ-đề, trồng các căn lành, tinh cần tu tập sáu pháp ba-la-mật như đã nói trên."

Khi ấy, đức Phật Thích-ca Mâu-ni bảo Bồ Tát Tịch Ý: "Thiện nam tử! Lúc bấy giờ Phạm-chí Bảo Hải ở nơi đức Phật Bảo Tạng, đứng trước chư thiên, đại chúng, nhân, phi nhân, được thành tựu tâm đại bi rộng lớn vô biên, sau khi phát khởi năm trăm lời thệ nguyện liền bạch Phật rằng: 'Bạch Thế Tôn! Nếu như sở nguyện của con không thành tựu, không được lợi ích bản thân, thì con sẽ không thể làm được các Phật sự như đã nói trên trong Hiền kiếp của đời vị lai, khi có những sự xấu ác nặng nề với năm sự uế trược, chúng sinh đấu tranh giành giật lẫn nhau, trong đời mạt thế mù tối ngu si không thầy dạy dỗ, không người răn dạy, chìm trong các tà kiến hết sức tối tăm u ám, phạm vào năm tội nghịch. Nếu vậy thì nay con ắt là sẽ xả bỏ tâm Bồ-đề, cũng không nguyện ở các cõi Phật phương khác mà trồng các căn lành.

"Bạch Thế Tôn! Nay con một lòng mong cầu như vậy, chẳng mong được nhờ nơi căn lành mà thành tựu quả A-nậu-đa-la Tam-miệu Tam-bồ-đề, cũng chẳng nguyện được quả vị Bích-chi Phật, cũng chẳng nguyện làm theo Thanh văn thừa, chẳng cầu được làm vua cõi trời, cõi người, chẳng ưa thích năm món dục mà sinh trong hai cõi trời, người, cũng chẳng cầu sinh trong các loài càn-thát-bà, a-tu-la, ca-lâu-la, khẩn-na-la, ma-hầu-la-già, dạ-xoa, la-sát, các vị long vương... Trồng các căn lành mà chẳng cầu được những nơi như thế.

"Bạch Thế Tôn! Nếu được giàu sang lớn ắt là do nhân lành bố thí, nếu được sinh lên cõi trời ắt là do nhân lành trì giới, nếu được trí huệ lớn ắt là do nhân lành học rộng, nếu được dứt trừ phiền não ắt là do nhân lành tư duy. Như Phật có dạy, những việc như thế đều là sự lợi ích cho bản thân do nhân lành công đức, thảy đều có thể tùy theo chỗ mong cầu mà được cả.

"Bạch Thế Tôn! Nếu như căn lành của con được thành tựu, được lợi ích bản thân, thì những việc làm của con như bố thí, trì giới, học rộng nghe nhiều, tư duy, thảy đều sẽ được thành tựu. Nguyện cho những quả báo tốt đẹp này sẽ dành cho hết thảy chúng sinh trong địa ngục.

"Nếu có chúng sinh nào đọa vào địa ngục A-tỳ, nhờ căn lành này sẽ được cứu thoát, sinh lên cõi người, nghe Phật thuyết pháp liền được rõ biết, thành tựu quả A-la-hán, mau chóng nhập Niết-bàn.

"Nếu như nghiệp báo của những chúng sinh này chưa dứt, con nguyện sẽ xả bỏ tuổi thọ của mình để vào địa ngục A-tỳ thay thế họ mà nhận chịu khổ não.

"Nguyện cho thân con biến hiện ra nhiều như số hạt bụi nhỏ trong một cõi Phật thế giới. Mỗi một thân ấy đều cao lớn như núi Tu-di, mỗi một thân ấy đều nhận biết được mọi điều vui khổ, cũng như thân con hiện nay nhận biết được mọi điều vui khổ. Mỗi một thân ấy sẽ nhận chịu đủ mọi quả báo khổ não của các tội ác nặng nề nhiều như số hạt bụi nhỏ trong một cõi Phật, cũng như số hạt bụi nhỏ trong cõi Phật hiện nay.

"Trong các cõi Phật ở khắp mười phương có những chúng sinh phạm vào năm tội nghịch ác, khởi các nghiệp bất thiện, cho đến sẽ đọa vào địa ngục A-tỳ; nếu về sau trải qua số đại kiếp nhiều như số hạt bụi nhỏ trong một cõi Phật, ở các cõi Phật khắp mười phương nhiều như số hạt bụi nhỏ, có bao nhiêu những chúng sinh phạm vào năm tội nghịch ác, khởi các nghiệp bất thiện, cho đến sẽ đọa vào địa ngục A-tỳ, con sẽ vì tất cả những chúng sinh như vậy mà ở nơi địa ngục A-tỳ thay thế nhận chịu mọi sự khổ não, khiến cho họ khỏi phải đọa vào địa ngục, liền được gặp ngay chư Phật, thưa hỏi pháp mầu, thoát khỏi sinh tử, trụ yên nơi cảnh giới Niết-bàn. Vào khi ấy, con nguyện trong nhiều đời thường thay thế những chúng sinh đó ở trong địa ngục A-tỳ.

"Lại có những chúng sinh ở các cõi thế giới mười phương nhiều như số hạt bụi nhỏ trong một cõi Phật, đã tạo các ác nghiệp, ắt sẽ phải chịu quả báo đọa vào địa ngục Hỏa chá, giống như địa ngục A-tỳ, hoặc địa ngục Chá, địa ngục Ma-ha-lô-khiết, địa ngục Bức bách, địa ngục Hắc thằng, địa ngục Tưởng, hoặc thọ sinh vào đủ mọi loài súc sinh, ngạ quỷ bần cùng, dạ-xoa, câu-bàn-trà, tỳ-xá-già, a-tu-la, ca-lâu-la... con cũng nguyện sẽ cứu vớt và thay thế chúng sinh chịu khổ như vậy.

"Bạch Thế Tôn! Nếu như có những chúng sinh trong các thế giới khắp mười phương nhiều như số hạt bụi nhỏ của một cõi Phật, đã tạo các ác nghiệp, ắt sẽ phải chịu quả báo sinh vào cõi người chịu tật nguyền đui, điếc, câm, ngọng, không chân, không tay, tâm ý rối loạn, đánh mất chánh niệm, ăn uống những thứ bất tịnh. Con nguyện cũng sẽ thay thế những chúng sinh ấy mà nhận lãnh các tội báo như vừa nói trên.

"Nếu lại có những chúng sinh đọa vào địa ngục A-tỳ chịu các khổ não, con nguyện cũng sẽ nhiều đời thay thế những chúng sinh ấy chịu mọi khổ não. Đối với những chúng sinh trong vòng sinh tử phải chịu đựng những nỗi khổ của các ấm, giới, nhập, hoặc sinh trong các loài súc sinh, ngạ quỷ, bần cùng, dạ-xoa, câu-biện-trà, tỳ-xá-già, a-tu-la, ca-lâu-la... con cũng đều vì họ mà thay thế nhận chịu mọi khổ não như vậy.

"Bạch Thế Tôn! Nếu như sở nguyện của con thành tựu, được lợi ích bản thân, sẽ thành tựu quả A-nậu-đa-la Tam-miệu Tam-bồ-đề như đã phát nguyện, thì xin cho trong vô lượng vô biên a-tăng-kỳ thế giới ở khắp mười phương, mỗi nơi đều có chư Phật hiện tại đang vì chúng sinh thuyết pháp, tất cả các vị đều sẽ vì con mà chứng minh, cũng chính là chỗ thấy biết của chư Phật ấy.

“Bạch Thế Tôn! Nguyện nay đức Thế Tôn thọ ký cho con quả vị A-nậu-đa-la Tam-miệu Tam-bồ-đề, vào đời Hiền kiếp, khi tuổi thọ của con người là một trăm hai mươi tuổi, con sẽ thành Phật với đủ Mười danh hiệu từ Như Lai, Ứng cúng, Chánh biến tri cho đến Thiên nhân sư, Phật Thế Tôn.

“Bạch Thế Tôn! Nếu như con sẽ thành tựu được những Phật sự như vậy, đúng như đã phát nguyện, xin nguyện cho khắp đại chúng đây cùng với chư thiên, rồng, a-tu-la... hoặc ở trên mặt đất, hoặc ở giữa hư không, chỉ trừ đức Như Lai, còn ngoài ra tất cả đều sẽ xúc động rơi lệ, đều đến trước mặt con cúi đầu lễ kính, ngợi khen rằng: ‘Lành thay, lành thay! Lòng đại bi của ngài đã thành tựu, không ai có thể sánh bằng. Ngài đã đạt được chỗ niệm tưởng rất sâu xa, vì tất cả chúng sinh mà phát khởi lòng đại bi sâu xa như vậy, nên phát ra lời thệ nguyện bền chắc. Việc làm của ngài hôm nay không phải do ai dạy bảo mà được, lấy lòng đại bi chuyên nhất mà che chở bảo vệ cho hết thảy, thâu nhiếp hết cả những kẻ bất thiện, những kẻ phạm vào năm tội nghịch. Nguyện lành của ngài, hôm nay chúng tôi đều được biết rõ. Khi ngài vừa mới phát tâm A-nậu-đa-la Tam-miệu Tam-bồ-đề đã vì chúng sinh mà làm vị thuốc quý trị lành các bệnh; làm chỗ nương theo, làm chỗ trú ẩn, nương náu cho chúng sinh, vì muốn cho tất cả chúng sinh được giải thoát nên mới phát khởi thệ nguyện như vậy. Sở nguyện của ngài hôm nay được phần lợi ích, đức Như Lai sẽ vì ngài mà thọ ký quả A-nậu-đa-la Tam-miệu Tam-bồ-đề.’

“Khi Phạm-chí Bảo Hải nói ra lời ấy rồi, Chuyển luân Thánh vương Vô Lượng Thanh Tịnh liền từ chỗ ngồi đứng dậy, xúc động rơi lệ, chắp tay cung kính hướng về Phạm-chí Bảo Hải, cúi đầu sát đất lễ kính rồi đọc kệ rằng:

Sở nguyện ngài hôm nay,
Thật sâu xa bền chắc.

Vì thương khắp chúng sinh,
Buông bỏ sự vui riêng,
Khởi lòng bi rộng lớn.
Vì đại chúng hôm nay,
Hiển bày pháp chân thật,
Tướng nhiệm mầu thù thắng!

Khi ấy, Bồ Tát Quán Thế Âm liền đọc kệ ngợi khen rằng:

Chúng sinh nhiều tham chấp,
Nay ngài không vướng mắc,
Với các căn cao, thấp,
Từ lâu đã tự tại,
Có thể tùy chúng sinh,
Giúp cho đủ căn, nguyện,
Đời vị lai sẽ được,
Kho trí huệ tổng trì.

Khi ấy, Bồ Tát Đắc Đại Thế liền đọc kệ ngợi khen rằng:

Vô lượng ức chúng sinh,
Vì điều lành hội họp.
Biết lòng bi của ngài,
Hết thảy đều xúc động.
Ngài tu tập khổ hạnh,
Xưa nay chưa từng có!

Khi ấy, Bồ Tát Văn-thù-sư-lợi lại đọc kệ ngợi khen rằng:

Được tam-muội *tinh tấn,*
Thật bền chắc vô cùng.
Trí huệ lớn, nhiệm mầu,
Khéo biết phân biệt rõ.
Nếu dùng đủ hương hoa,
Dâng lên cúng dường ngài,
Đức độ ngài hôm nay,
Rất xứng đáng thọ nhận.

Khi ấy, Bồ Tát Hư Không Ấn cũng đọc kệ ngợi khen rằng:

Ngài vì khắp chúng sinh,
Thành tựu tâm đại bi,
Xả tài vật bố thí,
Đời xấu ác, uế trược,
Trang nghiêm giữ các tướng,
Mầu nhiệm hay đẹp nhất,
Vì khắp cõi trời, người,
Làm bậc thầy điều phục.

Khi ấy, Bồ Tát Kim Cang Trí Huệ Quang Minh cũng đọc kệ ngợi khen rằng:

Tâm đại bi của ngài,
Rộng lớn như hư không,
Vì thân thiết chúng sinh,
Nên hành đạo Bồ-đề.

Khi ấy, Bồ Tát Hư Không Nhật cũng đọc kệ ngợi khen rằng:

Những gì ngài thành tựu,
Như công đức đại bi,
Cùng trí huệ thắng diệu,
Khéo phân biệt tướng pháp,
Chỉ trừ Phật Thế Tôn,
Ngoài ra chẳng ai bằng!

Khi ấy, Bồ Tát Sư Tử Hương cũng đọc kệ ngợi khen rằng:

Ngài trong đời vị lai,
Sinh vào thời Hiền kiếp,
Trong cõi đời phiền não,
Sẽ được danh xưng lớn.
Lại khiến cho vô lượng,
Hết thảy mọi chúng sinh,
Được dứt trừ khổ não,
Được giải thoát nhiệm mầu.

Khi ấy, Bồ Tát Phổ Hiền cũng đọc kệ ngợi khen rằng:

Hết thảy mọi chúng sinh,
Dù chuyên cần tu tập,
Hay đói khổ, sinh tử;
Ngụp lặn trong tà kiến,
Xâu xé, ăn nuốt nhau,
Không một chút tâm lành.
Ngài mở lòng đại bi,
Nhiếp thủ được tất cả!

Khi ấy, Bồ Tát A-súc cũng đọc kệ ngợi khen rằng:

Diệt mất hết tâm lành,
Chuyên làm việc nghịch ác,
Chìm sâu trong vô minh,
Tối tăm và u ám,
Không cách nào ra khỏi,
Vũng bùn sâu phiền não.
Ngài mở lòng cứu lấy,
Những chúng sinh như vậy.

Khi ấy, Bồ Tát Hương Thủ cũng đọc kệ ngợi khen rằng:

Nay ngài xét thấy rõ,
Cõi thế đời vị lai,
Có nhiều sự khủng bố,
Như nhìn hình trong gương,
Chúng sinh trong cõi thế,
Hủy hoại cả chánh pháp,
Tất cả đều diệt mất,
Hết thảy mọi căn lành.

Khi ấy, Bồ Tát Bảo Tướng cũng đọc kệ ngợi khen rằng:

Nay ngài dùng các đức,
Trí huệ và trì giới,
Với từ bi, tam-muội,
Để trang nghiêm tâm mình,

Nên có thể nhiếp thủ,
Những chúng sinh ngu si:
Diệt mất mọi thiện pháp,
Phỉ báng bậc thánh nhân.

Khi ấy, Bồ Tát Ly Khủng Bố Trang Nghiêm cũng đọc kệ ngợi khen rằng:

Chỗ tu tập của ngài,
Vô lượng môn khổ hạnh,
Thảy đều vì cứu vớt,
Chúng sinh đời vị lai:
Những kẻ mất thiện tâm,
Trôi lăn theo tà kiến.

Khi ấy, Bồ Tát Hoa Thủ cũng đọc kệ ngợi khen rằng:

Lòng đại bi của ngài,
Cùng trí huệ tinh tấn,
Trong khắp đại chúng này,
Không ai có thể sánh!
Nên đủ sức cứu vớt,
Những chúng sinh tà kiến,
Đang bị già, bệnh, chết,
Bức bách không đường thoát.

Khi ấy, Bồ Tát Trí Xưng cũng đọc kệ ngợi khen rằng:

Vô số các chúng sinh,
Phải chịu nhiều bệnh khổ,
Thường bị những phiền não,
Gió độc không ngừng thổi.
Nay ngài thật đủ sức,
Dùng nước Đại trí huệ,
Diệt trừ hết các ma,
Phá tan thế lực ác.

Khi ấy, Bồ Tát Địa Ấn cũng đọc kệ ngợi khen rằng:

Nay ngài đã có được,
Sức tinh tấn, kiên cố.
Dứt hết mọi phiền não,
Đạt cảnh giới giải thoát.
Chúng tôi đều kém cỏi,
Không thể theo kịp được.

Khi ấy, Bồ Tát Nguyệt Hoa cũng đọc kệ ngợi khen rằng:

Ngài tu tập kiên cố,
Biết dụng ý tinh tấn,
Y theo sức công đức,
Lòng thương xót tất cả,
Cho nên đời vị lai,
Có thể vì chúng sinh,
Trừ dứt mọi trói buộc,
Trong ba cõi, ba đời.

Khi ấy, Bồ Tát Vô Cấu Nguyệt cũng đọc kệ ngợi khen rằng:

Trong đạo của Bồ Tát,
Đại bi là trên hết.
Dạy người khởi lòng bi,
Nên chúng tôi kính lễ.

Khi ấy, Bồ Tát Trì Lực cũng đọc kệ ngợi khen rằng:

Đời xấu ác, uế trược,
Nhiều phiền não, tật bệnh,
Ngài nương đạo Bồ-đề,
Phát thệ nguyện kiên cố,
Vì tất cả chúng sinh,
Dứt trừ gốc phiền não.

Khi ấy, Bồ Tát Hỏa Man cũng đọc kệ ngợi khen rằng:

Trí huệ lớn của ngài,
Như kho tàng trân bảo.
Thệ nguyện ngài phát khởi,
Thanh tịnh không bợn nhơ,
Ngài chuyên tâm tu hành,
Đạo Vô thượng Bồ-đề,
Là muốn vì chúng sinh,
Trị dứt mọi bệnh khổ.

Khi ấy, Bồ Tát Hiện Lực xúc động rơi lệ, đến trước Phạm-chí Bảo Hải cúi đầu sát đất lễ bái, rồi chắp tay cung kính đọc kệ ngợi khen rằng:

Nay ngài khéo giương cao,
Ngọn đuốc Đại trí huệ,
Vì hết thảy chúng sinh,
Dứt trừ bệnh phiền não,
Lại cũng vì chúng sinh,
Nghèo khó và thiếu thốn,
Nên diệt trừ hết thảy,
Vô số các khổ não.

"Thiện nam tử! Lúc bấy giờ, hết thảy đại chúng, chư thiên, rồng, quỷ thần, càn-thát-bà, người và phi nhân, thảy đều đến trước Phạm-chí Bảo Hải, cúi đầu sát đất lễ bái. Lễ bái rồi đứng dậy chắp tay cung kính, dùng đủ mọi nghi thức để ngợi khen, xưng tán."

Phật Thích-ca Mâu-ni bảo Tịch Ý Bồ Tát: "Thiện nam tử! Khi ấy, Phạm-chí Bảo Hải đến trước đức Như Lai, quỳ gối phải sát đất. Bấy giờ, mặt đất liền chấn động đủ sáu cách. Hết thảy các cõi Phật trong mười phương nhiều như số hạt bụi nhỏ của một cõi Phật cũng đều chấn động đủ sáu cách, có ánh sáng rực rỡ chiếu khắp thế gian, không trung mưa xuống đủ mọi loại hoa, như hoa mạn-đà-la, hoa ma-ha mạn-đà-la, hoa ba-lợi-chất-đa, hoa mạn-thù-sa, hoa ma-ha mạn-thù-sa, cho đến có vô số ánh sáng chói chang chiếu khắp các cõi thế giới mười phương nhiều như số hạt bụi nhỏ trong một cõi Phật; trong các cõi thế giới hoặc thanh tịnh, hoặc không thanh tịnh, mỗi nơi đều có chư Phật hiện tại đang vì chúng sinh giảng thuyết chánh pháp.

"Ở nơi những đức Phật ấy đều có các vị Bồ Tát ngồi nghe thuyết pháp. Các vị Bồ Tát này nhìn thấy các hiện tượng như cõi đất chấn động đủ sáu cách, có ánh hào quang rực rỡ chiếu soi, trời mưa xuống đủ mọi loại hoa... Nhìn thấy như vậy rồi, các vị liền bạch trước Phật rằng: 'Bạch Thế Tôn! Do nhân duyên gì mà cõi đất này chấn động đủ sáu cách, lại có ánh hào quang rực rỡ chiếu soi, trời mưa xuống đủ mọi loại hoa?'

"Bấy giờ, về phương đông cách đây số thế giới nhiều như số cát của một con sông Hằng, có một cõi Phật tên là Tuyển Trạch Trân Bảo, nơi ấy có Phật hiệu là Bảo Nguyệt Như Lai, Ứng cúng, Chánh biến tri, Minh hạnh túc, Thiện thệ, Thế gian giải, Vô thượng sĩ, Điều ngự trượng phu, Thiên nhân sư, Phật Thế Tôn, hiện đang thuyết giảng giáo pháp Đại thừa với vô lượng vô biên a-tăng-kỳ các vị Đại Bồ Tát cung kính vây quanh. Trong số ấy có hai vị Bồ Tát, một vị hiệu là Bảo Tướng, một vị hiệu là Nguyệt Tướng. Cả hai vị cùng hướng về đức Phật Bảo Nguyệt, chắp tay cung kính bạch Phật rằng: 'Bạch Thế Tôn! Do nhân duyên gì mà cõi đất chấn động sáu cách, lại có ánh hào quang rực rỡ chiếu soi, trời mưa xuống đủ mọi loại hoa?'

"Khi ấy, Phật Bảo Nguyệt bảo hai vị Bồ Tát ấy rằng: 'Các thiện nam tử! Về phương tây cách đây số thế giới nhiều như số cát sông Hằng, có cõi thế giới kia tên là San-đề-lam, có đức Phật Thế Tôn hiệu là Bảo Tạng Như Lai, có đủ mười hiệu, hiện đang vì vô lượng vô biên các vị Bồ Tát mà thọ ký quả A-nậu-đa-la Tam-miệu Tam-bồ-đề, giảng nói về các cõi thế giới, mở bày chỉ bảo về sự trang nghiêm của các cõi Phật, về cảnh giới tam-muội của các nguyện lành, các môn đà-la-ni và những kinh điển như vậy. Trong chúng hội ấy có vị Đại Bồ Tát Đại Bi phát khởi thệ nguyện rằng: Nay ta sẽ lấy lòng đại bi hun đúc trong tâm, nhận sự thọ ký thành tựu quả A-nậu-đa-la Tam-miệu Tam-bồ-đề, vì các vị Đại Bồ Tát mà thị hiện phát khởi nguyện lành.

"Vì phát nguyện như thế nên trước hết vị ấy đã làm cho vô lượng vô biên các Bồ Tát đều phát thệ nguyện lớn lao, nhận lấy các cõi thế giới có đủ mọi sự trang nghiêm và điều phục chúng sinh. Chỗ thành tựu đại bi của vị Bồ Tát ấy, trong toàn đại chúng không ai sánh kịp. Vị ấy ở trong cõi đời có năm sự uế trược mà điều phục những chúng sinh xấu ác nhiều phiền não, cứu vớt hết thảy những kẻ phạm vào năm tội nghịch cho đến những kẻ gồm đủ các điều bất thiện, diệt mất tâm lành.

"Đại chúng ở nơi ấy cùng với chư thiên, loài rồng, quỷ thần, người và phi nhân, lúc này không cúng dường Phật mà tất cả cùng nhau cúng dường vị Bồ Tát đã thành tựu hạnh đại bi rốt ráo này. Họ cúi đầu sát đất lễ bái Bồ Tát ấy, rồi đứng dậy chắp tay cung kính đọc kệ ngợi khen xưng tán.

"Lúc bấy giờ, Bồ Tát Đại Bi ở ngay trước Phật mà quỳ gối phải sát đất để nghe Phật thọ ký. Đức Phật Thế Tôn liền mỉm miệng cười. Do nhân duyên ấy mà khiến cho ở khắp các thế giới mười phương nhiều như số hạt bụi nhỏ trong một cõi Phật đều có hiện tượng cõi đất chấn động sáu cách, phát ra hào quang rực rỡ chiếu soi, trời mưa xuống đủ mọi loại hoa. Đó là vì muốn khai ngộ cho hết thảy các vị Bồ Tát, cũng là thị hiện cho thấy chỗ hành đạo của các vị Bồ Tát.

"Đức Phật Bảo Tạng kia sẽ khiến cho hết thảy các vị Bồ Tát trong khắp mười phương nhiều như số hạt bụi nhỏ trong một cõi Phật đều tụ hội về, lại vì những vị Đại Bồ Tát ấy mà thuyết dạy các môn đà-la-ni, tam-muội, pháp môn không sợ sệt. Vì thế nên đức Bảo Tạng Như Lai mới thị hiện đủ mọi phép biến hóa như vậy.'

"Thiện nam tử! Khi ấy hai vị Bồ Tát nghe được những điều như vậy rồi liền bạch Phật: 'Bạch Thế Tôn! Vị Bồ Tát Đại Bi ấy từ khi phát tâm đến nay đã được bao lâu rồi? Vị ấy tu hành đạo Bồ Tát đã được bao lâu? Đến khi nào thì vị ấy sẽ ở trong cõi đời xấu ác có năm sự uế trược mà điều phục, thâu nhiếp tất cả những chúng sinh nặng nề phiền não, luôn đấu tranh giành giật lẫn nhau, phần nhiều lại phạm vào năm tội nghịch, thường làm hết thảy những điều bất thiện, diệt mất thiện tâm?"

"Khi ấy, đức Phật Bảo Nguyệt nói với hai vị Bồ Tát: 'Các thiện nam tử! Vị Bồ Tát Đại Bi này đến hôm nay mới vừa phát tâm A-nậu-đa-la Tam-miệu Tam-bồ-đề. Các thiện nam tử! Nay các ông có thể đến đó để gặp đức Phật Bảo Tạng, lễ bái cúng dường, đi quanh cung kính, nghe đức Phật ấy thuyết dạy các môn đà-la-ni, tam-muội, pháp môn không sợ sệt, những kinh điển như vậy... và cũng là để gặp được vị Đại Bồ Tát Đại Bi ấy.

"Các ông hãy chuyển lời của ta đến Bồ Tát Đại Bi, hãy nói như thế này: 'Đức Như Lai Bảo Nguyệt gửi lời thăm hỏi ông, dùng hoa nguyệt quang thanh tịnh này gửi theo để làm tin và có lời ngợi khen rằng: Lành thay, lành thay! Thiện nam tử! Ông vừa mới phát tâm đã có thể thành tựu được lòng đại bi như thế! Nay ông đã có danh xưng lớn lao vô lượng, lan truyền ra khắp các thế giới mười phương nhiều như số hạt bụi nhỏ trong một cõi Phật thế giới, ai ai cũng gọi ông là Bồ Tát Đại Bi! Ông vừa mới phát tâm mà đã có thể thành tựu được lòng đại bi như thế! Cho nên ta có lời ngợi khen xưng tán ông rằng: Lành thay, lành thay!

"Lại nữa, thiện nam tử! Ông vì giúp cho các vị Bồ Tát trong đời vị lai thành tựu tâm đại bi nên mới phát lời nguyện lành đại bi không dứt đoạn, dựng lên đạo tràng chánh pháp. Cho nên ta lại có lời ngợi khen lần nữa: Thật lành thay, lành thay!

"Lại nữa, thiện nam tử! Danh xưng của ông sẽ còn mãi trong đời vị lai, cho đến trải qua số a-tăng-kỳ kiếp nhiều như số hạt bụi nhỏ trong một cõi Phật, dạy bảo cho trăm ngàn ức vô lượng vô biên a-tăng-kỳ chúng sinh, khiến cho được trụ yên trong đạo A-nậu-đa-la Tam-miệu Tam-bồ-đề, mãi cho đến khi gặp Phật, được địa vị không còn thối chuyển. Hoặc có người phát khởi nguyện lành, hoặc nhận lấy cõi thế giới thanh tịnh, thâu nhiếp tất cả chúng sinh, tùy theo căn tánh mà điều phục, cũng đều khiến cho trong đời vị lai được thọ ký quả A-nậu-đa-la Tam-miệu Tam-bồ-đề. Tất cả những chúng sinh như vậy, trong đời vị lai, trải qua số kiếp nhiều như số hạt bụi nhỏ trong một cõi Phật, sẽ ở nơi các cõi Phật mười phương nhiều như số hạt bụi nhỏ trong một cõi Phật mà thành tựu quả A-nậu-đa-la Tam-miệu Tam-bồ-đề, chuyển bánh xe chánh pháp, lại cũng sẽ hết lời ngợi khen xưng tán Bồ Tát Đại Bi. Vì thế nên ta dùng phép khen ngợi ba lần để ngợi khen xưng tán ông rằng: Lành thay, lành thay!'

"Thiện nam tử! Lúc bấy giờ, ở cõi thế giới Tuyển Trạch Trân Bảo có chín mươi hai ức vị Đại Bồ Tát đồng thanh bạch Phật rằng: 'Bạch Thế Tôn! Chúng con đều muốn đến cõi thế giới San-đề-lam để gặp Phật Bảo Tạng, lễ bái cúng dường đi quanh cung kính, lắng nghe đức Phật ấy thuyết dạy các môn đà-la-ni, tam-muội, pháp môn không sợ sệt, những kinh điển như vậy, và cũng muốn được gặp Bồ Tát Đại Bi.'

"Khi ấy, đức Phật Bảo Nguyệt trao phép khen ngợi ba lần cùng với hoa nguyệt quang thanh tịnh cho hai vị Bồ Tát Bảo Tướng và Nguyệt Tướng, bảo rằng: 'Đã đến lúc các ông nên đi."

"Bấy giờ, Bồ Tát Bảo Tướng và Bồ Tát Nguyệt Tướng từ nơi chỗ đức Phật Bảo Nguyệt nhận lấy hoa nguyệt quang thanh tịnh rồi cùng chín mươi hai ức vị Đại Bồ Tát rời khỏi thế giới Tuyển Trạch Trân Bảo nhanh như ánh điện chớp, vừa mất dạng ở thế giới ấy liền tức thời đến ngay thế giới San-đề-lam, trong rừng Diêm-phù, nơi đức Phật Bảo Tạng đang thuyết pháp. Đến chỗ Phật rồi, các vị liền cúi đầu sát đất lễ kính dưới chân Phật, dùng đủ mọi phép thần thông tự tại mà hàng Bồ Tát đã đạt được để cúng dường Phật. Sau đó liền nhìn thấy Phạm-chí Bảo Hải đang được tất cả đại chúng cùng nhau cung kính, chắp tay ngợi khen xưng tán.

Cõi trời Đao-lợi: Xem chú giải ở trang 78.

"Các vị Bồ Tát ấy nhìn thấy như vậy rồi liền suy nghĩ rằng: 'Vị đại sĩ này chắc có lẽ chính là Bồ Tát Đại Bi, nên mới có thể khiến cho đức Như Lai Bảo Nguyệt gửi tặng loại hoa quý này.'

Hai vị Bồ Tát ấy liền từ chỗ đứng trước Phật Bảo Tạng cùng quay sang hướng về Phạm-chí Bảo Hải, dùng hoa quý trao ra và nói rằng: 'Đức Như Lai Bảo Nguyệt dùng hoa quý này trao ngài để làm tin, và chuyển đến ngài phép khen ngợi ba lần.' Các vị liền lặp lại những lời ngợi khen ba lần của đức Như Lai Bảo Nguyệt như đã nói trên.

"Cũng như vậy, chư Phật trong vô lượng vô biên a-tăng-kỳ thế giới về phương đông cũng đều sai khiến vô số các vị Đại Bồ Tát đến thế giới San-đề-lam, đều chuyển đến hoa nguyệt quang thanh tịnh cùng với phép khen ngợi ba lần như đã nói trên.

"Thiện nam tử! Lúc bấy giờ, về phương nam cách đây bảy vạn bảy ngàn trăm ngàn ức cõi Phật thế giới, có một cõi Phật tên là Bảo Lâu Sư Tử Hống, có đức Phật hiệu là Sư Tử Tướng Tôn Vương Như Lai, Ứng cúng, Chánh biến tri, Minh hạnh túc, Thiện thệ, Thế gian giải, Vô thượng sĩ, Điều ngự trượng phu, Thiên nhân sư, Phật Thế Tôn, hiện đang vì các vị Bồ Tát mà thuyết giảng giáo pháp Đại thừa. Trong số ấy có hai vị Đại Bồ Tát là Kim Cang Trí Tướng và Sư Tử Kim Cang Tướng.

"Hai vị Bồ Tát này bạch Phật rằng: 'Bạch Thế Tôn! Do nhân duyên gì mà cõi đất chấn động sáu cách, lại có ánh hào quang rực rỡ chiếu soi, trời mưa xuống đủ mọi loại hoa?'

"Đức Phật Sư Tử Tướng Tôn Vương lại cũng trả lời và dạy bảo các vị Bồ Tát giống như Phật Bảo Nguyệt ở phương đông.

"Lại nữa, vô lượng vô biên chư Phật về phương nam cũng đều sai khiến vô số các vị Bồ Tát đến cõi thế giới San-đề-lam, đều chuyển đến hoa nguyệt quang thanh tịnh cùng với phép khen ngợi ba lần như đã nói trên.

"Bấy giờ, về phương tây cách đây tám vạn chín ngàn trăm ngàn ức thế giới, có một thế giới tên là An Lạc, có đức Phật hiệu là Nhiếp Chư Căn Tịnh Mục Như Lai, hiện đang vì bốn bộ chúng[1] mà thuyết giảng giáo pháp Ba thừa. Trong đại chúng ấy có hai

[1] Bốn bộ chúng, hay Bốn chúng (Tứ chúng).

vị Bồ Tát, một vị tên là Hiền Nhật Quang Minh, một vị tên là Sư Tử Hống Thân.

"Hai vị Bồ Tát ấy bạch Phật rằng: 'Bạch Thế Tôn! Do nhân duyên gì mà cõi đất chấn động sáu cách, lại có ánh hào quang rực rỡ chiếu soi, trời mưa xuống đủ mọi loại hoa?'

"Đức Phật Nhiếp Chư Căn Tịnh Mục lại cũng trả lời và dạy bảo các vị Bồ Tát giống như Phật Bảo Nguyệt ở phương đông.

"Vô lượng vô biên chư Phật về phương tây cũng đều sai khiến vô số các vị Bồ Tát đến cõi thế giới San-đề-lam, đều chuyển đến hoa nguyệt quang thanh tịnh cùng với phép khen ngợi ba lần như đã nói trên.

"Bấy giờ, về phương bắc cách đây chín vạn trăm ngàn ức thế giới, có một thế giới tên là Thắng Chân Bảo, có đức Phật hiệu là Thế Gian Tôn Vương Như Lai, hiện đang vì các vị Bồ Tát mà thuyết giảng giáo pháp Đại thừa. Trong đại chúng ấy có hai vị Bồ Tát, một vị tên là Bất Động Trụ, một vị tên là Đắc Trí Huệ Thế Gian Tôn Vương.

"Hai vị Bồ Tát ấy bạch Phật rằng: 'Bạch Thế Tôn! Do nhân duyên gì mà cõi đất chấn động sáu cách, lại có ánh hào quang rực rỡ chiếu soi, trời mưa xuống đủ mọi loại hoa?'

"Đức Phật Thế Gian Tôn Vương lại cũng trả lời và dạy bảo các vị Bồ Tát giống như Phật Bảo Nguyệt ở phương đông.

"Vô lượng vô biên chư Phật về phương bắc cũng đều sai khiến vô số các vị Bồ Tát đến thế giới San-đề-lam, đều chuyển đến hoa nguyệt quang thanh tịnh cùng với phép khen ngợi ba lần như đã nói trên.

"Bấy giờ, về phương dưới cách đây chín vạn tám ngàn trăm ngàn ức na-do-tha thế giới, có một thế giới tên là Ly Ám Vụ, có đức Phật hiệu là Ly Khủng Bố Vi Nhiễu Âm, hiện đang vì bốn bộ chúng mà thuyết giảng giáo pháp Ba thừa. Trong đại chúng ấy có hai vị Bồ Tát, một vị tên là Nhật Tôn, một vị tên là Hư Không Nhật.

"Hai vị Bồ Tát ấy bạch Phật rằng: 'Bạch Thế Tôn! Do nhân duyên gì mà cõi đất chấn động sáu cách, lại có ánh hào quang rực rỡ chiếu soi, trời mưa xuống đủ mọi loại hoa?'

"Đức Phật Ly Khủng Bố Vi Nhiễu Âm lại cũng trả lời và dạy bảo các vị Bồ Tát giống như Phật Bảo Nguyệt ở phương đông.

"Vô lượng vô biên chư Phật về phương dưới cũng đều sai khiến vô số các vị Bồ Tát đến cõi thế giới San-đề-lam, đều chuyển đến hoa nguyệt quang thanh tịnh cùng với phép khen ngợi ba lần như đã nói trên.

HẾT QUYỂN VII

QUYỂN VIII

PHẨM THỨ TƯ - PHẦN VI

BỒ TÁT THỌ KÝ

Bấy giờ, về phương trên cách đây hai mươi vạn trăm ngàn thế giới, có một thế giới tên là Diệu Hoa, ở đó có đức Phật hiệu là Hoa Phu Nhật Vương Như Lai, hiện đang vì bốn bộ chúng mà thuyết giảng giáo pháp Ba thừa. Trong đại chúng ấy có hai vị Bồ Tát, một vị tên là Tuyển Trạch Tự Pháp Nhiếp Thủ Quốc Độ, một vị tên là Đà-la-ni Diệu Âm.

"Hai vị Bồ Tát ấy bạch Phật rằng: 'Bạch Thế Tôn! Do nhân duyên gì mà cõi đất chấn động sáu cách, lại có ánh hào quang rực rỡ chiếu soi, trời mưa xuống đủ mọi loại hoa?'

"Khi ấy, Phật Hoa Phu Nhật Vương bảo hai vị Bồ Tát ấy rằng: 'Các thiện nam tử! Về phương tây cách đây hai mươi vạn trăm ngàn thế giới, có cõi thế giới tên là San-đề-lam, có đức Phật Thế Tôn hiệu là Bảo Tạng Như Lai, có đủ mười hiệu, hiện đang vì vô lượng vô biên các vị Bồ Tát mà thọ ký quả A-nậu-đa-la Tam-miệu Tam-bồ-đề, giảng nói về các cõi thế giới, mở bày chỉ bảo về sự trang nghiêm của các cõi Phật, cảnh giới tam-muội của các nguyện lành, các môn đà-la-ni và những kinh điển như vậy. Trong chúng hội ấy có vị Đại Bồ Tát Đại Bi phát khởi thệ nguyện rằng: Nay ta sẽ lấy lòng đại bi hun đúc trong tâm, nhận sự thọ ký thành tựu quả A-nậu-đa-la Tam-miệu Tam-bồ-đề, vì các vị Đại Bồ Tát mà thị hiện phát khởi nguyện lành.

"Vì phát nguyện như thế nên trước hết vị ấy đã làm cho vô lượng vô biên các vị Bồ Tát đều phát thệ nguyện lớn lao, nhận lấy các cõi thế giới có đủ mọi sự trang nghiêm và điều phục chúng sinh. Chỗ thành tựu đại bi của Bồ Tát ấy, trong toàn đại chúng không ai sánh kịp. Vị ấy ở trong cõi đời có năm sự uế trược mà điều phục những chúng sinh xấu ác nhiều phiền não, cứu vớt hết thảy những kẻ phạm vào năm tội nghịch cho đến những kẻ gồm đủ các điều bất thiện, diệt mất tâm lành.

"Đại chúng ở nơi ấy cùng với chư thiên, loài rồng, quỷ thần, người và phi nhân, lúc này không cúng dường Phật mà tất cả cùng nhau cúng dường vị Bồ Tát đã thành tựu hạnh đại bi rốt ráo này. Họ cúi đầu sát đất lễ bái Bồ Tát ấy, rồi đứng dậy chắp tay cung kính đọc kệ ngợi khen xưng tán. Lúc bấy giờ, Bồ Tát Đại Bi ở ngay trước Phật mà quỳ gối phải sát đất để nghe Phật thọ ký. Đức Phật Thế Tôn liền mỉm miệng cười. Do nhân duyên ấy mà khiến cho ở khắp các thế giới mười phương nhiều như số hạt bụi nhỏ trong một cõi Phật đều có hiện tượng cõi đất chấn động sáu cách, phát ra hào quang rực rỡ chiếu soi, không trung mưa xuống đủ mọi loại hoa, vì muốn khai ngộ cho hết thảy các vị Bồ Tát, cũng là thị hiện cho thấy chỗ hành đạo của các vị Bồ Tát.

"Đức Phật Bảo Tạng kia sẽ khiến cho hết thảy các vị Bồ Tát trong khắp mười phương nhiều như số hạt bụi nhỏ trong một cõi Phật đều tụ hội về, lại vì những vị Đại Bồ Tát ấy mà thuyết dạy các môn đà-la-ni, tam-muội, pháp môn không sợ sệt. Vì thế nên đức Bảo Tạng Như Lai mới thị hiện đủ mọi phép biến hóa như vậy.'

"Thiện nam tử! Khi ấy hai vị Bồ Tát nghe được những điều như vậy rồi liền bạch Phật: 'Bạch Thế Tôn! Vị Bồ Tát Đại Bi ấy từ khi phát tâm đến nay đã được bao lâu rồi? Vị ấy tu hành đạo Bồ Tát đã được bao lâu? Đến khi nào thì vị ấy sẽ ở trong cõi đời xấu ác có năm sự uế trược mà điều phục, thâu nhiếp tất cả những chúng sinh nặng nề phiền não, luôn đấu tranh giành giật lẫn nhau, phần nhiều lại phạm vào năm tội nghịch, thường làm hết thảy những điều bất thiện, diệt mất thiện tâm?"

"Khi ấy, đức Phật Hoa Phu Nhật Vương nói với hai vị Bồ Tát: 'Các thiện nam tử! Vị Bồ Tát Đại Bi này đến hôm nay mới vừa phát tâm A-nậu-đa-la Tam-miệu Tam-bồ-đề. Các thiện nam tử! Nay các ông có thể đến đó để gặp đức Phật Bảo Tạng, lễ bái cúng dường, đi quanh cung kính, nghe đức Phật ấy thuyết dạy các môn đà-la-ni tam-muội, pháp môn không sợ sệt, những kinh điển như vậy... và cũng là để gặp Đại Bồ Tát Đại Bi.

"Các ông hãy chuyển lời ta đến Bồ Tát Đại Bi, hãy nói như thế này: 'Đức Phật Hoa Phu Nhật Vương gửi lời thăm hỏi ông, dùng hoa nguyệt quang thanh tịnh này gửi theo để làm tin và có lời ngợi khen rằng: Lành thay, lành thay! Thiện nam tử! Ông vừa mới phát tâm đã có thể thành tựu được lòng đại bi như thế! Nay ông đã có danh xưng lớn lao vô lượng, lan truyền ra khắp các thế giới mười phương nhiều như số hạt bụi nhỏ trong một cõi Phật, ai ai cũng gọi ông là Bồ Tát Đại Bi! Ông vừa mới phát tâm mà đã có thể thành tựu được lòng đại bi như thế! Cho nên ta có lời ngợi khen xưng tán ông rằng: Lành thay, lành thay!

"Lại nữa, thiện nam tử! Ông vì giúp cho các vị Bồ Tát trong đời vị lai thành tựu tâm đại bi nên mới nói ra lời nguyện lành đại bi không đoạn dứt, dựng lên đạo tràng chánh pháp. Cho nên ta lại có lời ngợi khen lần nữa: Thật lành thay, lành thay!

"Lại nữa, thiện nam tử! Danh xưng của ông sẽ còn mãi trong đời vị lai, cho đến trải qua số a-tăng-kỳ kiếp nhiều như số hạt bụi nhỏ trong một cõi Phật, dạy bảo cho trăm ngàn ức vô lượng vô biên a-tăng-kỳ chúng sinh, khiến cho được trụ yên nơi A-nậu-đa-la Tam-miệu Tam-bồ-đề, cho đến khi gặp Phật, được địa vị không còn thối chuyển. Hoặc có chúng sinh phát khởi nguyện lành, hoặc nhận lấy cõi thế giới thanh tịnh, thâu nhiếp tất cả chúng sinh, tùy theo căn tánh mà điều phục, cũng đều khiến cho trong đời vị lai sẽ được thọ ký quả A-nậu-đa-la Tam-miệu Tam-bồ-đề. Tất cả những chúng sinh như vậy, trong đời vị lai, trải qua số kiếp nhiều như số hạt bụi nhỏ trong một cõi Phật, sẽ ở nơi các cõi Phật mười phương nhiều như số hạt bụi nhỏ trong một cõi Phật mà thành tựu quả A-nậu-đa-la Tam-miệu Tam-bồ-đề, chuyển bánh xe chánh pháp, lại cũng sẽ hết lời ngợi khen xưng tán Bồ Tát Đại Bi. Vì thế nên ta dùng phép khen ngợi ba lần để ngợi khen xưng tán ông rằng: Lành thay, lành thay!'

"Thiện nam tử! Bấy giờ, cõi thế giới Diệu Hoa ấy có vô lượng ức Bồ Tát, tất cả đồng thanh bạch rằng: 'Bạch Thế Tôn! Chúng con đều muốn đến cõi thế giới San-đề-lam để gặp đức Phật Bảo Tạng, lễ bái cúng dường, đi quanh cung kính, lắng nghe thuyết giảng các môn đà-la-ni tam-muội, pháp môn không sợ sệt... Và cũng là muốn được gặp Bồ Tát Đại Bi.'

"Lúc ấy, đức Phật Hoa Phu Nhật Vương trao phép khen ngợi ba lần cùng với hoa nguyệt quang thanh tịnh cho Bồ Tát Tuyển Trạch Tự Pháp Nhiếp Thủ Quốc Độ và Bồ Tát Đà-la-ni Diệu Âm rồi dạy rằng: 'Đã đến lúc các ông nên đi.'

"Bấy giờ, hai vị Bồ Tát từ nơi chỗ đức Phật Hoa Phu Nhật Vương, mang theo hoa quý cùng với vô lượng ức chúng Bồ Tát, chỉ trong khoảng thời gian của một ý nghĩ đã mất dạng nơi thế giới kia, hốt nhiên hiện đến thế giới San-đề-lam, giữa rừng Diêm-phù, gặp đức Phật Bảo Tạng rồi liền cúi đầu sát đất kính lễ.

"Khi ấy, ở thế giới này, các vị Đại Bồ Tát tu tập Đại thừa cùng với những người phát tâm Duyên giác thừa, Thanh văn thừa, chư thiên, loài rồng, quỷ thần, ma-hầu-la-già, các loài như vậy số nhiều vô lượng, không thể tính đếm, giống như mía, trúc, sậy, lúa, như rừng cây rậm rạp, đầy khắp cõi nước này. Các vị Bồ Tát ở thế giới Diệu Hoa đến liền dùng đủ mọi phép thần thông tự tại của hàng Bồ Tát để cúng dường Phật. Cúng dường Phật rồi, nhìn thấy Phạm-chí Bảo Hải được tất cả đại chúng như vậy cùng nhau cung kính, chắp tay ngợi khen xưng tán.

"Các vị Bồ Tát ấy nhìn thấy như vậy rồi liền suy nghĩ rằng: 'Vị đại sĩ này chắc có lẽ chính là Bồ Tát Đại Bi, nên mới có thể khiến cho đức Như Lai Hoa Phu Nhật Vương gửi tặng loại hoa quý này.'

"Hai vị Bồ Tát ấy liền từ chỗ đứng trước Phật Bảo Tạng cùng quay sang hướng về Phạm-chí Bảo Hải, dùng hoa quý trao ra mà nói rằng: 'Đức Như Lai Hoa Phu Nhật Vương dùng hoa quý này trao ngài để làm tin, và chuyển đến ngài phép khen ngợi ba lần.'

Các vị liền lặp lại những lời ngợi khen ba lần của đức Như Lai Hoa Phu Nhật Vương như đã nói trên.

"Thiện nam tử! Khi ấy những loại hoa từ trên không trung mưa xuống lại hóa hiện đến những thế giới không có Phật ra đời, lại phát ra đủ mọi âm thanh mầu nhiệm tốt lành. Những âm thanh ấy vang ra khắp nơi, như là âm thanh Phật, âm thanh pháp, âm thanh tỳ-kheo tăng, âm thanh diệt tận, âm thanh vô sở hữu, âm thanh ba-la-mật, âm thanh sức không sợ sệt, âm thanh sáu thần thông, âm thanh vô sở tác, âm thanh không sinh diệt, âm thanh tịch tĩnh, âm thanh đại từ, âm thanh đại bi, âm thanh vô sinh nhẫn, âm thanh thọ ký, âm thanh thuyết pháp Đại thừa...

"Ở những thế giới không có Phật ra đời kia lại có các vị Bồ Tát, do bản nguyện nên được sức thần lớn lao, do tu tập giáo pháp sâu xa nên được sự tự tại, nhưng vì muốn cứu vớt chúng sinh nên mới ở nơi các thế giới ấy. Khi các vị được nghe những âm thanh như vậy rồi liền nương theo sức Phật, nương theo sức nguyện, nương theo sức tam-muội, từ nơi các thế giới ấy vận sức thần thông, trong khoảng thời gian như vị đại lực sĩ co duỗi cánh tay đã hiện đến thế giới San-đề-lam, giữa rừng Diêm-phù, nơi đức Phật Bảo Tạng. Các vị đến nơi rồi liền cúi đầu sát đất lễ kính dưới chân Phật, dùng đủ mọi phép thần thông tự tại của hàng Bồ Tát để cúng dường đức Phật và chư đại chúng, rồi lần lượt ngồi xuống lắng nghe Phật thuyết pháp.

"Thiện nam tử! Khi ấy, Phạm-chí Bảo Hải liền mang hoa quý nguyệt quang thanh tịnh cúng dường lên đức Như Lai Bảo Tạng, rồi bạch Phật: 'Bạch Thế Tôn! Nguyện đức Như Lai vì con thọ ký quả A-nậu-đa-la Tam-miệu Tam-bồ-đề.'

"Thiện nam tử! Bấy giờ đức Như Lai Bảo Tạng liền nhập Tam-muội Điện đăng. Do sức của tam-muội ấy nên khiến cho ở thế giới San-đề-lam tất cả những núi rừng, cây cối, đất đai đều biến thành bảy báu, khiến cho tất cả đại chúng đều được tự nhìn thấy, hết thảy đều ở trước Phật lắng nghe pháp mầu, rồi tùy chỗ tư duy của mỗi người mà tự thấy thân mình có màu xanh, màu vàng, màu trắng, màu tím, màu đỏ, màu đen...; hoặc thấy thân mình như gió, như lửa, như hư không, như hơi nắng nóng,[1] hoặc như nước, như bọt nước; hoặc thấy thân mình giống như núi lớn, hoặc như thân Phạm thiên, hoặc như thân Đế-thích; hoặc thấy thân mình như hoa, hoặc như loài ca-lâu-la, hoặc như loài rồng, hoặc như loài sư tử, hoặc giống như mặt trời, mặt trăng, các vì sao, hoặc thấy thân mình giống như loài voi, hoặc loài chồn cáo. Tất cả đều ngồi trước Phật lắng nghe pháp mầu, nhưng tùy chỗ tư duy khác nhau mà mỗi người đều tự thấy thân mình có những tướng mạo như vậy.

"Thiện nam tử! Tất cả đại chúng đều tùy theo chỗ tư duy của mỗi người, lại tự thấy thân mình cũng đồng với thân Phật Bảo Tạng, không có khác biệt.

"Tất cả đại chúng ở trước Phật khi ấy liền nhìn thấy Phạm-chí Bảo Hải ngồi trên hoa sen ngàn cánh bằng bảy báu.

"Tất cả đại chúng, dù ở trên mặt đất hay giữa hư không, dù ngồi hay đứng, mỗi người đều tự thấy như đức Như Lai Bảo Tạng riêng ngồi trước mặt mình, riêng vì mình thuyết pháp, chỉ riêng mình được nhìn thấy.

"Thiện nam tử! Khi ấy đức Như Lai Bảo Tạng khen ngợi Phạm-chí Bảo Hải rằng: 'Lành thay, lành thay! Hạnh đại bi thanh tịnh! Ông vì vô lượng vô biên chúng sinh mà phát khởi lòng đại bi như vậy, có thể làm lợi ích lớn lao, làm vầng sáng lớn soi chiếu giữa thế gian. Phạm-chí! Ví như lập thành vườn hoa có đủ mọi màu sắc, đủ mọi hương thơm, đủ mọi kiểu dáng, đủ mọi thứ lá, đủ mọi thứ thân, đủ mọi thứ rễ, đủ mọi công đức. Những thứ cây thuốc cần dùng thảy đều phải có đủ.

---

[1] Như hơi nắng nóng: Như khi trời nắng nóng, người đứng nhìn ra xa trên mặt đường, hoặc trên bãi cát, thấy có ảo giác lung linh như hiện ra các hình ảnh, hoặc như có vùng nước... nhưng thật ra không có gì cả, chỉ là ảo giác tạo ra do không khí chung quanh nung nóng quá mức mà thôi. Ảo giác này rất thường gặp khi người ta băng ngang qua các vùng sa mạc rộng lớn.

“Hoặc có loại hoa sen rộng khắp trăm ngàn do-tuần, tỏa ánh sáng và hương thơm mầu nhiệm cũng như các hoa khác. Hoặc có hoa rộng đến một trăm, hoặc rộng đến hai trăm, hoặc rộng đến ba trăm do-tuần, tỏa ánh sáng và hương thơm mầu nhiệm cũng vẫn như các hoa khác. Có loài hoa rộng lớn đến như một cõi thiên hạ, tỏa ánh sáng và hương thơm mầu nhiệm cũng như các hoa khác, không có gì sai biệt.

“Các loài chúng sinh khác nhau, hoặc có người đui mù, ngửi được hương hoa ấy liền thấy được hình sắc; hoặc có người điếc ngửi hương hoa ấy liền có thể nghe được; cho đến những ai không có đủ các căn, ngửi hương hoa ấy rồi liền được đầy đủ.

“Nếu có chúng sinh mang trong người đủ bốn trăm lẻ bốn thứ bệnh, khi bệnh phát khởi, ngửi hương hoa ấy rồi liền được khỏi bệnh.

“Nếu có chúng sinh cuồng điên buông thả, ngu si rối loạn, mê ngủ, loạn tâm, đánh mất chánh niệm, ngửi hương hoa ấy rồi liền đạt được tâm chuyên nhất.

“Trong vườn hoa ấy cũng có loài hoa phân-đà-lợi. Loài hoa này bền chắc như kim cang, thân hoa bằng lưu ly, đài hoa có trăm hạt, lá bằng vàng ròng, mầm non bằng mã não, tua hoa bằng loại chân châu đỏ. Hoa ấy cao tám mươi bốn ức do-tuần, phủ rộng chung quanh đến mười vạn do-tuần. Hình sắc và hương thơm của hoa ấy lan tỏa ra mười phương, khắp các cõi Phật nhiều như số hạt bụi nhỏ trong một cõi Phật. Trong những thế giới ấy, có những chúng sinh hoặc do bốn đại chẳng điều hòa, sinh ra tật bệnh khốn khổ, trầm trọng; hoặc các căn suy tổn, cuồng điên buông thả, ngu si rối loạn, mê ngủ, loạn tâm, đánh mất chánh niệm, khi nhìn thấy ánh sáng và ngửi được mùi hương của hoa ấy thì tất cả mọi sự bệnh khổ thảy đều dứt sạch, thảy đều đạt được tâm chuyên nhất.

“Nếu những chúng sinh vừa gặp lúc mạng chung, thân thể chưa hoại mất, khi có ánh sáng và hương thơm của hoa ấy chạm đến liền được sống lại, cùng với những người thân thuộc của mình đến chơi vườn hoa, cùng nhau thụ hưởng năm món dục. Nếu những chúng sinh đã chết hẳn rồi thì không phải sinh về cõi nào khác, chỉ sinh lên cõi Phạm thiên, sống lâu tại đó, tuổi thọ đến vô lượng.

"Bảo Hải! Vườn hoa sen kia là ví như đại chúng trong pháp hội này. Cũng như lúc mặt trời lên thì các đóa hoa đều nở rộ, đức Phật ra đời mang đến mọi sự lợi ích lớn lao, nuôi dưỡng thêm hương thơm, ánh sáng, vì tất cả chúng sinh trừ dứt mọi khổ não.

"Thiện nam tử! Nay ta ra đời như mặt trời xuất hiện giữa thế gian, khiến cho những đóa hoa thiện căn của chúng sinh đều nở rộ, tỏa hương thơm vi diệu, ánh sáng soi chiếu khắp nơi, có thể trừ dứt đủ mọi bệnh khổ của chúng sinh. Chính là đức Như Lai xuất hiện giữa thế gian này, dùng ánh sáng đại bi chiếu soi, che chở tất cả, khiến cho thiện căn của chúng sinh được khai mở, thêm phần lợi ích, trụ yên nơi ba điều phúc.

"Thiện nam tử! Ông đã giáo hóa vô lượng vô biên a-tăng-kỳ chúng sinh, khiến cho trụ yên trong đạo A-nậu-đa-la Tam-miệu Tam-bồ-đề. Những chúng sinh ấy đến chỗ ta, mỗi người đều tự phát khởi các nguyện lành khác nhau, nhận lấy những cõi Phật khác nhau, hoặc thanh tịnh, hoặc không thanh tịnh, ta đều tùy theo chỗ phát nguyện của họ mà thọ ký cho.

"Thiện nam tử! Nếu có Bồ Tát đối trước ta mà phát nguyện nhận lấy cõi thế giới thanh tịnh, dùng tâm thanh tịnh khéo tự điều phục, trồng các căn lành, thâu nhiếp chúng sinh, tuy gọi là Bồ Tát nhưng chẳng phải bậc đại trượng phu dũng mãnh, chẳng phải bậc Bồ Tát có lòng đại bi sâu xa, vì chúng sinh mà cầu đạo A-nậu-đa-la Tam-miệu Tam-bồ-đề.

"Nếu Bồ Tát nhận lấy cõi Phật thanh tịnh, tức là xa lìa tâm đại bi; lại còn chẳng nguyện lìa bỏ hai thừa. Vị Bồ Tát như vậy là không có trí huệ phương tiện khéo léo, không có tâm bình đẳng.

"Nếu có Bồ Tát phát lời thệ nguyện rằng: Nguyện cho thế giới của ta xa lìa các thừa Thanh văn, Duyên giác, không có những chúng sinh đã diệt mất căn lành, không có nữ giới và ba đường ác; khi ta thành tựu quả A-nậu-đa-la Tam-miệu Tam-bồ-đề rồi, chỉ thuần có các vị Đại Bồ Tát làm quyến thuộc lớn, chỉ thuần thuyết giảng giáo pháp Đại thừa Vô thượng, được thọ mạng vô lượng, trụ lâu ở cõi thế, trải qua vô số kiếp, chỉ thuần thuyết giảng pháp mầu cho những chúng sinh có tâm lành đã được điều phục, những chúng sinh trong sạch, sẵn có căn lành. Những người như vậy, tuy gọi là Bồ Tát nhưng thật chẳng phải bậc đại sĩ! Vì sao vậy? Vì không có được trí huệ bình đẳng và phương tiện khéo léo.'

"Thiện nam tử! Khi ấy đức Như Lai Bảo Tạng duỗi cánh tay màu vàng ròng, từ năm đầu ngón tay phóng ra ánh hào quang rực rỡ. Ánh hào quang rực rỡ ấy có đủ vô lượng trăm ngàn màu sắc, chiếu suốt về phương tây, vượt qua vô lượng vô biên a-tăng-kỳ thế giới, đến một thế giới tên gọi là Đại Chỉ.

"Ở thế giới ấy, nhân dân có tuổi thọ là ba mươi năm, mặt mũi xấu xí, hình dạng khó ưa, gồm đủ hết thảy những điều bất thiện, thân cao sáu thước.[1] Thế giới ấy có đức Phật hiệu là Đại Quang Minh Như Lai, Ứng cúng, Chánh biến tri, Minh hạnh túc, Thiện thệ, Thế gian giải, Vô thượng sĩ, Điều ngự trượng phu, Thiên nhân sư, Phật Thế Tôn, hiện đang vì bốn bộ chúng mà thuyết giảng giáo pháp Ba thừa.

"Thiện nam tử! Khi ấy tất cả đại chúng ở cõi San-đề-lam đều từ xa trông thấy được đức Phật Đại Quang Minh cùng với đại chúng nơi ấy.

"Đức Phật Bảo Tạng liền bảo với đại chúng: 'Đức Phật Đại Quang Minh ấy, trong quá khứ vô lượng vô biên a-tăng-kỳ kiếp đã từng ở chỗ Phật Bảo Cái Quang Minh, lần đầu tiên phát tâm A-nậu-đa-la Tam-miệu Tam-bồ-đề. Vào thời ấy cũng khuyên dạy vô lượng vô biên ức na-do-tha chúng sinh, khiến cho đều trụ yên trong đạo Vô thượng, tùy chỗ sở nguyện của mỗi người đều

[1] Sáu thước: thước cổ của Trung Hoa, mỗi thước chỉ bằng 0,34 m. Như vậy, 6 thước tương đương khoảng 2 mét.

nhận lấy đủ mọi cõi thế giới trang nghiêm, hoặc thanh tịnh, hoặc không thanh tịnh, hoặc nhận lấy cõi thế giới xấu ác có năm sự uế trược. Đức Phật Đại Quang Minh khi ấy cũng đã khuyên dạy ta phát tâm và trụ yên trong đạo A-nậu-đa-la Tam-miệu Tam-bồ-đề. Vào lúc ấy, ta ở chỗ Phật Bảo Cái Quang Minh được khuyến khích phát nguyện trang nghiêm, sẽ ở nơi cõi thế giới xấu ác có năm sự uế trược này mà thành tựu quả A-nậu-đa-la Tam-miệu Tam-bồ-đề.

"Khi ấy, đức Phật Bảo Cái Quang Minh ngợi khen ta rằng: Lành thay, lành thay! Liền tức thời thọ ký cho ta quả A-nậu-đa-la Tam-miệu Tam-bồ-đề.

"Ta vào lúc ấy được thiện tri thức khuyến khích phát tâm cầu đạo A-nậu-đa-la Tam-miệu Tam-bồ-đề. Vị thiện tri thức ấy là bậc trượng phu cao trổi, nhận lấy cõi thế giới xấu ác nặng nề với đủ năm sự uế trược, có nhiều phiền não, cõi nước không thanh tịnh, hết thảy chúng sinh đều làm những việc nghịch ác, cho đến gồm đủ tất cả những điều bất thiện, diệt mất tâm lành, trôi lăn mãi mãi trong chốn bùn lầy sinh tử. Phát nguyện điều phục tất cả những chúng sinh như vậy quả là bậc đại trượng phu!

"Bấy giờ, khắp vô lượng vô biên cõi Phật trong mười phương, tất cả chư Phật đều sai người thay mặt đến chỗ bậc đại trượng phu ấy mà xưng dương tán thán, đặt cho danh hiệu là Đại Bi Nhật Nguyệt Quang Minh.

"Đại Bi Nhật Nguyệt Quang Minh chính là bậc thiện tri thức của ta. Vị ấy làm được nhiều điều lợi ích lớn lao, rồi sau mới ở nơi thế giới Đại Chỉ mà thành Phật đến nay chưa bao lâu, vì tất cả những chúng sinh ác độc có đời sống ngắn ngủi ở cõi ấy mà chuyển bánh xe chánh pháp.

"Đức Phật ấy khi mới thành tựu quả A-nậu-đa-la Tam-miệu Tam-bồ-đề có vô lượng vô biên chư Phật trong mười phương đều sai người thay mặt đến chỗ Phật ấy cúng dường cung kính, tôn trọng tán thán. Hết thảy những đức Phật Thế Tôn này đều là xưa kia đã được Phật Đại Quang Minh khuyên dạy, khiến cho được trụ yên nơi Bố thí ba-la-mật, cho đến Trí huệ ba-la-mật. Các đức Thế Tôn này vì nhớ ơn xưa nên mới sai khiến chư Bồ Tát đến đó cúng dường.

"Bảo Hải! Nay ông có thấy chăng? Các đức Thế Tôn ấy mỗi vị đều trụ nơi thế giới thanh tịnh, thọ mạng vô lượng, chỉ thuần vì chúng sinh có tâm lành đã được điều phục, những chúng sinh trong sạch, sẵn có căn lành mà làm các Phật sự. Còn đức Phật Đại Quang Minh thì ở nơi cõi thế giới xấu ác, nhơ nhớp, bất tịnh, có đủ năm sự uế trược, thành tựu quả A-nậu-đa-la Tam-miệu Tam-bồ-đề. Ở đó đa số chúng sinh đều phạm vào tội nghịch, cho đến gồm đủ hết thảy các điều bất thiện, tuổi thọ ngắn ngủi. Ngài có thể ở trong cõi thế giới ấy mà làm vô lượng Phật sự, những sự tăng ích, trưởng dưỡng, chẳng bỏ Thanh văn thừa, Bích-chi Phật thừa, vì tất cả chúng sinh mà thuyết giảng đủ giáo pháp Ba thừa.

"Bảo Hải! Ông là bậc đại trượng phu, hết thảy trong đại chúng nơi đây đều không theo kịp. Việc làm của ông thật nhiệm mầu, cao trổi, thật rất khó làm! Ông đã thệ nguyện nhận lấy cõi thế giới bất tịnh, xấu ác, có đủ năm sự uế trược, chúng sinh phần nhiều làm những việc ác nghịch, cho đến gồm đủ hết thảy những điều bất thiện, để điều phục nhiếp thủ hết thảy những chúng sinh như vậy!

"Thiện nam tử! Nếu có Bồ Tát nhận lấy cõi thế giới thanh tịnh, lìa khỏi ba đường ác, cho đến không có các thừa Thanh văn, Duyên giác, chỉ điều phục nhiếp thủ những chúng sinh có lòng lành trong sạch, đã thành tựu các căn lành. Vị Bồ Tát ấy ví như các loài hoa khác, chẳng thể xem đó là bậc Đại Bồ Tát ví như hoa phân-đà-lợi, dùng tâm lành điều phục chúng sinh, trồng các căn lành, làm các Phật sự.

"Bảo Hải! Nay ông hãy lắng nghe về bốn pháp giải đãi của hàng Bồ Tát.

"Những gì là bốn? Một là nguyện được thế giới thanh tịnh. Hai là nguyện làm Phật sự với những chúng sinh có tâm lành, trong sạch, đã điều phục. Ba là nguyện sau khi thành Phật không thuyết giảng giáo pháp Thanh văn thừa, Bích-chi Phật thừa. Bốn là nguyện sau khi thành Phật được thọ mạng vô lượng. Như vậy gọi là bốn pháp giải đãi của hàng Bồ Tát.

"Bồ Tát như vậy ví như các loài hoa khác, chẳng phải bậc Bồ Tát được ví như hoa phân-đà-lợi.

"Bảo Hải! Trong đại chúng nơi đây chỉ duy nhất có một người là Bà-do-tỳ-nữu đã phát nguyện nhận lấy thế giới không thanh tịnh, điều phục nhiếp hộ những chúng sinh nhiều phiền não.

"Bảo Hải! Vào thời Hiền kiếp, nếu có Bồ Tát nào nhận lấy cõi thế giới bất tịnh, nên biết đó là Bồ Tát có bốn pháp tinh tấn.

"Những gì là bốn? Một là phát nguyện nhận lấy cõi thế giới bất tịnh. Hai là phát nguyện làm Phật sự giữa những chúng sinh bất tịnh. Ba là sau khi thành Phật rồi sẽ thuyết giảng giáo pháp Ba thừa. Bốn là phát nguyện sau khi thành Phật có thọ mạng không dài, không ngắn. Như vậy gọi là bốn pháp tinh tấn của hàng Bồ Tát.

"Bồ Tát như vậy ví như hoa phân-đà-lợi, chẳng phải như các loại hoa khác. Như vậy gọi là Đại Bồ Tát!

"Bảo Hải! Nay ông ở giữa đại chúng vô lượng vô biên a-tăng-kỳ Bồ Tát ví như vườn hoa này, phát nguyện được thọ ký. Ông đối trước Phật đã sinh lòng đại bi như hoa phân-đà-lợi, nhiếp thủ những chúng sinh nhiều ác nghịch, gồm đủ hết thảy các điều bất thiện, trong cõi đời xấu ác có đủ năm sự uế trược mà tùy thuận điều phục tất cả. Ông dùng âm thanh đại bi mà có thể khiến cho chư Phật Thế Tôn nhiều như số hạt bụi nhỏ trong một cõi Phật đều sai khiến chư Bồ Tát đến ngợi khen xưng tán. Xưng tán rồi lại đặt hiệu cho ông là Đại Bi Thành Tựu, khiến cho cả đại chúng này đều cúng dường ông.

"Lại nữa, này ông Đại Bi! Trong đời vị lai, trải qua số a-tăng-kỳ kiếp nhiều như số cát sông Hằng, bước vào phần sau của số a-tăng-kỳ kiếp lần thứ hai cũng nhiều như số cát sông Hằng, thế giới Ta-bà ở vào Hiền kiếp, con người có tuổi thọ một trăm hai mươi năm, thường bị những nỗi khổ già, bệnh, chết trói buộc; cõi đời tối tăm u ám, không thầy dạy bảo, gồm đủ hết thảy các điều bất thiện, đi theo đường tà, chìm sâu trong dòng sông phiền não, chuyên tạo năm tội nghịch, hủy hoại chánh pháp, phỉ báng thánh nhân, phạm vào bốn trọng cấm, đủ mọi điều xấu ác như trên đã nói.

"Trong cõi đời phiền não rối loạn như vậy, ông sẽ thành một vị Như Lai, Ứng cúng, Chánh biến tri, Minh hạnh túc, Thiện thệ, Thế gian giải, Vô thượng sĩ, Điều ngự trượng phu, Thiên nhân sư, Phật Thế Tôn, lìa khỏi vòng sinh tử, chuyển bánh xe chánh pháp, phá trừ hết bốn ma.

"Vào thời ấy danh xưng của ông sẽ vang dội mười phương, truyền ra khắp vô lượng vô biên cõi Phật. Ông có đại chúng Thanh văn đệ tử là một ngàn hai trăm năm mươi người, lần lượt trong khoảng bốn mươi lăm năm sẽ thành tựu đủ vô lượng Phật sự như thế, đúng như chỗ phát nguyện của ông đầy đủ không thiếu sót.

"Khi ông Vô Lượng Thanh Tịnh[1] đây thành Phật sẽ có thọ mạng vô lượng, nhưng dù trải qua đến vô lượng vô biên kiếp cũng chỉ thành tựu được những Phật sự giống như ông, không có gì khác biệt.

"Sau khi ông nhập Niết-bàn rồi, chánh pháp trụ thế đủ một ngàn năm. Chánh pháp diệt rồi, những xá-lợi của ông, theo như chỗ phát nguyện của ông sẽ làm các Phật sự, ở lâu trong cõi thế để làm đủ các điều lợi ích cho chúng sinh như trên đã nói."

Đức Phật Thích-ca Mâu-ni bảo Bồ Tát Tịch Ý: "Thiện nam tử! Bấy giờ trong chúng hội có một vị Phạm-chí tên là Tướng Cụ Túc phát nguyện rằng: 'Bậc đại trượng phu! Nếu trong đời vị lai, trải qua vô lượng vô biên a-tăng-kỳ kiếp khi ông hành đạo Bồ Tát, dù ở bất cứ nơi nào tôi cũng nguyện vì ông thường làm

[1] Tức là Chuyển luân Thánh vương Vô Tránh Niệm đã được đức Phật đổi tên cho là Vô Lượng Thanh Tịnh.

người theo hầu hạ, chăm sóc, thường lấy tâm từ mà cung phụng cho ông đầy đủ những thứ cần dùng. Cho đến khi ông đản sinh thành Phật, vào kiếp ấy tôi sẽ làm cha của ông. Khi ông thành Phật rồi, tôi sẽ làm vị đại thí chủ. Rồi ông sẽ thọ ký quả Bồ-đề Vô thượng cho tôi.'

"Bấy giờ có vị thần biển tên là Điều Ý lại phát nguyện rằng: 'Bậc đại trượng phu! Từ nay về sau, dù ông sinh ra ở bất cứ nơi đâu, cho đến khi đản sinh thành Phật, tôi nguyện sẽ thường vì ông mà làm mẹ. Khi ông thành Phật rồi cũng sẽ thọ ký quả Bồ-đề Vô thượng cho tôi.'

"Bấy giờ có vị thần nước lại phát nguyện rằng: 'Từ nay về sau, dù ông sinh ra ở bất cứ nơi đâu, cho đến khi đản sinh thành Phật, tôi nguyện sẽ thường vì ông mà làm nhũ mẫu. Khi ông thành Phật rồi cũng sẽ thọ ký quả Bồ-đề Vô thượng cho tôi.'

"Lúc ấy có hai vị Đế thích, một vị tên là Thiện Niệm, một vị tên là Bảo Niệm, cùng phát nguyện rằng: 'Bậc đại trượng phu! Khi ông thành Phật rồi, chúng tôi sẽ làm những đệ tử Thanh văn của ông có trí huệ thần túc.'

"Lại có vị Đế thích tên là Thiện Kiến Túc phát nguyện rằng: 'Đại Bi! Từ nay về sau, dù ông sinh ra ở bất cứ nơi đâu, cho đến khi đản sinh thành Phật, tôi nguyện sẽ thường sinh ra làm con của ông.'

"Có vị thần núi Tu-di tên là Thiện Lạc Hoa lại phát nguyện rằng: 'Đại Bi! Từ nay về sau, dù ông sinh ra ở bất cứ nơi đâu, cho đến khi đản sinh thành Phật, tôi nguyện sẽ thường sinh ra làm vợ của ông. Khi ông thành Phật rồi cũng sẽ thọ ký quả Bồ-đề Vô thượng cho tôi.'

"Lại có vị vua a-tu-la tên là Hung Ức Hạnh phát nguyện rằng: 'Đại Bi! Trong vô lượng vô biên a-tăng-kỳ kiếp, khi ông hành đạo Bồ Tát, mãi cho đến khi đản sinh thành Phật, tôi sẽ thường vì ông mà làm người hầu hạ, chăm sóc, phục vụ mọi điều cho được an ổn. Khi ông thành tựu quả A-nậu-đa-la Tam-miệu Tam-bồ-đề, chuyển bánh xe chánh pháp, tôi sẽ là người hiểu pháp trước tiên, đạt được quả vị chân thật, nếm vị cam-lộ của chánh pháp, cho đến đoạn trừ được hết thảy phiền não, thành bậc A-la-hán.'

"Khi ấy lại có chư thiên, loài rồng, quỷ thần, a-tu-la, ca-lâu-la, loài người, loài phi nhân, nhiều như số cát của một sông Hằng, cùng hướng về Bồ Tát Đại Bi phát lời thệ nguyện rằng: 'Bậc đại trượng phu! Mong ông sẽ điều phục giáo hóa tất cả chúng tôi.'

"Bấy giờ, có một vị Phạm-chí tu theo phái lõa hình, tên là Loạn Tưởng Khả Uý, phát nguyện rằng: 'Bậc đại trượng phu! Khi ông hành đạo Bồ Tát trong vô lượng vô biên a-tăng-kỳ kiếp, tôi nguyện sẽ luôn theo ông cầu xin những thứ cần dùng, thường đến chỗ ông cầu xin những thứ như y phục, giường nằm, ghế ngồi, phòng ốc, nhà cửa, voi ngựa, xe cộ, thành quách, vợ con, đầu, mắt, tủy, não, da, thịt, chân, tay, tai, mũi, lưỡi, thân thể. Bậc đại trượng phu! Tôi sẽ vì ông mà tạo ra các nhân duyên hỗ trợ, khiến ông thành tựu đầy đủ pháp Bố thí ba-la-mật, cho đến pháp Trí huệ ba-la-mật.

"Đại Bi! Khi ông hành đạo Bồ Tát, tôi sẽ khuyến khích bằng cách như vậy, khiến cho ông được thành tựu đầy đủ sáu pháp ba-la-mật. Khi ông thành Phật rồi, tôi nguyện sẽ làm đệ tử theo ông nghe học tám vạn pháp môn tu tập. Nghe rồi liền có thể biện thuyết được hết thảy các tướng của pháp. Giảng thuyết được các tướng của pháp rồi, ông sẽ thọ ký đạo Bồ-đề Vô thượng cho tôi.'

"Thiện nam tử! Lúc bấy giờ, Phạm-chí Bảo Hải nghe lời nguyện như vậy, liền kính lễ dưới chân đức Phật Bảo Tạng rồi quay sang bảo Phạm-chí Loạn Tưởng Khả Uý rằng: 'Lành thay, lành thay! Ông quả thật là người bạn lành trên đường cầu đạo Vô thượng. Trong vô lượng vô biên trăm ngàn vạn ức a-tăng-kỳ kiếp, ông sẽ thường tìm đến chỗ tôi, khẩn thiết cầu xin những thứ cần dùng, chẳng hạn như y phục, giường nằm, ghế ngồi... cho đến chân, tay, tai, mũi, lưỡi, thân thể. Vào lúc ấy, tôi sẽ lấy tâm thanh tịnh xả bỏ mọi vật sở hữu để bố thí cho ông. Lúc đó ông nhận lấy những thứ ấy mà quả thật không hề có tội lỗi gì cả.'

"Thiện nam tử! Khi ấy, Đại Bồ Tát Đại Bi[1] lại phát nguyện rằng: 'Bạch Thế Tôn! Khi con hành đạo Bồ Tát trong vô lượng vô biên trăm ngàn vạn ức a-tăng-kỳ kiếp, dù sinh ra ở bất cứ nơi đâu, nếu có những chúng sinh muốn cầu xin vật chi liền đến trước mặt con, hoặc cầu món ăn thức uống, hoặc dùng lời ngọt ngào êm ái, hoặc dùng lời nặng nề ác độc, hoặc dùng lời khinh miệt chê bai, hoặc dùng lời chân thật. Bạch Thế Tôn! Con vào lúc ấy chẳng hề sinh khởi dù chỉ là một ý tưởng ác. Nếu con sinh tâm nóng giận, dù chỉ là mảy may trong chốc lát, hoặc do nhân duyên bố thí mà có lòng mong cầu quả báo trong tương lai, như vậy tức là đã dối gạt vô lượng vô biên a-tăng-kỳ chư Phật hiện tại ở khắp mười phương, nên trong đời vị lai chắc chắn không thể thành tựu quả A-nậu-đa-la Tam-miệu Tam-bồ-đề.

"Bạch Thế Tôn! Vào lúc ấy con sẽ dùng tâm hoan hỷ mà bố thí cho những người đến cầu xin, nguyện cho những người nhận lãnh đó không bị tổn hại gì, đối với các căn lành cũng không hề bị ngăn trở chút nào. Nếu như con làm cho những người thọ nhận ấy bị mảy may tổn hại hay ngăn trở căn lành, như vậy ắt là đã dối gạt vô lượng vô biên a-tăng-kỳ chư Phật hiện tại ở khắp mười phương. Nếu dối gạt chư Phật, ắt phải đọa vào địa ngục A-tỳ, không thể hoan hỷ bố thí các thứ đồ ăn, thức uống, y phục...

"Nếu những người đến cầu xin con, hoặc dùng lời ngọt ngào êm ái, hoặc dùng lời nặng nề ác độc, hoặc dùng lời khinh miệt chê bai, hoặc dùng lời chân thật, khẩn thiết cầu xin những thứ như đầu, mắt, tủy, não... Bạch Thế Tôn! Nếu như vào lúc ấy tâm con không hoan hỷ, thậm chí chỉ cần sinh khởi một niệm sân hận, hoặc do nhân duyên bố thí ấy mà có lòng mong cầu được quả báo, đó tức là đã dối gạt vô lượng vô biên a-tăng-kỳ chư Phật hiện tại ở khắp mười phương. Do nhân duyên ấy, chắc chắn phải chịu đọa vào địa ngục A-tỳ.

"Cũng giống như khi con tu tập pháp Bố thí ba-la-mật, cho đến tu tập pháp Trí huệ ba-la-mật cũng đều giống như vậy.'[2]

---

[1] Đại Bồ Tát Đại Bi: là tên của Phạm-chí Bảo Hải do chư Phật xưng tán.

[2] Ở đây nói tóm lại việc tu tập sáu pháp ba-la-mật của Bồ Tát đều giống như vậy.

“Thiện nam tử! Khi ấy đức Như Lai Bảo Tạng liền ngợi khen Phạm-chí Bảo Hải: ‘Lành thay, lành thay! Ông thật khéo trụ yên nơi tâm đại bi nên mới có thể phát khởi được thệ nguyện như vậy!’

“Thiện nam tử! Bấy giờ, hết thảy đại chúng, chư thiên, loài rồng, quỷ thần, người và phi nhân thảy đều chắp tay ngợi khen rằng: ‘Lành thay, lành thay! Ông thật khéo trụ yên nơi tâm đại bi nên mới có thể phát khởi được thệ nguyện như vậy, được danh xưng lớn lao, kiên trì vững chắc thực hành theo sáu pháp hòa kính, làm lợi ích đầy đủ cho hết thảy chúng sinh.’

“Thiện nam tử! Khi Phạm-chí Loạn Tưởng Khả Úy phát lời thệ nguyện như trên, lại có tám mươi bốn ngàn vị thiên nhân cũng phát khởi thệ nguyện giống như vậy.

“Thiện nam tử! Lúc bấy giờ Đại Bồ Tát Đại Bi lại cùng với tám mươi bốn ngàn vị thiên nhân như vậy cùng phát thệ nguyện, tâm sinh hoan hỷ, chắp tay quay nhìn bốn phía đại chúng mà nói rằng: ‘Thật là chưa từng có! Trong đời vị lai, khi chánh pháp đã diệt, con sẽ ở trong cõi đời xấu ác đủ năm sự uế trược với nhiều phiền não mà phóng ra ánh hào quang rực sáng, làm bậc thầy điều ngự, giữa cõi đời tối tăm u ám thắp lên ngọn đèn chánh pháp, vì những chúng sinh không có người cứu giúp che chở, không có thế lực, không có Phật chỉ đường. Nay con vừa mới phát tâm Bồ-đề đã có được những người bạn cùng cầu đạo Vô thượng như thế này. Hết thảy những người này đều phát nguyện trong nhiều đời sẽ theo con mà nhận lãnh sự bố thí những món như đầu, mắt, tủy, não, da, thịt, xương, máu, chân, tay, tai, mũi, lưỡi, thân thể, cho đến y phục, món ăn, thức uống.’

“Thiện nam tử! Khi ấy, Phạm-chí Bảo Hải bạch Phật: ‘Thế Tôn! Nếu trong đời vị lai trải qua vô lượng vô biên trăm ngàn vạn ức a-tăng-kỳ kiếp, những chúng sinh này tìm đến chỗ con, được con bố thí cho các thứ như đầu, mắt, tủy, não, cho đến món ăn, thức uống, dù chỉ một phần rất nhỏ như mảy lông, thì khi con thành tựu quả A-nậu-đa-la Tam-miệu Tam-bồ-đề rồi, nếu những chúng sinh ấy không được thoát khỏi sinh tử, không được thọ ký các quả vị trong Ba thừa, tức là con đã dối gạt vô lượng vô biên chư Phật hiện tại trong khắp mười phương, chắc chắn sẽ không thể thành tựu quả A-nậu-đa-la Tam-miệu Tam-bồ-đề.'

"Thiện nam tử! Khi ấy đức Như Lai Bảo Tạng lại ngợi khen Bồ Tát Đại Bi một lần nữa: 'Lành thay, lành thay! Bậc đại trượng phu cao cả! Ông có thể hành đạo Bồ Tát như vậy, cũng giống như xưa kia từng có Bồ Tát Tu-di Sơn Bảo ở trước đức Phật Thế Gian Quang Minh lần đầu tiên phát tâm Bồ-đề như vậy, phát lời thệ nguyện như vậy, và cũng hành đạo Bồ Tát như vậy, trải qua số a-tăng-kỳ kiếp nhiều như số cát của một con sông Hằng.

"Về phương đông cách đây trăm ngàn ức cõi Phật, có một thế giới tên là Quang Minh Trí Sí, tuổi thọ của con người ở đó là một trăm tuổi. Bồ Tát Tu-di Sơn Bảo ở trong thế giới ấy thành Phật hiệu là Trí Hoa Vô Cấu Kiên Bồ-đề Tôn Vương Như Lai, Ứng cúng, Chánh biến tri, Minh hạnh túc, Thiện thệ, Thế gian giải, Vô thượng sĩ, Điều ngự trượng phu, Thiên nhân sư, Phật Thế Tôn. Đức Phật ấy ở đời thuyết pháp bốn mươi lăm năm, làm đủ các Phật sự.'

"Khi ấy, đức Phật Bảo Tạng bảo Bồ Tát Đại Bi: 'Sau khi đức Phật Trí Hoa Vô Cấu Kiên Bồ-đề Tôn Vương nhập Niết-bàn rồi, chánh pháp trụ thế đủ một ngàn năm. Khi chánh pháp diệt rồi, tượng pháp trụ thế cũng đủ một ngàn năm. Này Đại Bi! Đức Phật Thế Tôn kia dù tại thế, dù đã nhập Niết-bàn, trong suốt khoảng thời gian chánh pháp và tượng pháp trụ thế, nếu có các vị tỳ-kheo và tỳ-kheo ni hủy phạm giới luật, không theo đúng chánh pháp, làm theo tà đạo, hoặc làm dứt mất pháp cúng dường, không biết hổ thẹn, hoặc làm dứt mất tài vật của chư tăng mười phương, dứt mất các thứ y phục, đồ ăn thức uống, giường ghế, thuốc men... của chư tăng hiện tiền, hoặc lấy những tài vật của chúng tăng mà làm của riêng mình, hoặc tự ý mang cho người khác, hoặc mang cho người thế tục. Thiện nam tử! Hết thảy những người như vậy, đức Phật Thế Tôn kia đều thọ ký cho các quả vị trong Ba thừa.

“Này Đại Bi! Nơi đạo trường của đức Như Lai ấy, nếu có người nào xuất gia mặc áo cà-sa, thảy đều được thọ ký cho không còn thối chuyển trong Ba thừa. Nếu có vị tỳ-kheo, tỳ-kheo ni, ưu-bà-tắc, ưu-bà-di nào phạm vào bốn trọng cấm, đức Phật kia đối với những người ấy liền khởi ý tưởng như đối với Thế Tôn, trồng các căn lành, lại cũng thọ ký cho được các quả vị không còn thối chuyển trong Ba thừa.’

“Thiện nam tử! Lúc bấy giờ Đại Bồ Tát Đại Bi bạch Phật rằng: ‘Bạch Thế Tôn! Nay con phát nguyện trong khi con hành đạo Bồ Tát, nếu như có chúng sinh nào cần phải khuyến khích giáo hóa, khiến cho được trụ yên nơi pháp Bố thí ba-la-mật, cho đến trụ yên nơi pháp Trí huệ ba-la-mật, cho đến khuyến khích giáo hóa khiến cho được trụ yên nơi chỉ một mảy may căn lành, mãi cho đến khi con thành tựu quả A-nậu-đa-la Tam-miệu Tam-bồ-đề, nếu con không thể giúp cho những chúng sinh ấy được trụ yên trong giáo pháp Ba thừa, khiến cho được địa vị không còn thối chuyển, cho dù chỉ là bỏ sót một trong số rất nhiều chúng sinh ấy, tức là con đã dối gạt vô lượng vô biên a-tăng-kỳ chư Phật hiện tại trong mười phương thế giới, như vậy chắc chắn không thể thành tựu quả A-nậu-đa-la Tam-miệu Tam-bồ-đề.

“Bạch Thế Tôn! Khi con thành Phật rồi, nếu có chúng sinh nào xuất gia mặc áo cà-sa theo giáo pháp của con, hoặc phạm vào các trọng giới, hoặc làm theo tà kiến; hoặc có những tỳ-kheo, tỳ-kheo ni, ưu-bà-tắc, ưu-bà-di khinh khi Tam bảo, chẳng có lòng tin, gồm đủ các tội nặng, nhưng nếu chỉ trong một niệm sinh tâm cung kính, tôn trọng đức Thế Tôn, hoặc tôn trọng chánh pháp, hoặc tôn trọng Tăng-già, nếu như những chúng sinh này không riêng được thọ ký các quả vị trong Ba thừa rồi sinh lòng thối chuyển, cho dù chỉ là một người, tức là con đã dối gạt vô lượng vô biên a-tăng-kỳ chư Phật hiện tại trong mười phương thế giới, như vậy chắc chắn không thể thành tựu quả A-nậu-đa-la Tam-miệu Tam-bồ-đề.

“Bạch Thế Tôn! Khi con thành Phật rồi, chư thiên, loài rồng, quỷ thần, người và phi nhân, nếu có thể đối với người mặc áo cà-sa sinh lòng cung kính cúng dường, tôn trọng tán thán, chúng sinh ấy dù được nhìn thấy chỉ một phần nhỏ của áo cà-sa cũng liền được địa vị không còn thối chuyển trong Ba thừa.

"Nếu chúng sinh nào đang bị đói khát khổ bức, hoặc các loài quỷ thần bần cùng, hoặc những người hèn hạ, kém cỏi, cho đến những chúng sinh trong loài ngạ quỷ, nếu có được chỉ một phần nhỏ của áo cà-sa, cho đến một mảnh chừng bốn tấc, chúng sinh ấy liền sẽ được đầy đủ tất cả các món ăn thức uống, lại tùy theo chỗ mong cầu điều gì cũng đều được nhanh chóng thành tựu.

"Nếu những chúng sinh nào thường đối nghịch, chống phá nhau, khởi lên tư tưởng oán thù, vần xoay trong vòng tranh đấu; hoặc có chư thiên, loài rồng, quỷ thần, càn-thát-bà, a-tu-la, ca-lâu-la, khẩn-na-la, ma-hầu-la-già, câu-biện-đồ, tỳ-xá-già, người và phi nhân đang lúc cùng nhau tranh đấu, nếu nhớ nghĩ đến áo cà-sa liền sinh tâm bi mẫn, tâm nhu nhuyễn, tâm tịch diệt, tâm lành đã được điều phục, không còn lòng oán thù.

"Nếu có người đang ở trong vòng đao binh chiến đấu, kiện thưa tranh tụng, nếu mang theo một phần nhỏ của áo cà-sa đến những nơi ấy, rồi vì muốn được bảo vệ nên cúng dường cung kính, tôn trọng mảnh cà-sa ấy; người ấy sẽ không bị người khác xâm hại, quấy nhiễu, khinh thường, lại thường được hơn hẳn người khác mà vượt qua mọi sự hoạn nạn.

"Bạch Thế Tôn! Nếu như áo cà-sa trong giáo pháp của con không thành tựu được năm công đức nhiệm mầu tốt đẹp như trên, tức là con đã dối gạt vô lượng vô biên a-tăng-kỳ chư Phật hiện tại trong khắp các thế giới mười phương, trong đời vị lai ắt không thể thành tựu quả A-nậu-đa-la Tam-miệu Tam-bồ-đề, làm các Phật sự, đánh mất pháp lành, chắc chắn không thể phá trừ ngoại đạo.'

"Thiện nam tử! Lúc bấy giờ đức Như Lai Bảo Tạng duỗi cánh tay phải có màu vàng ròng, xoa đầu Bồ Tát Đại Bi ngợi khen rằng: 'Lành thay, lành thay! Bậc đại trượng phu! Lời ông nói ra quả thật quý giá như trân bảo, quả thật vô cùng hiền thiện! Sau khi ông thành tựu quả A-nậu-đa-la Tam-miệu Tam-bồ-đề rồi, áo cà-sa này sẽ có thể thành tựu đủ năm công đức nhiệm mầu tốt đẹp, mang lại lợi ích lớn lao cho chúng sinh.'

"Thiện nam tử! Khi ấy, Đại Bồ Tát Đại Bi được nghe đức Phật ngợi khen như vậy rồi liền sinh lòng hoan hỷ, phấn khích vô cùng.

"Khi đức Phật duỗi cánh tay phải màu vàng ròng với năm ngón dài mềm mại xoa lên đầu Bồ Tát Đại Bi, thân thể của Bồ Tát nhờ đó liền biến đổi hình trạng, trẻ trung như một chàng trai mới vừa hai mươi tuổi.

"Thiện nam tử! Tất cả đại chúng trong hội ấy, chư thiên, loài rồng, quỷ thần, càn-thát-bà, người và phi nhân, thảy đều chắp tay cung kính hướng về Bồ Tát Đại Bi, tung rải các loại hoa thơm để cúng dường, cho đến trỗi lên các loại âm nhạc, rồi lại hết lời ngợi khen xưng tán.

"Sau khi ngợi khen xưng tán rồi, tất cả đều đứng lặng yên tại chỗ."

PHẨM THỨ NĂM - PHẦN I

PHÁP BỐ THÍ

Thiện nam tử! Lúc bấy giờ Bồ Tát Đại Bi cúi đầu sát đất lễ kính đức Như Lai Bảo Tạng. Kính lễ dưới chân Phật rồi, liền đứng trước Phật bạch rằng: 'Bạch Thế Tôn! Trong kinh Phật có dạy các phép tam-muội và các pháp môn thanh tịnh hỗ trợ Bồ-đề, vậy hết thảy có bao nhiêu phép tam-muội và các pháp môn thanh tịnh hỗ trợ Bồ-đề? Thế nào là Bồ Tát dùng sự không sợ sệt để trang nghiêm, đầy đủ pháp nhẫn?'

"Thiện nam tử! Khi ấy, đức Phật Bảo Tạng khen ngợi Bồ Tát

Đại Bi rằng: "Lành thay, lành thay! Này Đại Bi! Câu hỏi của ông thật lạ kỳ thay! Thật đặc biệt thay! Quả thật quý giá như trân bảo, có thể làm lợi ích lớn lao cho vô lượng vô biên các vị Bồ Tát.

"Vì sao vậy? Này Đại Bi! Ông có thể thưa hỏi Như Lai một điều lớn lao như thế! Này Đại Bi! Ông hãy lắng nghe, lắng nghe!

"Nếu có kẻ nam, người nữ nào phát tâm lành tu hành theo Đại thừa, có phép Tam-muội Thủ lăng nghiêm. Khi nhập tam-muội này có thể nhập hết thảy các phép tam-muội.

"Có phép Tam-muội Bảo ấn, khi nhập tam-muội này có thể tương hợp với các phép tam-muội.

"Có phép Tam-muội Sư tử du hý, khi nhập tam-muội này, đối với các phép tam-muội có thể được tùy ý tự tại.

"Có phép Tam-muội Thiện nguyệt, khi nhập tam-muội này có thể chiếu soi các phép tam-muội.

"Có phép Tam-muội Nguyệt tràng tướng, khi nhập tam-muội này có thể nắm giữ nghi vệ, phép tắc của các phép tam-muội.

"Có phép Tam-muội Xuất nhất thiết pháp tánh, khi nhập tam-muội này có thể ra khỏi hết thảy các phép tam-muội.

"Có phép Tam-muội Quán ấn, khi nhập tam-muội này có thể quán xét chỗ cùng tột của hết thảy các phép tam-muội.

"Có phép Tam-muội Ly pháp giới, khi nhập tam-muội này có thể phân biệt được các phép tam-muội.

"Có phép Tam-muội Ly tràng tướng, khi nhập tam-muội này có thể nắm giữ nghi vệ, phép tắc của hết thảy các phép tam-muội.

"Có phép Tam-muội Kim cang, khi nhập tam-muội này có thể khiến cho hết thảy các phép tam-muội đều không thể bị phá hoại.

"Có phép Tam-muội Chư pháp ấn, khi nhập tam-muội này có thể tương hợp với hết thảy các pháp.

"Có phép Tam-muội Vương thiện trụ, khi nhập tam-muội này đối với các phép tam-muội có thể trụ yên như vua.

“Có phép Tam-muội Phóng quang, khi nhập tam-muội này có thể phóng hào quang rực rỡ chiếu soi các phép tam-muội.

“Có phép Tam-muội Lực tấn, khi nhập tam-muội này đối với các phép tam-muội có thể tùy ý tăng tiến.

“Có phép Tam-muội Chánh xuất, khi nhập tam-muội này có thể chân chánh ra khỏi các phép tam-muội.

“Có phép Tam-muội Biện từ, khi nhập tam-muội này có thể hiểu rõ được hết ý nghĩa của vô lượng âm thanh.

“Có phép Tam-muội Ngữ ngôn, khi nhập tam-muội này có thể hòa nhập hết thảy các ngôn ngữ.

“Có phép Tam-muội Quán phương, khi nhập tam-muội này có thể quán xét khắp mọi khía cạnh của các phép tam-muội.

“Có phép Tam-muội Nhất thiết pháp, khi nhập tam-muội này có thể trừ phá hết thảy các pháp.

“Có phép Tam-muội Trì ấn, khi nhập tam-muội này có thể nắm giữ mọi sự tương hợp với các phép tam-muội.

“Có phép Tam-muội Nhập nhất thiết pháp tịch tĩnh, khi nhập tam-muội này có thể khiến cho hết thảy các phép tam-muội đều đi vào cảnh giới tịch tĩnh.

“Có phép Tam-muội Bất thất, khi nhập tam-muội này có thể không quên mất hết thảy các phép tam-muội.

“Có phép Tam-muội Nhất thiết pháp bất động, khi nhập tam-muội này có thể khiến cho hết thảy các phép tam-muội đạt đến cảnh giới không động chuyển.

“Có phép Tam-muội Thân cận nhất thiết pháp hải ấn, khi nhập tam-muội này có thể thâu tóm, gần gũi hết thảy các phép tam-muội.

“Có phép Tam-muội Nhất thiết vô ngã, khi nhập tam-muội này có thể khiến cho các phép tam-muội đạt đến cảnh giới không còn sinh diệt.

"Có phép Tam-muội Biến phú hư không, khi nhập tam-muội này có thể bao trùm hết thảy các phép tam-muội.

"Có phép Tam-muội Bất đoạn nhất thiết pháp, khi nhập tam-muội này có thể nắm giữ các phép tam-muội, không để dứt mất.

"Có phép Tam-muội Kim cang tràng, khi nhập tam-muội này có thể nắm vững được hết thảy các đạo tràng tam-muội.

"Có phép Tam-muội Nhất thiết pháp nhất vị, khi nhập tam-muội này có thể nắm rõ được hết thảy các pháp cùng chung một vị.

"Có phép Tam-muội Ly nhạo ái, khi nhập tam-muội này có thể lìa khỏi hết thảy các phiền não cũng như trợ duyên phiền não.

"Có phép Tam-muội Nhất thiết pháp vô sanh, khi nhập tam-muội này có thể nhìn thấy hết thảy các phép tam-muội đều không sinh không diệt.

"Có phép Tam-muội Quang minh, khi nhập tam-muội này có thể soi chiếu hết thảy các phép tam-muội khiến cho rực sáng.

"Có phép Tam-muội Bất diệt nhất thiết pháp, khi nhập tam-muội này có thể không còn phân biệt hết thảy các phép tam-muội.

"Có phép Tam-muội Bất cầu, khi nhập tam-muội này có thể không mong cầu hết thảy các pháp.

"Có phép Tam-muội Bất trụ, khi nhập tam-muội này có thể đối với các pháp không trụ nơi cảnh giới của pháp.

"Có phép Tam-muội Hư không ức tưởng, khi nhập tam-muội này có thể khiến cho các phép tam-muội đều là hư không, thấy được sự chân thật.

"Có phép Tam-muội Vô tâm, khi nhập tam-muội này có thể ở trong hết thảy các phép tam-muội diệt được các pháp tâm và tâm sở.[1]

---

[1] Tâm và tâm sở: Tất cả các pháp chia làm tâm pháp và sắc pháp. Những gì có hình sắc đều thuộc về sắc pháp, những pháp vô hình liên quan đến tâm gọi là

"Có phép Tam-muội Sắc vô biên, khi nhập tam-muội này có thể ở trong hết thảy các phép tam-muội được hào quang chiếu khắp cảnh giới Sắc vô biên.[1]

"Có phép Tam-muội Tịnh đăng, khi nhập tam-muội này có thể ở trong hết thảy các phép tam-muội thắp lên ngọn đèn chiếu sáng.

"Có phép Tam-muội Nhất thiết pháp vô biên, khi nhập tam-muội này đối với hết thảy các phép tam-muội đều có thể thị hiện trí huệ vô lượng.

"Có phép Tam-muội Điện vô biên, khi nhập tam-muội này đối với hết thảy các phép tam-muội đều có thể thị hiện trí huệ.

"Có phép Tam-muội Nhất thiết quang minh, khi nhập tam-muội này đối với các phép tam-muội có thể thị hiện hào quang tam-muội.

"Có phép Tam-muội Chư giới vô biên, khi nhập tam-muội này đối với các phép tam-muội có thể thị hiện trí huệ vô lượng vô biên.

"Có phép Tam-muội Bạch tịnh kiên cố, khi nhập tam-muội này có thể đối với các phép tam-muội đạt được cảnh giới Không định.[2]

"Có phép Tam-muội Tu-di sơn không, khi nhập tam-muội này có thể đối với các phép tam-muội thị hiện được hư không.

"Có phép Tam-muội Vô cấu quang minh, khi nhập tam-muội này có thể đối với các phép tam-muội trừ được mọi sự dơ bẩn, cấu uế.

"Có phép Tam-muội Nhất thiết pháp trung vô uý, khi nhập tam-muội này có thể đối với các phép tam-muội thị hiện lòng không sợ sệt.

---

tâm pháp. Sắc pháp là đối tượng của tâm nên gọi là tâm sở, bản Hán văn thuộc lối Cựu dịch nên dùng tâm số, cũng cùng nghĩa này.

[1] Sắc vô biên: cảnh giới thiền định đạt đến chỗ quán chiếu sắc tướng là vô biên, không có giới hạn.

[2] Không định: cảnh giới thiền định mà hành giả quán xét thấy tất cả các pháp đều là không.

"Có phép Tam-muội Nhạo lạc, khi nhập tam-muội này đối với các phép tam-muội đều có thể đạt được sự vui thích.

"Có phép Tam-muội Nhất thiết pháp chánh du hý, khi nhập tam-muội này có thể đối với các phép tam-muội thị hiện không có hết thảy mọi sắc tướng.

"Có phép Tam-muội Phóng điện quang, khi nhập tam-muội này có thể đối với các phép tam-muội thị hiện phát ra ánh sáng.

"Có phép Tam-muội Nhất thiết pháp an chỉ vô cấu, khi nhập tam-muội này có thể đối với các phép tam-muội thị hiện trí huệ không nhiễm ô.

"Có phép Tam-muội Vô tận, khi nhập tam-muội này có thể đối với các phép tam-muội thị hiện không phải dứt mất, cũng không phải không dứt mất.

"Có phép Tam-muội Nhất thiết pháp bất khả tư nghị thanh tịnh, khi nhập tam-muội này có thể đối với các phép tam-muội thị hiện hết thảy đều như ảnh tượng trong gương soi, không thể nghĩ bàn.

"Có phép Tam-muội Hỏa quang, khi nhập tam-muội này có thể đối với các phép tam-muội khiến cho trí huệ tỏa sáng.

"Có phép Tam-muội Ly tận, khi nhập tam-muội này có thể đối với các phép tam-muội thị hiện không cùng tận.

"Có phép Tam-muội Bất động, khi nhập tam-muội này có thể đối với các pháp không lay động, không thọ nhận, không có sự khinh chê hay đùa cợt.

"Có phép Tam-muội Tăng ích, khi nhập tam-muội này có thể đối với các phép tam-muội thảy đều thấy được sự lợi ích, tăng trưởng.

"Có phép Tam-muội Nhật đăng, khi nhập tam-muội này đối với các phép tam-muội đạt được sự phát sáng rực rỡ.

"Có phép Tam-muội Nguyệt vô cấu, khi nhập tam-muội này có thể đối với các phép tam-muội tạo ra ánh sáng như mặt trăng.

"Có phép Tam-muội Bạch tịnh quang minh, khi nhập tam-muội này có thể đối với các phép tam-muội đạt được bốn phép biện tài.[1]

"Có phép Tam-muội Tác bất tác, khi nhập tam-muội này có thể đối với các phép tam-muội dù tạo tác hay không tạo tác cũng đều thị hiện tướng trí huệ.

"Có phép Tam-muội Kim cang, khi nhập tam-muội này có thể thông đạt hết thảy các pháp, cho đến không thấy có tất cả mọi chướng ngại nhiều như những hạt bụi nhỏ.

"Có phép Tam-muội Trụ tâm, khi nhập tam-muội này trong tâm không lay động, không thọ nhận mọi sự vui khổ, không thấy có ánh sáng, không có sự nóng giận, ngay trong tâm ấy cũng không thấy có những ý tưởng như vậy.

"Có phép Tam-muội Biến chiếu, khi nhập tam-muội này có thể đối với các phép tam-muội thấy được hết thảy đều sáng suốt.

"Có phép Tam-muội Thiện trụ, khi nhập tam-muội này có thể đối với các phép tam-muội đều khéo trụ yên.

"Có phép Tam-muội Bảo sơn, khi nhập tam-muội này có thể nhìn thấy các phép tam-muội đều như núi báu.

"Có phép Tam-muội Thắng pháp ấn, khi nhập tam-muội này có thể tương hợp với các phép tam-muội.

"Có phép Tam-muội Thuận pháp tánh, khi nhập tam-muội này nhìn thấy hết thảy các pháp đều có thể tùy thuận theo đó.

"Có phép Tam-muội Ly nhạo, khi nhập tam-muội này đối với hết thảy các pháp đều có thể lìa khỏi sự ưa thích đắm chấp.

"Có phép Tam-muội Pháp cự, khi nhập tam-muội này trừ được mọi sự tối tăm u ám của các pháp.

"Có phép Tam-muội Pháp vũ, khi nhập tam-muội này đối với các phép tam-muội có thể làm cơn mưa pháp, phá trừ mọi sự đắm chấp vào hình tướng.

---

[1] Bốn phép biện tài (Tứ chủng biện), cũng tức là Tứ vô ngại biện hay Tứ vô ngại giải, là Bốn phép biện tài vô ngại của hàng Bồ Tát.

“Có phép Tam-muội Đẳng ngôn ngữ, khi nhập tam-muội này có thể đối với các pháp đều được thấu suốt.

“Có phép Tam-muội Ly ngữ ngôn, khi nhập tam-muội này có thể đối với các pháp đạt đến cảnh giới không còn ngôn ngữ.

“Có phép Tam-muội Đoạn duyên, khi nhập tam-muội này dứt trừ được các pháp duyên.

“Có phép Tam-muội Bất tác, khi nhập tam-muội này đối với các pháp không còn thấy có người tạo tác.

“Có phép Tam-muội Tịnh tánh, khi nhập tam-muội này thấy được tự tánh của hết thảy các pháp đều thanh tịnh.

“Có phép Tam-muội Vô chướng ngại, khi nhập tam-muội này đối với các pháp không có chướng ngại.

“Có phép Tam-muội Ly võng, khi nhập tam-muội này thấy được tất cả các phép tam-muội, lìa khỏi sự phân biệt cao thấp.

“Có phép Tam-muội Tập tụ nhất thiết công đức, khi nhập tam-muội này lìa khỏi hết thảy mọi sự tụ tập các pháp.

“Có phép Tam-muội Chánh trụ, khi nhập tam-muội này ở trong các pháp không còn thấy có những pháp tâm và tâm sở.

“Có phép Tam-muội Giác, khi nhập tam-muội này liền có thể giác ngộ được hết thảy các pháp.

“Có phép Tam-muội Niệm phân biệt, khi nhập tam-muội này đối với các pháp được biện tài vô lượng.

“Có phép Tam-muội Tịnh trí giác, khi nhập tam-muội này đối với hết thảy các pháp được bình đẳng cũng chẳng phải bình đẳng.

“Có phép Tam-muội Trí tướng, khi nhập tam-muội này có thể ra khỏi ba cõi.[1]

“Có phép Tam-muội Trí đoạn, khi nhập tam-muội này thấy được các pháp đoạn diệt.

“Có phép Tam-muội Trí vũ, khi nhập tam-muội này được hết thảy mưa pháp.

[1] Ba cõi (Tam giới): Dục giới, Sắc giới và Vô sắc giới.

“Có phép Tam-muội Vô y, khi nhập tam-muội này đối với các pháp không thấy có chỗ y chỉ.

“Có phép Tam-muội Nhất trang nghiêm, khi nhập tam-muội này đối với các pháp không thấy có chỗ dựng pháp tràng.

“Có phép Tam-muội Hạnh, khi nhập tam-muội này có thể thấy các pháp hết thảy đều là hạnh tịch tĩnh.

“Có phép Tam-muội Nhất thiết hành ly nhất thiết hữu, khi nhập tam-muội này đối với các pháp đều thông đạt rõ biết.

“Có phép Tam-muội Tục ngôn, khi nhập tam-muội này có thể hiểu rõ được ngôn ngữ của thế tục.

“Có phép Tam-muội Ly ngữ ngôn vô tự, khi nhập tam-muội này đối với các pháp được rõ biết tất cả, không cần ngôn ngữ.

“Có phép Tam-muội Trí cự, khi nhập tam-muội này đối với các pháp có thể soi chiếu sáng tỏ.

“Có phép Tam-muội Trí thắng tướng hống, khi nhập tam-muội này đối với các pháp thị hiện tướng thanh tịnh.

“Có phép Tam-muội Thông trí tướng, khi nhập tam-muội này đối với các pháp thấy hết thảy đều là tướng trí huệ.

“Có phép Tam-muội Thành tựu nhất thiết hạnh, khi nhập tam-muội này đối với các pháp thành tựu hết thảy các hạnh.

“Có phép Tam-muội Ly khổ lạc, khi nhập tam-muội này đối với các pháp không còn có chỗ nào để y chỉ.

“Có phép Tam-muội Vô tận hạnh, khi nhập tam-muội này thấy được các pháp không cùng tận.

“Có phép Tam-muội Đà-la-ni, khi nhập tam-muội này đối với các phép tam-muội có thể nắm giữ tướng pháp không phân biệt thấy có tà hay chánh.

“Có phép Tam-muội Vô tăng ái, khi nhập tam-muội này đối với các pháp không thấy có sự phân biệt yêu ghét.

“Có phép Tam-muội Tịnh quang, khi nhập tam-muội này đối với các pháp hữu vi không thấy là cấu nhiễm.

"Có phép Tam-muội Kiên lao, khi nhập tam-muội này không thấy các pháp có chỗ không bền chắc.

"Có phép Tam-muội Mãn nguyệt tịnh quang, khi nhập tam-muội này liền có thể thành tựu đầy đủ các công đức.

"Có phép Tam-muội Đại trang nghiêm, khi nhập tam-muội này đối với các phép tam-muội thảy đều thấy là thành tựu vô lượng trang nghiêm.

"Có phép Tam-muội Nhất thiết thế quang minh, khi nhập tam-muội này đối với các phép tam-muội đều dùng trí huệ soi sáng.

"Có phép Tam-muội Nhất thiết đẳng chiếu, khi nhập tam-muội này đối với các phép tam-muội đều đạt được nhất tâm.

"Có phép Tam-muội Tịnh vô tịnh, khi nhập tam-muội này đối với các phép tam-muội không thấy có sự thanh tịnh hay không thanh tịnh.

"Có phép Tam-muội Vô trạch, khi nhập tam-muội này không thấy trong các phép tam-muội có chỗ nương náu.

"Có phép Tam-muội Như nhĩ, khi nhập tam-muội này đối với các pháp không thấy có sự tạo tác hay không tạo tác.

"Có phép Tam-muội Vô thân, khi nhập tam-muội này không thấy có các pháp không còn thấy có thân.

"Các vị Bồ Tát khi tu chứng được các môn tam-muội như vậy, khẩu nghiệp được thanh tịnh như hư không, không thấy có khẩu nghiệp trong các pháp, cũng như hư không không có sự chướng ngại.

"Này Đại Bi! Như vậy gọi là tu học các môn tam-muội của hàng Bồ Tát Đại thừa.

HẾT QUYỂN VIII

QUYỂN IX

PHẨM THỨ NĂM - PHẦN II

PHÁP BỐ THÍ

Thiện nam tử! Thế nào là những pháp môn thanh tịnh hỗ trợ Bồ-đề của hàng Bồ Tát?

"Thiện nam tử! Bố thí là pháp môn hỗ trợ Bồ-đề, vì giáo hóa được chúng sinh.

"Trì giới là pháp môn hỗ trợ Bồ-đề, vì được đầy đủ các nguyện lành.

"Nhẫn nhục là pháp môn hỗ trợ Bồ-đề, vì được đầy đủ ba mươi hai tướng tốt, tám mươi vẻ đẹp.

"Tinh tấn là pháp môn hỗ trợ Bồ-đề, vì đối với chúng sinh luôn nỗ lực chuyên cần giáo hóa.

"Thiền định là pháp môn hỗ trợ Bồ-đề, vì khiến cho tâm đầy đủ và được điều phục.

"Trí huệ là pháp môn hỗ trợ Bồ-đề, vì có đủ khả năng rõ biết được các phiền não.

"Nghe nhiều học rộng là pháp môn hỗ trợ Bồ-đề, vì đối với các pháp đầy đủ sự không ngăn ngại.

"Hết thảy công đức là pháp môn hỗ trợ Bồ-đề, vì tất cả chúng sinh đều được đầy đủ.

"Trí nghiệp[1] là pháp môn hỗ trợ Bồ-đề, vì đầy đủ trí huệ không ngăn ngại.

---

[1] Trí nghiệp: những hành vi tốt đẹp, những thiện nghiệp giúp có được quả báo tốt đẹp về mặt thế trí, hay nói cách khác là khi sinh ra được trí sáng suốt minh mẫn, thông minh hơn người.

"Tu định[1] là pháp môn hỗ trợ Bồ-đề, vì được thành tựu tâm nhu hòa, hiền hậu.

"Huệ nghiệp[2] là pháp môn hỗ trợ Bồ-đề, vì lìa xa hết thảy mọi sự nghi hoặc.

"Lòng từ là pháp môn hỗ trợ Bồ-đề, vì đối với chúng sinh được tâm không ngăn ngại.

"Lòng bi là pháp môn hỗ trợ Bồ-đề, vì cứu vớt được mọi sự khổ đau của chúng sinh.

"Lòng hỷ là pháp môn hỗ trợ Bồ-đề, vì ưa thích chánh pháp.

"Lòng xả là pháp môn hỗ trợ Bồ-đề, vì dứt trừ mọi sự phân biệt yêu ghét.

"Lắng nghe thuyết pháp là pháp môn hỗ trợ Bồ-đề, vì phá trừ được năm sự ngăn che.[3]

"Xuất thế là pháp môn hỗ trợ Bồ-đề, vì xả bỏ mọi thứ mình có.

"A-lan-nhã,[4] là pháp môn hỗ trợ Bồ-đề, vì lìa hết những việc hối hả, gấp gáp.

"Chuyên tâm nhớ nghĩ là pháp môn hỗ trợ Bồ-đề, vì được các pháp đà-la-ni.

"Nhớ tưởng chân chánh là pháp môn hỗ trợ Bồ-đề, vì phân biệt được ý thức.

"Tư duy là pháp môn hỗ trợ Bồ-đề, vì đối với các pháp được thành tựu mọi ý nghĩa.

---

[1] Tu định: hay tu tập thiền định, chỉ việc tỉnh giác duy trì chánh niệm.

[2] Huệ nghiệp: những hành vi tốt đẹp, những thiện nghiệp giúp có được quả báo tốt đẹp về trí huệ, hay nói cách khác là căn cơ lanh lợi, nhạy bén, có thể nắm hiểu nhanh chóng khi nghe thuyết giảng chánh pháp. Có sự khác biệt giữa thế trí và trí huệ giúp đạt đến sự giải thoát.

[3] Năm sự ngăn che: tức Ngũ cái.

[4] A-lan-nhã: phiên âm từ tiếng Sanskrit là Araṇya, chỉ những cảnh vắng vẻ, tịch tịnh, Hán văn dịch là Không nhàn xứ, là nơi vắng không, nhàn tĩnh, xa làng xóm, không có sự tranh cãi. Ở đây chỉ những nơi thuận tiện cho việc tu tập thiền định.

"Niệm xứ là pháp môn hỗ trợ Bồ-đề, vì đối với thân, thọ, tâm, pháp đều nhận biết phân biệt rõ ràng.

"Chánh cần là pháp môn hỗ trợ Bồ-đề, vì dứt trừ các pháp bất thiện, tu tập các pháp lành.

"Như ý túc là pháp môn hỗ trợ Bồ-đề, vì được thân tâm nhẹ nhàng, nhanh lẹ.

"Các căn là pháp môn hỗ trợ Bồ-đề, vì thành tựu đầy đủ các căn lành cho hết thảy chúng sinh.

"Các sức là pháp môn hỗ trợ Bồ-đề, vì đầy đủ khả năng phá trừ các phiền não.

"Các giác ý là pháp môn hỗ trợ Bồ-đề, vì đối với các pháp được đầy đủ sự rõ biết tướng chân thật.

"Chánh đạo[1] là pháp môn hỗ trợ Bồ-đề, vì lìa xa hết thảy các đường tà.

---

[1] Chánh đạo: tức Tám chánh đạo (Bát chánh đạo), là con đường mà người học Phật phải noi theo để đạt đến giải thoát, gồm 8 sự chân chánh như sau:

1. Chánh kiến (正見, Pāli: **sammā-diṭṭhi**, Sanskrit: **samyag-dṛṣṭi**): có một quan niệm đúng đắn về Tứ diệu đế và giáo lý Vô ngã.
2. Chánh tư duy (正思唯, Pāli: **sammā-saṅkappa**, Sanskrit: **samyak-saṃkalpa**): suy nghĩ đúng đắn, suy xét về ý nghĩa của bốn chân lý một cách không sai lầm.
3. Chánh ngữ (正語, Pāli: **sammā-vācā**, Sanskrit: **samyag-vāc**): nói lời chân chánh, không nói dối, không nói phù phiếm.
4. Chánh nghiệp (正業, Pāli: **sammā-kammanta**, Sanskrit: **samyak-karmānta**): theo các nghiệp lành, chân chánh, tránh phạm vào giới luật.
5. Chánh mạng (正命, Pāli: **sammā-ājīva**, Sanskrit: **samyag-ājīva**): tránh các nghề nghiệp phải giết hại như đồ tể, thợ săn, buôn vũ khí, buôn thuốc phiện...
6. Chánh tinh tấn (正精進, Pāli: **sammā-vāyāma**, Sanskrit: **samyag-vyāyāma**): tinh cần phát triển điều thiện, diệt trừ điều ác. Pháp này bao gồm cả Tứ chánh cần.
7. Chánh niệm (正念, Sanskrit: **samyag-smṛti**, Pāli: **sammā-sati**): tỉnh giác trên cả ba hình thức thân, miệng và ý.
8. Chánh định (正定, Pāli: **sammā-samādhi**, Sanskrit: **samyak-samādhi**): tập trung tâm ý đạt bốn định xuất thế gian.

“Thánh đế[1] là pháp môn hỗ trợ Bồ-đề, vì dứt trừ hết thảy mọi phiền não.

“Bốn biện tài[2] là pháp môn hỗ trợ Bồ-đề, vì trừ dứt được mọi sự nghi hoặc của chúng sinh.

“Duyên niệm[3] là pháp môn hỗ trợ Bồ-đề, vì không cần nghe nơi người khác mới được trí huệ.

“Bạn tốt là pháp môn hỗ trợ Bồ-đề, vì việc gìn giữ hết thảy công đức đều được thành tựu.

“Phát tâm là pháp môn hỗ trợ Bồ-đề, vì thành tựu được sự chân thật không lừa dối chúng sinh.

“Dụng ý là pháp môn hỗ trợ Bồ-đề, vì vượt ra khỏi hết thảy các pháp.

“Chuyên tâm là pháp môn hỗ trợ Bồ-đề, vì giúp tăng trưởng lợi ích cho các pháp lành.

“Tư duy thiện pháp là pháp môn hỗ trợ Bồ-đề, vì tùy theo chỗ được nghe chánh pháp mà được thành tựu.

“Nhiếp thủ là pháp môn hỗ trợ Bồ-đề, vì thành tựu việc giáo hóa chúng sinh.

“Hộ trì chánh pháp là pháp môn hỗ trợ Bồ-đề, vì khiến cho hạt giống Tam bảo truyền mãi không dứt.

“Nguyện lành là pháp môn hỗ trợ Bồ-đề, vì thành tựu được cõi Phật trang nghiêm thanh tịnh.

“Phương tiện là pháp môn hỗ trợ Bồ-đề, vì được mau chóng thành tựu trí hiểu biết tất cả.

---

[1] Thánh đế: tức Bốn thánh đế (Tứ thánh đế) hay Tứ diệu đế.

[2] Bốn biện tài (Tứ biện) hay Tứ vô ngại biện.

[3] Duyên niệm: tức Duyên niệm xứ, một trong Tam chủng niệm xứ. Tam chủng niệm xứ gồm có: Tánh niệm xứ (do rõ được lý không và vô sinh nên trừ dứt mọi phiền não, tức là được trí huệ giải thoát); Cộng niệm xứ (do nơi Tánh niệm xứ mà đạt được đầy đủ Ba minh và Sáu thần thông, tức là được giải thoát đầy đủ); và Duyên niệm xứ (do nơi Ba tạng kinh điển, Thập nhị phần giáo, nghĩa là tất cả giáo pháp của Phật truyền dạy, mà đạt được sự giác ngộ, tức là thành bậc Đại A-la-hán).

"Thiện nam tử! Như vậy gọi là các pháp môn thanh tịnh hỗ trợ Bồ-đề của hàng Bồ Tát.'

"Thiện nam tử! Bấy giờ đức Như Lai Bảo Tạng quay nhìn khắp đại chúng Bồ Tát, rồi bảo Bồ Tát Đại Bi: 'Này Đại Bi! Thế nào là Bồ Tát dùng sự không sợ sệt để trang nghiêm tốt đẹp, đầy đủ đức nhẫn?

"Thiện nam tử! Nếu Bồ Tát thấy được ý nghĩa rốt ráo thì đạt được sự tinh tấn, không ngu si, không đắm chấp trong Ba cõi. Nếu không đắm chấp trong Ba cõi thì gọi đó là tam-muội, là pháp không sợ sệt của bậc sa-môn. Như đưa tay vào khoảng không chẳng có gì để nắm bắt, lại quán xét các pháp thấy không thật có tướng mạo.

"Đại Bi! Như vậy gọi là Đại Bồ Tát dùng sự không sợ sệt để trang nghiêm tốt đẹp.

"Thiện nam tử! Thế nào là Bồ Tát đầy đủ đức nhẫn? Vị Bồ Tát như vậy trong lúc trụ nơi các pháp không thấy có vô số tướng mạo của các pháp nhiều như những hạt bụi nhỏ; thực hành quán xét theo cả hai chiều thuận nghịch, đối với các pháp, hiểu rõ được ý nghĩa không có quả báo; trong khi tu tập lòng từ hiểu rõ là không có ngã, trong khi tu tập lòng bi hiểu rõ là không có chúng sinh, trong khi tu tập lòng hỷ hiểu rõ là không có mạng sống, trong khi tu tập lòng xả hiểu rõ là không có người khác.[4]

"Tuy thực hành bố thí nhưng không thấy có vật mang ra bố thí. Tuy thực hành trì giới nhưng không thấy có tâm thanh tịnh. Tuy thực hành nhẫn nhục nhưng không thấy có chúng sinh. Tuy thực hành tinh tấn nhưng không thấy có tâm xa lìa tham dục. Tuy thực hành thiền định nhưng không thấy có tâm ác phải trừ bỏ. Tuy thực hành trí huệ nhưng không thấy tâm có chỗ thực hành.

"Tuy thực hành Bốn niệm xứ nhưng không thấy có sự tư duy. Tuy thực hành Bốn chánh cần nhưng không thấy có sự sinh diệt

[4] Đây chính là dùng Bốn tâm vô lượng (từ, bi, hỷ, xả) để phá trừ Bốn tướng: ngã, nhân, chúng sinh và thọ giả.

của tâm. Tuy thực hành Bốn như ý túc nhưng không thấy có các tâm vô lượng.[1]

"Tuy thực hành tín nhưng không thấy có tâm không chướng ngại. Tuy thực hành niệm nhưng không thấy có tâm được tùy ý tự tại. Tuy thực hành định nhưng không thấy có tâm nhập định. Tuy thực hành huệ nhưng không thấy có căn cơ trí huệ.

"Tuy thực hành Năm sức nhưng không thấy có chỗ phá trừ. Tuy thực hành Bảy giác ý nhưng tâm không có sự phân biệt.

"Tuy thực hành Tám chánh đạo nhưng không thấy có các pháp. Tuy thực hành định nghiệp nhưng không thấy có sự tịch tĩnh của tâm. Tuy thực hành huệ nghiệp nhưng không thấy có chỗ làm của tâm. Tuy thực hành Bốn thánh đế nhưng không thấy có sự thông đạt tướng của pháp.

"Tuy tu tập niệm Phật nhưng không thấy có vô lượng các tâm hành.[2] Tuy tu tập niệm Pháp nhưng tâm bình đẳng đối với pháp giới. Tuy tu niệm Tăng nhưng tâm không có chỗ trụ, nhờ giáo hóa chúng sinh mà tâm được thanh tịnh.

"Tuy nắm giữ chánh pháp nhưng đối với các pháp giới tâm không có sự phân biệt. Tuy tu tập tịnh độ nhưng tâm bình đẳng như hư không. Tuy tu tập các tướng tốt đẹp nhưng trong tâm không có các tướng.

"Tuy đạt được sự nhẫn nhục nhưng tâm không có chỗ nắm giữ. Tuy trụ ở địa vị không còn thối chuyển nhưng thường tự mình chẳng thấy có sự thối chuyển hay không thối chuyển. Tuy thực hành dựng lập đạo tràng nhưng rõ biết trong Ba cõi không có tướng nào khác. Tuy phá hoại các ma nhưng chính là làm lợi ích cho vô lượng chúng sinh.

"Tuy thực hành đạo Bồ-đề nhưng quán các pháp đều là không,

[1] Các tâm vô lượng: tức Bốn tâm vô lượng là: từ, bi, hỷ và xả.

[2] Tâm hành: Các trạng thái thay đổi khác nhau của tâm gọi là tâm hành. Do tâm không ngừng biến chuyển trong từng sát-na, duyên theo trần cảnh, nên có vô lượng tâm hành.

không có tâm Bồ-đề. Tuy chuyển bánh xe pháp nhưng đối với hết thảy các pháp không có sự xoay chuyển hay trở về. Tuy cũng thị hiện nhập cảnh giới Niết-bàn rốt ráo nhưng trong tâm đối với chốn sinh tử luôn bình đẳng không thấy có khác biệt.

"Như vậy gọi là Bồ Tát được đầy đủ đức nhẫn."

Khi đức Phật Thích-ca Mâu-ni thuyết pháp như vậy, có sáu mươi bốn ức Đại Bồ Tát từ khắp mười phương hiện đến núi Kỳ-xà-quật, nơi Phật đang thuyết pháp, lắng nghe nhân duyên căn bản của các phép tam-muội và những pháp môn thanh tịnh hỗ trợ Bồ-đề. Nghe pháp như vậy rồi liền được Vô sinh nhẫn.[1]

Khi ấy, đức Phật Thích-ca Mâu-ni bảo đại chúng: "Các ông nên biết, đức Như Lai Bảo Tạng vào thuở xa xưa ấy khi thuyết giảng pháp này có vô số Đại Bồ Tát nhiều như số cát của bốn mươi tám con sông Hằng đạt được Vô sinh nhẫn; có vô số Đại Bồ Tát nhiều như số hạt bụi nhỏ trong Bốn cõi thiên hạ được trụ yên nơi địa vị không còn thối chuyển; có vô số Đại Bồ Tát nhiều như số cát của một con sông Hằng đạt được nhân duyên căn bản của các phép tam-muội và các pháp môn thanh tịnh hỗ trợ Bồ-đề.

"Thiện nam tử! Vào lúc ấy, Bồ Tát Đại Bi nghe được pháp này rồi, tâm sinh hoan hỷ, liền được thay đổi hình thể như chàng thanh niên hai mươi tuổi. Từ đó luôn theo hầu kề cận bên đức Như Lai như bóng với hình.

"Thiện nam tử! Bấy giờ, Chuyển luân Thánh vương cùng với một ngàn người con, tám mươi bốn ngàn vị tiểu vương, chín mươi hai ức nhân dân thảy đều xuất gia, phụng trì cấm giới, nghe nhiều học rộng, tu tập phép tam-muội Nhẫn nhục, luôn chuyên cần tinh tấn.

"Thiện nam tử! Khi ấy Đại Bồ Tát Đại Bi dần dần theo Phật học hỏi, lãnh thọ đủ tám mươi bốn ngàn pháp môn của hàng Thanh văn, chín mươi ngàn pháp môn của hàng Duyên giác, hết thảy đều thọ trì, tụng đọc thông suốt, ứng đối nhanh nhạy.

[1] Vô sinh nhẫn: tức Vô sinh pháp nhẫn.

"Đối với giáo pháp Đại thừa, trong thân niệm xứ gồm hết có mười vạn pháp môn, trong thọ niệm xứ gồm hết có mười vạn pháp môn, trong tâm niệm xứ gồm hết có mười vạn pháp môn, trong pháp niệm xứ gồm hết có mười vạn pháp môn, hết thảy đều thọ trì, tụng đọc thông suốt, ứng đối nhanh nhạy.

"Trong Mười tám giới gồm hết có mười vạn pháp môn, trong Mười hai nhập gồm hết có mười vạn pháp môn, trong việc dứt trừ tham dục gồm hết có mười vạn pháp môn, trong việc dứt trừ sân hận gồm hết có mười vạn pháp môn, trong việc dứt trừ ngu si gồm hết có mười vạn pháp môn, phép tam-muội giải thoát gồm hết có mười vạn pháp môn, Năm sức, Bốn pháp không sợ sệt, Mười tám pháp chẳng chung cùng[1] gồm hết có mười vạn pháp môn. Tất cả các pháp như vậy, gồm hết có mười ức pháp môn, hết thảy đều thọ trì, tụng đọc thông suốt, ứng đối nhanh nhạy.

"Thiện nam tử! Về sau, đức Phật Bảo Tạng nhập Niết-bàn. Khi ấy, Đại Bồ Tát Đại Bi dùng vô số đủ mọi loại hoa, hương bột, hương phết, cờ lọng quý báu, trân bảo, âm nhạc dâng lên cúng dường. Lại dùng đủ mọi thứ gỗ thơm chất lại thành đống, hỏa táng thân Như Lai rồi thu nhặt xá-lợi, dựng tháp bằng bảy báu cao năm do-tuần, hai chiều ngang dọc đều rộng đủ một do-tuần, trong vòng bảy ngày dùng vô số đủ mọi thứ hương hoa, âm nhạc, cờ lọng quý báu dâng lên cúng dường.

"Vào lúc ấy, Bồ Tát Đại Bi lại khiến cho vô lượng vô biên chúng sinh được trụ yên trong giáo pháp Ba thừa.

"Thiện nam tử! Bồ Tát Đại Bi trải qua bảy ngày như vậy rồi, cùng với tám mươi bốn ngàn người cùng lúc xuất gia, cạo bỏ râu tóc, mặc áo cà-sa thô xấu,[2] trong thời gian sau khi đức Phật Bảo Tạng đã nhập Niết-bàn, tùy thuận tâm chúng sinh mà

[1] Mười tám pháp chẳng chung cùng: tức Thập bát bất cộng pháp.

[2] Áo cà-sa thô xấu: Nguyên văn chữ Hán là "nhiễm cà-sa", nghĩa là áo cà-sa nhuộm màu. Tuy nhiên, ý nghĩa của việc nhuộm vải ở đây không phải để cho có màu đẹp, mà cần hiểu là nhuộm cho xấu đi, cho mất đi màu vải đẹp vốn có trước đó. Vì mục đích của việc nhuộm áo là như vậy, nên chúng tôi tạm dịch là áo thô xấu.

thổi bùng lên ngọn lửa chánh pháp trong suốt mười ngàn năm, lại khiến cho vô lượng vô biên a-tăng-kỳ chúng sinh đều được trụ yên trong giáo pháp Ba thừa cùng với Ba quy y, Năm giới, Tám trai giới, Mười giới sa-di, cho đến tuần tự được Cụ túc giới[1] của bậc đại tăng đủ hạnh thanh tịnh. Lại khuyên dạy vô lượng trăm ngàn vạn ức chúng sinh, giúp cho được trụ yên trong các phép thần thông phương tiện, Bốn hạnh vô lượng,[2] dạy họ quán xét Năm ấm như bọn giặc thù, quán xét các nhập như xóm làng vắng vẻ không người ở, quán xét các pháp hữu vi đều do nhân duyên sinh.

“Bồ Tát Đại Bi khuyên dạy chúng sinh, khiến cho được chỗ thấy biết chân thật, quán xét hết thảy các pháp đều như hình trong gương, như hơi nắng nóng, như mặt trăng dưới nước;[3] đối với các pháp đều rõ biết không có ngã, không có sinh, không có diệt, cảnh giới tịch tĩnh vi diệu bậc nhất là Niết-bàn.

“Bồ Tát Đại Bi lại khiến cho vô lượng vô biên chúng sinh được trụ yên trong Tám thánh đạo. Làm được những việc lợi ích lớn lao như vậy rồi sau đó mạng chung. Ngay khi ấy lại có vô lượng vô biên trăm ngàn người dùng đủ mọi thứ dâng lên cúng dường xá-lợi của tỳ-kheo Đại Bi. Sự cúng dường ấy được thực hiện đúng theo nghi thức dành cho vị Chuyển luân Thánh vương. Cho đến mọi sự cúng dường của tất cả đại chúng đối với xá-lợi của ngài Đại Bi cũng được thực hiện giống như vậy.

“Vào ngày tỳ-kheo Đại Bi mạng chung, chánh pháp của đức Như Lai Bảo Tạng cũng cùng lúc diệt mất. Các vị Bồ Tát ở cõi ấy tùy theo bản nguyện mà sinh về cõi Phật, hoặc sinh cõi trời Đâu-suất, hoặc sinh làm người, làm các loài rồng, dạ-xoa, a-tu-la, hoặc sinh làm đủ mọi loài súc sinh.

“Thiện nam tử! Sau khi tỳ-kheo Đại Bi mạng chung, do bản

[1] Cụ túc giới: cũng gọi là Đại giới, tức là giới luật đầy đủ của vị tỳ-kheo, gồm 250 giới.

[2] Bốn hạnh vô lượng: tức là tu tập Bốn tâm vô lượng, gồm từ, bi, hỷ và xả.

[3] Mặt trăng dưới nước: tức là hình chiếu của mặt trăng trên trời mà chúng ta thấy được khi nhìn xuống mặt nước tĩnh lặng.

nguyện nên sinh về thế giới Hoan Lạc ở phương nam, cách đây mười ngàn cõi Phật. Ở thế giới ấy, nhân dân có tuổi thọ là tám mươi tuổi, gồm đủ hết thảy mọi điều ác căn bản, ưa thích làm việc giết hại, trụ yên trong các điều ác, đối với chúng sinh không có lòng từ bi, bất hiếu với cha mẹ, cho đến chẳng hề sợ sệt quả báo đời sau.

"Tỳ-kheo Đại Bi do bản nguyện nên sinh vào một gia đình chiên-đà-la[1] ở thế giới ấy, thân thể cao lớn đẹp đẽ, sức lực mạnh mẽ, oai dũng hơn người, biện tài nhanh nhạy, ứng đối lưu loát. Hết thảy mọi việc đều hơn người.

"Ngài dùng sức dũng mãnh để khống chế hết thảy mọi người rồi nói rằng: 'Nếu như các người chịu thọ trì giới không trộm cắp, dứt bỏ lìa xa hết thảy mọi tà kiến, sống theo chánh kiến, thì ta sẽ tha mạng cho các người, lại cung cấp cho tài sản và đủ các thứ cần dùng, không để cho đói thiếu. Còn nếu các người không chịu thọ giới thì nay ta sẽ giết chết tất cả các người.'

"Khi ấy, mọi người đều quỳ xuống chắp tay thưa rằng: 'Nhân giả! Nay đã vì chúng tôi mà điều phục, dạy bảo. Chúng tôi xin thọ trì đúng như lời dạy, nguyện suốt đời này không bao giờ trộm cắp nữa. Cho đến việc lìa bỏ tà kiến sống theo chánh kiến cũng vậy.'

"Bấy giờ, vị chiên-đà-la dũng mãnh hơn người ấy lại lần lượt đi đến chỗ vua và các đại thần, nói rằng: 'Nay tôi thiếu thốn mọi thứ tài sản, như là món ăn thức uống, thuốc men, y phục, giường ghế, hương hoa, vàng bạc, tiền của, chân châu, lưu ly, các loại ngọc quý, san hô, hổ phách, các loại trân bảo. Nếu tôi có đủ những thứ như vậy, tôi sẽ mang ra bố thí cho chúng sinh.'

"Khi ấy, vua và các vị đại thần liền lấy hết thảy các thứ tài sản và vật cần dùng như vậy, ban cho đầy đủ.

[1] Chiên-đà-la: hạng người hạ tiện, thường chuyên sống bằng nghề giết mổ súc vật (đồ tể), lấy nghiệp giết hại để sinh sống. Trong xã hội Ấn Độ xưa, hạng người này bị khinh miệt, phải sống riêng biệt trong một khu vực cách ly với những người thuộc giai cấp khác. Mỗi khi có việc đến chỗ đông người, họ phải đánh mõ gỗ báo hiệu cho những người khác biết mà tránh đi để không gặp họ, vì sợ làm ô uế người khác.

"Vị chiên-đà-la nhân nơi việc bố thí ấy liền giáo hóa, khiến cho vua và các vị đại thần đều được trụ yên nơi Mười điều lành.

"Bấy giờ, tuổi thọ của nhân dân tăng dần lên cho đến đủ năm trăm tuổi. Đức vua ấy băng hà, các đại thần đồng lòng tôn vị chiên-đà-la ấy lên nối ngôi vua, nhân đó đổi tên gọi là Công Đức Lực.

"Thiện nam tử! Đức vua Công Đức Lực cai trị nước ấy không bao lâu liền dùng sức dũng mãnh mà thu phục cai trị hai nước, rồi mở rộng dần cho đến không bao lâu đã trở thành vị Chuyển luân Thánh vương, cai trị khắp cõi Diêm-phù-đề.

"Sau đó, ngài lại dạy dỗ hết thảy chúng sinh, khiến cho trụ yên trong giới không giết hại, cho đến trụ yên trong chánh kiến. Ngài tùy theo chỗ ưa thích trong tâm chúng sinh mà khuyên dạy, khiến cho đều được trụ yên trong giáo pháp Ba thừa.

"Khi ấy, đức vua Công Đức Lực đã giáo hóa vô lượng chúng sinh trong cõi Diêm-phù-đề được trụ yên trong Mười điều lành cùng với giáo pháp Ba thừa rồi, liền truyền rao trong khắp cõi Diêm-phù-đề rằng: 'Nếu ai muốn cầu xin những thứ cần dùng, món ăn thức uống, cho đến muốn có được đủ các thứ trân bảo, cứ tìm đến đây ta sẽ cung cấp, bố thí cho.'

"Bấy giờ, hết thảy những người ăn xin trong khắp cõi Diêm-phù-đề nghe như vậy liền cùng nhau tụ tập đến. Đức vua Công Đức Lực liền tùy theo ý muốn của mỗi người mà cung cấp, bố thí các thứ cần dùng, khiến cho tất cả đều được thỏa mãn.

"Bấy giờ có một ni-kiền-tử[1] tên là Hôi Âm tìm đến chỗ vua nói rằng: 'Nay nhà vua đã làm nhiều việc bố thí lớn lao để cầu đạo Vô thượng chân chánh. Những thứ tôi đang cần đến, nay đại vương nên bố thí cho tôi đầy đủ thì đời sau đại vương sẽ thắp sáng ngọn đèn chánh pháp.'

"Đức vua liền hỏi: 'Ông cần những gì?'

---

[1] Ni-kiền-tử: người tu theo phái ngoại đạo khỏa thân. Từ này cũng được dùng để chỉ chung tất cả những người xuất gia tu hành theo ngoại đạo.

"Người kia đáp: 'Tôi trì tụng chú thuật, muốn đánh nhau với a-tu-la để giành phần thắng. Vì thế nên hôm nay mới đến cầu xin đại vương. Những thứ tôi cần là da và mắt của người còn sống.'

"Khi ấy, đức vua nghe lời ấy rồi liền suy nghĩ: 'Nay ta đã có được thế lực vô lượng, đã được làm Chuyển luân Thánh vương, cũng đã khiến cho vô lượng chúng sinh được trụ yên trong Mười điều lành cùng với giáo pháp Ba thừa, lại cũng đã làm vô số việc bố thí lớn lao. Nay vị thiện tri thức này hẳn là muốn giúp ta dùng thân không bền chắc để đổi lấy thân bền chắc.'[1]

"Bấy giờ, đức vua liền nói: 'Nay ông hãy sinh tâm vui mừng, ta sẽ lấy con mắt thịt phàm phu này để bố thí cho ông. Do nhân duyên này sẽ khiến cho ta trong đời vị lai được mắt huệ thanh tịnh. Ta lại vui vẻ lột da mà bố thí cho ông, do nhân duyên này sẽ khiến cho ta sau khi thành tựu quả A-nậu-đa-la Tam-miệu Tam-bồ-đề rồi được thân thể có màu vàng ròng.'[2]

"Thiện nam tử! Khi ấy, đức vua Công Đức Lực dùng tay phải móc cả hai mắt ra, bố thí cho ni-kiền-tử, máu chảy tràn khắp trên khuôn mặt. Vua nói: 'Chư thiên, loài rồng, quỷ thần, càn-thát-bà, a-tu-la, ca-lâu-la, khẩn-na-la, ma-hầu-la-già, loài người, loài phi nhân, hoặc đang ở trên không trung, hoặc đang ở trên mặt đất, xin tất cả hãy nghe lời ta nói. Việc bố thí của ta hôm nay đều là vì cầu đạo Bồ-đề Vô thượng, Niết-bàn thanh tịnh, vì cứu độ chúng sinh chìm ngập trong Bốn dòng nước xoáy, sẽ khiến cho được trụ yên nơi cảnh giới Niết-bàn.'

"Rồi vua nói tiếp: 'Nếu như ta chắc chắn sẽ thành tựu quả A-nậu-đa-la Tam-miệu Tam-bồ-đề, thì nay tuy làm việc bố thí như thế này cũng không dứt mạng, không đánh mất chánh niệm, không sinh lòng hối tiếc, và khiến cho chú thuật của ni-kiền-tử đây liền được thành tựu.'

[1] Dùng thân không bền chắc để đổi lấy thân bền chắc: Đây ý nói việc xả thân bố thí là nhân duyên tiến tu để sớm đạt được sự giải thoát rốt ráo, nhờ đó sẽ có được thân Phật, thường tồn không hư hoại.

[2] Thân thể có màu vàng ròng (kim sắc thân): một trong các tướng tốt của Phật, thân hình có màu vàng đẹp tỏa sáng như màu sắc của vàng ròng.

“Phát nguyện như vậy rồi, vua liền nói với ni-kiền-tử: ‘Bây giờ ông có thể đến đây lột da của ta mà lấy.’

“Thiện nam tử! Khi ấy, ni-kiền-tử liền cầm dao sắc đến lột lấy da của đức vua. Sau đó bảy ngày, việc luyện chú thuật của ni-kiền-tử ấy liền được thành tựu.

“Trong bảy ngày ấy, đức vua vẫn không chết, vẫn không để mất chánh niệm, tuy phải chịu khổ não đau đớn như vậy nhưng trong lòng tuyệt nhiên không một chút hối tiếc.

“Thiện nam tử! Các ông nên biết rằng, Bồ Tát Đại Bi kia nào phải ai xa lạ, chính là tiền thân của ta trong quá khứ, ở nơi đức Phật Bảo Tạng lần đầu tiên phát tâm A-nậu-đa-la Tam-miệu Tam-bồ-đề. Phát tâm như vậy rồi, khuyên dạy vô lượng vô biên chúng sinh hướng đến quả A-nậu-đa-la Tam-miệu Tam-bồ-đề. Thiện nam tử! Đó chính là sự dũng mãnh tinh tấn trước nhất của ta.

“Bấy giờ, ta do nơi nguyện lực mà sau khi mạng chung liền sinh vào gia đình chiên-đà-la ở thế giới Hoan Lạc. Đó là sự dũng mãnh tinh tấn lần thứ hai của ta.

“Khi ta sinh ra trong gia đình chiên-đà-la, giáo hóa chúng sinh theo các pháp lành, dùng sức mạnh của mình mà dần dần đạt đến địa vị Chuyển luân Thánh vương, trừ hết mọi sự uế trược, đấu tranh giành giật trong cõi Diêm-phù-đề, khiến cho cõi này được sự tịch tĩnh, tăng thêm tuổi thọ. Đó là lần đầu tiên ta xả bỏ thân mạng, lột da, móc mắt bố thí cho chúng sinh.

“Thiện nam tử! Do nguyện lực nên khi ta mạng chung ở nơi ấy liền sinh vào một gia đình chiên-đà-la ở thế giới Hoan Hỷ, lại cũng dần dần đạt được địa vị Chuyển luân Thánh vương. Ta dùng thế lực lớn mạnh để khiến cho hết thảy chúng sinh đều trụ yên trong các pháp lành. Ở thế giới ấy, ta lại cũng trừ dứt mọi giặc thù, mọi sự đấu tranh giành giật, cho đến trừ dứt mọi sự uế trược, khiến cho chúng sinh được tăng thêm tuổi thọ. Đó là lần đầu tiên ta xả bỏ lưỡi và tai, ở nơi hết thảy những cõi thiên hạ trong Tam thiên Đại thiên thế giới ấy mà làm các việc lợi ích lớn lao.

"Do nơi nguyện lực nên ta lần lượt có những sự tu tập tinh tấn, vững chắc như vậy, lại ở nơi các cõi thế giới xấu ác có năm sự uế trược nhiều như số cát của một con sông Hằng mà làm những việc lợi ích lớn lao, giúp chúng sinh trụ yên trong các pháp lành cùng với giáo pháp Ba thừa, trừ dứt mọi giặc thù, mọi sự đấu tranh giành giật, cho đến trừ dứt mọi sự uế trược.

"Thiện nam tử! Ở tất cả những thế giới thanh tịnh phương khác, các đức Phật khi hành đạo A-nậu-đa-la Tam-miệu Tam-bồ-đề không nói lỗi của người khác, không nói những lời thô thiển, độc ác với người khác, không dùng sức mạnh làm những việc đe dọa, khiến người sợ sệt, không khuyên bảo chúng sinh theo Thanh văn thừa và Duyên giác thừa. Vì thế nên các vị Phật ấy khi thành tựu trọn vẹn quả A-nậu-đa-la Tam-miệu Tam-bồ-đề rồi liền được cõi thế giới thanh tịnh mầu nhiệm, tốt đẹp; không có tên gọi các điều tội lỗi, không có việc thọ trì giới luật; tai không nghe thấy những lời thô thiển độc ác, không có những âm thanh bất thiện; thường được nghe những âm thanh pháp, âm thanh lìa xa hết thảy mọi sự không hài lòng; đối với chúng sinh đều được tùy ý tự tại; không có những tên gọi Thanh văn và Bích-chi Phật.

"Thiện nam tử! Ta trải qua số đại kiếp nhiều như số cát sông Hằng, ở nơi những cõi thế giới xấu ác nhiều như số cát sông Hằng, nơi không có Phật ra đời với đủ năm sự uế trược, dùng những lời thô ác, lấy sự đe dọa tính mạng để làm cho chúng sinh khiếp sợ, rồi sau mới nhân đó mà khuyên dạy cho họ trụ yên trong các pháp lành cùng với giáo pháp Ba thừa. Do nghiệp ấy còn lưu lại nên ta nhận lấy cõi thế giới xấu ác, hèn kém như thế này. Ta dùng âm thanh bất thiện truyền rao khắp cõi thế giới, vì thế nên nay nhận lấy những chúng sinh bất thiện đầy dẫy khắp thế giới.

"Theo như bản nguyện của ta thuyết giảng giáo pháp Ba thừa, nhận lấy cõi Phật, điều phục chúng sinh, mọi việc là như vậy. Ta đã theo đúng như lời dạy mà tinh cần tu tập, hành đạo

Bồ-đề, cho nên nay được chủng tử tương tự như thế giới Phật. Do bản nguyện của ta nên ngày nay được mọi sự như vậy.

"Thiện nam tử! Nay ta sẽ nói sơ qua về chỗ thực hành Bố thí ba-la-mật của ta trong quá khứ.

"Khi ta thực hành Bố thí ba-la-mật, so với các vị Bồ Tát trong quá khứ khi hành đạo Bồ Tát không ai có thể làm được như vậy. Các vị Bồ Tát trong đời vị lai khi hành đạo Bồ Tát cũng không ai có thể làm được như vậy.

"Khi ta còn là Bồ Tát, thực hành pháp Bố thí ba-la-mật, chỉ có tám bậc thiện trượng phu trong quá khứ là có thể sánh bằng.

"Vị thứ nhất là Bồ Tát Nhất Địa Đắc, ở tại cõi nước Nhất Thiết Quá Hoạn thuộc về phương nam của cõi này, thành tựu quả A-nậu-đa-la Tam-miệu Tam-bồ-đề hiệu là Phá Phiền Não Quang Minh Như Lai, Ứng cúng, Chánh biến tri, Minh hạnh túc, Thiện thệ, Thế gian giải, Vô thượng sĩ, Điều ngự trượng phu, Thiên nhân sư, Phật Thế Tôn. Khi ấy tuổi thọ con người là một trăm tuổi, ngài ở trong cõi ấy mà thuyết pháp, sau bảy ngày thì nhập Niết-bàn.

"Vị thứ hai là Bồ Tát Tinh Tấn Tịnh, ở tại cõi nước Viêm Sí thuộc về phương đông của cõi này, thành tựu quả A-nậu-đa-la Tam-miệu Tam-bồ-đề hiệu là Bách Công Đức Như Lai, Ứng cúng, Chánh biến tri, Minh hạnh túc, Thiện thệ, Thế gian giải, Vô thượng sĩ, Điều ngự trượng phu, Thiên nhân sư, Phật Thế Tôn. Khi ấy tuổi thọ con người là một trăm tuổi, ngài ở trong cõi ấy mà thuyết pháp. Sau khi làm xong các Phật sự, vị Phật ấy trải qua số đại kiếp nhiều như số cát của một con sông Hằng mới nhập Niết-bàn Vô thượng. Xá-lợi của đức Phật ấy cho đến ngày nay vẫn còn ở nơi những thế giới không có Phật mà làm các Phật sự, cũng như ta không khác.

"Vị thứ ba là Bồ Tát Kiên Cố Hoa, đối với các phép tam-muội luôn chuyên cần thực hành tinh tấn, dùng sức mạnh lớn lao để thực hành việc bố thí. Vị ấy trong đời vị lai trải qua số đại kiếp nhiều như số cát của mười con sông Hằng, sẽ ở tại thế giới Hoan Lạc thuộc về phương bắc của cõi này thành tựu quả A-nậu-đa-la Tam-miệu Tam-bồ-đề hiệu là Đoạn Ái Vương Như Lai, Ứng cúng, Chánh biến tri, Minh hạnh túc, Thiện thệ, Thế gian giải, Vô thượng sĩ, Điều ngự trượng phu, Thiên nhân sư, Phật Thế Tôn.

"Vị thứ tư là Bồ Tát Huệ Sí Nhiếp Thủ Hoan Hỷ, trải qua một đại kiếp nữa sẽ ở tại thế giới Khả Uý thuộc về phương tây của cõi này, khi tuổi thọ con người là một trăm tuổi, thành tựu quả A-nậu-đa-la Tam-miệu Tam-bồ-đề hiệu là Nhật Tạng Quang Minh Vô Cấu Tôn Vương Như Lai, Ứng cúng, Chánh biến tri, Minh hạnh túc, Thiện thệ, Thế gian giải, Vô thượng sĩ, Điều ngự trượng phu, Thiên nhân sư, Phật Thế Tôn.

"Hiện nay ở trước mặt ta đây có hai vị Bồ Tát nữa, một vị tên là Nhật Quang, một vị tên là Hỷ Tý.

"Trong đời vị lai, trải qua vô lượng vô biên đại kiếp, về phương trên của cõi này có cõi nước Hôi Vụ, kiếp ấy tên là Đại Loạn, cõi đời xấu ác, nhiều phiền não với đủ năm sự uế trược, tuổi thọ con người là năm mươi tuổi. Do nơi bản nguyện nên Bồ Tát Nhật Quang sẽ ở nơi cõi ấy thành tựu quả A-nậu-đa-la Tam-miệu Tam-bồ-đề, hiệu là Bất Tư Nghị Nhật Quang Minh Như Lai, Ứng cúng, Chánh biến tri, Minh hạnh túc, Thiện thệ, Thế gian giải, Vô thượng sĩ, Điều ngự trượng phu, Thiên nhân sư, Phật Thế Tôn. Đức Phật ấy trải qua mười năm làm đủ các việc Phật sự rồi nhập Niết-bàn. Ngay trong ngày Phật ấy nhập Niết-bàn, chánh pháp cũng diệt mất.

"Sau đó mười năm, thế giới ấy không có Phật, tuổi thọ con người giảm dần xuống chỉ còn ba mươi tuổi. Khi ấy, Bồ Tát Hỷ Tý do nơi bản nguyện nên ở nơi cõi ấy thành tựu quả A-nậu-đa-la Tam-miệu Tam-bồ-đề, hiệu là Thắng Nhật Quang Minh Như Lai, Ứng cúng, Chánh biến tri, Minh hạnh túc, Thiện thệ, Thế gian giải, Vô thượng sĩ, Điều ngự trượng phu, Thiên nhân sư, Phật Thế Tôn. Đức Phật Thế Tôn ấy cũng trải qua mười năm làm đủ các việc Phật sự rồi nhập Niết-bàn. Sau khi Phật nhập Niết-bàn, do bản nguyện của ngài nên chánh pháp trụ thế đủ bảy mươi năm.

"Bấy giờ, hai vị Bồ Tát ở trước Phật lần đầu tiên được nghe thọ ký quả A-nậu-đa-la Tam-miệu Tam-bồ-đề nên sinh tâm hoan hỷ, cúi đầu lễ kính. Do tâm hoan hỷ nên liền bay vọt lên giữa hư không, cao bằng bảy cây đa-la,[1] cùng chắp tay hướng về đức Phật, đồng thanh đọc kệ xưng tán rằng:

Hào quang đức Như Lai,
Che mờ cả nhật nguyệt.
Thường ở trong đời ác,
Phô diễn trí huệ lớn,
Mắt Điều ngự thanh tịnh,
Không một chút bợn nhơ.
Dùng luận nghị nhiệm mầu,
Khuất phục hết ngoại đạo.
Con từ vô lượng kiếp,
Tu phép định Vô tướng,
Cầu được đạo Vô thượng,
Quả bồ-đề cao trổi.
Từng cúng dường chư Phật,
Số nhiều như cát sông,
Nhưng chư Phật quá khứ,
Chưa vì con thọ ký.
Đức Thế tôn lìa dục,
Tâm đạt được giải thoát,
Ở trong đời tối tăm,
Khéo làm các Phật sự,

[1] Cây đa-la (Tārā): một loài cây mọc nhiều ở miền đông Ấn Độ, thân cây rất cao, trung bình đến khoảng bảy, tám mươi thước (tương đương khoảng 24 - 25 mét), trái chín màu đỏ, ăn được. Cây đa-la ngoài tính chất đặc biệt là rất cao, còn có đặc điểm là khi bị chặt đứt ngang sẽ không còn sinh trưởng được nữa. Vì thế, trong kinh dùng hình ảnh cây đa-la bị chặt ngang để ví với vị tỳ-kheo phạm vào các trọng giới ba-la-di.

Vì chúng sinh lạc đường,
Thuyết giảng pháp mầu nhiệm,
Khiến cho đều ra khỏi,
Dòng sinh tử nổi trôi.
Chúng con nay phát nguyện,
Trong pháp Phật thanh tịnh,
Đạt được tâm tự tại,
Xuất gia tu chánh đạo,
Thọ trì giới Giải thoát,
Theo lời dạy mà làm,
Tâm an định theo Phật,
Như bóng luôn theo hình.
Không vì được lợi dưỡng,
Chỉ mong cầu chánh pháp.
Đã được nghe chánh pháp,
Như uống nước cam lộ,
Vì thế nên Thế Tôn,
Thọ ký cho chúng con,
Ở trong đời vị lai,
Sẽ được đạo Vô thượng.

"Thiện nam tử! Còn hai người nữa vẫn chưa phát tâm. Những người đã phát tâm rồi, người thứ nhất tên là Nhật Quang, người thứ hai tên là Hỷ Tý. Trước đó ta đã kể bốn người, thứ nhất là Địa Đắc, thứ hai là Tinh Tấn Tịnh, thứ ba là Kiên Cố Hoa, thứ tư là Huệ Sí Nhiếp Thủ Hoan Hỷ. Như vậy cả thảy có tám người. Sáu vị Bồ Tát nói trên đều là do ta khuyên dạy ban đầu khiến cho phát tâm A-nậu-đa-la Tam-miệu Tam-bồ-đề.

"Thiện nam tử! Nay ông hãy lắng nghe cho kỹ nhân duyên trước đây trong đời quá khứ đã trải qua vô lượng a-tăng-kỳ kiếp. Vào lúc ấy, thế giới này có tên là Vô Cấu Tu-di, tuổi thọ con người là một trăm tuổi, có đức Phật ra đời hiệu là Hương Liên Hoa. Sau khi Phật ấy nhập Niết-bàn, vào thời tượng pháp, ta làm vị Chuyển luân Thánh vương có thế lực lớn lao ở cõi Diêm-phù-đề, hiệu là Nan Trở Hoại, có đủ một ngàn người con, ta đều khuyên dạy khiến cho phát tâm A-nậu-đa-la Tam-miệu Tam-bồ-đề. Về sau, trong thời tượng pháp ấy, tất cả đều xuất gia tu đạo, thổi bùng lên mạnh mẽ ngọn lửa Phật pháp. Chỉ trừ có sáu người con không chịu xuất gia, phát tâm Bồ-đề.

"Khi ấy, ta nhiều lần theo hỏi sáu người con ấy: 'Nay các con còn mong cầu điều gì mà không phát tâm Bồ-đề, xuất gia tu đạo?'

"Bấy giờ, sáu người con ấy đều nói: 'Thật không nên xuất gia. Vì sao vậy? Nếu ở trong đời tượng pháp mạt thế mà xuất gia thì không thể thành tựu việc giữ theo giới luật, lại lìa xa bảy món tài bảo của bậc thánh. Do không giữ gìn giới luật nên phải ngập chìm trong bùn nhơ sinh tử, đọa vào ba đường ác, không thể được sinh lên các cõi trời, cõi người. Do nhân duyên ấy, chúng con không thể xuất gia tu đạo.'

"Thiện nam tử! Ta lại hỏi tiếp rằng: 'Các con do đâu mà chẳng phát tâm Bồ-đề?'

"Sáu người con ấy đáp: 'Nếu cha có thể ban cho chúng con cõi Diêm-phù-đề này, thì sau đó chúng con sẽ phát tâm A-nậu-đa-la Tam-miệu Tam-bồ-đề.'

"Thiện nam tử! Ta nghe các con nói như thế thì sinh tâm hoan hỷ, tự nghĩ rằng: 'Nay ta đã giáo hóa cho người trong cõi Diêm-phù-đề, khiến cho thọ nhận Ba quy y, thọ nhận Tám trai giới, trụ yên trong giáo pháp Ba thừa. Nay ta sẽ phân chia cõi Diêm-phù-đề này thành sáu phần, ban cho sáu đứa con này, khiến cho chúng phát tâm cầu đạo Vô thượng. Sau đó ta sẽ xuất gia tu đạo.'

"Nghĩ như vậy rồi, ta liền phân chia cõi Diêm-phù-đề ra thành sáu phần, ban cho các con, sau đó ta liền xuất gia.

"Bấy giờ, sáu vị vua mới đều hung ác bạo ngược, chẳng ai chịu nhường ai, xâm lấn lẫn nhau, gây ra nạn đấu tranh giành giật, gông cùm trói buộc.

"Khi ấy, khắp nơi trong cõi Diêm-phù-đề, lúa thóc mất mùa chẳng có thu hoạch, nhân dân đói khổ, mưa gió nghịch mùa, cây cối khô héo không sinh hoa quả, cỏ thuốc cũng không mọc. Nhân dân, các loài chim chóc, thú vật thảy đều đói khổ, thân thể gầy khô nóng nảy, cháy phừng lên như ngọn lửa.

"Vào lúc ấy, ta tự nghĩ rằng: 'Ta nay nên xả bỏ thân mình, dùng máu thịt để bố thí cho chúng sinh được no đủ.'

"Nghĩ như vậy rồi, ta liền từ bỏ nơi vắng vẻ đang tu tập mà tìm về chốn nhân gian, giữa đường gặp một hòn núi tên là Thủy Ái Hộ. Ta lên trên núi ấy phát lời đại nguyện bố thí, rồi đọc kệ rằng:

Nay ta tự bỏ,
Thân mạng hiện có,
Vì lòng đại bi,
Không cầu quả báo,
Chỉ vì lợi ích,
Chư thiên, loài người,
Nguyện làm núi thịt,
Thí cho chúng sinh.
Nay ta buông bỏ,
Thân tướng đẹp đẽ,
Chẳng cầu Đế-thích,
Thiên ma, Phạm vương,
Chỉ vì lợi ích,
Chúng sinh đời sau.
Lấy máu thịt này,
Bố thí chúng sinh.
Chư thiên, rồng, thần,
Người và phi nhân,
Ở nơi núi này,
Lắng nghe lời ta,
Vì các chúng sinh,
Phát lòng đại bi,
Tự dùng máu thịt,
Thí cho tất cả.

"Thiện nam tử! Khi ta phát lời nguyện như vậy rồi, chư thiên rúng động bất an, khắp mặt đất và các núi Tu-di, biển cả đều chấn động đủ sáu cách. Hết thảy đại chúng, chư thiên và loài người đều cảm động bật lên tiếng khóc.

"Lúc bấy giờ, ta từ trên núi Thủy Ái Hộ tự lao mình xuống. Do nguyện lực nên thân ta lập tức hóa thành ngọn núi thịt cao một do-tuần, ngang dọc hai chiều cũng một do-tuần. Nhân dân và các loài chim chóc, cầm thú đến khi ấy kéo đến ăn thịt, uống máu. Do bản nguyện nên đến nửa đêm hôm ấy thân thể ta liền phát triển cực kỳ cao lớn, cho đến cao một ngàn do-tuần, ngang dọc hai chiều cũng một ngàn do-tuần. Chung quanh lại tự nhiên sinh ra những đầu người, có đầy đủ lông, tóc, mắt, tai, mũi, miệng, môi, lưỡi. Từ trong các đầu người ấy thảy đều phát ra tiếng nói rằng: 'Hỡi các chúng sinh, tất cả hãy tùy ý đến đây lấy dùng, hoặc uống máu, hoặc ăn thịt, hoặc lấy những đầu, mắt, tai, mũi, môi, lưỡi, răng... các thứ, tất cả đều sẽ được no đủ, sau đó sẽ phát tâm A-nậu-đa-la Tam-miệu Tam-bồ-đề, hoặc phát tâm Thanh văn, tâm Bích-chi Phật.'

"Các ngươi nên biết rằng, những thứ mà chúng sinh lấy đi như vậy, thảy đều không thể hết. Khi ăn vào lại dễ tiêu, không bị chết yểu. Có những người thông minh sáng trí ăn thịt, uống máu, lấy những đầu, mắt, tai, mũi, lưỡi, rồi hoặc phát tâm theo Thanh văn thừa, Bích-chi Phật thừa, hoặc phát tâm A-nậu-đa-la Tam-miệu Tam-bồ-đề, hoặc cầu sinh trong cõi trời, cõi người, được giàu có, vui vẻ.

"Do bản nguyện của ta nên thân ấy không hề tổn giảm, cho đến một vạn năm. Trong khắp cõi Diêm-phù-đề, loài người cho đến quỷ thần, chim chóc, cầm thú, hết thảy đều được đầy đủ, sung túc.

"Trong một vạn năm ấy, số mắt mà ta đã bố thí nhiều như số cát một con sông Hằng, lượng máu mà ta bố thí nhiều như nước trong bốn biển lớn, số thịt mà ta bố thí nhiều như cả ngàn núi Tu-di, số lưỡi mà ta bố thí nhiều như núi Thiết vi lớn, số tai mà ta bố thí nhiều như núi Thuần-đà-la, số mũi mà ta bố thí nhiều như núi Tỳ-phú-la, số răng mà ta bố thí nhiều như núi Kỳ-xà-quật, số da bọc thân mà ta bố thí nhiều như số đất trong Tam thiên Đại thiên thế giới.

"Thiện nam tử! Các ngươi nên biết, ta ở trong đời quá khứ ấy trải qua một vạn năm, xả bỏ vô lượng vô biên a-tăng-kỳ thân thể. Trong tuổi thọ của một lần sinh đã tự dùng máu thịt của mình để cung cấp, bố thí cho vô lượng vô biên a-tăng-kỳ chúng sinh như vậy, thảy đều khiến cho được no đủ, nhưng chẳng bao giờ có chút hối tiếc.

"Vào lúc ấy ta lại nguyện rằng: 'Nếu như ta chắc chắn sẽ được thành A-nậu-đa-la Tam-miệu Tam-bồ-đề, sở nguyện thành tựu, được lợi ích bản thân, thì nay cũng giống như ta đã ở nơi một cõi Diêm-phù-đề này trong một vạn năm tự dùng máu thịt của mình để cấp thí cho hết thảy vô lượng chúng sinh, nguyện cũng sẽ làm như vậy trong vô số lần vạn năm, nhiều như số cát của một con sông Hằng, hiện thân đầy khắp Tam thiên Đại thiên thế giới Vô Cấu Tu-di, hóa làm núi máu thịt ở khắp mỗi một cõi thiên hạ, trong một vạn năm tự dùng máu thịt, đầu, mắt, tai... để cung cấp, bố thí cho chúng sinh, chư thiên, rồng, quỷ thần, người và loài phi nhân, cùng hết thảy các loài súc sinh, hoặc ở giữa hư không, hoặc ở trên mặt đất, cho đến loài ngạ quỷ, tất cả đều khiến cho được no đủ, sau đó sẽ khuyên dạy, giáo hóa cho được trụ yên trong giáo pháp Ba thừa.

"Nếu như đã hóa hiện được khắp cõi Phật thế giới này, giúp cho hết thảy chúng sinh được đầy đủ rồi, lại sẽ hóa hiện đến các cõi thế giới xấu ác có đủ năm sự uế trược trong mười phương nhiều như số cát của một con sông Hằng, lại cũng cung cấp bố thí máu thịt, đầu, mắt, tai... cho hết thảy chúng sinh, khiến cho tất cả đều được đầy đủ. Bố thí như vậy trải qua số đại kiếp nhiều như số cát của một con sông Hằng, luôn vì chúng sinh mà tự xả bỏ thân mạng để bố thí.

"Nếu như sở nguyện của ta không thành tựu, không được lợi

ích bản thân, như vậy tức là đã dối gạt vô lượng vô biên chư Phật Thế Tôn đang vì các chúng sinh mà chuyển bánh xe chánh pháp trong các thế giới mười phương. Như vậy chắc chắn không thể thành tựu quả A-nậu-đa-la Tam-miệu Tam-bồ-đề, phải ở trong sinh tử, mãi mãi không được nghe những âm thanh Phật, âm thanh Pháp, âm thanh tỳ-kheo, âm thanh ba-la-mật, âm thanh sức không sợ sệt, cho đến không được nghe âm thanh của hết thảy các căn lành. Nếu ta không thể thành tựu việc xả thân bố thí đầy đủ cho các chúng sinh, sẽ thường phải đọa vào địa ngục A-tỳ.

"Thiện nam tử! Ta vào đời quá khứ đã thành tựu được hết thảy sở nguyện như thế, ở nơi mỗi một cõi thiên hạ đều xả bỏ thân mạng, dùng máu thịt cung cấp bố thí chúng sinh, khiến cho tất cả đều được no đủ. Lần lượt như vậy, đi khắp các cõi Phật thế giới trong mười phương nhiều như số cát sông Hằng, luôn xả bỏ thân mạng, dùng máu thịt cung cấp bố thí chúng sinh, khiến cho tất cả đều được no đủ.

"Thiện nam tử! Các ông nên biết, ta vào lúc ấy vì thực hành pháp Bố thí ba-la-mật mà xả thân bố thí như vậy, chỉ riêng số mắt mà ta đã lần lượt bố thí, nếu gom hết lại sẽ đầy khắp cõi Diêm-phù-đề này và cao lên đến tận cõi trời Đao-lợi.

"Thiện nam tử! Đó là Như Lai chỉ nói sơ qua về việc xả bỏ thân mạng để thực hành pháp Bố thí ba-la-mật.

"Lại nữa, thiện nam tử! Trải qua vô lượng vô biên a-tăng-kỳ kiếp như vậy, khi đó thế giới này đổi tên là Nguyệt Lôi, cũng là cõi thế giới xấu ác có năm sự uế trược. Vào lúc ấy ta làm vị Chuyển luân Thánh vương, cai trị cõi Diêm-phù-đề, hiệu là Đăng Quang Minh, lại cũng dạy bảo vô lượng vô biên a-tăng-kỳ nhân dân, khiến cho được trụ yên trong các pháp lành, làm đủ các việc lợi ích như vào thời tượng pháp của đức Phật Hương Liên Hoa đã nói ở trước.

"Làm xong các việc như vậy rồi, một hôm ta dạo chơi ở chốn rừng cây, xem xét đất đai, thấy có một người bị bắt trói, liền hỏi: 'Người ấy phạm tội gì vậy?'

“Quan đại thần tâu lên rằng: ‘Tất cả những người làm ruộng khi thu hoạch lúa thóc đều phải chia làm sáu phần, lấy một phần nộp vào của công. Người này không tuân theo phép vua, không chịu nộp đủ nên bị bắt trói.’

“Khi ấy, ta truyền lệnh thả người ấy ra, dạy rằng: ‘Từ nay về sau không nên cưỡng ép lấy của người ta như thế.’

“Quan đại thần tâu rằng: ‘Trong những người dân đây, chẳng có ai sinh lòng vui vẻ theo đúng phép mà giao nộp lúa thóc. Nay hết thảy mọi thứ cần dùng như món ăn, thức uống... cho các vị vương tử, hậu cung, quyến thuộc... của vua, đều là do cưỡng ép người dân nộp lên mới có. Không một ai có lòng trong sạch tự giao nộp cả!’

“Ta nghe như vậy rồi, trong lòng hết sức buồn rầu, liền tự suy nghĩ rằng: ‘Cõi Diêm-phù-đề này ta nên giao lại cho ai?’

“Lúc ấy, ta có năm trăm người con trai, trước đó đều đã dạy bảo cho phát tâm cầu đạo Vô thượng. Ta lại nghĩ rằng: ‘Nên phân chia cõi này ra thành năm trăm phần, giao lại cho các con. Còn ta nên xuất gia tìm đến nơi thanh tịnh vắng vẻ, tu tập các phép tiên, học theo Phạm hạnh thanh tịnh.’

“Nghĩ như vậy rồi, ta liền phân chia cõi nước ra làm năm trăm phần, chia đều cho các con, rồi lập tức xuất gia, tìm đến bờ biển phía nam, trong khu rừng cây Uất-đầu-ma rậm rạp, ăn trái cây rừng mà sống, dần dần tu học, đạt được năm phép thần thông.

“Thiện nam tử! Khi ấy, trong cõi Diêm-phù-đề có năm trăm người thương nhân đi ra biển cả, muốn tìm lấy trân bảo. Người dẫn đầu đoàn thương nhân ấy tên là Mãn Nguyệt. Người ấy do đời trước đã tạo nhiều nhân duyên phước đức nên được thành tựu đúng như sở nguyện, tìm đến một bãi có đầy trân bảo. Bọn họ lấy rất nhiều đủ mọi thứ trân bảo rồi lập tức lên đường trở lại cõi Diêm-phù-đề.

“Khi ấy, vị thần biển lớn tiếng khóc lóc, lại có nhiều con rồng sinh lòng tức giận muốn làm hại các thương nhân ấy. Có một vị Long vương tên là Mã Kiên, vốn là một vị Đại Bồ Tát do bản nguyện nên sinh trong loài rồng. Vị ấy khởi tâm từ bi, cứu giúp bảo vệ cho các thương nhân, khiến cho được an ổn vượt qua biển lớn, vào được trong bờ. Khi ấy vị Long vương kia mới quay trở về chỗ ở.

"Bấy giờ lại có một quỷ la-sát rất ác độc, bám theo các thương nhân như bóng với hình, muốn làm hại họ. Quỷ la-sát ác độc này ngay trong ngày hôm ấy nổi lên một cơn gió độc rất hung bạo. Khi đó, các thương nhân đều tối tăm mù mịt, lạc mất đường đi, hết sức sợ hãi, cùng cất tiếng khóc lóc vang rền, kêu la khẩn cầu chư Thiên Ma-hê-thủ-la, thần nước, thần đất, thần lửa, thần gió; lại gọi tên cha mẹ, vợ con, quyến thuộc... cầu xin cứu nạn.

"Thiện nam tử! Vào lúc ấy ta dùng thiên nhĩ thanh tịnh nghe được những âm thanh ấy, liền tìm đến nơi đó, dùng lời êm dịu mà an ủi, vỗ về: 'Các ông chớ nên lo sợ, ta sẽ chỉ đường cho các ông, giúp cho các ông được an ổn trở về cõi Diêm-phù-đề.'

"Thiện nam tử! Khi ấy ta dùng vải trắng buộc quanh cánh tay, tẩm dầu vào rồi đốt lên làm đuốc, nói ra lời chân thật rằng: 'Ta trước đã ở nơi rừng Uất-đầu-ma trong ba mươi năm, chuyên cần tinh tấn tu hành Bốn tâm vô lượng, vì các chúng sinh mà ăn trái cây rừng để sống, khuyên dạy giáo hóa cho tám mươi bốn ngàn các loài rồng, dạ-xoa, quỷ thần... đều được địa vị không còn thối chuyển đối với quả A-nậu-đa-la Tam-miệu Tam-bồ-đề. Do nơi nhân duyên căn lành ấy, nay đốt cánh tay này để dẫn đường cho các thương nhân được an ổn trở về trong cõi Diêm-phù-đề.' Đốt cánh tay như vậy trong bảy ngày bảy đêm, các thương nhân ấy liền an ổn trở về được cõi Diêm-phù-đề.

"Thiện nam tử! Vào lúc ấy ta lại phát nguyện rằng: 'Nếu như cõi Diêm-phù-đề này không có các thứ trân bảo, và nếu như ta chắc chắn sẽ thành tựu quả A-nậu-đa-la Tam-miệu Tam-bồ-đề, được lợi ích bản thân, thì nay ta sẽ làm vị thương chủ, ở nơi mỗi cõi thiên hạ mưa xuống bảy lần châu báu. Ta lại vào biển cả lấy hạt châu như ý, rồi ở nơi mỗi cõi thiên hạ mưa xuống đủ mọi thứ của báu. Cứ như vậy, lần lượt mưa xuống các thứ trân bảo trong khắp cả thế giới này, cho đến trong vô lượng vô biên a-tăng-kỳ thế giới khắp mười phương cũng đều như vậy.'

"Thiện nam tử! Trong thời quá khứ ấy, những điều phát nguyện của ta thảy đều được thành tựu, trải qua số đại kiếp nhiều như số cát sông Hằng, ta thường làm vị Vô thượng Tát-bạc,[1] trải qua số kiếp xấu ác với năm sự uế trược nhiều như số cát sông Hằng thường mưa xuống đủ mọi thứ trân bảo. Mỗi một ngày đều mưa xuống như thế bảy lần. Làm lợi ích như vậy cho vô lượng chúng sinh, khiến cho được sung túc, thỏa mãn với các thứ trân bảo rồi, sau đó mới khuyên dạy, giáo hóa cho trụ yên trong giáo pháp Ba thừa.

"Thiện nam tử! Các ông nên biết, đó là Như Lai xả bỏ các thứ trân bảo quý báu để được nhân duyên căn lành.[2]

"Lại nữa, thiện nam tử! Như vậy trải qua vô lượng vô biên a-tăng-kỳ kiếp, cõi Phật này chuyển tên là Võng, kiếp ấy tên là Tri Cụ Túc. Thế giới khi ấy có đủ năm sự uế trược, tuổi thọ của nhân dân là năm vạn năm. Do bản nguyện nên ta sinh vào một gia đình bà-la-môn trong cõi Diêm-phù-đề, tên là Tu Hương, tụng đọc kinh sách xiển-đà của ngoại đạo.[3]

"Vào thời ấy, chúng sinh phần nhiều đắm chấp thường kiến,[4] đấu tranh giành giật lẫn nhau, xem nhau như giặc thù. Khi ấy ta dùng sức mạnh và thế lực, vì chúng sinh thuyết dạy rằng năm ấm như kẻ oán thù, rằng Mười hai nhập như xóm làng vắng vẻ không người, rằng tánh thật của Mười hai nhân duyên là

---

[1] Tát-bạc: phiên âm từ tiếng Phạn là sabhā, chỉ sự hội họp đông người, nên Vô thượng Tát-bạc ở đây chỉ cho người đứng đầu, người có cương vị cao nhất trong tập thể, trong hội chúng.

[2] Các thứ trân bảo tuy quý báu nhưng vẫn thuộc về hình tướng hữu vi, đều là giả tạm. Vì thế, đức Như Lai dùng chúng để tạo nhân duyên trồng các căn lành có giá trị chân thật, cao quý hơn.

[3] Kinh sách Xiển-đà của ngoại đạo: chỉ luận Xiển-đà, một trong sáu bộ luận của ngoại đạo, thuộc hệ kinh luận Phệ-đà của Ấn Độ thời cổ.

[4] Thường kiến: quan điểm cho rằng mọi sự vật trên đời đều thường tồn.

sinh diệt không ngừng, chỉ bày phân biệt pháp a-na-ba-na[1] cho chúng sinh tu học.

"Rồi ta lại dạy chúng sinh rằng: 'Nay các ngươi nên phát tâm Bồ-đề Vô thượng, khi làm được những việc thiện nên hồi hướng cầu quả vị Bồ-đề.'

"Vào lúc ấy, ta tự nhiên có được năm phép thần thông như các thần tiên. Khi đó lại có vô số người theo học với ta nên cũng đều được năm phép thần thông.

"Lại có vô lượng vô biên chúng sinh lìa xa những sự đấu tranh giành giật, dứt bỏ mọi thù oán, xuất gia vào núi, ăn toàn các loại trái, hạt cây rừng mà sống, ngày đêm tu tập Bốn tâm vô lượng.

"Vào lúc kiếp ấy sắp dứt, những chúng sinh như vậy phân chia nhau đi khắp nơi trong cõi Diêm-phù-đề để giáo hóa chúng sinh, khiến cho đều lìa khỏi sự đấu tranh, dứt bỏ oán thù, đạt đến chỗ vắng lặng yên tĩnh. Hoặc có những nạn lụt, gió bão, mưa độc, thảy đều khiến cho dứt mất. Đất đai khi ấy trở nên bằng phẳng, mềm mại, mùa màng tươi tốt, thức ăn ngon lành, bổ dưỡng. Nhưng vì kiếp ấy sắp dứt, nên chúng sinh lại bị đủ mọi thứ bệnh khổ đeo bám hành hạ.

"Thiện nam tử! Khi ấy ta liền suy nghĩ rằng: 'Nay nếu ta không thể dứt trừ mọi bệnh khổ của chúng sinh, ắt ta không thể thành tựu quả A-nậu-đa-la Tam-miệu Tam-bồ-đề, không thể vì các chúng sinh dứt trừ phiền não. Nay ta phải dùng phương tiện gì để dứt trừ bệnh khổ của chúng sinh? Chỉ có cách là phải tập hợp toàn thể đại chúng, chư thiên, Phạm thiên, Bốn vị Thiên vương... cùng với các vị tiên ở cõi trời, tiên trong loài rồng, loài người, để hỏi về các phương thuốc trị bệnh, gom hết các loại cỏ thuốc và đủ mọi phép chú thuật để điều trị hết thảy các chứng bệnh.'

"Nghĩ như vậy rồi, ta liền dùng thần lực lên đến các cõi trời Đế-thích, Phạm thiên, Tứ Thiên vương thiên cùng đi đến chỗ các

[1] Pháp a-na-ba-na: phiên âm từ tiếng Phạn là Ānāpāna, tức là phép quán sổ tức, theo dõi hơi thở để định tâm, từ đó mới thể nhập vào các cảnh giới thiền định.

vị thần tiên trong loài rồng, loài người... đều nói như thế này: ‘Xin mời tất cả chư vị cùng đến hội họp nơi núi Tỳ-đà.’

“Bấy giờ, hết thảy đại chúng nghe lời ta mời thỉnh, thảy đều tập hợp đến. Khi đã tập hợp rồi, liền cùng nhau trì tụng chú thuật Tỳ-đà. Do oai lực ấy nên có thể đẩy lùi được hết thảy những quỷ thần hung ác, giúp đỡ, bảo vệ chúng sinh. Lại cùng nhau nghiên cứu các phương thuốc trị bệnh, có thể trị được hết thảy các thứ bệnh thời khí, nóng lạnh... Nhờ đó mà khiến cho vô lượng vô biên a-tăng-kỳ chúng sinh đều lìa khỏi mọi khổ não.

“Thiện nam tử! Khi ấy ta lại phát nguyện rằng: ‘Nếu ta đã vì vô lượng chúng sinh trong một cõi thiên hạ này mà chiếu soi ánh sáng trí huệ, khiến cho được trụ yên trong giáo pháp Ba thừa, đóng chặt cửa vào ba đường ác,[1] mở rộng đường lên hai cõi trời người,[2] dứt trừ các bệnh khổ, khiến cho được yên vui. Vậy nay ta sẽ lần lượt vì vô lượng vô biên a-tăng-kỳ chúng sinh mà chiếu soi ánh sáng trí huệ, khiến cho được trụ yên trong giáo pháp Ba thừa, đóng chặt cửa vào ba đường ác, mở rộng đường lên hai cõi trời người, dứt trừ các bệnh khổ, khiến cho được yên vui. Do quả báo nhân duyên của căn lành này, sẽ khiến cho sở nguyện của ta đều được thành tựu, được lợi ích bản thân.

“Cũng như ta đã vì vô lượng vô biên a-tăng-kỳ chúng sinh trong một cõi thiên hạ này mà đóng cửa các đường ác, mở đường lên hai cõi trời người, vì những người bệnh khổ mà mời thỉnh chư thiên, rồng, thần tiên... tập hợp về núi Tỳ-đà, dùng chú thuật Tỳ-đà khiến cho vô lượng vô biên a-tăng-kỳ chúng sinh thảy đều được dứt trừ bệnh khổ, thụ hưởng khoái lạc; nay ta cũng sẽ làm như vậy với chúng sinh trong khắp thế giới Võng này, mang lại lợi ích cho hết thảy vô lượng chúng sinh, khiến cho đều được trụ yên trong giáo pháp Ba thừa, đóng cửa ba đường ác, mở rộng

[1] Đóng chặt cửa vào Ba đường ác: Vì dạy bảo chúng sinh không làm các điều ác, không tạo các nghiệp ác nên không phải sinh vào Ba đường ác: địa ngục, ngạ quỷ, súc sinh.

[2] Mở rộng đường lên hai cõi trời người: Vì dạy bảo chúng sinh tu theo Mười điều lành, tạo nghiệp lành nên được sinh lên hai cõi trời, người.

đường lên hai cõi trời người. Lại cũng vì hết thảy những người bệnh trong cõi thế giới này, thỉnh chư thiên, rồng, thần tiên... tập hợp về núi Tỳ-đà, dùng chú thuật Tỳ-đà khiến cho vô lượng vô biên a-tăng-kỳ chúng sinh trong cõi thế giới này thảy đều được dứt trừ bệnh khổ, thụ hưởng khoái lạc.

"Lại cũng như với cõi thế giới này, cho đến hết thảy các cõi thế giới xấu ác đủ năm sự uế trược nhiều như số cát sông Hằng ở khắp mười phương, ta cũng đều phát nguyện như vậy.

"Thiện nam tử! Khi ấy ta ở nơi thế giới Võng, cho đến hết thảy các cõi thế giới xấu ác đủ năm sự uế trược nhiều như số cát sông Hằng ở khắp mười phương, những lời phát nguyện như vậy thảy đều được thành tựu.

"Thiện nam tử! Các ông nên biết, đó là Như Lai trong khi còn là Bồ Tát đã làm tăng trưởng trí huệ, tu hành đạo Bồ Tát. Như vậy gọi là Như Lai giữ gìn hạt giống căn bản của ba nghiệp lành.[1]

HẾT QUYỂN IX

[1] Ba nghiệp: Tức thân nghiệp, khẩu nghiệp và ý nghiệp. Dùng thân, miệng và ý để tạo các nghiệp lành nên gọi là Ba nghiệp lành.

QUYỂN X

PHẨM THỨ NĂM - PHẦN III

PHÁP BỐ THÍ

Đức Phật Thích-ca Mâu-ni bảo Bồ Tát Tịch Ý: "Thiện nam tử! Từ đó về sau, lại trải qua vô lượng vô biên a-tăng-kỳ kiếp, thế giới này đổi tên là Tuyển Trạch Chư Ác. Khi ấy đại kiếp có tên là Thiện Đẳng Ích, thế giới cũng có đủ năm sự uế trược.

"Về phương đông cách đây năm mươi bốn cõi thiên hạ, có cõi Diêm-phù-đề tên gọi là Lô-bà-la. Do nguyện lực nên ta sinh về nơi ấy, làm vị Chuyển luân Thánh vương cai quản Bốn cõi thiên hạ, hiệu là Hư Không Tịnh, giáo hóa các chúng sinh được trụ yên trong Mười điều lành cùng với giáo pháp Ba thừa.

"Thuở ấy ta làm việc bố thí cho hết thảy, không hề có chỗ phân biệt. Lúc bấy giờ có vô số người tìm đến để cầu xin ta những thứ như trân bảo, vàng bạc, lưu ly, pha lê, tiền tài, châu lưu ly xanh, châu lưu ly xanh loại lớn, hỏa châu ma-ni... Nhưng số trân bảo mà ta có được thật quá ít, không đáng kể so với vô số người đến xin nhiều như thế.

"Bấy giờ, ta liền hỏi quan đại thần: 'Những trân bảo như vậy từ đâu mà có?'

"Quan đại thần đáp: 'Từ nơi chỗ của các vị Long vương mà có. Nhưng tuy ở đó có trân bảo, cũng chỉ đủ cung cấp cho Thánh vương, không thể cho khắp những người đến xin nhiều như thế.'

"Khi ấy ta liền phát lời thệ nguyện lớn lao rằng: 'Nếu như ta trong đời vị lai ở giữa cõi đời xấu ác có năm sự uế trược, phiền não sâu nặng, tuổi thọ con người là một trăm tuổi, chắc chắn sẽ thành tựu quả A-nậu-đa-la Tam-miệu Tam-bồ-đề, mọi sở nguyện đều thành tựu, được lợi ích bản thân, thì nay ta sẽ làm vị Đại Long vương hiện ra đủ mọi thứ kho báu trân bảo giữa cõi thế giới Tuyển Trạch Chư Ác này, ở khắp mọi nơi trong Bốn cõi thiên hạ, mỗi một cõi thiên hạ ta sẽ thọ thân sinh ra bảy lần, mỗi một lần sinh đều hiện ra vô lượng trăm ngàn vạn ức na-do-tha kho báu trân bảo, mỗi một kho báu ấy có bề ngang dọc đều rộng đến một ngàn do-tuần, đều chứa đầy đủ mọi thứ trân bảo, dùng để cung cấp, bố thí cho hết thảy những chúng sinh như trên đã nói.

"Giống như đã ở trong một cõi thế giới này mà tinh tấn chuyên cần làm việc bố thí như vậy, ta cũng lần lượt thọ sinh ở khắp các cõi thế giới xấu ác nhiều như số cát sông Hằng trong mười phương, những nơi ấy không có Phật ra đời, có đủ năm sự uế trược. Trong hết thảy các cõi thiên hạ ở mỗi một thế giới ấy, ta đều sẽ thọ thân sinh ra bảy lần, thị hiện có đủ mọi thứ trân bảo để bố thí chúng sinh như trên đã nói.'

"Thiện nam tử! Khi ta phát lời nguyện lành như vậy rồi, liền có trăm ngàn muôn ức chư thiên ở giữa không trung mưa xuống đủ mọi loại hoa thơm mà ngợi khen rằng: 'Lành thay, lành thay! Nhất Thiết Thí,[1] nay ông sẽ được thành tựu đúng như chỗ phát nguyện trong lòng.'

"Thiện nam tử! Bấy giờ đại chúng đều nghe chư thiên tôn xưng đức vua Hư Không Tịnh là Nhất Thiết Thí. Nghe như vậy rồi, mỗi người đều tự nghĩ rằng: 'Nay ta nên đến chỗ vua ấy cầu xin những vật rất khó xả bỏ. Nếu vua có thể xả bỏ được, như vậy mới xứng danh là Nhất Thiết Thí. Bằng như có vật không thể xả bỏ, làm sao có thể gọi là Nhất Thiết Thí?'

"Khi ấy, mọi người đều theo vua cầu xin những thứ như cung nữ, hoàng hậu, cho đến các công chúa, hoàng tử...

"Bấy giờ, vua Chuyển luân nghe những lời cầu xin như vậy liền dùng tâm hoan hỷ mà tùy theo chỗ cầu xin của mỗi người đều bố thí cho tất cả.

---

[1] Chư thiên dùng danh xưng "Nhất thiết thí" để ca ngợi Bồ Tát, có nghĩa là "bậc có thể xả bỏ tất cả để bố thí".

"Lúc ấy, những người kia lại bảo nhau rằng: 'Những thứ như vợ, con cũng vẫn còn dễ xả bỏ, chẳng phải chuyện khó làm. Nay chúng ta nên đến chỗ vua mà cầu xin những bộ phận trên thân thể. Nếu vua có thể xả bỏ mới thật sự xứng danh là Nhất Thiết Thí.'

"Những người ấy liền cùng nhau tìm đến chỗ vua. Trong số đó có một người thọ trì giới chó[1] tên là Thanh Quang Minh, tâu với vua Chuyển luân rằng: 'Đại vương! Nếu ngài quả là bậc xả bỏ tất cả, xin bố thí cho tôi cõi Diêm-phù-đề này.'

"Khi ấy, ta nghe như vậy liền sinh tâm hoan hỷ, dùng nước thơm tắm rửa sạch sẽ cho người ấy,[2] cho mặc vào những y phục tốt đẹp mềm mại bậc nhất, rồi dùng nước làm lễ quán đỉnh,[3] cho nối ngôi làm Thánh vương, mang cõi Diêm-phù-đề mà bố thí cho người ấy.

"Rồi ta lại phát nguyện rằng: 'Nếu như nay ta dùng cả cõi Diêm-phù-đề này để bố thí, do nhân duyên này sẽ được thành tựu quả A-nậu-đa-la Tam-miệu Tam-bồ-đề, sở nguyện thành tựu, được phần lợi ích bản thân, thì xin nguyện cho hết thảy nhân dân trong cõi Diêm-phù-đề này đều tôn kính thuận theo việc người này lên làm vua, lại khiến cho người này được thọ mạng vô lượng, làm vị vua Chuyển luân. Sau khi ta thành tựu quả A-nậu-đa-la Tam-miệu Tam-bồ-đề rồi, sẽ thọ ký cho người này được quả vị Nhất sinh bổ xứ.'

"Có người bà-la-môn tên là Lô-chí, lại tìm đến ta cầu xin hai chân. Ta nghe như vậy liền sinh tâm hoan hỷ, cầm dao sắc tự chặt đứt hai chân, rồi đưa cho người ấy. Bố thí như vậy rồi lại

[1] Giới chó (Cẩu giới): một trong các tà thuyết của ngoại đạo. Tương truyền có người ngoại đạo nhìn thấy con chó, sau được sinh lên cõi trời. Từ đó ngoại đạo đặt ra giới chó (cẩu giới), nói rằng ai giữ theo đều được sinh lên cõi trời. Người thọ trì giới chó thì không ngủ trong nhà, chỉ ngủ ngoài hè (giống như chó), lại tập ăn cả phẩn người, tin rằng như thế trừ được khổ não, mau được sinh lên cõi trời.

[2] Vì người này giữ theo giới chó nên thân thể luôn dơ nhớp, hôi thối.

[3] Lễ quán đỉnh: Theo nghi thức trong xã hội Ấn Độ cổ xưa, lễ quán đỉnh (hay quán đảnh) được thực hiện trước khi một vị vua lên ngôi. Trong lễ ấy, một vị tu sĩ đọc các chú thuật theo đúng nghi thức và dùng nước rưới lên đỉnh đầu của nhà vua.

phát nguyện: 'Nguyện cho ta trong đời vị lai được đầy đủ đôi chân là giới luật cao trổi nhất.'

"Có người bà-la-môn tên là Hỗ, lại tìm đến ta cầu xin hai mắt. Ta nghe như vậy sinh lòng hoan hỷ, liền móc hai mắt ra đưa cho. Bố thí như vậy rồi lại phát nguyện: 'Nguyện cho trong đời vị lai được đầy đủ Năm thứ mắt cao trổi nhất.'[1]

"Không lâu sau đó, lại có người bà-la-môn tên là Tịnh Kiên Lao, lại tìm đến ta cầu xin hai tai. Ta nghe như vậy rồi sinh lòng hoan hỷ, liền tự cắt hai tai đưa cho. Bố thí như vậy rồi lại phát nguyện: 'Nguyện cho ta trong đời vị lai được đầy đủ tai nghe là trí huệ cao trổi nhất.'

"Lại không lâu sau đó, có người ni-kiền-tử tên là Tưởng, tìm đến ta để cầu xin nam căn.[2] Ta nghe như vậy rồi sinh lòng hoan hỷ, liền tự tay cắt lấy đưa cho. Bố thí như vậy rồi lại phát nguyện: 'Nguyện cho ta trong đời vị lai thành tựu quả A-nậu-đa-la Tam-miệu Tam-bồ-đề, được tướng Mã vương tàng.[3]'

"Không lâu sau đó lại có người tìm đến hỏi xin ta máu thịt. Ta nghe như vậy rồi sinh lòng hoan hỷ, liền bố thí cho. Bố thí như vậy rồi lại phát nguyện: 'Nguyện cho ta trong đời vị lai được đầy đủ thân tướng màu vàng ròng không ai sánh bằng.'

---

[1] Năm thứ mắt cao trổi nhất (Vô thượng ngũ nhãn, Sanskrit: **pañcacakṣuṃṣi**): Năm thứ mắt mà một vị Phật, một bậc giác ngộ rốt ráo luôn có đủ, bao gồm:

1. Nhục nhãn (肉眼; Sanskrit: **māṃsacakṣus**): mắt thịt, mắt thường của người phàm phu.
2. Thiên nhãn (天眼; Sanskrit: **divyacakṣus**): mắt của chư thiên, có thể nhìn thấy được những hiện tượng siêu nhiên, quá khứ, vị lai, địa ngục...
3. Pháp nhãn (法眼; Sanskrit: **dharmacakṣus**): mắt pháp, thấy được sự đa dạng của các pháp hiện hữu.
4. Huệ nhãn (慧眼; Sanskrit: **prajñācakṣus**): mắt trí huệ, nhìn thấu suốt được tính không (Sanskrit: **śūnyatā**) của các pháp.
5. Phật nhãn (佛眼; Sanskrit: **buddhacakṣus**): mắt của bậc giác ngộ rốt ráo, nhìn thấu suốt thể tính của mọi sự vật.

[2] Nam căn: cơ quan sinh dục nam, tức dương vật.

[3] Tướng Mã vương tàng: tức Âm tàng tướng (陰藏相), Sanskrit: **kośopagata-vasti-guhya**), là tướng nam căn ẩn kín không nhìn thấy được. Đây là một trong 32 tướng tốt của Phật.

"Không lâu sau đó lại có người bà-la-môn tên là Mật Vị tìm đến ta cầu xin hai cánh tay. Ta nghe như vậy rồi sinh lòng hoan hỷ, tay phải cầm dao chặt đứt tay trái rồi nói rằng: 'Nay còn cánh tay phải này ta không thể tự chặt, ông hãy đến đây chặt lấy.' Bố thí như vậy rồi lại phát nguyện: 'Nguyện cho ta trong đời vị lai được đầy đủ cánh tay là lòng tin sâu vững.'

"Thiện nam tử! Khi ta cắt hết các bộ phận của thân thể như thế rồi, toàn thân máu nhuộm, lại phát nguyện rằng: 'Nếu do nhân bố thí này ta chắc chắn sẽ thành tựu quả A-nậu-đa-la Tam-miệu Tam-bồ-đề, sở nguyện thành tựu, được phần lợi ích bản thân, thì nguyện cho những phần còn lại trong thân thể đều sẽ có chúng sinh nhận thí.'

"Thời bấy giờ không có thánh nhân, người đời chẳng biết gì đến việc ân nghĩa, nên các tiểu vương và những quan đại thần thảy đều nói rằng: 'Người sao mà ngu đến thế! Vì sao lại tự cắt xẻo thân thể, khiến cho mọi thứ đang tốt đẹp bỗng chốc thành tàn phế? Khối thịt dư này còn có giá trị gì?'

"Khi ấy, các quan đại thần liền mang thân thể còn lại của ta vất bỏ ra bãi tha ma hoang vắng bên ngoài thành, rồi kéo nhau ra về. Bấy giờ, vô số các loài ruồi nhặng, muỗi mòng... tranh nhau hút lấy máu ta; các loài chồn cáo, kên kên, diều quạ... cùng kéo đến ăn thịt ta.

"Trong lúc mạng sống còn chưa dứt hẳn, ta sinh tâm hoan hỷ, lại phát nguyện rằng: 'Nay ta xả bỏ cả đời sống cũng như tất cả các bộ phận thân thể nhưng trong lòng không một mảy may sân hận hay hối tiếc, nếu như sở nguyện của ta thành tựu, được phần lợi ích bản thân, xin nguyện cho thân này hóa thành núi thịt lớn. Hết thảy những chúng sinh nào uống máu, ăn thịt để sống đều sẽ tìm đến đây, tùy ý ăn uống thỏa mãn.'

"Phát nguyện như vậy rồi, liền có những chúng sinh kéo đến để ăn thịt, uống máu. Do nguyện lực của ta nên thân thể khi ấy liền biến hóa cao lớn đến cả ngàn do-tuần, hai bề ngang dọc bằng nhau, đều năm trăm do-tuần, trong suốt một ngàn năm dùng máu thịt để cung cấp, bố thí chúng sinh.

"Vào thuở ấy, số lưỡi mà ta xả bỏ để bố thí đủ cho các loài cọp, sói, kên kên, diều, quạ... đều được ăn no. Do nguyện lực nên bố thí rồi lại sinh ra như cũ, nếu như gom hết số lưỡi ấy lại ắt thành đống lớn như núi Kỳ-xà-quật. Bố thí như vậy rồi lại phát nguyện rằng: 'Nguyện cho ta trong đời vị lai được thành tựu đầy đủ tướng lưỡi rộng dài.'[1]

"Thiện nam tử! Thuở ấy, khi ta mạng chung tại cõi Diêm-phù-đề, do bản nguyện nên sinh vào loài rồng, làm vị Đại Long vương tên là Thị Hiện Bảo Tạng. Ngay trong đêm ta sinh ra, liền thị hiện trăm ngàn ức na-do-tha đủ mọi kho tàng trân bảo, tự truyền rao khắp nơi rằng: 'Trong vùng này có rất nhiều kho tàng trân bảo. Trong các kho ấy đầy đủ các loại trân bảo và những vật quý lạ, vàng bạc cho đến bảo châu như ý đều có đủ.'

"Chúng sinh nghe lời truyền rao như thế, mỗi người đều tùy ý đến lấy các loại vật báu mang về dùng. Được dùng các vật báu ấy rồi liền thực hành đầy đủ Mười điều lành, phát tâm A-nậu-đa-la Tam-miệu Tam-bồ-đề, hoặc phát tâm Thanh văn, tâm Bích-chi Phật.

"Thuở ấy ta bảy lần thọ sinh trở lại làm Long vương, tuổi thọ là bảy vạn bảy ngàn ức na-do-tha trăm ngàn tuổi, thị hiện vô lượng vô biên a-tăng-kỳ kho tàng trân bảo bố thí cho chúng sinh. Lúc bấy giờ khiến cho vô lượng vô biên a-tăng-kỳ chúng sinh được trụ yên trong giáo pháp Ba thừa, khuyên dạy chúng sinh thực hành đầy đủ Mười điều lành. Sau khi dùng vô số đủ mọi thứ trân bảo bố thí đầy đủ cho chúng sinh rồi, lại phát nguyện rằng: 'Nguyện cho ta trong đời vị lai được đầy đủ ba mươi hai tướng tốt.'

"Sau đó ta lại lần lượt thọ sinh bảy lần làm Long vương ở cõi thiên hạ thứ hai, cũng giống như vậy, cho đến khi tất cả mọi nơi

[1] Tướng lưỡi rộng dài: Một trong các tướng tốt của Phật. Lưỡi rộng và dài, khi thè ra có thể liếm khuất cả khuôn mặt. Tướng lưỡi rộng dài là biểu hiện sự chân thật trong lời nói của đức Như Lai, không bao giờ có sự sai lệch, dối trá.

trong Bốn cõi thiên hạ ở khắp thế giới Tuyển Trạch ta đều làm xong những việc lợi ích vô lượng như vậy cho chúng sinh, rồi cho đến trong vô lượng vô biên các cõi thế giới không có Phật ở khắp mười phương, mỗi một thế giới, mỗi một cõi thiên hạ ta cũng đều thọ sinh bảy lần làm vị Đại Long vương, tuổi thọ là bảy vạn bảy ngàn ức na-do-tha trăm nghìn tuổi, cũng thị hiện vô lượng vô biên a-tăng-kỳ kho tàng trân bảo để bố thí cho chúng sinh như vậy.

"Thiện nam tử! Các ông nên biết, như vậy gọi là nhân duyên của đức Như Lai khi còn là Bồ Tát đã hết lòng tinh tấn cầu được ba mươi hai tướng tốt.

"Thiện nam tử! Sự tinh tấn của đức Như Lai khi còn là Bồ Tát, trong quá khứ chẳng có ai sánh kịp, chỉ trừ tám vị đã nói trước đây.

"Nếu như trong quá khứ đã không có ai sánh kịp, nên biết rằng các vị Bồ Tát trong đời vị lai cũng sẽ không thể chuyên cần thực hành một cách sâu xa đức tinh tấn được như ta đã làm.

"Thiện nam tử! Sau đó lại trải qua vô lượng vô biên a-tăng-kỳ kiếp, thế giới này đổi tên là San-hô-trì, kiếp tên là Hoa Thủ. Thời ấy không có Phật ra đời, cõi thế có đủ năm sự uế trược. Ta sinh trong đời ấy làm vị Thích-đề-hoàn-nhân,[1] tên là Thiện Nhật Quang Minh. Khi ấy ta xem xét cõi Diêm-phù-đề thấy các chúng sinh chuyển dần sang làm toàn việc ác, ta liền hóa thân làm quỷ dạ-xoa, hình dung rất đáng sợ, hiện xuống cõi Diêm-phù-đề, đứng trước mặt mọi người. Mọi người nhìn thấy ta đều sinh lòng khiếp sợ, hỏi rằng: 'Ngài cần điều gì, xin hãy nói ra mau."

"Khi ấy ta đáp: 'Ta chỉ cần được ăn uống, chẳng cần gì khác.'

"Những người ấy lại hỏi: 'Ngài ăn những món gì?'

"Ta đáp rằng: 'Ta đây giết người để ăn thịt, uống máu. Nếu các ngươi có thể trọn đời thọ trì giới không giết hại, cho đến vâng theo chánh kiến, phát tâm A-nậu-đa-la Tam-miệu Tam-bồ-đề,

[1] Thích-đề-hoàn-nhân: danh xưng khác của Đế-thích, vị vua cõi trời Đao-lợi.

hoặc phát tâm Thanh văn, tâm Duyên giác, thì ta mới không ăn thịt các ngươi.'

"Thiện nam tử! Khi ấy ta dùng phép hóa hiện ra một hình người rồi ăn thịt, uống máu người ấy. Chúng sinh nhìn thấy ta ăn thịt, uống máu như vậy càng thêm khiếp sợ, hết thảy đều nguyện suốt đời thọ trì giới không giết hại, cho đến vâng theo chánh kiến, hoặc phát tâm A-nậu-đa-la Tam-miệu Tam-bồ-đề, hoặc phát tâm Thanh văn, tâm Bích-chi Phật.

"Ta dùng cách ấy khuyên dạy hết thảy chúng sinh trong cõi Diêm-phù-đề, khiến cho tu tập, thực hành Mười điều lành, trụ yên trong giáo pháp Ba thừa, rồi lại phát nguyện rằng: 'Nếu như ta chắc chắn sẽ thành tựu quả A-nậu-đa-la Tam-miệu Tam-bồ-đề, sở nguyện thành tựu, được phần lợi ích bản thân, thì nay ta lại sẽ khuyên dạy chúng sinh trong bốn cõi thiên hạ này, khiến cho thực hành Mười điều lành, cho đến chúng sinh trong khắp cả thế giới này, ở tất cả mọi cõi thiên hạ, đều dùng tướng mạo hung dữ như vậy để khiến cho chúng sinh vâng làm theo Mười điều lành, khuyên dạy phát tâm Bồ-đề cho đến các tâm Thanh văn, Duyên giác.

"Sau khi đã làm được như vậy trong khắp một cõi thế giới rồi, lại tiếp tục như vậy với vô lượng vô biên a-tăng-kỳ cõi thế giới xấu ác trong mười phương, những nơi không có Phật ra đời và thế giới có đủ năm sự uế trược.'

"Thiện nam tử! Thuở ấy những lời phát nguyện như vậy của ta hết thảy đều thành tựu, ở thế giới San-hô-trì hóa làm hình tượng quỷ dạ-xoa đáng sợ để điều phục hết thảy chúng sinh, khiến cho trụ yên trong Mười điều lành cùng với giáo pháp Ba thừa.

"Tiếp tục như vậy cho đến khắp cả vô lượng vô biên a-tăng-kỳ cõi thế giới xấu ác có đủ năm sự uế trược trong mười phương, những nơi không có Phật ra đời, ta đều hóa làm hình tượng quỷ dạ-xoa để điều phục chúng sinh, khiến phải làm theo Mười điều lành, trụ yên trong giáo pháp Ba thừa.

"Thuở xưa ta dùng cách đe dọa chúng sinh để khiến cho họ phải làm theo Mười điều thiện, trụ yên trong giáo pháp Ba thừa. Do nhân duyên nghiệp báo như thế nên ngày nay khi ngồi dưới cội cây Bồ-đề vừa sắp thành tựu quả A-nậu-đa-la Tam-miệu Tam-bồ-đề thì có Thiên ma Ba-tuần cùng với chúng ma tìm đến chỗ ta, muốn phá hoại, làm rối loạn tâm đạo Bồ-đề của ta.

"Thiện nam tử! Đó là nói sơ qua việc ta thực hành pháp Bố thí ba-la-mật khi còn là Bồ Tát.

"Thiện nam tử! Pháp nhẫn rất thâm sâu của các vị Đại Bồ Tát, cùng với phép tổng trì,[1] tam-muội giải thoát, vào lúc ấy ta đều chưa đạt được, chỉ có thân hữu lậu[1] và thân được năm phép thần thông. Nhưng khi ấy ta đã làm nên được những việc lớn lao như vậy, khiến cho vô lượng vô biên a-tăng-kỳ chúng sinh được trụ yên nơi A-nậu-đa-la Tam-miệu Tam-bồ-đề; vô lượng vô biên a-tăng-kỳ chúng sinh trụ yên nơi Bích-chi Phật thừa; vô lượng vô biên a-tăng-kỳ chúng sinh trụ yên nơi Thanh văn thừa, huống hồ là sau khi ta đã được cúng dường chư Phật nhiều như số hạt bụi nhỏ trong một cõi Phật, ở bên cạnh mỗi một vị Phật đều tạo được công đức nhiều như số giọt nước trong biển cả; lại cúng dường vô số các vị Thanh văn, Duyên giác, các bậc sư trưởng, cha mẹ, thần tiên ngũ thông... thảy đều như vậy.

"Như ta xưa kia khi còn làm Bồ Tát tự dùng máu thịt của mình để cung cấp, bố thí cho chúng sinh, tấm lòng đại bi như vậy các vị A-la-hán ngày nay đều không có được!"

[1] Thân hữu lậu: thân phàm phu với đủ mọi sự phiền não đeo bám.

PHẨM THỨ SÁU

PHÁP MÔN NHẬP ĐỊNH

Lúc bấy giờ, đức Phật Thích-ca Mâu-ni bảo Đại Bồ Tát Tịch Ý: "Thiện nam tử! Nay ta dùng Phật nhãn nhìn khắp các thế giới mười phương nhiều như số hạt bụi nhỏ trong một cõi Phật, các vị Phật Thế Tôn đã nhập Niết-bàn ở những thế giới ấy thảy đều do ta trước đây đã khuyên dạy, giáo hóa cho từ lúc mới phát tâm A-nậu-đa-la Tam-miệu Tam-bồ-đề, rồi thực hành pháp Bố thí ba-la-mật, cho đến pháp Bát-nhã ba-la-mật. Cho đến các vị Phật Thế Tôn trong đời vị lai cũng là như vậy.

"Thiện nam tử! Nay ta nhìn thấy vô lượng vô biên a-tăng-kỳ chư Phật Thế Tôn ở các thế giới về phương đông kia, đang trong đời hiện tại này chuyển bánh xe chánh pháp, cũng đều là do ta trước đây đã khuyên dạy, giáo hóa cho từ lúc mới phát tâm A-nậu-đa-la Tam-miệu Tam-bồ-đề, thực hành sáu pháp ba-la-mật. Về phương nam, phương tây, phương bắc, cho đến bốn phương phụ[1] và phương trên, phương dưới cũng là như vậy.

"Thiện nam tử! Về phương đông cách đây tám mươi chín ức thế giới chư Phật, có thế giới kia tên là Thiện Hoa, ở đó có Phật hiệu là Vô Cấu Công Đức Quang Minh Vương Như Lai, Ứng cúng, Chánh biến tri, Minh hạnh túc, Thiện thệ, Thế gian giải, Vô thượng sĩ, Điều ngự trượng phu, Thiên nhân sư, Phật Thế Tôn, hiện nay đang vì chúng sinh thuyết pháp. Đức Phật ấy cũng do ta trước đây đã khuyên dạy, giáo hóa cho từ lúc mới phát tâm A-nậu-đa-la Tam-miệu Tam-bồ-đề, khiến cho thực hành pháp Bố thí ba-la-mật cho đến Bát-nhã ba-la-mật.

"Về phương đông lại có thế giới Diệu Lạc, ở đó có Phật hiệu là A-súc Như Lai. Lại có thế giới Diêm-phù, ở đó có Phật hiệu là Nhật Tạng Như Lai. Lại có thế giới tên là Lạc Tự Tại, ở đó có

[1] Bốn phương phụ: chỉ các phương đông nam, đông bắc, tây nam và tây bắc.

Phật hiệu là Lạc Tự Tại Âm Quang Minh Như Lai. Lại có thế giới tên là An Lạc, ở đó có Phật hiệu là Trí Nhật Như Lai. Lại có thế giới tên là Thắng Công Đức, ở đó có Phật hiệu là Long Tự Tại Như Lai. Lại có thế giới tên là Thiện Tướng, ở đó có Phật hiệu là Kim Cang Xưng Như Lai. Lại có thế giới tên là Giang Hải Vương, ở đó có Phật hiệu là Quang Minh Như Lai. Lại có thế giới tên là Bất Ái Nhạo, ở đó có Phật hiệu là Nhật Tạng Như Lai. Lại có thế giới tên là Ly Cấu Quang Minh, ở đó có Phật hiệu là Tự Tại Xưng Như Lai. Lại có thế giới tên là Sơn Quang Minh, ở đó có Phật hiệu là Bất Khả Tư Nghị Vương Như Lai. Lại có thế giới tên là Tụ Tập, ở đó có Phật hiệu là Đại Công Đức Tạng Như Lai. Lại có thế giới tên là Hoa Quang Minh, ở đó có Phật hiệu là Quang Minh Âm Tướng Như Lai. Lại có thế giới tên là An Hòa Sí Thạnh, ở đó có Phật hiệu là An Hòa Tự Tại Kiến Sơn Vương Như Lai. Lại có thế giới tên là thiện địa, ở đó có Phật hiệu là Tri Tượng Như Lai. Lại có thế giới tên là Hoa Cái, ở đó có Phật hiệu là Nhãn Tịnh Vô Cấu Như Lai.

"Thiện nam tử! Vô lượng vô biên a-tăng-kỳ chư Phật hiện tại ở phương đông như vậy, đều vì chúng sinh chuyển bánh xe chánh pháp. Khi các đức Phật này chưa phát tâm Bồ-đề Vô thượng, thảy đều là do ta khuyên dạy, giáo hóa, khiến cho phát tâm A-nậu-đa-la Tam-miệu Tam-bồ-đề, lại cũng dẫn dắt đến chỗ của chư Phật Thế Tôn ở khắp mười phương. Tùy mỗi nơi được dẫn dắt đến, các vị đều chuyên tâm tu hành, trụ yên trong pháp Bố thí ba-la-mật cho đến Bát-nhã ba-la-mật, liền được thọ ký quả A-nậu-đa-la Tam-miệu Tam-bồ-đề.

"Bấy giờ, tại thế giới Thiện Hoa ở phương đông của đức Phật Vô Cấu Công Đức Quang Minh Vương, tòa sư tử của đức Phật ngồi cùng với mặt đất đều chấn động đủ sáu cách, có ánh hào quang rực rỡ chiếu sáng, không trung mưa xuống đủ mọi loại hoa sen quý báu, đẹp đẽ. Các vị Bồ Tát ở đó thấy những việc như vậy thì hết sức kinh ngạc, đều cho là chưa từng có, liền bạch Phật: 'Thế Tôn! Do nhân duyên gì mà tòa ngồi của đức Như Lai chấn động như thế? Chúng con xưa nay thật chưa từng thấy sự việc như vậy!'

"Đức Phật Vô Cấu Công Đức Quang Minh Vương liền bảo các vị Bồ Tát: 'Thiện nam tử! Về phương tây cách đây tám mươi chín ức thế giới chư Phật, có một thế giới tên là Ta-bà, ở đó có Phật hiệu là Thích-ca Mâu-ni Như Lai, hiện nay đang vì Bốn bộ chúng thuyết dạy về nhân duyên tu tập giáo pháp của chính ngài. Đức Phật Thế Tôn ấy khi còn là Bồ Tát, đã khuyên dạy giáo hóa ta lần đầu tiên phát tâm A-nậu-đa-la Tam-miệu Tam-bồ-đề, lại dẫn dắt ta đến chỗ của chư Phật, bước đầu dạy ta thực hành pháp Bố thí ba-la-mật, cho đến pháp Bát-nhã ba-la-mật. Thuở ấy ta tùy theo mỗi nơi được dẫn dắt đến liền được thọ ký quả A-nậu-đa-la Tam-miệu Tam-bồ-đề.

"Đức Phật Thế Tôn Thích-ca Mâu-ni kia chính là vị thiện tri thức chân thật của ta. Hiện nay ngài đang ở giữa đại chúng nơi phương tây, vì Bốn bộ chúng mà thuyết kinh nói về nhân duyên tu tập của ngài. Do sức thần túc của đức Như Lai ấy nên khiến cho tòa ngồi của ta chấn động.

"Thiện nam tử! Nay trong các ông, ai có thể đến cõi thế giới Ta-bà kia dâng lời thăm hỏi đức Phật ấy, việc đi đứng của ngài có được nhẹ nhàng hay chăng?'

"Khi ấy, các vị Bồ Tát thảy đều bạch Phật: 'Thế Tôn! Ở thế giới Thiện Hoa này, các vị Bồ Tát thảy đều đã được thần thông, đối với các công đức của hàng Bồ Tát đều được tự tại. Hôm nay sáng sớm trời trong, được nhìn thấy ánh hào quang rực chiếu. Hào quang này đều là từ các thế giới của chư Phật soi chiếu đến đây. Mặt đất ngay khi ấy chấn động đủ sáu cách, không trung rơi xuống đủ mọi loại hoa. Thấy việc như vậy nên có vô lượng trăm ngàn vạn ức vị Bồ Tát muốn dùng thần lực hiện đến thế giới Ta-bà để được gặp đức Phật Thích-ca Mâu-ni, cúng dường tôn trọng, cung kính ngợi khen, lại cũng muốn học hỏi pháp môn Đà-la-ni Giải liễu nhất thiết. Tuy nhiên, không ai biết được thế giới Ta-bà của đức Phật Thích-ca Mâu-ni ở tại nơi nào?'

"Đức Phật Vô Cấu Công Đức Quang Minh Vương liền duỗi cánh tay phải có màu vàng ròng, từ nơi năm đầu ngón tay phóng ra đủ mọi sắc hào quang rực rỡ, vi diệu. Hào quang ấy tức thời soi chiếu qua khỏi tám mươi chín ức thế giới chư Phật, đến tận thế giới Ta-bà. Bấy giờ, các vị Bồ Tát do nơi hào quang ấy mà thấy được thế giới Ta-bà có các vị Đại Bồ Tát đông đảo, đầy khắp thế giới. Lại có chư thiên, rồng, thần, càn-thát-bà, a-tu-la, ca-lâu-la, khẩn-na-la, ma-hầu-la-già... cũng đông đảo đầy khắp trên không trung.

"Các vị Bồ Tát nhìn thấy như vậy rồi liền bạch Phật: 'Thế Tôn! Nay chúng con đã được nhìn thấy thế giới Ta-bà, biết được thế giới ấy ở đâu, lại cũng được thấy các vị Bồ Tát và chư thiên, đại chúng đông đảo đầy khắp cõi ấy, không còn lấy một chỗ trống. Đức Phật Thích-ca lại cũng nhìn thấy chúng con, thuyết dạy pháp mầu.'

"Đức Phật Vô Cấu Công Đức Quang Minh Vương bảo các vị Đại Bồ Tát: 'Thiện nam tử! Đức Thích-ca Như Lai thường dùng Phật nhãn thanh tịnh quán sát khắp hết thảy, không có gì không nhìn thấy. Thiện nam tử! Tất cả những chúng sinh ở thế giới Ta-bà, dù ở trên mặt đất hay ở giữa không trung, hết thảy đều nói rằng: Đức Phật Thích-ca chỉ riêng nhìn thấy trong tâm ta, chỉ riêng vì ta thuyết pháp.

"Thiện nam tử! Đức Phật Thích-ca ấy chỉ dùng một âm thanh, vì đủ các loài chúng sinh khác nhau mà thuyết pháp, nhưng mỗi loài chúng sinh thảy đều tùy theo tiếng nói của mình mà nghe hiểu được. Ngài không dùng những âm thanh khác nhau để thuyết pháp cho nhiều người. Chúng sinh ở thế giới ấy, những ai thờ phụng Phạm thiên sẽ nhìn thấy thân Như Lai như hình tượng Phạm thiên, liền được nghe thuyết pháp. Nếu những ai thờ phụng Ma thiên, Thích thiên, Nhật nguyệt Tỳ-sa-môn thiên, Tỳ-lâu-lặc, Tỳ-lâu-bác-xoa, Đề-đầu-lại-trá, Ma-hê-thủ-la... tám vạn bốn ngàn loài chúng sinh khác nhau đều như vậy, mỗi chúng sinh đều nhìn thấy thân Như Lai là hình tượng của mình thờ phụng, liền được nghe thuyết pháp, đều nghĩ rằng Như Lai chỉ riêng vì mình thuyết pháp.

"Khi ấy, trong chúng hội có hai vị Bồ Tát, một người tên là La-hầu-điện, một người tên là Hỏa Quang Minh. Đức Phật Vô Cấu Công Đức Quang Minh Vương bảo hai vị Bồ Tát ấy rằng: 'Thiện nam tử! Nay các ông có thể đến thế giới Ta-bà, thay ta dâng lời thăm hỏi đức Thế Tôn Thích-ca Mâu-ni, ngài đi đứng có được nhẹ nhàng, khí lực có được an ổn hay chăng?'

"Hai vị Bồ Tát liền bạch Phật: 'Thế Tôn! Chúng con nhìn thấy khắp hết thế giới của đức Phật Thích-ca, đại chúng tụ họp đông đảo, trên mặt đất cũng như giữa không trung đều chật kín, không có lấy một chỗ trống. Nếu chúng con đến đó thì biết đứng vào nơi đâu?'

"Đức Phật Vô Cấu Công Đức Quang Minh Vương bảo: 'Các thiện nam tử! Các ông chớ nên nói rằng ở thế giới kia không còn chỗ đứng. Vì sao vậy? Vì cõi thế giới Phật Thích-ca rộng lớn vô biên. Công đức vô lượng của đức Phật Thích-ca không thể nghĩ bàn. Do bản nguyện của ngài, lòng đại bi rộng lớn nên khiến cho vô lượng các loài chúng sinh đều được vào trong Phật pháp, thọ nhận Ba quy y, sau đó lại vì chúng sinh thuyết dạy giáo pháp Ba thừa. Lại truyền dạy Ba thứ giới luật,[1] chỉ bày Ba môn giải thoát,[2] lại cứu vớt vô lượng vô biên chúng sinh ra khỏi ba đường ác, khiến cho được trụ yên trong ba đường thiện.[3]

[1] Ba thứ giới luật: Gồm có: 1. Giới luật cho người tại gia: tức Tám trai giới (Bát quan trai giới); 2. Giới luật cho người xuất gia: tức Mười giới của sa-di và Cụ túc giới (250 giới) của bậc tỳ-kheo; 3. Giới luật cho cả người tại gia và xuất gia: tức Năm giới căn bản.

[2] Ba môn giải thoát: Gồm có Không giải thoát môn, Vô tướng giải thoát môn và Vô nguyện giải thoát môn. Kinh Nhân vương dạy rằng: "Ba môn giải thoát này là chỗ tu tập căn bản của hàng Bồ Tát từ khi mới phát tâm cho đến lúc đạt địa vị Nhất thiết trí."

[3] Ba đường ác và Ba đường thiện: Chúng sinh do nghiệp lực mà phải luân hồi trong sáu đường, hay sáu cõi, là cõi trời, cõi người, cõi a-tu-la, cõi địa ngục, cõi ngạ quỷ và cõi súc sinh. Tạo nghiệp thiện được sinh về các cõi trời, người hoặc a-tu-la, nên gọi là ba đường thiện. Ngược lại, tạo nghiệp ác phải thọ sinh vào các cõi địa ngục, ngạ quỷ, súc sinh, nên gọi là ba đường ác.

"Thiện nam tử! Lại có một lúc, đức Thích-ca Như Lai thành đạo Vô thượng chưa bao lâu, vì muốn điều phục chúng sinh nên ngài ở tại núi Tỳ-đà, trong động Nhân-bà-la, trải qua bảy ngày bảy đêm ngồi kết già nhập tam-muội, hưởng niềm vui giải thoát. Khi ấy thân Phật biến hóa lớn lên choán đầy cả động ấy, không còn một chỗ trống nào, dù chỉ là đôi ba tấc.

"Vừa hết bảy ngày, ở các thế giới khắp mười phương có mười hai na-do-tha vị Đại Bồ Tát hiện đến thế giới Ta-bà đứng quanh ven núi Tỳ-đà, muốn được gặp đức Thích-ca Mâu-ni Như Lai để cúng dường tôn trọng, cung kính ngợi khen xưng tán và thưa hỏi pháp mầu.

"Thiện nam tử! Khi ấy đức Thích-ca Như Lai từ nơi chỗ ngồi dùng sức đại thần túc khiến cho hang động ấy trở nên rộng lớn vô biên, có thể dung chứa được mười hai na-do-tha vị Đại Bồ Tát. Các vị Bồ Tát thảy đều vào được trong động, đều thấy trong động ấy rộng lớn trang nghiêm. Có những vị Bồ Tát dùng sức thần túc tự tại để cúng dường đức Phật, rồi mỗi vị Bồ Tát đều hóa hiện tòa báu để ngồi trên ấy nghe thuyết pháp.

"Thiện nam tử! Đức Phật Thích-ca hiện thần lực như vậy. Các vị Bồ Tát ấy được nghe thuyết pháp rồi liền từ nơi tòa ngồi đứng dậy, cúi đầu sát đất kính lễ Phật, đi quanh cung kính ba vòng về bên phải, rồi mỗi vị đều quay trở về cõi Phật của mình. Các vị vừa ra đi thì động ấy liền thu nhỏ lại như cũ.

"Trong Bốn cõi thiên ha ấy có vị Thiên chủ cõi trời Đao-lợi tên là Kiều-thi-ca, mạng sống sắp hết, chắc chắn phải đọa vào loài súc sinh. Do việc ấy nên Kiều-thi-ca sinh lòng sợ hãi, liền cùng với tám mươi bốn ngàn vị chư thiên cõi trời Đao-lợi hiện xuống động Nhân-bà-la, muốn được gặp đức Như Lai.

"Bấy giờ có một quỷ dạ-xoa tên là Vương Nhãn là thần động ở đó, đang đứng canh giữ ngoài cửa động. Khi ấy Đế-thích do oai lực của Phật liền khởi lên ý nghĩ rằng: 'Nay ta nên sai khiến vị càn-thát-bà tên là Bát-già-tuần[1] hiện đến chỗ Phật trước, dùng

[1] Bát-già-tuần: phiên âm từ tiếng Phạn là Pañcābhijñāna, tên gọi này có nghĩa là Năm phép thần thông (Ngũ thông).

những âm thanh vi diệu để xưng tán ngợi ca Như Lai, khiến cho đức Thế Tôn ra khỏi tam-muội.’

“Thiện nam tử! Thích-đề-hoàn-nhân suy nghĩ như vậy rồi, liền sai vị càn-thát-bà Bát-già-tuần dùng đàn quý bằng ngọc lưu ly khảy lên những âm thanh vi diệu. Những âm thanh ấy có đến năm trăm âm hưởng khác nhau, được dùng để xưng tán đức Như Lai.

“Thiện nam tử! Khi vị Bát-già-tuần đang dùng âm nhạc vi diệu để xưng tán Phật, đức Như Lai lại chuyển sang nhập Tam-muội Tướng. Do sức của tam-muội này, ngài hiện sức thần lớn lao, khiến cho các dạ-xoa, la-sát, càn-thát-bà, a-tu-la, ca-lâu-la, khẩn-na-la, ma-hầu-la-già, cùng với chư thiên hai cõi Dục giới và Sắc giới, tất cả đều tụ tập vào trong động. Những chúng sinh nào thích nghe âm thanh vi diệu, liền tùy theo ý thích được nghe, nghe rồi trong lòng hết sức hoan hỷ; những chúng sinh nào thích nghe ngợi khen xưng tán Phật, khi nghe ngợi khen xưng tán Phật rồi trong lòng hoan hỷ, đối với đức Như Lai sinh lòng tôn trọng, cung kính; những chúng sinh nào thích nghe tiếng nhạc liền được nghe, nghe rồi trong lòng hoan hỷ.

“Khi ấy, đức Phật Thích-ca Mâu-ni liền ra khỏi tam-muội, thị hiện cho tất cả đại chúng đều được nhìn thấy cửa động Nhân-bà-la. Thích-đề-hoàn-nhân liền tiến đến chỗ Phật, cúi đầu kính lễ sát dưới chân Phật, rồi đứng sang một bên, thưa hỏi rằng: ‘Bạch Thế Tôn! Nay chúng con nên ngồi ở đâu?’

“Đức Phật đáp: ‘Kiều-thi-ca! Tất cả quyến thuộc của ông hãy cứ tụ họp vào cả bên trong. Nay ta sẽ làm cho động Nhân-bà-la này trở nên hết sức rộng rãi, có thể dung chứa được đại chúng quyến thuộc của ông nhiều như số cát mười hai con sông Hằng, tất cả đều có chỗ ngồi.’

“Bấy giờ, đức Phật Thích-ca Mâu-ni ở giữa đại chúng dùng một âm thanh mầu nhiệm để giảng thuyết chánh pháp, khiến cho tám mươi bốn ngàn chúng sinh có căn cơ khác nhau thảy đều tùy theo sở thích của mình mà được nghe.

"Trong đại chúng, hoặc có những người học theo Thanh văn thừa đều nghe ra giáo pháp Thanh văn, liền có chín mươi chín ức chúng sinh chứng quả Tu-đà-hoàn;[1] hoặc có những người tu học theo Duyên giác thừa liền được nghe giáo pháp Duyên giác; hoặc có những người tu học Đại thừa liền được nghe chỉ toàn giáo pháp Đại thừa.

"Những vị đứng đầu trong số càn-thát-bà cùng đi với Bát-già-tuần có mười tám na-do-tha đều được địa vị không còn thối chuyển đối với quả vị A-nậu-đa-la Tam-miệu Tam-bồ-đề. Những ai chưa phát tâm liền phát tâm Bồ-đề Vô thượng, hoặc phát tâm Duyên giác, hoặc phát tâm Thanh văn.

"Lúc bấy giờ, Thích-đề-hoàn-nhân liền dứt trừ được sự sợ hãi, tuổi thọ tăng thêm một ngàn năm, chứng được quả Tu-đà-hoàn.

"Thiện nam tử! Đức Phật Thích-ca dùng thần lực có thể tạo ra sự rộng lớn vô biên. Âm thanh thuyết pháp của ngài cũng rộng lớn vô biên, không ai có thể tìm biết được giới hạn trong âm thanh thuyết pháp của ngài.

"Đức Phật Thích-ca có vô lượng vô biên phương tiện để giáo hóa chúng sinh. Không ai có thể biết được những phương tiện như vậy.

"Thiện nam tử! Sắc thân của đức Phật Thích-ca cũng vô lượng vô biên, không ai có thể đo lường được thân ấy, không ai thấy được đỉnh đầu của ngài.

"Thiện nam tử! Đại chúng đông đảo như vậy, nếu như muốn vào cả trong bụng Phật, bụng Phật liền dung chứa được tất cả. Khi vào trong bụng rồi, nếu lại muốn thấy được chỗ mép cùng của bụng cũng là điều không thể được. Dù vậy, bụng Phật không hề lớn lên hay nhỏ đi.

"Nếu như hết thảy các loài chúng sinh muốn đi lại trong một

[1] Tu-đà-hoàn: phiên âm từ tiếng Phạn là **srota-āpanna**, dịch nghĩa là Nhập lưu, hiểu theo nghĩa là "bắt đầu nhập vào dòng thánh". Đây là quả vị đầu tiên trong bốn quả vị của Thanh văn thừa, nên cũng gọi là Sơ quả.

sợi lông của Phật, liền được như vậy không có gì trở ngại, thậm chí nếu dùng thiên nhãn cũng không thể thấy được tới chỗ mép cùng một lỗ chân lông của Phật. Dù vậy, lỗ chân lông ấy cũng không hề lớn lên hay nhỏ đi. Thân của đức Phật Thế Tôn ấy vô lượng vô biên như vậy. Thiện nam tử! Thế giới của đức Phật ấy cũng vô lượng vô biên.

"Thiện nam tử! Ví như tất cả chúng sinh ở các thế giới mười phương nhiều như số cát của một con sông Hằng cùng gom cả về trong thế giới của Phật ấy cũng vẫn dung chứa hết. Vì sao vậy? Chỗ phát khởi thệ nguyện của đức Phật ấy lúc mới phát tâm Bồ-đề là vô lượng vô biên.

"Thiện nam tử! Đừng nói là chúng sinh trong các thế giới mười phương nhiều như số cát của một con sông Hằng, cho đến chúng sinh trong các thế giới mười phương nhiều như số cát của một ngàn con sông Hằng cùng gom cả về trong thế giới của Phật ấy cũng vẫn dung chứa hết, mà hình tướng ban đầu của thế giới ấy vẫn không hề thay đổi lớn lên hay nhỏ đi.

"Thiện nam tử! Đức Phật Thích-ca khi vừa mới phát tâm Bồ-đề Vô thượng, vì muốn được đầy đủ trí hiểu biết tất cả nên phát lời thệ nguyện hết sức lớn lao. Do đó mà nay được thế giới rộng lớn vô lượng vô biên. Thiện nam tử! Đức Phật Thích-ca Mâu-ni có bốn pháp này,[1] tất cả các đức Phật Thế Tôn khác đều không sánh bằng.

"Thiện nam tử! Nay các ông hãy mang theo loại hoa thanh tịnh nguyệt quang minh vô cấu này, đi về phương tây, đến thế giới Ta-bà nơi các ông đã được nhìn thấy, thay ta kính lời thăm

---

[1] Kinh văn dùng 以是四法 (dĩ thị tứ pháp)mà không giải thích gì thêm. Có vị cho rằng tứ pháp ở đây chỉ bốn pháp "giáo, lý, hành, quả". Chúng tôi xét thấy nếu là bốn pháp này thì chư Phật Thế Tôn đều không khác nhau. Hơn nữa, kinh văn nói "bốn pháp này" (thị tứ pháp) có nghĩa là đã được nói đến trước đó. Do vậy, chúng tôi căn cứ vào các đoạn văn trước đó mà hiểu bốn pháp ở đây chỉ bốn việc vừa trình bày trước đó. Đó là, đức Phật Thích-ca Mâu-ni có thế giới rộng lớn vô lượng vô biên, năng lực thuyết pháp vô lượng vô biên, sắc thân rộng lớn vô lượng vô biên và phương tiện độ sinh vô lượng vô biên.

hỏi đức Phật Thích-ca, ngài đi đứng có được nhẹ nhàng, khí lực có được an ổn hay chăng?'

"Khi ấy, đức Phật Vô Cấu Công Đức Quang Minh Vương liền cầm hoa quý nguyệt quang minh vô cấu trao cho hai vị Bồ Tát, bảo rằng: 'Nay tất cả các ông hãy nương theo sức đại thần thông của ta mà đi đến thế giới Ta-bà.'

"Bấy giờ, trong chúng hội có hai vạn Bồ Tát cùng bạch Phật rằng: 'Thế Tôn! Xin vâng theo lời dạy. Nay chúng con sẽ nương sức đại thần thông của Phật mà đi đến thế giới Ta-bà, gặp đức Thích-ca Như Lai, cúng dường tôn trọng, cung kính ngợi khen xưng tán.'

"Đức Phật Vô Cấu Công Đức Quang Minh Vương liền dạy: 'Thiện nam tử! Đã đến lúc các ông nên đi rồi vậy.'

"Khi ấy, Bồ Tát La-hầu-điện và Bồ Tát Hỏa Quang Minh liền cùng với hai vạn Bồ Tát nương sức đại thần thông của Phật, vừa rời khỏi thế giới Thiện Hoa trong khoảnh khắc liền hiện đến thế giới Ta-bà, tại núi Kỳ-xà-quật, đến quỳ trước đức Phật Thích-ca, chắp tay bạch Phật rằng: 'Thế Tôn! Về phương đông cách đây tám mươi chín cõi thế giới Phật, có một thế giới tên là Thiện Hoa, ở đó có Phật hiệu là Vô Cấu Công Đức Quang Minh Vương, hiện đang có đại chúng Đại Bồ Tát vây quanh cung kính, ngợi khen xưng tán công đức vô lượng của Thế Tôn. Đức Phật ấy nói rằng: Thế giới Ta-bà có đức Phật Thích-ca Mâu-ni hiện nay đang vì đại chúng chuyển bánh xe chánh pháp. Đức Phật Thế Tôn ấy khi còn là Bồ Tát đã khuyên dạy, giáo hóa ta lần đầu tiên phát tâm Bồ-đề. Do nhân duyên ấy mà ta được phát tâm đạo Vô thượng. Ta phát tâm rồi, đức Phật ấy lại khuyên dạy ta tu tập sáu pháp ba-la-mật... '

"Các vị Bồ Tát này lặp lại hết thảy những lời đức Phật Vô Cấu Công Đức Quang Minh Vương đã nói, cho đến ngợi khen đức Phật Thích-ca Mâu-ni có bốn pháp mà tất cả các vị Phật Thế Tôn khác đều không sánh bằng. Rồi các vị nói tiếp: 'Vì thế, đức Phật Vô Cấu Công Đức Quang Minh Vương trao hoa quý thanh tịnh nguyệt quang minh vô cấu này cho chúng con mang đến cúng dường Thế Tôn, dâng lời thăm hỏi rằng Như Lai đi đứng có được nhẹ nhàng, khí lực có được an ổn hay chăng?'

"Thiện nam tử! Khi ấy, tòa sư tử của đức Phật A-súc đang ngồi ở thế giới Diệu Lạc về phương đông cũng chấn động theo sáu cách, lại cũng có vô lượng các vị Đại Bồ Tát thấy việc như vậy liền thưa hỏi Phật: 'Bạch Thế Tôn! Do nhân duyên gì mà tòa sư tử của Như Lai đang ngồi lại chấn động theo sáu cách như vậy...' Đức Phật A-súc cũng trả lời như Phật Vô Cấu Công Đức Quang Minh Vương. Cho đến ở tất cả các thế giới khác về phương đông cũng đều như vậy.

"Bấy giờ, từ phương đông có vô lượng vô biên a-tăng-kỳ vị Đại Bồ Tát thảy đều hiện đến thế giới Ta-bà này, tất cả đều mang theo hoa quý thanh tịnh nguyệt quang minh vô cấu đến gặp Phật Thích-ca, cúng dường tôn trọng, cung kính ngợi khen xưng tán.

"Thiện nam tử! Như vậy, vô số chư Phật ở phương đông đều sai khiến các Bồ Tát đến đây ngợi khen xưng tán ta.

"Thiện nam tử! Nay ta lại nhìn thấy về phương nam, cách thế giới này số cõi Phật nhiều như số cát của một con sông Hằng, có một thế giới tên là Ly Chư Ưu, ở đó có Phật hiệu là Vô Ưu Công Đức Như Lai hiện nay đang thuyết pháp. Lại có thế giới tên là Diêm-phù Quang Minh, ở đó có Phật hiệu là Pháp Tự Tại Sư Tử Du Hý Như Lai. Lại có thế giới tên là An-tu-di, ở đó có Phật hiệu là Đạo Tự Tại Sa La Vương Như Lai. Lại có thế giới tên là Công Đức Lâu Vương, ở đó có Phật hiệu là Sư Tử Hống Vương Như Lai. Lại có thế giới tên là Trân Bảo Trang Nghiêm, ở đó có Phật hiệu là Bát Tý Thắng Lôi Như Lai. Lại có thế giới tên là Chân Châu Quang Minh Biến Chiếu, ở đó có Phật hiệu là Trân Bảo Tạng Công Đức Hống Như Lai. Lại có thế giới tên là Thiên Nguyệt, ở đó có Phật hiệu là Hỏa Tạng Như Lai. Lại có thế giới tên là Chiên-đàn-căn, ở đó có Phật hiệu là Tinh Tú Xưng Như Lai. Lại có thế giới tên là Xưng Hương, ở đó có Phật hiệu là Công Đức Lực Sa La Vương Như Lai. Lại có thế giới tên là Thiện

Thích, ở đó có Phật hiệu là Diệu Âm Tự Tại Như Lai. Lại có thế giới tên là Đầu-lan-nhã, ở đó có Phật hiệu là Sa-la Thắng Tỳ-bà Vương Như Lai. Lại có thế giới tên là Nguyệt Tự Tại, ở đó có Phật hiệu là Quang Minh Tự Tại Như Lai. Lại có thế giới tên là Thiện Lôi Âm, ở đó có Phật hiệu là Diệu Âm Tự Tại Như Lai. Lại có thế giới tên là Bảo Hòa Hợp, ở đó có Phật hiệu là Bảo Chưởng Long Vương Như Lai. Lại có thế giới tên là Thùy Bảo Thọ, ở đó có Phật hiệu là Lôi Âm Tự Tại Pháp Nguyệt Quang Minh Như Lai.

“Vô lượng vô biên a-tăng-kỳ chư Phật như vậy hiện đang thuyết pháp ở phương nam, tất cả đều là do ta khi còn làm Bồ Tát đã khuyên dạy cho lần đầu tiên phát tâm Bồ-đề. Tòa sư tử của các đức Thế Tôn ấy đang ngồi cũng đều chấn động. Rồi các đức Phật ấy thảy đều ngợi khen xưng tán công đức của ta, lại cũng sai khiến vô lượng vô biên a-tăng-kỳ vị Đại Bồ Tát mang theo hoa quý thanh tịnh nguyệt quang minh vô cấu đến thế giới Ta-bà này, tại núi Kỳ-xà-quật, lễ bái cúng dường tôn trọng, cung kính ngợi khen xưng tán. Sau đó tất cả đều phân theo thứ tự ngồi sang một bên, lắng nghe thuyết pháp.

“Thiện nam tử! Nay ta lại nhìn thấy về phương tây cách đây bảy vạn bảy ngàn trăm ngàn cõi Phật,[1] có một thế giới tên là Tịch Tĩnh, ở đó có Phật hiệu là Bảo Sơn hiện đang vì Bốn chúng thuyết giảng giáo pháp vi diệu.

“Lại có đức Phật Thắng Quang Vô Ưu, Phật Âm Trí Tạng, Phật Xưng Quảng, Phật Biến Tạng, Phật Phạm Hoa, Phật Thế Tấn, Phật Pháp Đăng Dũng, Phật Thắng Âm Sơn, Phật Xưng Âm Vương, Phật Phạm Âm Vương... Vô lượng vô biên a-tăng-kỳ các đức Phật Thế Tôn như vậy ở phương tây, cũng đều là do ta khi còn là Bồ Tát đã khuyên dạy cho lần đầu tiên phát tâm Bồ-đề. Tòa sư tử của các đức Thế Tôn ấy đang ngồi cũng đều chấn động. Rồi các đức Phật ấy thảy đều ngợi khen xưng tán công đức của ta, lại

---

[1] Nguyên bản Hán văn chỗ này khắc là 百千由旬佛之世界 (bá thiên do-tuần Phật chi thế giới). Hai chữ do-tuần hoàn toàn không hợp lý ở đây nên chúng tôi lược bỏ. Chúng tôi ngờ ở đây là 那由他 (na-do-tha), nhưng chỉ nêu ra để quý độc giả xem xét chứ không dám tùy tiện thêm vào.

cũng sai khiến vô lượng vô biên a-tăng-kỳ vị Đại Bồ Tát mang theo hoa quý thanh tịnh nguyệt quang minh vô cấu đến thế giới Ta-bà này, tại núi Kỳ-xà-quật, gặp Phật rồi lễ bái cúng dường tôn trọng, cung kính ngợi khen xưng tán. Sau đó tất cả đều phân theo thứ tự ngồi sang một bên, lắng nghe thuyết pháp.

"Về phương bắc cách đây trăm ngàn na-do-tha cõi Phật, có thế giới kia tên là Vô Cấu, ở đó có Phật hiệu là Ly Nhiệt Não Tăng Tỳ-sa-môn Sa-la vương Như Lai. Có hai vị Bồ Tát, một tên là Bảo Sơn, một tên là Quang Minh Quán.

"Lại có đức Phật Hoại Chư Ma, Phật Sa-la Vương, Phật Đại Lực Quang Minh, Phật Liên Hoa Tăng, Phật Chiên-đàn, Phật Di-lâu Vương, Phật Kiên Trầm Thủy, Phật Hỏa Trí Đại Lực... Vô lượng các đức Phật Như Lai như vậy ở phương bắc.

"Cho đến về các phương tây bắc, tây nam, đông bắc, đông nam, phương trên và phương dưới cũng đều như vậy."

Lúc bấy giờ, đức Phật Thích-ca Mâu-ni vì muốn dung chứa được hết thảy đại chúng đông đảo như vậy nên dùng sức đại thần thông làm cho thân thể của tất cả những người đến dự pháp hội đều nhỏ lại chỉ bằng như hạt đình lịch.[1] Dù vậy, khắp thế giới Ta-bà khi ấy từ mặt đất lên đến hư không cũng vẫn đông đảo chật kín, không còn lấy một khoảng trống dù chỉ bằng sợi lông.

Lúc ấy, tất cả chúng sinh đều không thể nhìn thấy được nhau, cũng không thể nhìn thấy các núi lớn, núi nhỏ, núi chúa Tu-di, cùng hai núi Thiết vi lớn, nhỏ và khoảng tối tăm u ám ở giữa; phía trên không thấy được cung điện của chư thiên, phía dưới không thấy được chỗ thấp nhất của thế giới. Chỉ riêng đức Phật Thế Tôn là vẫn nhìn thấy được tất cả.

Bấy giờ, đức Phật Thích-ca Mâu-ni lại nhập Tam-muội Biến hư không đoạn trừ chư pháp định ý, khiến cho vô số hoa quý thanh tịnh nguyệt quang đều chui cả vào các lỗ chân lông trên thân Phật. Hết thảy đại chúng đều tự mình chứng kiến việc ấy.

[1] Hạt đình lịch: Một loại hạt rất nhỏ màu vàng đen, dùng làm vị thuốc. Có người nói là hạt của cây rau đay. Ở đây chỉ dùng với ý là rất nhỏ.

Khi ấy, hết thảy chúng sinh đều không nghĩ đó là hình tướng sắc thân Phật, chỉ nhìn thấy trong những lỗ chân lông ấy có cảnh vườn cây xinh đẹp. Trong cảnh vườn cây ấy có nhiều cây báu. Những cây ấy đều có đủ mọi thứ cành lá, hoa quả sum suê. Trên cây còn có đủ các loại áo quý, cờ phướn, lọng báu cõi trời, chân châu, anh lạc trang nghiêm tốt đẹp, giống như ở thế giới An Lạc phương tây.[1] Đại chúng nơi đây thảy đều nhìn thấy như vậy, liền tự nghĩ rằng: "Nay chúng ta sẽ đến dạo chơi trong cảnh vườn kia."

Lúc bấy giờ, chỉ trừ những chúng sinh trong Ba đường ác và ở cõi trời Vô sắc, còn ngoài ra hết thảy đại chúng đều theo các lỗ chân lông mà đi vào bên trong thân Như Lai, đến ngồi trong những cảnh vườn cây xinh đẹp kia.

Khi ấy, đức Phật Thích-ca xả bỏ phép thần túc, tức thời hết thảy đại chúng đều nhìn thấy nhau như cũ. Họ thắc mắc hỏi nhau: "Không biết hiện nay đức Như Lai đang ở đâu?"

Lúc đó, Bồ Tát Di-lặc liền bảo đại chúng rằng: "Các ông nên biết, hiện nay tất cả chúng ta đều đang ở bên trong thân của Như Lai."

Khi ấy, đại chúng liền nhìn thấy khắp cả bên trong và bên ngoài sắc thân của Như Lai, liền tự biết được rằng vô lượng đại chúng tập hợp nơi đây đều đang ở bên trong sắc thân của Như Lai. Họ lại hỏi nhau rằng: "Chúng ta đã theo đường nào mà vào được bên trong thân Như Lai? Ai đã dẫn dắt chúng ta vào trong này?"

Bồ Tát Di-lặc lại nói với đại chúng: "Các ông hãy lắng nghe! Hiện nay đức Như Lai hiện sức biến hóa đại thần thông, lại vì muốn làm lợi ích cho tất cả đại chúng nên sắp sửa thuyết giảng pháp mầu. Nay các ông phải hết lòng chú ý lắng nghe."

Bấy giờ, tất cả đại chúng nghe nói như vậy liền quỳ xuống, chắp tay cung kính lắng nghe lời dạy.

---

[1] Thế giới An Lạc phương tây: tức thế giới Cực Lạc của đức Phật A-di-đà, cũng được gọi là Tây phương Tịnh độ. Xem kinh A-di-đà hoặc kinh Quán Vô Lượng Thọ.

Khi ấy, đức Thế Tôn liền dùng pháp môn Nhất thiết hạnh để giảng thuyết pháp mầu.

Đức Phật bảo đại chúng: "Thế nào gọi là pháp môn Nhất thiết hạnh? Đó là: ra khỏi bùn lầy sinh tử, thể nhập Tám thánh đạo, thành tựu đầy đủ, đạt được trí hiểu biết tất cả.

"Thiện nam tử! Có mười pháp chuyên tâm phát khởi Bồ-đề có thể vào được pháp môn này. Những gì là mười?

"Pháp thứ nhất là vì muốn cho tất cả chúng sinh đều được giải thoát nên tùy hỷ hồi hướng.

"Pháp thứ hai là vì phát khởi lòng đại bi nên thâu nhiếp hết thảy chúng sinh.

"Pháp thứ ba là vì muốn cứu vớt những chúng sinh chưa được cứu vớt nên tinh cần tu tập, sửa sang con thuyền pháp Vô thượng.

"Pháp thứ tư là vì muốn thấu hiểu những điều chưa hiểu nên tu tập trang nghiêm, quán xét xa lìa sự điên đảo hư vọng.

"Pháp thứ năm là vì muốn giảng rộng chánh pháp như tiếng sư tử rống nên tu tập trang nghiêm không còn chỗ sợ sệt, quán xét tánh thật của các pháp không có bản ngã.

"Pháp thứ sáu là vì muốn tùy thuận tất cả các thế giới mà mình đến nên trong tâm không có sự phân biệt, khéo học biết hết thảy các pháp đều là không, thân người là vô thường không bền chắc, như Phật có dạy Mười thí dụ.[1]

---

[1] Mười thí dụ: Trong kinh Phật thường dùng mười thí dụ để chỉ rõ ý nghĩa "tất cả các pháp đều là không" và "thân người là vô thường, không bền chắc". Mười thí dụ để chỉ rõ ý nghĩa "tất cả các pháp đều là không" gồm có:

1. Ví như huyễn hóa (Huyễn du - Phạn ngữ: māyā-upama): như nhà ảo thuật hóa hiện ra các thứ voi, ngựa cho đến đủ mọi hình tướng, cần sáng suốt biết rõ đó chỉ là hư ngụy, không thật, mọi hình sắc, âm thanh thấy nghe được như vậy đều xem như không có, điều này ví như khi sáu căn tiếp xúc với sáu trần sẽ không để cho bị lôi cuốn, rối loạn. Hết thảy các pháp cũng đều không thật có như vậy.
2. Ví như hơi nắng nóng (Diệm dụ - Phạn ngữ: marīci-upama): như khi trời nắng nóng mùa hè, hơi nóng lung linh, gió thổi bụi lay động, khiến người nhìn thấy như đủ các hình tướng, hoặc như thấy từ xa có nước, điều này ví

như khi đắm chấp nơi các phiền não, bị phiền não trói buộc, chúng sinh mới lưu chuyển mãi mãi trong vòng sinh tử. Hết thảy các pháp cũng đều không thật có như vậy.

3. Ví như trăng trong nước (Thuỷ trung nguyệt dụ - Phạn ngữ: udaka-candra-upama): như mặt trăng ở giữa không trung mà hình chiếu hiện ra dưới nước, tướng thật của mặt trăng ví như tánh thật của các pháp, thật có giữa không trung, còn kẻ phàm phu đối với các tướng nga và nga sở lại vọng chấp cho là thật có, khác nào như nhìn thấy mặt trăng trong nước mà cho đó là thật có; hết thảy các pháp cũng đều không thật có như vậy.
4. Ví như hư không (Hư không du - Phạn ngữ: ākāśa-upama): như nói "hư khong" thì đó chỉ là tên gọi, không có thật thể, lại như nhìn lên cao xa thấy bầu trời xanh, giống như có màu sắc thật, nhưng nếu bay mãi lên cao cũng chẳng thể trông thấy được gì. Hết thảy các pháp cũng đều không thật có như vậy.
5. Ví như tiếng vang (Hưởng dụ - Phạn ngữ: pratiśrutkā-upama): như trong chốn hang sâu núi thẳm hoặc giữa hai vách núi, khi phát ra tiếng kêu hoặc âm thanh lớn liền nghe có tiếng dội lại hòa theo, gọi là tiếng vang, âm thanh đó tuy là thật sự nghe thấy, nhưng lại không hề thật có. Hết thảy các pháp thật tánh đều là không, chỉ do những tướng hư dối mà thành như thật có.
6. Ví như thành càn-thát-bà (Càn-thát-bà thành dụ - Phạn ngữ: gandharva-nagara-upama): loài càn-thát-bà có thần thông biến hóa, thị hiện ra được những thành quách, nhà cửa, khi mặt trời vừa mới mọc có thể nhìn thấy những thứ ấy như thật, có người đông đúc ra vào, đến khi mặt trời lên cao dần thì tự nhiên biến mất, không còn thấy được nữa; những thành quách nhà cửa như vậy tuy là có nhìn thấy rõ ràng nhưng không hề thật có, cũng như những kẻ không có trí huệ nhìn thấy có bản ngã và các pháp, khởi lên các tâm dâm dục, sân hận, rồi quay cuồng điên đảo, mong cầu khoái lạc, nếu người có trí huệ rõ biết lý vô ngã, rõ biết các pháp là không thật, thì sự điên đảo kia tự nhiên không còn nữa.
7. Ví như trong giấc mộng (Mộng dụ - Phạn ngữ: svapna-upama): Trong giấc mộng vốn không có sự thật, người nằm mộng lại vọng chấp cho là thật, đến khi tỉnh giấc mới biết, liền tự mình cười lấy mình. Hết thảy các pháp cũng đều không thật có như vậy.
8. Ví như cái bóng (Ảnh dụ - Phạn ngữ: pratibhāsa-upama): do có ánh sáng chiếu nơi vật hiện thành cái bóng của vật, tuy thấy được mà không thể nắm bắt, giữ lấy. Hết thảy các pháp cũng đều không thật có như vậy.
9. Ví như hình trong gương (Kính trung tượng dụ - Phạn ngữ: pratibimba-upama): như soi gương nhìn thấy mặt mình, hình trong gương đó vốn không phải do cái gương tạo ra, không phải do mặt mình tạo ra, không phải do người cầm gương tạo ra, không phải tự nhiên mà có, cũng không phải do nhân duyên mà có. Cũng vậy, hết thảy các pháp đều là không, chẳng có sinh ra, chẳng có diệt mất, chỉ là dối gạt mắt nhìn của những kẻ phàm phu mà có.

nghiêm nên tu tập giữ theo giới luật, khiến thân tâm được thanh tịnh.

"Pháp thứ tám là vì muốn trang nghiêm thành tựu Mười sức của Như Lai nên tu tập đầy đủ hết thảy các pháp ba-la-mật.

"Pháp thứ chín là vì muốn trang nghiêm thành tựu Bốn pháp không sợ sệt nên theo đúng lời thuyết dạy mà thực hành.

"Pháp thứ mười là vì muốn trang nghiêm Mười tám pháp chẳng chung cùng nên tùy chỗ được nghe thuyết pháp thảy đều không thấy dư thừa, không sinh lòng buông thả, biếng nhác.

"Như vậy gọi là mười pháp chuyên tâm phát khởi đạo Bồ-đề Vô thượng, có thể vào được pháp môn Nhất thiết hạnh này, liền đạt được địa vị không còn thối chuyển đối với đạo Bồ-đề Vô thượng, đạt được hạnh Vô tướng, đạt được hạnh Trí đạo, thấy được tất cả các pháp đều là vô ngã, trong tâm không còn suy nghĩ, không sinh không diệt. Như vậy gọi là địa vị không còn thối chuyển của hàng Bồ Tát. Do đây mà không có thối chuyển, cũng chẳng phải không thối chuyển; không phải dứt mất, cũng

---

10. Ví như biến hóa (Hóa dụ - Phạn ngữ: nirmita-upama): như những người tu tập chứng đắc các phép thần thông có thể biến hoá ra sự vật, hoặc chư thiên, loài rồng, quỷ thần... cũng có khả năng biến hoá sự vật, nhưng dù những chúng sinh ấy có khả năng biến hoá ra các hình tướng nam nữ, những hình nhân biến hóa ấy thảy đều không thật có các pháp sinh, lão, bệnh, tử, khổ, vui... Hết thảy các pháp cũng đều là như vậy, không có sinh ra, không có diệt mất đi, khác nào do biến hoá mà thành, cũng không phải thật có, cho nên nói rằng các pháp đều là không.

Mười thí dụ để chỉ rõ ý nghĩa "thân người là vô thường, không bền chắc" được dẫn trong kinh Duy-ma-cật, gồm có:

1. Thân này như bọt đọng, không thể sờ nắm.
2. Thân này như bọt nổi, không tồn tại lâu dài.
3. Thân này như náng lửa, do sự khát khao ái dục mà sinh ra.
4. Thân này như cây chuối, bên trong chẳng bền chắc gì.
5. Thân này như món đồ ảo thuật, do sự xáo trộn mà sinh ra.
6. Thân này như chiêm bao, hư vọng chẳng thật.
7. Thân này như cái bóng, theo nghiệp duyên mà hiện ra.
8. Thân này như tiếng vang, phụ thuộc các nhân duyên.
9. Thân này như mây nổi, trong phút chốc đã biến mất.
10. Thân này như tia chớp, chẳng ở yên một phút nào.

chẳng phải thường còn; không phải an định, cũng chẳng phải rối loạn.”

Khi Phật thuyết giảng pháp này, bên trong sắc thân Như Lai có số Đại Bồ Tát nhiều như số cát của tám mươi ức con sông Hằng đều được địa vị không còn thối chuyển đối với quả vị A-nậu-đa-la Tam-miệu Tam-bồ-đề, lại có vô số Đại Bồ Tát không thể tính đếm hết, đều được các tam-muội, pháp nhẫn rất thâm sâu, hết thảy đều theo các lỗ chân lông trên thân Như Lai mà đi ra, trong lòng hết sức kinh ngạc, khen là việc chưa từng có, liền đối trước Phật cúi đầu sát đất mà lễ kính. Sau khi lễ xong đứng dậy, hốt nhiên mỗi vị đều trở về cõi Phật của mình, nhưng vẫn nghe được tiếng thuyết pháp của đức Phật Thích-ca Mâu-ni vượt qua vô lượng vô biên a-tăng-kỳ cõi Phật trong mười phương, không có chướng ngại.

Các vị Bồ Tát ấy tuy trở về nơi thế giới của mình nhưng vẫn tiếp tục được nghe tiếng của Như Lai thuyết pháp, vẫn đầy đủ ý nghĩa từng câu từng chữ không hề thiếu sót, cũng không khác gì như đang được ở gần ngay trước đức Phật. Thân Như Lai lại cũng biến hiện như vậy, đầy khắp vô số thế giới trong mười phương. Có vô lượng vô biên a-tăng-kỳ Bồ Tát, Thanh văn ở các thế giới ấy vẫn nhìn thấy một lỗ chân lông của Như Lai mà ra vào không chi trở ngại. Rồi lỗ chân lông thứ hai, cho đến hết thảy vô số lỗ chân lông của Như Lai cũng đều có thể ra vào không trở ngại.

Ở các thế giới khác trong khắp mười phương cũng đều như vậy.

Bấy giờ, đại chúng từ trong các lỗ chân lông của Phật Thích-ca Như Lai đi ra, cúi đầu sát đất lễ Phật, đi quanh ba vòng cung kính rồi đứng trước Phật, dùng đủ mọi lời hay ý đẹp để ngợi ca xưng tán Phật.

Khi ấy, chư thiên ở hai cõi Dục giới và Sắc giới liền mưa xuống đủ mọi loại hoa, hương phết, hương bột, cờ phướn, chuỗi ngọc, cùng trỗi lên các loại âm nhạc vi diệu để cúng dường đức Như Lai.

Bấy giờ, trong hội có một vị Bồ Tát tên là Vô Uý Đẳng Địa, quỳ xuống chắp tay bạch Phật rằng: "Bạch Thế Tôn! Kinh điển lớn lao như thế này nên gọi tên là gì? Nên cung kính gìn giữ như thế nào?"

Phật bảo Bồ Tát Vô Uý Đẳng Địa: "Kinh này gọi là Pháp môn Đà-la-ni Giải liễu nhất thiết, cũng gọi là Vô Lượng Phật, cũng gọi là Đại chúng, cũng gọi là Thọ Bồ Tát ký, cũng gọi là Tứ vô sở uý xuất hiện ư thế, cũng gọi là Nhất thiết chư tam-muội môn, cũng gọi là Thị hiện chư Phật thế giới, cũng gọi là Do như đại hải, cũng gọi là Vô lượng, cũng gọi là Đại bi liên hoa."[1]

Đại Bồ Tát Vô Uý Đẳng Địa lại bạch Phật rằng: "Bạch Thế Tôn! Nếu có kẻ nam, người nữ phát lòng lành, thọ trì kinh này, tụng đọc thông suốt, vì người khác giảng nói, dù chỉ là một bài kệ, sẽ được phước đức như thế nào?"

Phật bảo Bồ Tát Vô Uý Đẳng Địa: "Ta trước đã có giảng nói chỗ được phước đức của người trì kinh này, nay sẽ vì ông mà nói lại sơ lược mọi điều.

"Nếu có những kẻ nam, người nữ phát lòng lành thọ trì kinh này, tụng đọc thông suốt, vì người khác giảng nói, dù chỉ là một bài kệ, hoặc trong khoảng năm mươi năm cuối của thời mạt thế mà có thể sao chép một bài kệ trong kinh này, chỗ công đức đạt được còn hơn cả các vị Bồ Tát thực hành sáu pháp ba-la-mật trong mười đại kiếp.

"Vì sao vậy? Các hàng Thiên ma, Phạm, sa-môn, bà-la-môn, dạ-xoa, la-sát, loài rồng, càn-thát-bà, a-tu-la, ca-lâu-la, khẩn-na-la, ma-hầu-la-già, câu-biện-đồ, ngạ quỷ, tỳ-xá-già, người và phi nhân, nếu có tâm sân hận, khi nghe kinh này liền được thanh tịnh, hòa dịu, hoan hỷ, lại cũng được lìa khỏi các bệnh khổ, sự nóng giận, giặc thù, cho đến các sự đấu tranh giành giật, diệt trừ hết thảy mưa độc gió dữ.

[1] Khi chuyển dịch kinh này sang Hán văn, ngài Đàm-vô-sấm đã dùng tên kinh Đại bi liên hoa để gọi tắt lại thành kinh Bi hoa.

"Kinh này cũng giúp cho người bệnh được khỏi, người đói khát được no đủ, hưởng mọi khoái lạc, hòa hợp thuận thảo với nhau. Đối với người nhiều sân hận có thể làm cho trở nên nhẫn nhục; đối với người sợ sệt có thể làm cho không còn lo sợ, hưởng mọi niềm vui. Đối với người nhiều phiền não có thể kiến cho lìa xa phiền não.

"Kinh này lại có thể khiến cho các căn lành thảy đều tăng trưởng; có thể cứu vớt chúng sinh trong ba đường ác; có thể chỉ ra con đường Ba thừa thoát ra Ba cõi; có thể đạt đến pháp nhẫn rất thâm sâu, cùng các môn đà-la-ni, tam-muội; có thể giúp chúng sinh làm nên sự lợi ích lớn lao, có thể ngồi lên tòa kim cang nơi đạo tràng; có thể trừ phá bốn ma; có thể chỉ bày hết thảy các pháp hỗ trợ Bồ-đề; có thể chuyển bánh xe chánh pháp; đối với những ai không có các tài bảo của bậc thánh có thể làm cho được đầy đủ tất cả; có thể khiến cho vô lượng vô biên chúng sinh được trụ yên trong chỗ không còn sợ sệt.

"Do những nhân duyên ấy, nếu có thể gìn giữ kinh này, tụng đọc thông suốt, vì người khác giảng nói, dù chỉ là một bài kệ, hoặc nếu trong khoảng năm mươi năm cuối của thời mạt thế mà có thể sao chép chỉ một bài kệ trong kinh này, đều được đầy đủ vô lượng vô biên phước đức như vậy. Vì thế nên hôm nay ta mới thuyết dạy kinh này.

"Kinh điển lớn lao như thế này, nay sẽ giao phó lại cho ai? Ai có thể trong khoảng năm mươi năm cuối của thời mạt thế sẽ bảo vệ, gìn giữ pháp môn này? Ai có thể vì các vị Bồ Tát ở địa vị bất thối chuyển ở khắp mọi nơi mà tuyên thuyết kinh này, khiến cho đều được nghe thấy? Ai có thể vì những chúng sinh có nhiều tham dục, ác độc, tà kiến, không tin nhân quả mà giảng giải cho họ nghe giáo pháp này?"

Bấy giờ, tất cả đại chúng đều hiểu được ý Phật. Có một vị Đại tiên Dạ-xoa tên là Vô Oán Phí Túc đang ngồi trong chúng hội. Khi ấy, Đại Bồ Tát Di-lặc liền từ chỗ ngồi đứng dậy, cùng với vị Đại tiên Dạ-xoa này tiến đến chỗ Phật.

Lúc đó, Như Lai bảo vị Đại tiên Dạ-xoa rằng: "Hôm nay ông nên thọ nhận kinh này, rồi đến trong khoảng năm mươi năm cuối cùng của thời mạt pháp sẽ vì các vị Bồ Tát ở địa vị không còn thối chuyển, cho đến vì những kẻ không tin nhân quả mà giảng giải giáo pháp này."

Khi ấy, vị Đại tiên Dạ-xoa liền bạch Phật: "Bạch Thế Tôn! Trong suốt tám mươi bốn đại kiếp quá khứ, con đã vì bản nguyện mà làm vị Đại tiên Dạ-xoa, tu hành đạo A-nậu-đa-la Tam-miệu Tam-bồ-đề. Khi ấy con đã giáo hóa vô lượng vô biên a-tăng-kỳ chúng sinh, khiến cho trụ yên trong Bốn tâm vô lượng, lại khiến cho vô lượng vô biên chúng sinh đạt được địa vị không còn thối chuyển đối với quả vị A-nậu-đa-la Tam-miệu Tam-bồ-đề. Bạch Thế Tôn! Nay con sẽ vì hết thảy chúng sinh trong đời vị lai mà làm việc ủng hộ, trong khoảng năm mươi năm cuối cùng của thời mạt pháp sẽ thọ trì kinh này, cho đến nếu chỉ được nghe một bài kệ bốn câu trong kinh này từ nơi người khác, con cũng sẽ tụng đọc cho thật thông suốt, truyền bá rộng rãi cho mọi người, không để dứt mất."

Khi Phật thuyết giảng xong kinh này, Bồ Tát Tịch Ý cùng với chư thiên, đại chúng, càn-thát-bà... người và phi nhân, thảy đều hết sức hoan hỷ, cúi đầu sát đất lễ Phật rồi rời khỏi chỗ ngồi mà lui về.

HẾT QUYỂN X

MỤC LỤC

Lời thưa

Trong kinh Pháp Cú, đức Phật dạy rằng: "Pháp thí thắng mọi thí." Thực hành Pháp thí là chia sẻ, truyền rộng lời Phật dạy đến với mọi người. Mỗi người Phật tử đều có thể tùy theo khả năng để thực hành Pháp thí bằng những cách thức như sau:

1. Cố gắng học hiểu và thực hành những lời Phật dạy. Tự mình học hiểu càng sâu rộng thì việc chia sẻ, bố thí Pháp càng có hiệu quả lớn lao hơn. Nên nhớ rằng **việc đọc sách còn quan trọng hơn cả việc mua sách**.

2. Phải trân quý kinh điển, sách vở in ấn lời Phật dạy. Khi có điều kiện thì mua, thỉnh về nhà để tự mình và người trong gia đình đều có điều kiện học hỏi làm theo. Không nên giữ làm của riêng mà phải sẵn lòng chia sẻ, truyền rộng, khuyến khích nhiều người khác cùng đọc và học theo. Không nên để kinh sách nằm yên đóng bụi trên kệ sách, vì **kinh sách không có người đọc thì không thể mang lại lợi ích**.

3. Tùy theo khả năng mà đóng góp tài vật, công sức để hỗ trợ cho những người làm công việc biên soạn, dịch thuật, in ấn, lưu hành kinh sách, **để ngày càng có thêm nhiều kinh sách quý được in ấn, lưu hành**.

Thông thường, việc chi tiêu một số tiền nhỏ không thể mang lại lợi ích lớn, nhưng nếu sử dụng vào việc giúp lưu hành kinh sách thì lợi ích sẽ lớn lao không thể suy lường. Đó là vì đã giúp cho nhiều người có thể hiểu và làm theo lời Phật dạy. Mong sao quý Phật tử khắp nơi đều lưu tâm đóng góp sức mình vào những việc như trên.

TINH YẾU THỰC HÀNH PHÁP THÍ

- *Mua thỉnh kinh sách về đọc, tự mình sẽ được rất nhiều lợi ích.*
- *Chia sẻ, truyền rộng bằng cách cho mượn, biếu tặng kinh sách đến nhiều người thì lợi ích ấy càng tăng thêm gấp nhiều lần.*
- *Đóng góp công sức, tài vật để hỗ trợ công việc biên soạn, dịch thuật, giảng giải, in ấn, lưu hành kinh sách thì công đức lớn lao không thể suy lường, vì có vô số người sẽ được lợi ích từ việc lưu hành kinh sách.*

www.ingramcontent.com/pod-product-compliance
Lightning Source LLC
LaVergne TN
LVHW090305210926
848480LV00001B/145

9798215196472